கங்கணம்

கங்கணம்

பெருமாள்முருகன் (பி. 1966)

படைப்புத் துறைகளில் இயங்கிவருபவர். அகராதியியல், பதிப்பியல், மூலபாடவியல் ஆகிய கல்விப்புலத் துறைகளிலும் ஈடுபாடுள்ளவர்.

2023ஆம் ஆண்டுக்கான 'பன்னாட்டுப் புக்கர் விருது' நெடும் பட்டியலில் 'பூக்குழி' நாவலின் ஆங்கில மொழிபெயர்ப்பு 'Pyre' இடம்பெற்றது. இவரது 'ஆளண்டாப் பட்சி' நாவலின் ஆங்கில மொழிபெயர்ப்பான 'Fire Bird' நூலுக்கு 2023ஆம் ஆண்டு ஜேசிபி இலக்கியப் பரிசு வழங்கப்பட்டது.

பெருமாள்முருகனின் பிற நூல்கள்

(காலச்சுவடு வெளியீடு)

நாவல்

- நிழல் முற்றம் (தமிழ் கிளாசிக்)
- கூளமாதாரி (தமிழ் கிளாசிக்)
- ஏறுவெயில்
- மாதொருபாகன்
- ஆளண்டாப் பட்சி
- பூக்குழி
- ஆலவாயன்
- அர்த்தநாரி
- பூனாச்சி அல்லது ஒரு வெள்ளாட்டின் கதை
- கழிமுகம்
- நெடுநேரம்

சிறுகதை

- பெருமாள்முருகன் சிறுகதைகள் (1988 2015)
- மாயம்
- வேல்!

கவிதைகள்

- மயானத்தில் நிற்கும் மரம்
- கோழையின் பாடல்கள்

கட்டுரைகள்

- துயரமும் துயர நிமித்தமும்
- கரித்தாள் தெரியவில்லையா தம்பீ . . .
- பதிப்புகள் மறுபதிப்புகள்
- வான்குருவியின் கூடு (தனிப்பாடல் அனுபவங்கள்)
- கெட்ட வார்த்தை பேசுவோம்
- ஆர். ஷண்முகசுந்தரத்தின் படைப்பாளுமை
- நிழல்முற்றத்து நினைவுகள்
- நிலமும் நிழலும்
- தோன்றாத் துணை
- மனதில் நிற்கும் மாணவர்கள்
- அப்படியெல்லாம் மனசு புண்படக்கூடாது

பதிப்புகள்

- சாதியும் நானும் (அனுபவக் கட்டுரைகள்)
- கு.ப.ரா. சிறுகதைகள் (முழுத் தொகுப்பு)
- கருவளையும் கையும்: கு.ப.ரா. கவிதைகள்

தொகுத்தவை

- உடைந்த மனோரதங்கள்
- பிரம்மாண்டமும் ஒச்சமும்
- பறவைகளும் வேடந்தாங்கலும் – மா. கிருஷ்ணன்
- உ.வே.சா. பன்முக ஆளுமையின் பேருருவம் (கட்டுரைகள்)
- தீட்டுத்துணி சி.என். அண்ணாத்துரை (தேர்ந்தெடுத்த சிறுகதைகள்)
- கூடுசாலை சி.சு. செல்லப்பா (கிளாசிக் சிறுகதைகள்)

பெருமாள்முருகன்

கங்கணம்

காலச்சுவடு பதிப்பகம்

அன்பார்ந்த வாசகருக்கு,
வணக்கம்.

காலச்சுவடு நூலை வாங்கியமைக்கு நன்றி.

நூலின் உள்ளடக்கம், உருவாக்கம், அட்டைப்படம் இன்ன பிற அம்சங்கள் பற்றிய உங்கள் கருத்துகளையும் ஆலோசனைகளையும் காலச்சுவடு வரவேற்கிறது. தகவல், எழுத்து, வாக்கியப் பிழைகள் தென்பட்டால் அவசியம் தெரிவித்து உதவுங்கள். நூல் தயாரிப்பில் கடும் குறைபாடு இருப்பின் மாற்றுப் பிரதி உங்களுக்குக் கிடைக்கக் காலச்சுவடு ஏற்பாடு செய்யும்.

மின்னஞ்சல்: publisher@kalachuvadu.com

காலச்சுவடு நாகர்கோவில் அலுவலகத்திற்குக் கடிதம் அனுப்பலாம்.

தங்கள்
எஸ்.ஆர். சுந்தரம் (கண்ணன்)
பதிப்பாளர் – நிர்வாக இயக்குநர்

கங்கணம் ♦ நாவல் ♦ ஆசிரியர்: பெருமாள்முருகன் ♦ © பெருமாள்முருகன் ♦ முதல் பதிப்பு: 2007 ♦ காலச்சுவடு முதல் பதிப்பு: டிசம்பர் 2014, திருத்தப்பட்ட இரண்டாம் பதிப்பு: டிசம்பர் 2016, பன்னிரண்டாம் பதிப்பு: நவம்பர் 2024 ♦ வெளியீடு: காலச்சுவடு பப்ளிகேஷன்ஸ் (பி) லிட்., 669, கே.பி. சாலை, நாகர்கோவில் 629001

kankaNam ♦ Novel ♦ Author: PerumalMurugan ♦ © PerumalMurugan ♦ Language: Tamil ♦ First Edition: 2007 ♦ Kalachuvadu First Edition: December 2014, Revised Second Edition: December 2016, Twelfth Edition: November 2024 ♦ Size: Demy 1 x 8 ♦ Paper: 18.6 kg maplitho ♦ Pages: 344

Published by Kalachuvadu Publications Pvt. Ltd., 669, K.P. Road, Nagercoil 629001, India ♦ Phone: 91-4652-278525 ♦ e-mail: publications @kalachuvadu.com ♦ Printed at Mani Offset, Chennai 600077

ISBN: 978-93-82033-69-1

11/2024/S.No. 603, kcp 5405, 18.6 (12) ass

யூமா. வாசுகிக்கு.

முன்னுரை

மலர்ந்த சூழல்

கங்கணம் என்னும் சொல்லுக்குப் பல பொருள் உண்டு. திருவிழாக் காலத்திலும் திருமணத்தின் போதும் கையில் கட்டும் மஞ்சள் கயிற்றுக்குக் கங்கணம் எனப் பெயர். அது ஆகுபெயராகிக் கைவளையைக் குறிப்பதும் உண்டு. மஞ்சள் துண்டைக் கயிற்றில் இணைத்துக் கையில் கட்டும் சடங்குக்குக் கங்கணம் கட்டுதல் என்று பெயர். கங்கணம் கட்டிவிட்டால் அக்காரியம் முடியும் வரைக்கும் வெளியே செல்லக்கூடாது, வேறு வேலைகளில் ஈடுபடக் கூடாது என்பன நடைமுறைகள். ஏனெனில் திருவிழாவும் திருமணமும் கவனக்குவிப்பு வேண்டும் முக்கியமான காரியங்கள். இவற்றின் பொருள் அனைத்தையும் திரட்டிக் 'கங்கணம் கட்டு' என்னும் மரபுத்தொடர் உருவாகியுள்ளது. 'அவன் கங்கணம் கட்டிக்கொண்டிருக்கிறான்' என்றால் மஞ்சள் கயிற்றைக் கட்டிக்கொண்டிருக்கிறான் என்னும் நேர்பொருள் எடுத்துக்கொள்ளக் கூடாது. ஏதோ செயலில் ஈடுபட்டு அச்செயலை முடிப்பதில் தீவிரக் கவனம் கொண்டிருக்கிறான் எனப் பொருள்.

இந்த நாவலுக்கு இப்பெயர் மிகப் பொருத்தமாக வந்தமைந்தது. திருமணத்தில் கட்டும் மஞ்சள் கயிற்றையும் இது குறிக்கிறது. அதேசமயம் 'செய்யும் செயலை முடிக்கும் கவனம்' என்னும் பொருளும் தருகிறது. அந்தச் செயலும் திருமணமாகவே அமைந்திருப்பதுதான் சுவைமுரண். பத்தொன்பதாம் நூற்றாண்டின் இறுதியிலும் இருபதாம் நூற்றாண்டின் தொடக்கத்திலும் திருமணத்திற்குப் பெண் வீட்டுக்குப் பரிசப் பணம் கொடுத்துத் திருமணம் செய்யும் வழக்கமே நிலவியது. அக்கால நாவல்களில்

அவ்வழக்கப் பதிவுகள் உள்ளன. ஆனால் பின்னர் தலைகீழ் மாற்றம். வரன் தரும் தட்சிணையாக இருந்த நிலை மாறி வரனுக்குத் தரும் தட்சிணையாக மாறியது. இருபதாம் நூற்றாண்டின் நடுப்பகுதி தொடங்கி இருபது முப்பது ஆண்டுகள் எழுதப்பட்ட இலக்கியத்தில் திருமணம் ஆவதில் வரதட்சிணை உட்படப் பெண்ணுக்கு நேரும் சிரமங்கள் பலபடப் பேசப்பட்டிருக்கின்றன. 1980க்குப் பிறகு மெல்ல அரும்பித் தொண்ணூறுகளில் போதாகி இரண்டாயிரத்துக்குப் பிறகு மலர்ந்த சூழல் வேறு. ஆயிரம் ஆண்களுக்கு எண்ணூற்று முப்பது என்னும் விகிதத்தில்தான் பெண்களின் விழுக்காடு தமிழகத்தில் இருப்பதாகப் புள்ளிவிவரம் கூறுகிறது. பெண்ணைத் தெய்வம் என்று கொண்டாடும் கருத்தியல் இயங்கும் சமூகத்தில்தான் இந்த நிலை. இச்சூழலின் பிரதிபலிப்பாகத் திருமணத் துயரில் ஆணின் மனநிலையைப் பேசும் நாவலாகக் 'கங்கணம்' உருவாயிற்று.

கங்கணம் என்னும் தலைப்புக்கு ஏற்றவாறு ஒற்றைக் காரியத்தில் அல்லது கோணத்தில் விரிவதாகவே நாவல் செல்கிறது. ஆனாலும் குப்பன், ராமன் ஆகியோரின் கோணங்களும் வந்து சேர்ந்துள்ளன. இன்னும் பல பாத்திரங்களின் கோணங்களும் இயைந்திருக்கின்றன. அவை இணைகோடுகளாக இருக்கின்றன. சற்றே நுணுகிப் பார்த்தால் இதற்குள் ஓடும் எத்தனையோ விஷயங்கள் பிடிபடும். இப்போது நாவலை வாசிக்கும்போது இந்த நாவலுக்குள் இவ்வளவு இருக்கிறதா என்னும் பிரமிப்பு எனக்கே ஏற்படுகிறது. விமர்சனத் தளத்தில், வாசகப் பரப்பில் இந்நாவல் இன்னும் பேசப்பட்டிருக்க வேண்டும் என்று தோன்றுகின்றது. அவ்வாறு இல்லாமல் போனதற்கு நானும் ஒரு காரணம். இதைக் கொஞ்சகாலம் இருளில் வைத்துவிட்டேன். கைத்துழாவலில் கண்டடைந்தோர் பார்த்தனர்; பரவசம் கொண்டனர்; பேசினர். இதன் மையப்பொருள் திரைப்படம் ஒன்றுக்கும் காரணமாயிற்று. சில காட்சிகள் இதிலிருந்து எடுக்கப்பட்டதும் உண்டு. அவ்விதம் ஒரு செல்வாக்கைச் செலுத்தும் இதன் வல்லமை நல்லதுதான்.

என் எழுத்து வரலாற்றில் இந்த நாவல் உருவான விதத்தை எப்படிச் சொல்வது? பாதுகாப்புக்காகவோ துயரினாலோ வசதிக்காகவோ சிறையிருப்பாகவோ ஒரே அறைக்குள் அடைந்து கிடந்தவன் தயங்கித் தயங்கி வெளிவந்து சற்றே எட்டிப் பார்த்த அனுபவம்தான் இந்த நாவல் என்று சொல்வது ஓரளவு பொருந்தும். பெருவெளிச்சம் கூச முதலில் கண்களைத் திறக்கவே முடியவில்லை. மெல்ல மெல்லத் திறந்து வெளிச்சம் பழகினேன். பழகிய பிறகு காலாரவும் மகிழ்ச்சியாகவும் விஸ்தாரமாக நடை போட்டு மகிழ்ந்தேன். இதன் ஒவ்வொரு பகுதியை எழுதும்போதும் மிகுந்த ரசனையோடும் அனுபவித்தும் எழுதினேன். அவற்றை

வாசிப்போருக்குக் கடத்துவதிலும் பெருமளவு வெற்றி பெற்றுள்ளேன் என்றே நினைக்கிறேன்.

என் வாழ்வில் அறியாமல் நான் நிகழ்த்திய அற்புதம் என ஏதாவது ஒன்று இருக்குமானால் அது 'கங்கணம்'தான். எப்படி இது நிகழ்ந்தது என வியப்படைவதுண்டு. என் அறிதலும் புரிதலும் உணர்தலும் ஒருங்கிணைந்து உருப்பெற்ற நாவல் இது. புறத்தில் உலவிக்கொண்டே அகத்திலும் பயணம் செய்ய முடியும் என்னும் நம்பிக்கையை இதன் மூலம் பெற்றேன். இது ஒரு பிரவாகம். பிரவாகத்தில் எதுவும் விடுபடுவதில்லை. மேலும் என் மொழியில் ஏற்பட்ட பெரும் உடைவு இதன் வழியே ஏற்பட்டது. கங்கணத்திற்கு முன் கங்கணத்திற்குப் பின் என என் எழுத்தைப் பிரிக்க நிலைக்கல்லாக இது இருக்கிறது. ஆனால் இந்நாவலை எழுதாமலே இருந்திருக்கலாம் என்று நினைத்த தருணங்களும் அனேகம். ஆம், மனிதன் எதற்கு அற்புதத்தை நிகழ்த்த வேண்டும்?

இது நான்காம் பதிப்பு. திருத்தப் பதிப்பு. என் நாவல்களின் களமும் பாத்திரங்களும் புனைவானவை என்பதை உணர்த்தும் வகையில் இதன் திருத்தங்கள் அமைந்திருக்கின்றன. எவ்விடத்தைக் குறித்தும் நான் எழுதவில்லை; எவர் ஒருவரைக் குறிப்பிட்டும் எழுதவில்லை. இது புனைவுவெளி; இதில் உலவும் மாந்தர்கள் அனைவரும் என்னால் புனைவாக உருவாக்கப்பட்டவர்கள். இலக்கியத்தின் வழியாக ஓர் உரையாடலை உருவாக்குவதே என் நோக்கம். அந்நோக்கம் சிதைந்து விவாதமாக, சண்டையாக, வன்முறையாக மாறுவதை ஒருபோதும் விரும்பாதவன் நான். ஆகவே இதைக் கற்பனையின் விரிவு படிந்த புனைவு என்று கருதி வாசிக்கும்படி அனைவரையும் பணிவுடன் கேட்டுக்கொள்கிறேன். நன்றிகள்.

நாமக்கல்   **பெருமாள்முருகன்**
24-12-2016

1

பறவைகளுக்கு விடிகிற பொழுதிலேயே பையனைக் கூட்டிக்கொண்டு தோட்டத்திற்கு வந்துவிட்டார் குப்பன். அந்த நேரத்தில் எழுபவன் அல்ல பையன். தூக்கச் சடவு அப்பிய முகத்தோடு முனகிக்கொண்டே அப்பனின் பின்னால் வந்தான். கிணற்று மோட்டாரைப் போட்டுத் தண்ணீர் கொட்டுவதைக் கண்டதும் உடம்பு நசநசப்பது போலிருந்தது. நீருக்குத் தலையைக் கொடுத்துக் கொஞ்சநேரம் நின்றபின்தான் மேலெல்லாம் குளிர்ச்சி தழுவியது.

கோவணத்தை மாற்றிக்கொண்டு வாய்க்கால் தண்ணீர் கத்தரிக்காட்டை எட்டியிருக்குமோ என்னும் அவசரத்தோடு வேகமாக ஓடியபோது கட்டுத்தரை ஓரமாய் வைக்கோலைப் பரப்பி அதன்மேல் சுருண்டு தூங்கும் பையனைக் கண்டார். அவனை அப்படியே எட்டி உதைத்துப் புரட்ட வேண்டும் போல வெறியாயிருந்தது. கட்டுப் படுத்திக்கொண்டு மனதில் நினைத்தார்.

'இருடி இரு, தூக்கமா தூங்கற. ஒரு கல்யாணத்தப் பண்ணி வெச்சு இந்தத் தூக்கத்த ஒரேயடியாக் கலச்சுடறம் பாரு.'

அவன்தான் கடைசியான். ஒரு வேலைக்கும் லாயக்கில்லை. நினைத்தால் சைக்கிளை எடுத்துக் கொண்டு எங்கோ போவான். நடுராத்திரிக்குமேல் வருவான். பலநாள் பகலெல்லாம் தூங்குவான். இரவிலும் தூங்குவான். காடுகரையில் அலைந்து விட்டு வீட்டுக்குப் போகும்போது லுங்கி அவிழ்ந்தது

கூடத் தெரியாமல் தூங்கும் அவனைப் பார்க்க எரிச்சலாக வரும். அவனும் அவன் போடுகிற உடையும்கூட அவருக்கு வெறுப்பேற்றியது. அவனொத்த பையன்களைக் கேட்கையில், பெயிண்ட் அடிக்கும் வேலைக்குப் போகிறான் என்று சொன்னார் கள். என்ன சம்பாத்தியம், என்ன செலவு, மிச்சம் எவ்வளவு எதுவும் அவனைக் கேட்பதற்கில்லை.

செலவுக்குப் பணம் கொடு என்று அவன் அம்மா கேட்டு விட்டால்போதும், விர்ரென்று சைக்கிளை எடுத்துக்கொண்டு பறந்துவிடுவான். இரண்டு நாட்களுக்கு வீட்டுப் பக்கமே தலைகாட்டமாட்டான். அவனுக்கு மூத்ததுகளை எல்லாம் கல்யாணம் பண்ணி ஓட்டிவிட்டது போல அவனையும் ஓட்டி விடுவது ஒன்றுதான் வழியாகப் பட்டது.

கத்தரிக்காட்டுக்கு மடையை மாறிக்கொண்டே பண்ணாடி வீட்டுப்பக்கம் கண்ணோட்டினார். லேசாகப் படர்ந்திருந்த இருளில் மிதப்பதுபோல் வீடு தெரிந்தது. அங்கிருந்து தோட்டத் துக்கு வரும் கொடித்தடம் இன்னும் துலக்கம் பெறவில்லை. சின்னப் பண்ணாடி மாரிமுத்துதான் தடத்தின் முகத்தில் கால்பதித்துத் தினமும் அதன் ஆழ்தூக்கத்தைக் கலைப்பவர்.

அவர் விடிகாலையிலிருந்து அதிகாலைக்குள் தோட்டத் துக்கு வந்துவிடுவார். அவர் வரும்நேரம் அன்றாட வேலையைப் பொருத்தது. அதனால்தான் ஒருவாரமாக நச்சரித்துப் பையனைக் கூட்டிவந்தார். இந்நேரத்தில் தோட்டத்திற்கு வரும்போதுதான் அவரிடம் எந்தக் கோரிக்கையும் வைக்க முடியும். தனியாக இருப்பார். காலைக் குளிர்ச்சியில் மனம் பூத்திருக்கும். வாய்க்கா லில் ஓடும் நீரைப் பார்த்ததும் அவர் முகத்தில் திருப்தியும் மலர்ச்சியும் பரவும். மற்ற சமயங்களில் யாராவது உடனிருந்து கொண்டேயிருப்பார்கள்.

மாரிமுத்துவின் அப்பா, பெரிய பண்ணாடி ஒரு மசையன். காடும் வேலையும்தான் அவருக்குத் தெரியும். பனங்கள்ளைக் குடித்துவிட்டு நாற ஏப்பம் விடும்போது நான்கு வார்த்தை பேசுவார். அவையும் காரியத்தைக் கெடுக்கிற மாதிரியாகிவிடும்.

‘நாலு தேங்கா வேணுங்க சாமி’ என்று கேட்டால் அவர் சொல்லும் வார்த்தை ‘அடுத்த வாரம் பாக்கலாம்’ என்பதாகத்தான் இருக்கும். எந்தத் தேவைக்கும் அதே பதில்தான். கொடுக்கிறேன் என்று வாயார ஒருநாளும் சொன்னதில்லை. பண்ணாடிச்சி அதற்கு மேல். ‘போன வாரந்தான நாலு காயி வாங்கிக்கிட்டுப் போன’ என்று தொடங்குவாள். இந்த மாதத்தில் எத்தனை காய்கள், வருசத்தில் எத்தனை காய்கள் என்று விரிந்து

குப்பனின் அப்பா காலத்துக்குக் கணக்குப் போகும். கேட்காமலே இருந்திருக்கலாமடா சாமி என்று தோன்றிவிடும்.

மாரிமுத்துவின் அம்மாயிக் கிழவி ஒருத்தி வந்து இங்கேயே கிடக்கிறாளே, தான் பெத்த பையனுக்கே வெறுங்கையை நக்கிக் காட்டிவிட்டு வந்த மகராசி, அவளிடம் எதையும் கேட்கலாம், கொடுப்பாள். தேங்காய் கேட்டதும் வீட்டுக்குள்ளே போய் அழுகிக் கிடக்கும் தேங்காய் மூடிகள் சிலவற்றை எடுத்துவந்து 'பாரு. தேங்காய ஒடச்சு ஒடச்சு சும்மா போட்டு வெச்சிருக்கறாங்க, நிய்யாச்சும் எடுத்துக்கிட்டுப் போயிப் பத்து நாளுக்குக் கொழம்புல போட்டுக்க' என்று பரோபகாரமாகத் தருவாள். அவற்றுள் ஒரு மூடிகூட ஆகாது.

எதுவாக இருந்தாலும் மாரிமுத்துதான் பரவாயில்லை. உடனே கொடுக்க மனம் வரவில்லை என்றாலும் இரண்டு நாள் கழித்தாவது கிடைத்துவிடும். தோட்டத்தில் அவரைப் பார்த்துக் கேட்கலாம் என்று எத்தனைமுறை சொல்லியும் பையன் மசியவில்லை. 'நானெல்லாம் வரமாட்டன். நிய்யே போயிக் கேளு.' 'நீயொன்றும் கேட்க வேண்டாம். நான் கேட்டுக்கொள்கிறேன். கூட வந்து நீ நின்றால் போதும். அவர் வரும்போது ஒரே ஒரு கும்பிடைப் போடு' என்றெல்லாம் எவ்வளவோ எடுத்துச் சொல்லியும் அவன் கேட்கவேயில்லை.

எத்தனை திட்டினாலும் கத்தினாலும் மூக்கைச் சுழித்துக் கொண்டு தலையைக் குனிந்துகொள்வான். ஊமைக் குசும்பன். அவன் கல்யாணத்திற்குப் பணம் கேட்கும்போது, அவனில்லாமல் எப்படி? 'உம் பையன் வரமாட்டானோ' என்று அவர் கேட்டுவிட்டால், எந்த முகத்தை வைத்துக்கொண்டு பதில் சொல்வது? பையனைக் கண்ணிலேயே காட்டாமல் அவன் கல்யாணத்திற்குப் பணம் கேட்பது முறையும் இல்லையே.

அவனுடைய அத்தைக்காரி கடைசியாக வந்தபோது, 'பொண்ணக் கேட்டுப் பலபேரு வராங்க. குடுத்தரவா' என்று கேட்டபின்தான் ஒரு வழியாக அவரைப் பார்க்க ஒப்புக்கொண்டான். அந்தப் பெண்மேல் மனசுக்குள் ஆசை இருந்திருக்கிறது. ஆனால் வயதுக்கூச்சம்.

அவரைப் பார்த்துக் கும்பிடு போடாவிட்டால், அவராக வீட்டுக்கு வந்து 'இந்தா வெச்சுக்கோ' என்று கொடுத்துவிட்டுப் போவாரா? இந்தக் காலத்துப் பையன்களுக்கு விவரம் கிடையாது. அப்படிக் கெளரவம் பார்க்கிறவன் வேலைக்குப் போய் நாலு காசு சேர்த்து வைத்திருக்கலாமல்லவா. அத்றகும் கையாலாகாது.

படுத்துப் படுத்துத் தூங்குவது, என்றைக்காவது வேலைக்குப் போனால் அந்தப் பணம் முழுக்கத் துணிக்கும் சினிமாவுக்கும். எப்படியோ போகட்டும் கழுதை. கல்யாணம் ஒன்றைப் பண்ணி வைத்துவிட்டால் கடமை தீர்ந்தது. பெண்டாட்டிக்காரி வந்து கன்னத்தில் இடித்தால் எல்லாம் சரியாகிப் போகும்.

கத்தரிக்காடு முழுக்கப் பாய்ந்து, மோட்டாரை நிறுத்தினார். பச்சென்று விடிந்து பொழுது கிளம்பிக்கொண்டிருந்தது. அவரை இன்னும் காணவில்லை. வெளியே எங்கும் போகிற வேலையிருக்காது. அதனால் நிதானமாக வருவார். பையனைப் பார்த்தார். கைகள் இரண்டையும் கால்களுக்கிடையே வைத்துச் சுருண்டு தூங்கிக்கொண்டிருந்தான். எப்படித்தான் தூக்கம் வருகிறதோ. அருகே போனார். குழந்தை முகத்தின் வசீகரத் தோடு தெரிந்தான். கன்னத்தில் ஓடிய எறும்பை அவனைக் கலைத்துவிடாமல் விரலால் தட்டியெறிந்தார். தூங்கட்டும். இந்த வயதில் இப்படித் தூங்கத் தனக்குக் கொடுத்துவைக்காததை நினைத்துக்கொண்டார்.

விரும்பினால் வேலைக்குப் போகலாம், இல்லாவிட்டால் படுத்துக் கிடக்கலாம் என்கிற நிலைமை அவருக்கு இல்லை. தூக்கம் என்பதே பெரும்பாலும் நடுச்சாமத்தில் கொஞ்சநேரம் கண்மூடிக் கிடப்பதுதான். தனக்கு வாய்க்காத சுகம் தன் மகனுக்காவது வாய்த்திருக்கிறதே என்று ஒருகணம் நிம்மதி அடைந்தார்.

தன் குழந்தையைத் தானே பார்த்துக்கொண்டிருப்பதை நினைக்க வெட்கம் படர்ந்தது. ஊரார் கண்களைவிடத் தாய் தகப்பன் கண்களுக்குத்தான் திருஷ்டி அதிகம். குழந்தையாக இருந்தபோது அவனைத் தோளில் வைத்துக்கொண்டே சுற்றுவார். மணிமணியாகப் பேசுவான். அந்த வார்த்தைகளை எல்லாம் இப்போது எங்கே தொலைத்தான்?

அப்பனிடம் பேசும் ஒவ்வொரு சொல்லும் வெறுப்போடு உமிழ்வதாக வருகிறது. அம்மாவிடமும் அப்படித்தான். அவள் எப்படியோ சமாளித்துக்கொள்கிறாள். குப்பனால் முடியவில்லை. கல்யாணம் முடிந்துவிட்டால் எல்லாம் வழிக்கு வரும். அப்புறம், சோத்துக்கு இல்லை, சாத்துக்கு இல்லை என்று அப்பன் அம்மாவிடம் கையேந்த வந்தாக வேண்டும். இப்போதைக்கு ஓய்ந்துவிடுகிற உழைப்பாளி அல்ல குப்பன். பண்ணாடியிடம் வாங்கியிருக்கும் கடன்களை எல்லாம் கட்டிமுடிக்கிற வரைக்குமாவது இந்தப் பண்ணயத்தில் உழன்று கிடக்க வேண்டியதுதான்.

கொடித்தடத்தில் இன்னும் உருவம் எதுவும் தென்படத் தொடங்கவில்லை. அவர் வரும்வரைக்கும் தோட்டத்திற் குள்ளேயே ஏதாவது வேலை செய்து கொண்டிருக்கலாம் என்று பட்டது. கோயில் நோம்பிக்கு விடும் வாணம் வளைந்து வளைந்து செல்வதைப் போலத் தென்னைகள் வளர்ந்து வெகுஉயரம் போயிருந்தன. அவையெல்லாம் இந்தத் தோட்டம் பிரிவினை ஆனபோது வைக்கப்பட்டவை. அப்போது குப்பன் சின்னப்பையன். மூக்குச்சளிகூட சரியாகச் சிந்தத்தெரியாத பருவம். தென்னங்கன்றுகளுக்கு ஓடி ஓடி மண்தள்ளியது கானல் அலை போல நினைவிலிருக்கிறது. அவருடைய உழைப்பின் வயது அவற்றுக்கும்.

இன்னும் காய்ப்பில் சோடை போகவில்லை. எல்லா மரங்களிலும் கண்ணுக்குத் தெரியும்படியாக நான்கு குலைகளாவது இருக்கின்றன. தென்னைகள் உதிர்த்த மட்டைகள் ஒருவாரமாக எடுக்கப்படாமல் உள்ளேயே கிடந்தன. அவற்றைப் பொறுக்கி ஒருபக்கமாகச் சேர்த்துப் போடும் வேலையில் ஈடுபட்டார். கீற்று தனியாகவும் மட்டை தனியாகவும் வெட்டிப் போட்டுவிட்டால் ஒரேயடியாக வேலை முடிந்துவிடும். ஆனால் மாரிமுத்துவின் பாட்டி பூவாயிக்கிழவி ஒரு மட்டைவிடாமல் ஈர்க்குச்சி உரித்து விளக்குமாறு கட்டுவாள்.

காட்டுக்கொட்டாயில் விளக்குமாறுகள் கட்டுக்கட்டாகச் சேர்ந்து கிடக்கின்றன. இருந்தாலும் ஒரு மட்டையையும் அப்படியே போடச் சம்மதிக்கமாட்டாள். இவர்கள் எதைத்தான் வீணாக்குகிறார்கள்? ஏரிப் பள்ளத்தில், புதர்ச் செடிகளுக்கு நடுவிலே ஓடி ஓடி மாட்டுச் சாணத்தைப் பொறுக்கி வந்து காட்டுக்கு எருவாகப் போடும் வேலையையும் பாட்டி செய்கிறாள். அவளால் ஒரு நிமிசம் சும்மா இருக்க முடியாது.

பாட்டிக்கு அவளைப் போல மாடுமாதிரி வேலை செய்யும் பெண்களை ரொம்பவும் பிடிக்கும். நங்கூர் சொங்கான் மகள், பாட்டியோடு கடலைக்காடு களை வெட்ட வந்திருந்தாள். அவள் கை நிலம் நோக்கி இறங்குவதும் மேலே உயர்வதும் மாயம் போலிருந்தன. எல்லோர் மணையையும்விட பாட்டி மணைதான் எப்போதும் முன்னாலிருக்கும். விவரம் தெரியாத வயதிலிருந்து கொத்துப் பிடித்த கை. நேற்று முளைத்த அறியாப்பிள்ளை ஒருத்தி தன்னை மிஞ்சிப் போவதா என்று பாட்டிக்குத் தோன்றிவிட்டது. அவளுக்குப் பக்கத்து மணையைப் பிடித்துப் போட்டிபோட்டாள்.

அன்றைக்கு மாலைவரைக்கும் முயன்றும் ஒன்றும் நடக்க வில்லை. அந்தப் பிள்ளைதான் முன்னாலிருந்தாள். அது ஒரு பத்து வருசமிருக்கும். பாட்டி குப்பனிடம் இப்படிச் சொன்னாள்: 'டேய்

குப்பா. . . அந்தப் பிள்ள மட்டும் நம்ம ஊட்டுக்கு வந்துட்டான்னு வெச்சுக்க. பண்ணயம் பாக்க இந்த நெலமெல்லாம் பத்தாது. இன்னொரு பத்தேக்கராச்சும் மாரிமுத்து வாங்கித்தாண்டா ஆவோணும்.'

அந்தப் பெண் தொடர்பாக விசாரிக்கக் குப்பனைத்தான் பாட்டி அனுப்பினாள். பெண்ணுடைய பெயர் பூவளாயி. பாட்டி, பூவாயி. பூவாயி, பூவளாயி. பெயரே ரொம்பவும் பிடித்திருந்தது. பாட்டி குப்பனிடம், 'பூவாயி எடத்துல பூவளாயி வரட்டும். அந்த நாறமுண்டைக்கு அப்பத்தான் புத்திவரும்' என்றாள். நாறமுண்டை என்றது மருமகளை.

மருமகள்தான் சரியில்லை. பேரன் பெண்டாட்டியாவது தனக்கேற்றவளாக வரட்டும் என்ற நப்பாசை. பூவளாயியோடு பிறந்தவை மூன்றே பெண்கள். நிலம் அங்கங்கே துண்டுதுண்டாகப் பத்தேக்கருக்குமேல் தேறும். நிலத்தில் ஒருபாகம் பவளாயிக்கு வரும். கழுத்திலும் கையிலும் போடுமளவுக்கு ஏதாவது வைத்திருக்காமலா இருப்பார்கள்? மாரிமுத்துவுக்குப் பாட்டி பலவிதமாக எடுத்துச் சொன்னாள். அப்போது எதையும் சுயமாகத் தீர்மானிக்க முடியாத வயதில் இருந்தான் மாரிமுத்து.

'பொண்ணு பேருக்கு ஏத்தமாதிரி பவளம்டா. நெறம் கொஞ்சம் கம்மியா இருந்தாலும் வேலையில கெட்டி. அவ வரும்போது சும்மா வரப்போறதில்லடா. நெலத்தக் கொண்டாரப் போறா. நெலமும் பொண்ணும் சேந்து எவனுக்குடா கெடைக்கும்.'

குப்பன், சோளத்தட்டு வாங்க விசாரிப்பதுபோல் போய், பெண்வீட்டு விருப்பதையும் கேட்டு வந்தார். சொங்கான் வெளிப்படையாகச் சொன்னார். 'குப்பா. . . என்னத்துக்குடா அப்படி இப்பிடிப் பேச்சு. அந்தப் பையனுக்குக் குடுக்காத எம்பொண்ண வேற நல்ல எடத்துல எங்கடா கொண்டோயிக் குடுக்கப்போறம்?', ஒரே ஒரு சின்னப் பிரச்சினையில் எல்லாம் தட்டிப் போய்விட்டது. மாரிமுத்துவைவிடப் பூவளாயி இரண்டு வயது மூத்தவள்.

'அதுல என்ன இருக்குது. எங்கப்பனவிட எங்கம்மா மூத்தவ தான். அவங்க பிள்ளப் பெத்துக்கல. கண்ணாலங்காச்சி பண்ணிக் குடுக்கல' என்று பாட்டி சமாதானம் சொல்லிப் பார்த்தாள். அதற்குள் பெரிய மனுஷியாட்டம் எங்கிருந்தோ வந்து சேர்ந்தாள் மாரிமுத்துவின் பெரியாயா மருமகள். ஓரம்பரையாக வந்தவள். போடுகிற பலகாரஞ் சோற்றைத் தின்றுவிட்டுப் போகாமல் இரண்டு வார்த்தைகளைப் போட்டுவிட்டுப் போனாள்.

'அந்தப் பொண்ணு ஆம்பளயாட்டம் இருக்கறா. மூஞ்சியப் பாரு மொறத்தகலம். அவளுக்குப் பக்கத்துல மாரிமுத்து நின்னா அவ பையனாட்டந்தான் இருப்பான்.'

இந்தப் பேச்சுக்குப் பிறகு மாரிமுத்து பிடிவாதமாக மறுத்துவிட்டான். பூவளாயி வந்திருந்தால் இந்த நிலத்தை எல்லாம் பொன் கொழிப்பதாக மாற்றியிருப்பாள் என்னும் ஏக்கம் பாட்டிக்கு இப்போதும் உண்டு. பாட்டி ஈர்க்குச்சி உரிப்பதற்கு வாகாகத் தென்னை மட்டைகளை எல்லாம் பரவலாக ஓரிடத்தில் போட்டுவிட்டுக் கிணற்றுமேட்டுக்கு வந்தார் குப்பன். வாய்க்காலில் தேங்கியிருந்த தண்ணீரில் முகம் கழுவிக்கொண்டிருந்தான் பையன். தானாகவே எழுந்து அவன் வேலையைச் செய்வதைப் பார்க்கக் குப்பனுக்குப் பெருமையாக இருந்தது. பையனுக்கு எப்படியும் பொறுப்பு வந்துவிடும்.

தென்னை மரங்களைக் கடந்து பார்வையை ஓட்டினார். காத்திருத்தலைப் போலத் துக்கமான விஷயம் வேறெதுவும் கிடையாது என்று தோன்றியது. வேலைகளைக் கை செய்துகொண்டிருந்தாலும் மனம் ஒன்றவேயில்லை. அவர் வரவேண்டும் வரவேண்டும் என்று மனம் இடைவிடாமல் கதறிக்கொண்டிருக்கிறது. ஒருவேளை இன்றைக்கு வராமல் போய்விட்டால்? இன்னொருமுறை பையனைக் கிளப்பிக் கொண்டு வருவதில் இருக்கும் இம்சையை நினைக்க அவருக்கு வேதனையாயிருந்தது. அவர் வரவேண்டும். வந்து நல்ல வார்த்தை சொல்ல வேண்டும்.

கீச்சிடும் சத்தம் கேட்டுத் தென்னைகளுக்கு வெளியே பார்த்தார். கரிக்குருவிகள் இரண்டு பறந்து போயின. இடமிருந்து வலம். நல்ல சகுனம். காலைக்காற்று இதமாக இருப்பதை உணர்ந்தார்.

●

2

மாரிமுத்துவின் தலை தெரிந்தது. தடத்தோர வேம்பில் எட்டிக் குச்சி ஒடிக்கிறார். தலையில் துண்டைச் சுற்றிக் கட்டுகிறார். இனி தடத்தில் நடத்தல்தான். எவ்வளவு மெல்ல நடந்தாலும் பத்து நிமிசத்திற்குமேல் ஆகாது. குப்பன் பரபரப்பானார். மண்வெட்டியை எடுத்துக்கொண்டு தென்னை மரங்களுக்கிடையே போனார். அவர் வந்துசேரும் பக்கத்து மரமாகத் தேர்ந்தெடுத்து அதனடியில் அடர்ந்திருந்த சாணிப் புற்களை வெட்டத் தொடங்கினார். என்ன செய்வதென்று தெரியாமல் நின்றுகொண்டிருந்த பையனைக் 'அவர் வராரு. வந்து பில்லப் பொறுக்கிப் போடு. சும்மா நிக்காதடா' என்று கத்தினார். பையன் மெதுவாக வந்தான். அவர் மண்ணோடு வெட்டிப் போட்டிருந்த புற்களை ஒற்றைக் கையால் தூக்கிக் கரையோரம் போட்டான். குப்பன் பல்லைக் கடித்துக்கொண்டு பையனிடம் சொன்னார். 'மண்ண உதறீட்டுப் பில்ல மட்டும் போடுடா. எப்பிடித்தான் பொழப்பியோ தெரீல. லுங்கிய மடிச்சுக் கட்டிக்கிட்டு வேலயப் பாருடா.'

பையன் எதுவும் பேசாமல் அவர் சொன்னபடி வேலை செய்தான். வேகவேகமாகத் தென்னை ஒன்றின் நீர் நிற்கும் சுற்றுப் பாத்தி முழுக்கவும் சுத்தமாகிவிட்டது. அவர் எதுவும் சொல்ல முடியாதபடி வேலை நடத்திருக்கிறதா என்று பாத்தியைப் பார்த்தார். திருப்தியாக இருந்தது. பையன் புற்களைக் கரைமேல் அங்கங்கே

போட்டிருந்தான். 'எல்லாத்தையும் அள்ளி ஒரே எடமாப் போடு' என்றார். இந்தச் சின்ன வேலை செய்வதற்குள் அவன் சட்டையிலும் லுங்கியிலும் அங்கங்கே மண் அப்பியிருந்தது. சட்டை போட்டுக்கொண்டு செய்கிற வேலையா இது? அடுத்த மரத்திற்குப் போனார்.

இனி மெல்லச் செய்யலாம். முடிந்த பாத்தி அவர் கண்ணில் பட்டால் சந்தோசம் தரும். வேலையினூடே அவர் வரும், நிற்கும் இடங்களை எல்லாம் கவனித்துக்கொண்டே இருந்தார். பல்குச்சியை மென்றபடி அவர் கத்தரிக்காட்டை வலம் வந்தார். செடிகளை விலக்கிப் பார்ப்பது தெரிந்தது. வெயில் காலத்தில் தொடர்ந்து தண்ணீர் விடுவதால் நல்ல காய்ப்புதான். வியாழன் தவறாமல் மூட்டைகளிலும் கூடைகளிலும் கொண்டு செல்கிறார். வேசை காலத்தில் இப்படிப்பட்ட காய்க்கு நல்ல கிராக்கி இருக்கிறது. அதனால் கத்தரிக்காட்டைத் தினமும் நோட்டம் விடுவார். அசுவினி படிந்துவிட்டால் அவ்வளவுதான். உடனே மருந்து அடிக்க வேண்டும். கத்தரிக்காயின்மேல் புழுவுக்கு அத்தனை விருப்பம். ஒருநாள் கவனிக்காவிட்டால் காய்களை எல்லாம் ஓட்டை போட்டுத் துளைத்துவிடும். மருந்திலேயே வளர்கிற காய் இது.

அவர் தென்னைகளுக்குள் நுழைவதைப் பார்த்ததும் துண்டை அவிழ்த்துக் கக்கத்தில் இடுக்கிக்கொண்டு 'கும்படறனுங்க' என்று கும்பிட்டார். பையனைப் பார்த்தார். பற்களைக் கடித்துக்கொண்டு 'லுங்கிய அவுத்து உடுடா' என்று கிசுகிசுத்தார். லுங்கியை அவிழ்த்துவிட்டு, இரண்டு கைகளையும் நெஞ்சுக்கு நேராகக் குவித்தான். விரல்கள் சேர்ந்து முழுதாகக் குவியவில்லை. கையைக் கீழிழுத்துக்கொண்டான். அத்தோடு தலையையும் குனிந்தான். அவர் 'ம்' என்று சொல்லிச் சிரித்தார்.

'என்ன குப்பா... வேலக்கிச் சிட்டாள ஒன்னையும் சேத்துக்கிட்டயா.'

'இல்லீங்க. எம்பையன்தானுங்க. கடைசியான்.'

மாரிமுத்து அந்தப் பையனைக் கூர்ந்து பார்த்தார்.

'என்னடா உம்பேரு.'

பையன் என்னவோ முனகினான். அவனுக்கு இந்தச் சூழல் பழக்கமாகவில்லை. எப்படி நடந்துகொள்வது என்பது சுத்தமாகத் தெரியவில்லை.

'பையன் ஊமையா. நீ சொல்லவே இல்ல.'

‘இல்லீங்க. அவன் சின்னதுல இருந்து இந்தப் பக்கமெல்லாம் வந்ததில்லீங்க. அதான் கூச்சம். டேய் சொல்லுடா. சாமி கேக்கறாரில்ல. வாயத் தொற.’

குப்பனின் அதட்டல் மாரிமுத்துவுக்குப் பிடித்திருந்தது. ‘ரமேசு.’

‘அடேங்கப்பா... ரமேசு... ம்... நல்ல பேருதான்.’

சொல்லிக்கொண்டே அவர் வாய் கொப்பளிக்கக் கிணற்றுக்குப் போனார். அப்படியே குளியல் போட்டுவிட்டு மேலேற இன்னும் கொஞ்சம் நேரமாகும். அவர் வருவதற்குள் இன்னொரு தென்னையைச் சுத்தப்படுத்திவிடலாம் என நினைத்தார். பதற்றத்தோடு பையனை ‘வாடா’ என்று சொல்லி அடுத்த தென்னைக்குப் போனார். கெராய் கட்டிய சாணிப்புறக்கள் அடையடையாய்ப் பெயர்ந்து வந்தன.

கிணற்றுக்குள் அவர் குதிக்கும் சத்தம் கேட்டது. மோட்டார் ஓடினாலும் கிணற்றுக்குள் குதித்துக் குளிப்பதில்தான் அவருக்குச் சந்தோசம். இன்னும் சின்னப்பையன் போல. கல்யாணம் ஆகாதவரைக்கும் எல்லோரும் சின்னப் பையன்கள் தான். அவருக்கு வயது முப்பதுக்குமேல் இருக்கும். ஆனால் மாட்டின்மேல் விழாத காளை. அதனால்தான் உடம்பும் நெக்குவிடாமல், வடிவம் கெடாமல் இருக்கிறது.

கிணற்றுமேட்டில் நின்று அவர் தலையைத் துவட்டிக் கொண்டிருந்தார். மயிரை உதறி உதறி அவர் தலை துவட்டும் விதம் குப்பனுக்குப் பிடித்திருந்தது. இந்தச் சமயம் உடலின் வெதுவெதுப்பெல்லாம் இறங்கி சுகமாக உணரும் தருணமாயிருக்கும். குளியலுக்குப்பின் சந்தித்தால் ஒவ்வொரு மனிதனும் ரொம்பவும் இளகிய மனம் கொண்டவனாகவே இருப்பான். பையனை அழைத்துக்கொண்டு அவர் நிற்குமிடத் துக்குப் போனார் குப்பன். ஈர மினுமினுப்பு கூடிய உடலோடு பளீரெனச் சிரித்து, ‘என்ன குப்பா’ என்றார்.

‘உங்ககிட்ட ஒரு சகாயம் வேணுமுங்க.’

‘என்ன சொல்லு.’

‘இவன் ஒருத்தன்தான் இருக்கறான். இவனுக்கு ஒரு கலியாணத்தப் பண்ணி வெச்சுட்டா எனக்கு நிம்மதியாப் போயிரும். அப்புறம் நானும் அவளும் இங்க காடே கதின்னு கெடந்திருவம்.’

‘ம்’ அவர் திகைத்தது போலப் பையனைப் பார்த்தார். கேலிச் சிரிப்பு இதழ்களில் ஓடியது.

‘இவனுக்கா கலியாணம்? கல்லுக் கட்டாத பொடலங்கா யாட்டம் நிக்கறான். வயசு என்ன?’

‘நம்ம முனிச்சாமி பொங்கலுக்குத்தாங்க பதனேழு பொறந்தது.’

‘பொண்ணுப் பாத்தாச்சா.’

‘பாத்தாச்சுங்க. எந்தங்கச்சி பொண்ணுதானுங்க. ரொம்பத் தூரத்துலயா போறம். இதா இருக்கற மண்ணூரு தானுங்க’

‘பொண்ணுக்கு என்ன வயசு?’

‘தையிலதான் பெரியவளானாளுங்க. பதனாலு பதனஞ்சு இருக்கும்.’

மாரிமுத்து கோவணத் துணியையும் துண்டையும் அலசு வதற்காக மறுபடியும் கிணற்றுக்குள் இறங்கினார். உள்கல்லில் துணியடிக்கும் சத்தம் லேசாகக் கேட்டது. இதுவரைக்கும் அவருடன் பேச்சு சுமுகமாகவே போகிறது. இப்படியே நல்லவிதமாக முடிந்துவிட வேண்டும். இரண்டு தென்னைகளைப் பிணைத்துக் கட்டியிருந்த கம்பியில் துணிகளைப் போட்டுக் கொண்டே அவர் குறுஞ்சிரிப்பாய்ச் சொன்னார்.

‘பதினேழ்லயே தம்பி துடிக்கறானா. ஒன்னும் முடியல.’

ரமேசு சட்டெனத் தலையை உயர்த்திவிட்டு மீண்டும் குனிந்துகொண்டான். அவன் உயர்த்திய வேகம் இப்படியே ஓடிவிடுவான் போலிருந்தது. அவரின் கேலி குப்பனுக்கு ஒருமாதிரியிருந்தது.

‘இல்லீங்க. அவன் என்ன சொல்றானுங்க. நாங்கதான் பண்ணி வச்சுட்டாப் பரவாயில்லனு பாக்கறம்.’

‘இந்த வயசுல கலியாணம் பண்ணி ஏன்டா வீணாப் போறீங்க. பையனுக்குப் பதினேழாம். பிள்ளைக்குப் பதனஞ் சாம். இதுங்களுக்குக் கண்ணாலமாம்.’

அவர் எளக்காரமாகச் சொன்னார்.

‘அதில்லீங்க. எங்க எனத்துல அதான் வழமொறைங்க. எறகு மொளச்சிருச்சுனா போய்ப் பொறுக்கிக்கோன்னு ஒட்டி உட்றதுதானுங்க.’

‘அதான்டா காலகாலத்துக்கும் இப்படியே இருக்கறீங்க.’

‘நாங்கென்ன நெலம் கிலமா கொடுக்கப் போறங்க. எதோ ஆளுக்கொரு புதுத்துணி. பொட்டுத் தங்கத்துல தாலி.

இல்லீனாலும் மஞ்சக் கவுறு. என்னமோ அப்பிடித்தானுங்க வருது.'

'அதாஞ் சொல்றன். பையன் உருப்படியா ஒரு வேலைக்குப் போயி, நாலு காசு கையில பாக்கட்டும். ரண்டு காசு புடிச்சு வைக்கட்டும். குடியிருக்கன்னு ஒரு ஊடு கீடு இருக்க வேண்டாமா. எதப்பத்தியும் கவல இல்ல. செக்கும் கொழவியும் இருந்தாப் போதும் உங்களுக்கு.'

வாய்விட்டுச் சிரித்தார் அவர். பையன் நெருப்பின்மேல் நிற்பதுபோலக் கஷ்டப்பட்டுக்கொண்டிருந்தான். வேலை நடக்காமல் போய்விடுமோ என்னும் பயம் குப்பனுக்கு வந்து விட்டது.

'என்னமோங்க. கலியாணச் செலவுக்கு நீங்கதான் மனசு வெக்கோணும்.'

'ஓகோ. அது வேறயா.'

'ஆமாங்க. உங்க காலடியில கெடக்கறன் நான். வேறெங்க போவன். ஒரு அய்யாயரம் கொடுத்தா சமாளிச்சிடுவனுங்க.'

'அய்யாயிரமா?'

'அது போதுங்க.'

அவர் யோசிப்பது தெரிந்தது.

'அடுத்த வருசக் கூலியில இதுவரைக்கும் எவ்வளவு வாங்கி யிருக்கற.'

'பத்தாயரத்து ஐநூறு வாங்கியிருக்கறனுங்க.'

'அடுத்த வருசக் கூலியிலயே அவ்வளவு வாங்கிட்டயா. அப்புறம் எந்தத் தைரியத்துல இன்னம் அய்யாயரம் கேக்கற.'

'அதில்லீங்க. இங்கதானங்க பண்ணயம் பாக்கறன். எப்பிடி யும் கட்டீருவனுங்க.'

'குப்பா... உனக்கும் வயசாயிடுச்சு. திடீர்னு எதோ ஒன்னுன்னு வெச்சுக்க. நா யாருகிட்டப் போயிப் பணத்த வாங்குவன். உம் பையன் வந்து வேல செஞ்சு அடைப்பானா. அவன் நிக்கிற சைசப் பாத்தாலே வேலைக்கி ஆவமாட்டான்னு தெரீது.'

'அப்பிடிச் சொல்லாதீங்க. உங்க பணத்தக் கட்டாத என்னுசுரு அடங்காதுங்க.'

நெகிழ்ந்த குரல் அழுதுவிடும் போலிருந்தது குப்பனுக்கு. அவர் சொன்ன வார்த்தைகள் குப்பனின் இத்தனை வருச உழைப்பையே சுருட்டிக் குப்பையில் வீசிவிட்டது. அவருடைய துன்பத்தைக் குரலில் இருந்து உணர்ந்துகொண்டவர், 'செரி. கலியாணம் எப்ப வெச்சிருக்கற' என்றார். நம்பிக்கையூட்டும் கேள்வியாக அது இருந்தது.

'உங்களக் கேக்காத வெப்பனுங்களா. நீங்களே சொல்லுங்க.'

'செரி. ஒரு ஆறுமாசம் கழிச்சு வெய்யி. பாத்துக்கலாம்.'

சொல்லிக்கொண்டே கிளம்பினார். அவரைத் தடம்வரை பின்தொடர்ந்து வழியனுப்பி விட்டுத் திரும்பினார். பையனை அங்கே காணவில்லை.

●

3

மாரிமுத்துவைக் கனவுகள் தொடர்ந்து கொண்டிருந்தன. நிலா வெளிச்சமும் காற்றின் தழுவலும் வேண்டி மொட்டை மாடியில் கட்டிலைப் போட்டுப் படுத்திருந்த அந்த இரவிலும் அதுவரைக்கும் இல்லாத மிக வித்தியாசமான கனவொன்று பெருகி அவனைச் சூழ்ந்தது.

நீளமான பைக்கில் போய்க்கொண்டிருக்கிறான். தடதடவெனக் காற்றை அடிக்கும் சத்தம். கரும்புகை உதிர்கிறது. பட்டுவேட்டி சட்டை அணிந்து தகதகக்கும் தோற்றத்தில் மாரிமுத்து. சட்டைக்கு மேலே நல்ல தடிமனான சங்கிலி. இடக்கையில் தங்கநிறக் கடிகாரம். வலக்கையில் பட்டையான வளையம். வழக்கமான நெளிச்சீவலில் தலைமயிர் மினுங்குகிறது. கண்ணாடி அவன் அழகை மிகுத்துக் காட்டுகிறது. முகம் மட்டும் தெளிவாகத் தெரியவில்லை.

வேட்டியை லேசாகச் சுருட்டிக் கால்களுக் கிடையே செருகிக்கொண்டு உட்கார்ந்திருப்பதால் முழங்காலுக்குக் கீழே மயிர்க்கூட்டம் தெரிகிறது. முன்பகுதி லேசாக வளைந்த புதுச்செருப்பு பாதங் களை மூடியிருக்கிறது. செருப்பின் கருநிறமும் காலின் செந்நிறமும் இணைந்து அவனது தோற்றத்திற்கு மெருகூட்டுகின்றன. வண்டி இடைவிடாமல் போய்க்கொண்டேயிருக்கிறது. அகண்ட பெருஞ் சாலைகளில் முரட்டுப் பறவையின் வேகத்தோடு செல்கிறது.

நடுத்தரமான தார்ச்சாலைகளைக் கடக்கிறது. ஊர்களை ஒட்டிப் பிரியும் சிறுசாலைகள், மண்

பாதைகள் குண்டும் குழியுமான சந்துகள், எப்போதோ ஒருமுறை வாகனங்கள் அதிசயமாய்ப் போகும் குடியிருப்பு நிறைந்த புழுதித் தெருக்கள், ஒருபோதும் வாகனப்புகையே கண்டிராத ஒற்றையடிப் பாதைகள், கொடித்தடங்கள் என எங்கும் அவன் வண்டி பயணம் செய்கிறது. சற்றும் ஓய்வே இல்லாத மிக நீண்ட பயணம் அது.

வழியில் ஏராளமான மனிதர்கள் தென்படுகிறார்கள். உலகம் இத்தனை மனிதர்களால் நிறைந்திருக்கிறதா என வியப்படைகிறான். ஆனால் எல்லா மனிதர்களும் அவனைப் போலவே வேட்டி சட்டை அணிந்தவர்களாக இருக்கிறார்கள். ஓடுவதும் நடப்பதுமாகப் பலவிதங்களில் தோன்றுகிறார்கள். யார் அவர்கள்? நெருங்கிப் பார்த்தால் துக்கம் வடியும் முகம் கொண்ட அவர்கள் யாவரும் அவனேதான் என்று தெரிகிறது.

அவன் எண்ணற்ற உருவங்களில் பிரிந்து பிரிந்து உருவாகிச் செல்கிறான். உருவங்கள் உலகை ஆக்கிரமிக்கின்றன. ஆண்கள் நிரம்பிய உலகம். அவன் இந்தக் கூட்டத்தில் ஒரே ஒரு பெண்ணைத் தேடித் திரிகிறான். அந்தப் பெண், குறிப்பிட்ட உருவமற்றவள், நிறமற்றவள், பொங்கிப் பெருகும் அவனேயான ஆண்களின் உருவங்களுக்குள் மறைந்து போனவள். ஆனால் அவள் ஒரே ஒரு பெண், உலகின் எந்த மூலைக்குள் ஒளிந்திருக்கிறாள்?

பழங்காலச் சிற்பங்கள் போலச் சிதைவுபட்ட வீடுகளைக் கொண்ட ஊர் ஒன்றுக்குள் அவன் வண்டி நுழைகிறது. மற்ற ஓசைகள் அனைத்தையும் மௌனமாக்கி அவன் வண்டியின் புடுபடு சத்தம் மட்டும் எங்கும் நிறைகிறது. மழைநீர் வடிந்த கருந்தாரை போர்த்திய சுவர்கள். தூசிகள் அடர்ந்தேறிய திண்ணைகள். சருகுகள் மூடிய மண்வாசல்கள். வெகுகாலம் பின்னோக்கித் தன் வண்டி அழைத்துச் செல்கிறதோ என அவன் நினைத்தான்.

அதன்பின் அவன் கடக்கும் ஊர்கள் அனைத்தும் அதே விதமாக இருந்தன. அவன் வண்டியை நிறுத்தி உள்ளிழுத்துக் கொள்ளும் தோற்றத்தில் எந்த வீடும் இல்லை. வாசல் ஒன்றில் ஒரேயொரு சிறுகோலம் பார்க்கக் கிடைத்தால் போதும். அவன் பயணம் முடிந்துவிடும். இப்போது அவன் தேடுவது ஒரேயொரு கோலத்தை. அது சிறுபுள்ளியில் தொடங்கிக் கிளை பிரிந்து ஆக்கிரமிக்கும் பெருங்கோலமாக இருக்கலாம். ஒரேயொரு புள்ளியோடு நின்றுபோகும் சாதாரணக் கோலமாக இருக்கலாம். அதைக் கண்டடைந்துவிட்டால் போதும்.

ஆனால் எங்கும் கோலத்திற்கான சுவடே இல்லை. அவனில் இருந்து கிளைத்த ஆண்கள் கூட்டம் மட்டும் பெருகுகிறது.

அவர்களின் துயர முகம் ஆவேசம் கொண்டு அலைகிறது. பித்தேறியவர்களாய் அங்குமிங்கும் ஓடித் திரிகிறார்கள். மாரிமுத்து வின் வண்டி ஓசையைக் கிளப்பிக்கொண்டு போகிறது.

முடியாத கனவின் ஏதோ ஒரு புள்ளியில் அவன் திடுக்கிட்டு விழித்தான். போர்வை விலகிக் கீழே விழுந்திருந்தது. மொட்டை மாடி முழுக்கப் பனி தன் குளிர்ச்சியை நிரப்பியிருந்தது. மேற்கு வானில் நிலா திரட்சியான மஞ்சள் ஒளியை வீசிக்கொண்டிருந்தது. பனிப்படலமும் நிலவொளியும் கலந்து வெளி முழுக்க மயக்கத்தைத் தூவி உலகையே ஆட்கொண்டிருந்தன.

தடுமாற்றத்தோடு எழுந்து உட்கார்ந்தான். அவனை அறியாமல் பெருமூச்சுகள் உதிர்ந்தன. அவ்விரவில் அசையும் ஒரே உயிராய்த் தான் மட்டுமே இருப்பதைச் சட்டென உணர்ந்தான். எழுந்து கைப்பிடிச் சுவரை நோக்கி நடந்தான். தூரத்தில் தோட்டத்துத் தென்னைகள் நிறுத்தி வைத்த நிழல்களாய்த் தெரிந்தன. வரப்புகள் எங்கும் வெவ்வெறு உயரங்களில் நின்றிருந்த பனைகள் தனிமைக்குள் உறைந்து கிடந்தன. மொட்டை நிலங்கள் அடுக்கடுக்காய் விரிந்து எங்கோ புகைக்குள் போய்க் கலந்தன. கண்ணுக்கெட்டிய தூரம்வரை வேறு வீடு எதுவுமே இல்லை என்பது புதிய உண்மை போல அவனுக்கு உறைத்தது.

தனக்கு நேரும் துக்கங்களுக்கு எல்லாம் இப்படி அனாந்தரக் காட்டில் தனிவீட்டில் வசிப்பதுதான் காரணமாக இருக்குமோ என்று தோன்றியது. கட்டுத்தரையிலிருந்து மாடொன்று அகால மாய்க் குரல் எழுப்பிற்று. அதன்பின் எங்கும் உடைக்கவியலாப் பெருமௌனம்.

என்ன கனவு இது. எப்போதோ விற்றுத் தொலைத்துத் தலை முழுகியும் அந்தப் பைக் இன்னும் நினைவிலிருந்து அகலவில்லை. அதன்மேல் ரொம்பவும் பிரியம் கொண்டிருந்தான் அவன். கம்பீரத் தோற்றத்துடன் பொலிந்து நிற்கும் அதைப் பார்த்தாலே பரவசம் தோன்றும். அதன் மீதேறிப் போவதைப் பெருமையாய் உணர்வான். எப்பேர்ப்பட்ட இடத்திலும் அது தனக்கென ஓர் ஈர்ப்பைக் கொண்டிருக்கும்.

முரட்டுக் குதிரைமீது சவாரி செய்யும் சாகச உணர்வை ஒவ்வொரு முறை அதை ஓட்டும்போதும் அனுபவிப்பான். சிறுபிள்ளைகள் அவனுக்கு அடையாளப் பெயராய் ‘புல்லட் அண்ணா’ என்றே வைத்திருந்தார்கள். அவனொத்தவர்கள் ‘டேய் புளுத்தி அண்ணா’ என்று கூப்பிட்டுக் கேலி செய்வார்கள். அந்த வண்டியின் மீதான பொறாமையில்தான் அப்படிக் கேலி வருகிறது என்று நினைத்துப் ‘போங்கடா’ என்று மயிராய்

ஒதுக்கிவிடுவான். அப்பேர்ப்பட்ட வண்டியை மனசே இல்லாமல் விற்றுத் தொலைத்தான்.

தொல்லூருக்குப் பெண் பார்க்கப் போனபோது வண்டி மீதான பிடிப்பு விட்டுப்போயிற்று. அவளை நினைவில் இருத்திக்கொள்ளும் அளவுக்குக்கூடப் பார்க்கவில்லை. திரும்பிப் போகும்போது, சவுரி வைத்துப் பின்னியிருக்கிறாளோ என்று சந்தேகப்படும்படி நீளமான கூந்தல் தெரிந்தது. அதைக் கொண்டு முகம், சாயல் எல்லாவற்றையும் கற்பனை செய்துகொண்டான். அவள்தான் சொன்னாளாம், 'எருமக்கடா மாதிரி ஒருவண்டியில வர்றான். அவனப் பாத்தாலே பயமா இருக்குது.'

தன்னைப் பற்றி என்ன சொன்னாலும் அவனுக்குக் கவலை யில்லை. வண்டியை எருமைக்கடா என்று சொல்லிவிட்டாள். அதன்பின் வண்டியைப் பார்க்கும்போதெல்லாம் பக்கவாட்டில் இரண்டு கொம்புகளை நீட்டிக்கொண்டு ஆவேசமாய் எருமைக் கடா ஒன்று ஓடிவரும் காட்சியே அவன் மனதிற்கு வந்தது. வண்டியை ஓட்டவே தடுமாறினான். இத்தனை வருசங்களாகக் கைவாகாக இருந்த வண்டியா இது? ஒரே ஒருத்தி, யாரோ. அவள் சொல்லிய சொல் வண்டியையே அந்நியமாக்கிவிட்டது. அவளைப் பார்க்க ஏற்பாடு செய்திருந்த கல்யாணத் தரகர் வேலை செய்யும் வீடுதியும் அவள் பங்குக்குச் சொன்னாள்.

'இது என்ன வண்டி சாமி. அந்தக் காலத்து வண்டி. இதுல ஏறி உக்கார எந்தப் பொண்ணுக்காச்சும் புடிக்குமா சொல்லுங்க.'

வண்டியைக் காரணம் சொல்லி ஆளைப் பிடிக்கவில்லை என்று மறுக்க முடிகிற காலம். அவள் என்ன செய்வாள்? கட்டுவதற்கு ஆளில்லாமல் காய்ந்து கிடந்தால் இப்படியொரு வார்த்தை அவள் வாயிலிருந்து வராது. தினந்தோறும் ஐந்து பத்து என்று மாப்பிள்ளைகள் வந்து குவியும்போது எந்தப் பெண்ணுக்கும் தலை சற்றே தூக்கிக்கொள்ளத்தானே செய்யும்.

அந்த வாரத்திலேயே வண்டியை விற்றுவிட்டான். புத்தம்புதிதாக, அந்த நீளக் கூந்தல்காரி மாதிரியான இளம் பெண்களுக்குப் பிடித்த நவீனமான 'ஹீரோ ஹோண்டா' வாங்கினான். பாந்தமான, மடிப்புக் கலையாத உடை உடுத்திப் போகும் நகரத்து இளைஞர்களுக்குப் பொருத்தமான வண்டி. காட்டுக்குள் நாளெல்லாம் செடிகொடிகளோடும் மாடுகன்றுகளோடும் கிடக்கும் அவனுக்கு இந்த வண்டி கொஞ்சம்கூடப் பிடிக்கவில்லை. பெண்ணுக்கு ஆம்பளை வேசம் கட்டியது போல. ஆனால் இளம்பெண்களுக்கு இப்படித்தான்

பிடிக்கிறது. வண்டி மாற்றியும் மயிர் உரசும் பிருஷ்டக்காரியான அவள் வாய்க்கவில்லை.

மங்கலாகப் பார்த்திருந்த அவள் முகத்தைப் பல இரவு களில் கற்பனை செய்திருக்கிறான். சரியாகக் கவனிக்காதது கற்பனைக்கு வாகாய்ப் போயிற்று. அவள் உறுப்புகளை அவன் மனம் விரும்பும்படி மாற்றிக்கொள்வான். கூந்தல் மட்டும் அதே அளவுதான். கைவிட்டுப் போன வண்டி நிழலாடும் போதெல்லாம் அவளும் நினைவுக்கு வருகிறாள். வண்டியைத் தொலைக்கக் காரணமாய் இருந்தவள் என்பதால், பழி தீர்க்கும் வகையில் அவளைப் பலமுறை புணர்ச்சிக் கற்பனையில் இழுத்துக் கொள்வான். எருமைக்கடா. அப்படியானால் அவன் எமன். எமனால் என்னென்ன செய்ய முடியும் என்று அவளுக்குக் காட்ட வேண்டாமா?

கனவில் வந்தது போலக் காலமெல்லாம் அலைந்துகொண்டே இருக்க வேண்டியதுதானா? அதுதான் தனக்கு விதிக்கப்பட்டதா? ‘உனக்கு இன்னமேலா ஒருத்தி பொறந்து வரப் போறா. எங்காச்சும் ஆண்டவன் பொறப்பிச்சிருப்பாரு. அவளக் கண்டுபிடிக்கக் கொஞ்சம் காலமாவுது. அவ்வளவுதான்’ என்று பாட்டி அடிக்கடி சமாதானம் சொல்வாள். அப்படிப் பிறப்பித்த ஆண்டவன் அவளைக் கண்ணில் காட்ட மறுக்கும் அளவுக்குச் செய்த பாவமென்ன?

கனவில் வந்தது போல ஊரெல்லாம் பெண்களே அற்றுப் பாழடைந்துபோகும் காலமொன்று வெகுசீக்கிரத்தில் வரப் போகிறதா? கல்யாணம் மட்டும் ஆகிவிட்டால், மசக்காலம் என்று சொல்லும் பழங்காலத்தைப் போலப் பத்துக் குழந்தைகளையாவது பெற்றுக்கொள்ள வேண்டும். அதுவும் எல்லாம் பெண் குழந்தைகள். தன்னைப் போல இந்த உலகத்தில் எந்த ஆணும் துக்கம் கொள்ளக்கூடாது.

கைப்பிடிச் சுவர்மேல் உட்கார்ந்தான். வெளியிலிருந்த பனிக்குளிர்ச்சி அவன் உடலை ஒன்றும் செய்யவில்லை. உடலும் மனமும் வெப்பத்தில் கொதித்துக்கொண்டிருந்தன. உடலின் சமிக்ஞை எளிதாகப் புரிந்தது. இப்போதா? இருபது வருடங் களுக்கு மேலாக உடல் இதே பாஷையில்தான் பேசிப் பார்க்கிறது. அதற்குப் பதில் கொடுக்க அவனால் முடியவில்லை.

அதன் தேவை மிக அற்பம். துணைக்கு ஒரு பெண்ணுடல் கேட்கிறது. இந்தப் பனிநிலவில் அருகே பெண்ணுடல். அப்படி எண்ணிப் பார்க்க இயலாத வெற்றுச் சூன்யம் அவனைச் சுற்றிலும். கேட்டுக் கேட்டு ஏதாவது ஒரு நிலையில் தானாகவே

அடங்கிப் போகும் என்னும் எதிர்பார்ப்பு இன்றுவரை நிறைவேற வில்லை. உடலின் வேகம் மேலும் கூடிக்கெண்டே இருக்கிறது. ஆசை கூடாமலே வெந்து தணிய வேண்டியதுதான் இதற்கு விதி போலும். ஓருடல், முப்பத்தைந்து வயதுவரைக்கும் சகஉடலை அறிந்துகொள்ள முடியாதிருக்கும் வேதனை சாதாரணமானதல்ல. அது துக்கம். வேறெந்தப் பதிலியாலும் நிவர்த்தி செய்ய முடியாத ஆழ்துக்கம்.

அன்றைக்கு வந்து ஒருவார்த்தை பேசாமல் ஒடிந்து விழுகிற மாதிரி நின்றானே, குப்பனின் பையன், அவனுக்கெல்லாம் பதினேழே வயதில் இன்னொரு உடல் கிடைக்கக் கொடுத்து வைத்திருக்கிறது. மீசைகூட முழுதாக முளைவிடவில்லை. உதட்டின்மேல் மை தடவிய மாதிரி கருமை கட்டியிருகிறது. அவ்வளவுதான். அவன் முகம் இளமையின் வசீகரம் பொலிய அப்படியே கண்முன் நிற்கிறது. ஒற்றைக் கைக்குள் அடக்கிவிடலாம் போல, அவ்வளவு ஒல்லி அவன். இந்த வயதில் இன்னொரு உடலை அறிந்துகொள்ள வாய்ப்பது வரம். அப்படி வரம் பெற்று வந்திருக்கிறான் அவன்.

அவனுக்குக் கல்யாணம் என்றதும் அதை ஏற்றுக்கொள்ளவே முடியாமல் அப்போது தன் மனம் எப்படித் தவித்தது என்பதை எண்ணிப் பார்த்தான். அத்தருணத்தில் அவனே தனக்கு எதிரியாக மாறிவிட்டதாக உணர்ந்தான். குறைந்த வயதில் கல்யாணம் செய்துகொள்ளும் எல்லோருமே தனது எதிரிதான் என்று மனம் எவ்வளவு சாதாரணமாகச் சொல்லியது. அவன்மீது பாய்ந்து குதற வேண்டும் என்னும் குரூரம் வன்மையாக முளைவிட்டு வளர்ந்ததும் அதைச் செய்ய முடியாமல், 'தம்பி துடிக்கிறானா' என்று சொற்களில் வன்மத்தை ஏற்றியதும் கொஞ்சம் சுயதிருப்தி உண்டானது. அந்த வார்த்தையில் பையன் நசுங்கிப்போய் பாம்பைப் போலச் சீறித் தலையை உயர்த்தினான்.

கூச்சமும் தவிப்பும் கூடிய அந்த வயதில் உடல் உறுப்புகள் சம்பந்தப்பட்ட சொற்கள் குளிர்ச்சியூட்டும் அல்லது அவமானப் படுத்தும். அப்படிப்பட்ட அவமானத்தை மாரிமுத்து அனுபவித் திருக்கிறான். சித்தப்பா மகன் வீட்டோடு நிலம் தொடர்பாகச் சண்டை வந்தபோது மாரிமுத்து சற்றே வேகமாகப் பேசிவிட்டான். அதற்குச் சித்தப்பன் பொண்டாட்டி, அந்த மூதேவி வன்மத்தோடு சொன்னாள்.

'தொடையில மயிர் மொளைக்காத அட்டுக்குஞ்செல்லாம் என்னைய ஒரு வார்த்த சொல்ல வந்திட்டுது. போடா போ. எல்லாத்தயும் அவுத்துப் போட்டுட்டு அந்தக் காட்டுமேல படுத்துப் பொரளு போ.'

அவள் விட்ட சாபம்தானோ என்னவோ நிலத்தோடு கிடக்க நேர்ந்துவிட்டது. நிலம் பரிமளிக்கும் வகையில் ஒரு பெண்ணைக் கொண்டுவர முடியவில்லை. அந்த இயலாமையைக் குப்பன் மகன்மேல் காட்டியாயிற்று. தன்னால் முடிந்தது என்ன, அவன் இன்னொரு உடலைத் தொடுவதை ஆறு மாதத்திற்குத் தள்ளிப்போட வைத்ததுதான். ஆறுமாதத்தில் என்ன ஆகிவிடப்போகிறது? கொஞ்சம் பொறுத்துப் பெண்ணைத் தொடட்டும். இந்த ஆறு மாதத்திற்கும் அவன் கோபமும் எரிச்சலும் மாரிமுத்துவின் மீதே இருக்கும். இருக்கட்டும்.

மாரிமுத்து நினைத்திருந்தால் உடனே பணத்தைக் கொடுத்திருக்க முடியும். பாவம், வெறும் ஐயாயிரம். அந்தச் சிறுதொகையில் அவனுக்குக் கல்யாணம் முடிந்திருக்கும். அது பத்து மடங்கு, இருபது மடங்கு தனக்குத் தேவைப்படும். அந்தக் கடுப்புதான் ஆறுமாதம் என்று கெடுவைக்கத் தூண்டியதோ? பையன் நல்ல கவர்ச்சியான உடல் கொண்டவன்தான். அவன் கண்கள் மைக்கண்கள். வரைந்தது போன்ற புருவம். யாரையும் உள்ளிழுத்துக்கொள்ளும் நெகுநெகுத்த முகம்.

மாரிமுத்து குளிர்நிலவில் தன்னுடலைக் கவனிக்கத் தொடங்கினான். லேசான சுருக்கமோ தளர்ச்சியோ அண்டாத திடமான நெஞ்சுக்கூடு. இருபக்கங்களும் அகண்டு செழுமையாக மயிர் மூடியிருந்தது. இரைகாணாத பசியோடிருப்பதாய் உள்ளொடுங்கி அமிழ்ந்த வயிறு. அந்தப் பையனின் உடலைப் போல புதுமெருகு இல்லாவிட்டாலும் இந்த வயதில் வேறெந்த உடல் இத்தனை வசீகரத்தோடிருக்கிறது? அவன் வயதொத்தவர்கள், நெஞ்சும் வயிறும் பிரிக்க முடியாதபடி இணைந்து கிழக்கட்டைகளாக மாறிப்போனார்கள். அவர்களது முகங்களும் உப்பிப் பெருத்து விகாரமாகிவிட்டன. மாரிமுத்துவுக்குத் தலைதான் லேசாக முன் வழுக்கை. வழுக்கைக்கு ஈர்ப்பு உண்டு என்றுதானே சொல்கிறார்கள். அங்கங்கே ஒன்றிரண்டு நரைமயிர். எண்ணெய் வழியத் தடவிச் சீவினால் அதுவும் தெரியாது. மற்றபடி அவன் உடல் திகட்டாத அழகு கூடியதுதான். கைகளால் உடலை வருடிக்கொண்டான். வருடல், உடலை மேலும் கதறச் செய்தது. கொஞ்ச நேரத்திற்குமுன் ஒலித்த மாட்டின் கதறல் இப்போது தன் உடலிலிருந்து வருவதாகத் தோன்றியது. அவனையறியாமல் 'அய்யோ' என்று கத்தினான். மாடி மூலையொன்றில் குவிந்து உட்கார்ந்தான்.

●

4

கீழே கோழிக்கூண்டிலிருந்து சேவல் ஒன்று திக்கித்திக்கிக் கூவ முயன்றது. குரல் எழும்பவில்லை. உலகத்தையே எழுப்பும் அழைப்பு நிறைந்த சேவலின் குரலா இது? கக்கக்கென்று திணறி அடங்கிற்று. இதுதான் அதன் முதல் கூவல் போல. கொஞ்ச நேர முயற்சிக்குப்பின் ஒருவாறாக அதன் கூவலொலி எழும்பிற்று. அடுத்தடுத்து இரண்டு மூன்று கூவல். தன்னுடைய இத்தனை வயதில் இப்போதுதான் சேவலின் முதல் கூவலைக் கேட்பதாக உணர்ந்தான்.

ஆணுக்கு மீசை அரும்புவது போல சேவலுக்குக் குரல். அது அவனை வெகுவாக ஈர்த்தது. சேவலின் கன்னிக் கூவல். நாளைக்கே அது கோழிகளைத் துரத்தத் தொடங்கிவிடும். கோழிகளின் உடல் சேவலுக்குக் கிடைப்பதில் எந்தக் கஷ்டமுமில்லை. அப்படி ஓர் எளிய ஜீவனாகப் பிறந்திருக்கக் கூடாதா? நள்ளிரவில் மொட்டைமாடி மூலையில் தன்னுடலையே சுமையாக ஏந்தியபடி கிடக்கும் அவஸ்தை வேறெந்த ஜீவனுக்கும் இருக்காது.

திடுமென மாரிமுத்து அழத் தொடங்கினான். தலைகவிழ்ந்து மார்பில் புதைய அழுதும் நிவாரணம் கிட்டவில்லை. மீண்டும் கட்டிலுக்கு வந்தான். பனிக்குளிரில் கட்டில் நனைந்து சில்லிட்டிருந்தது. குளிர்ச்சி முழுக்க அவனுடம்பில் கணுக்கணுவாக ஏறத் தொடங்கிற்று. ஆனால் உடல் மேலும் மேலும் வெப்பம் மிகுந்து தகித்தது. இது வெப்பத்தால் அடங்கும் வெப்பம்.

திரும்ப எழுந்து மாடிச் சுவரோரம் வந்தான். கைகால்களை உடலோடு சேர்த்துக் குவித்தபடி மௌனமாய்க் கீழே குதித்து விடலாம் என்று தோன்றியது. உடல் தரையில் மோதிச் சிதறும் சத்தம் தவிர வேறெதுவும் கேட்கக்கூடாது. உடலின் கதறல் கடைசிவரைக்கும் உள்ளேயே அடங்கிப் போகட்டும்.

கிணற்றில் வெகு உயரத்திலிருந்து, ஏற்றக்கால் மேலிருந்து லாவகமாய்க் குதிப்பது போல. காய் பறித்திறங்கும்போது தென்னையில் ஓராள் உயரத்திலிருந்து எத்திக் குதித்துத் தரையில் நிற்பது பெரும் மகிழ்ச்சி தருவது. அதேபோல். வரப்பில் மேயும் எருமையின்மீது சவாரி செய்யும் சறுக்கிக் குதிக்கும் பால்யசுகம் இன்பம். அப்படித்தான். எல்லாத் தாவல்களும் குதிப்புகளும் இனிமையானவையே. பனையிலிருந்து கழன்று விழும் பனம்பழம் என்னவாகிப் போகிறது? எங்கிருந்தோ பனித்துளி ஏராளமான தூரத்தைக் கடந்துவந்து குதித்து இந்தப் பின்பனி இரவில் பூமியை ஈரமாக்குகிறது. நிலவொளி கடந்துவரும் தொலைவைக் கணக்கிட முடியுமா? குதிப்பின் சாதகங்கள் எல்லாவற்றையும் அவன் மனம் திரட்டிக் கொடுத்தது.

இந்தப் பனிக்குளிரில், கிறக்கமூட்டும் நிலவு விரிப்பில் தாவிக் குதித்து நீந்தலாம். உடலின் சகல வெப்பங்களும் அவிந்துபோகும். குப்பன் பையனுக்குச் செக்கையும் குழவியையும் உதாரணம் சொல்லிக் கேலி செய்த திமிர்த்தனம் மடிந்துபோகும். இந்த இரவு முதல் யாருக்கும் எந்தத் தொந்தரவும் இல்லை. ஊர்ஊராய் வீதிவீதியாய்ப் பெண் கேட்டு அலைய வேண்டியதில்லை.

எல்லாவற்றையும் கெடுத்துவிட்டு வெறும் பெருமைக்காகப் ‘பாத்துக்கிட்டுதான் இருக்கறம். அமைய மாட்டீங்குதே’ என்று பெருமூச்சுடன் அம்மா யாரிடமும் அனத்த வேண்டியதில்லை. ‘அந்த மொரட்டு நாய்க்கு இந்த ஜம்மத்துல பொண்ணு சிக்காது. கைல புடிச்சிக்கிட்டு அலைய வேண்டீதுதான்’ என்று சாபமிட்டுக் குரூரம் காட்டும் அப்பனுக்கும் நிம்மதி. ‘அததுக்கு நேரம் வரோனுமில்லை’ என்று புலம்பும் அம்மாயி, ‘அவனுக்கு நேரம் வந்திருச்சு’ என்று சொல்லி ஆறுதல் அடையக் கூடும். பாட்டி ஒருமாத காலத்திற்கு அழுது கிடப்பாள். அப்புறம் யாராவது காடு களைவெட்டக் கூப்பிட்டால் தாராளமாகப் போய்விடுவாள். எப்போது வந்தாலும் எதையாவது பைக்குள் ஒளித்துக்கொண்டு போகும் தங்கச்சியும் மாரிமுத்துவின் ஜட்டியைத் தவிர, பிற பொருள்கள் எல்லாவற்றையும் தன்னுடையதாகப் பாவிக்கும் தங்கச்சி புருசனும் இனி எல்லாச் சொத்துகளும் தங்களுக்கே எனறு வெகுவாகச் சந்தோசப்படக்கூடும். அதற்கப்புறம்

என்ன... இந்தக் குதிப்பினால் எல்லாம் சுகமாகும். எல்லாம் தீரும். குதி... குதி...

அவன் ஒருகாலை எடுத்துச் சுவரில் வைத்த நேரம், கீழிருந்து நாய் குரைத்தது. அவன் விழித்துக்கொண்டான். தன்னிலையைச் சட்டென உணர்ந்தான். என்ன செய்ய இருந்தோம்? ஓடிப்போய்க் கட்டிலில் கவிழ்ந்து படுத்தான். குப்பன் மகனுக்கு ஐயாயிரத்தைக் கொடுத்தபின் குதித்திருந்தாலாவது பரவாயில்லை. ஒரு பிராயச்சித்தம் செய்த மாதிரியிருக்கும். போர்வையை இழுத்து உடல் முழுக்கப் போர்த்திச் சுருட்டிக்கொண்டான். எனினும் அவனுள்ளிருந்து எதுவோ இன்னும் எழு, குதி என்று கட்டளை யிட்டுக்கொண்டேயிருந்தது.

மொட்டைமாடியைக் கடந்து சாக்குருவியின் அலறல் திடீரென எழும்பித் தணிந்தது. மாரிமுத்து மிகவும் பயந்து போனான். தன்னைக் குறிவைத்து எல்லாம் இயங்குவதைத் துல்லியமாக அறிந்தான். இனி மொட்டைமாடியில் இருப்பது பெரும் ஆபத்தில் முடியக்கூடும். சுருட்டிக் கிடந்த உடலைச் சட்டென நிமிர்த்தி எழுந்தான். பிறைநிலா மேற்கு வானில் மறையத் தொடங்கிவிட்டதால் எங்கும் இருள் பரவிக்கொண்டிருந்தது. விண்மீன்கள் மெல்லப் பெருகின. வானில் மாறும் காட்சி தனக்குள்ளும் ஆசுவாசத்தை ஏற்படுத்தக்கூடும். வீட்டுக்கு எதிரே இருக்கும் வேம்பிலிருந்து மீண்டும் ஒருமுறை சாக்குருவியின் குரல் அலறிற்று. உடலுக்குள் ஊடுருவி உயிரைக் கொத்தி எடுக்கும் குரல். கீழே கதவு திறக்கும் ஓசையும் 'தூய் தூய்' என்று விரட்டும் சத்தமும் வந்தன. 'ச்சீ. எங்க போற கருமாந்திரம் இங்க வந்து நிக்கிது' என்று தனிக்குரல் வந்தது. தூங்காப் பிசாசாகிய அம்மாயி. கதவு திறந்திருக்கும். இந்தச் சந்தர்ப்பம் தன்னைக் காப்பாற்றும் என்னும் நம்பிக்கை அவனுக்கு வந்தது.

போர்வைகளை எடுத்துத் தோளில் போட்டுக்கொண்டான். வலக்கையில் கட்டிலைத் தூக்கிக்கொண்டான். ஓடுவது போலப் படிகளில் இறங்கினான். கட்டிலின் குத்துக்கால் முன்னும் பின்னும் படிச்சுவரில் மோதி டும்டும் என ஓசை எழுப்பிற்று. நாய் குரைத்துக்கொண்டே ஓடிவந்தது. 'ச்சுடாய்' என்று விரட்டக் குரல் கொடுத்தான். அந்த ஒருவார்த்தை அவனுக்குள்ளிருந்து எழுந்து வெளியே விழுந்ததும் எல்லாம் கரைந்தோடி இயல்பாகி விட்டதாக உணர்ந்தான்.

நாய் ஓடிவந்து அவன் கால்களை நக்கியது. கால் மயிர்களில் அதன் ஈரநாக்கு பட்டுக் கூச்சம் கூடியது. நாயின் கண்கள் அவனை

நோக்கி மேலே எழும்புவதும் சற்றே தணிவதுமாக இருந்தன. நாயின் எச்சில் படப்படக் கூசிச் சிலிர்த்தான். கிச்சுக்கிச்சு மூட்டுவது போல இருந்தது அதன் செய்கை. கட்டிலைக் கீழே நிறுத்திப் போர்வைகளை அதன்மேல் வைத்துவிட்டு நாயை நோக்கிக் குனிந்தான்.

நாயின் அன்பு நாக்காக நீண்டு அவன் முகத்தில் தடவியது. அதன் தலையை வருடிக் கொடுத்தான். அது வெகு உற்சாக மாக வாலை ஆட்டிக்கொண்டு அவன் முகமெங்கும் எச்சில் ஆக்கியது. எச்சிலைத் துடைக்கவோ நாயை விரட்டவோ மனமின்றி அப்படியே இருந்தான். வாசலைக் கடந்து வெளியே போய்விட்டு அம்மாயி வருவது தெரிந்தது. 'சரி போ' என்று நாயை விரட்டினான். அது அவனை விடுவதாக இல்லை. உடலை வளைத்து அவன்மீது உரசிற்று. 'போ' என்று ஆவசேத்தோடு கத்தி அதை ஓர் உதைவிட்டான். நாய் வாசலுக்கு ஓடி உட்கார்ந்து கொண்டு அவனையே பார்த்தது. உதை கொஞ்சம் கூடுதல்தான்.

கட்டிலை மீண்டும் தூக்கியபடி வாசல் கதவைத் திறந்து உள்ளே நுழைய முயன்றான். கட்டிலை வெளித்திண்ணைக்கு அருகில் வாசலோரத்தில் போட்டுப் படுத்துக்கொள்ளலாம் எனத் தோன்றியது. அதுவும் அவன் படுக்கும் இடங்களில் ஒன்றுதான். விடிய இன்னும் நேரமிருக்கிறது. வாசல் சாய்ப்பு மிகவும் இதமாக இருக்கும். எனினும் உள்ளிருக்கும் பயம் இன்னும் போகவில்லை.

சூழ்ந்து நிற்கும் நான்கு சுவர்கள்தான் இப்போதைக்குப் பாதுகாப்பு. கட்டிலை உள்ளே இழுத்தான். குத்துக்காலின் தலை கதவில் மாட்டி இடித்தது. 'யாரு' என்று குரல் கொடுத்தாள் அம்மாயி. இந்தக் கிழத்திற்குத் தெரியாமல் இங்கே துரும்புகூட அசைய முடியாது. 'யாரு...' இப்போது குரல் சத்தமாக வந்தது. வாசலிலிருந்து வேகமாகக் கதவை நோக்கி அம்மாயி வருவது தெரிந்தது. பெரிய உடலைத் தூக்கிக்கொண்டு நடக்க முடியாமல் அவள் நகர்ந்து வருவதைக் காணச் சிரிப்பாயிருந்தது. 'நாந்தான்' என்று எரிச்சலாகக் குரல் கொடுத்துவிட்டுக் கட்டிலை அவனுடைய அறைக்குக் கொண்டுபோனான். அறையின் ஜன்னல் அடைத்திருந்தது. உள்ளே வெப்பம் முழுவதுமாகத் தங்கியிருந்தது. கதவை மூடித் தாழிட்டான்.

சுவரில் நாட்காட்டி மையத்தில் மஞ்சாமி ராஜ அலங்காரத்தில் காட்சியளித்தார். 'அப்பா சாமீ நீதான் காப்பாத்துன' என்று கன்னத்தில் போட்டுக்கொண்டவன், நாட்காட்டியைக் கழற்றினான். அன்றைய தேதியைப் பார்த்தான்.

மாசி இருபது. அவன் வாய் 'ஆறு மாசம்' என்று முணுமுணுத்தது. பங்குனி, சித்திரை, வைகாசி, ஆனி, ஆடி, ஆவணி. ஆவணி இருபதுக்குள் எல்லாம் முடிந்துவிட வேண்டும். ஆவணியில் முகூர்த்தம் பார்த்தான். பன்னிரண்டாம் தேதி முகூர்த்த நாள். அதிலேயே குப்பன் மகனின் கல்யாணத்தை வைத்துக்கொள்ளச் சொல்லலாம். தனக்கும் அது கடைசி முகூர்த்தமாகவே அமையட்டும் என்று நினைத்தான். அதற்குள் எல்லாவற்றையும் நடத்தி முடித்துவிட வேண்டும். எதுவும் நடக்கவில்லை என்றால் குப்பன் மகனின் கல்யாணத்திற்குப் பணத்தைக் கொடுத்துவிட்டு எல்லாவற்றையும் முடித்துக்கொள்ள வேண்டியதுதான். அதுதான் கடைசிக் கெடு. நாள்காட்டி மஞ்சாமி இதழ் பிரியாமல் சிரிப்பது போலிருந்தது.

'ஆறே மாசம்' என்று பெருமூச்சு விட்டான். விளக்கை அணைத்துவிட்டுப் படுத்தான். மனது ஆசுவாசமாய் இருந்தது. இனிப் பாதுகாப்பாய்த் தூங்க முடியும் என்று தோன்றியது. தூக்கம் எல்லாத் துக்கங்களையும் தொலைக்கும்.

●

5

தானாவதித் தாத்தாவுக்கு மாரிமுத்துவின் வீட்டுக்குப் போக விருப்பமேயில்லை. இருந்தாலும் இப்படி ஒரு முக்கியமான காரியம் தன்னால் நடக்க வேண்டியிருக்கிறது என்று தெரிந்த பின்னும் தயங்கினால் அப்புறம் மனுசன் என்று எதற்கிருப்பது? காரியம் பெரிதா வீரியம் பெரிதா? ஏதாவது காரியமாகப் போவதென்றால் இருள் பிரியப் பிரியவே வீட்டிலிருந்து கிளம்பிவிடுவதுதான் அவர் வழக்கம். வெயில் சுள்ளென்று ஏறுவதற்குள் வேலையை முடித்துக்கொண்டு வீட்டுக்கு வந்து விடலாம். இல்லாவிட்டால் எங்காவது தங்கிவிட்டு வெயில்தாழத்தான் திரும்ப முடியும்.

தாத்தா எங்கு போனாலும் நடைதான். அவர் இதுவரைக்கும் மோட்டார் வாகனங்களில் ஏறியது ஒன்றிரண்டு முறை இருக்கும். அவருடைய நடமாட்டம் எல்லாம் சுற்றுவட்டாரம் பத்துப் பதினைந்து மைல்களுக்குள். அதைத் தாண்டி அவர் போவதேயில்லை. வாரம் தவறாமல் இரண்டு சந்தைகளுக்குப் போய்வருவார். வியாழச் சந்தை, ஞாயிற்றுச் சந்தை. வாங்குவதற்கோ விற்பதற்கோ எதுவும் இல்லையென்றாலும் ஆடுமாடுகளை ஓட்டிச் செல்லும் ஆள்காரர்களுடன் பேசிக்கொண்டே நடந்து செல்வதில் அவருக்குப் பெருவிருப்பம்.

'அவனுங்களுக்குத் தெரியாத விஷயமேது. நாட்டு நடப்பே அவனுங்களுக்குத்தானப்பா தெரியுது. ஊட்டுக்கும் காட்டும் நடையுடற கோவணாண்டிகளுக்கு என்னப்பா தெரியும்' என்பார்.

ஒரு காலத்தில் அந்தப் பக்கத்துக்கே கல்யாணம் முடிக்கும் தானாவதியாகத் தாத்தாதான் இருந்தார். அதனால் அவர் சொந்தப் பெயரே மறைந்து தானாவதி என்பதே பெயராகிவிட்டது. 'நெசமேலும் உங்க பேரென்ன தாத்தா' என்று கேட்டால், 'அட தானாவதிதானப்பா' என்று சொல்லிவிடுவார். கல்யாணத் தரகர் எனறு தனித் தொழிலே உருவாகிவிட்ட பிறகு தானாவதித் தாத்தாவுக்கு அந்த வேலையில் அவ்வளவு நாட்டமில்லாமல் போயிற்று.

இதுவரைக்கும் எத்தனையோ கல்யாணங்களை அவர் முடித்துவைத்திருக்கிறார். ஆனால் ஒருவரிடமும் கைநீட்டி ஒருபைசா வாங்கியது கிடையாது. அந்தக்கால வழக்கமே அப்படித்தான் என்பார். 'நான் பஞ்சத்துக் கூத்தாடி இல்ல, பரம்பரைக் கூத்தாடி.' மாப்பிள்ளை வீட்டாரும் பெண் வீட்டாரும் தவறாமல் தாத்தாவுக்கு ஆளுக்கொரு வேட்டி துண்டு எடுத்துத் தருவார்கள். 'இதுவரைக்கும் காசு குடுத்து ஒரு கோமணத்துணிகூட வாங்குனது கெடையாதப்பா' என்று சொல்வார்.

இப்போதைய தரகர்களிடம் அவரால் போட்டி போட முடியவில்லை. இவர்கள் எல்லாம் ஐந்நூறு ஆயிரம் மைல் தாண்டிக்கூடப் பெண்ணும் மாப்பிள்ளையும் பார்த்து முடிக்கிறார்கள். பொட்டிப் பணத்தில் பத்து சதம் என்று பேசித் தரகு வாங்குகிறார்கள். 'அதெல்லாம் நமக்கு முடிகிற காரியமா' என்பார்.

'நம்ம காலம் அவ்வளவுதான். இப்ப என்னய எதுக்கு அந்த ஆண்டவன் நிறுத்தி வெச்சிருக்கறான். இதையெல்லாம் பாருடான்னு சொல்றான். பாக்கறதுதான் என் வேல' என்றெல் லாம் சொன்னாலும் யாராவது ஏதோ காரியமாய் அவரைத் தேடிக்கொண்டுதானிருக்கிறார்கள். அவருக்கு என்ன வயதென்று யாருக்கும் தெரியாது. பார்த்தால் அறுபது சொல்லலாம் போல இருப்பார். கூர்ப்பான அவர் முகத்தில் சதைத் தொங்கல் இல்லாமையால் சுருக்கங்கள் அவ்வளவாகப் படரவில்லை. தலை முழுக்கப் புளிச்சநார் போல நரைத்துப் பிரிந்து கிடக்கும். அவருக்கேகூட அவர் வயது தெரியாது. யாராவது மனம் பொறுக்காமல் வற்புறுத்திக் கேட்டால், 'கண்ணாடித் தாத்தாவத்தான் கேக்கோணுமப்பா' என்பார்.

மாரிமுத்துவின்மேல் அவருக்குப் பிரியம் உண்டு. எந்த இடத்தில் பார்த்தாலும் நின்று மரியாதையாக நான்கு வார்த்தை பேசாமல் போகமாட்டான். வண்டியில் ஏறச் சொல்லி எத்தனையோ முறை அவரை வற்புறுத்தி இருக்கிறான்.

பொறுமையாக ஏறி உட்காரச் சொல்லித் தருகிறேன் என்றும் மன்றாடியிருக்கிறான். அவர் சொல்லிவிடுவார். 'மாரிமுத்து மாப்ள... நம்மளுக்கு இந்தப் புடுபுடு மோட்டாரெல்லாம் ஒத்து வராதப்பா. இப்பத்த ஆளுவளுக்குத்தான் பொச்சுக்கும் பொறத்தாண்ட இருக்கற பொடக்காலிக்குப் போவோனும்னாலும் பஸ்சு வேணுங்கறாங்க. நாம எப்பவும் நடராஜாதாம்பா.'

மாரிமுத்துவைப் பிடித்தாலும் அவன் வீட்டில் உள்ளவர்களோடு அவருக்கு அவ்வளவாக ஒத்துவரவில்லை. ஒன்றிரண்டு சம்பவங்கள் அவருக்குள் கசப்பைக் கொட்டியிருந்தன.

மாரிமுத்துவின் தாத்தனோடு நல்ல பழக்கமுள்ளவர். அதனால் மாரிமுத்துவைச் சின்ன வயசிலிருந்தே 'மாப்பிள்ளை' முறை வைத்துத்தான் கூப்பிடுவார். சித்தூரில் ஒரு கல்யாணத்துக்குப் போயிருந்தபோது அவரைச் சுற்றி உட்கார்ந் திருந்த கூட்டத்தில் மாரிமுத்துவும் இருந்தான்.

யாரோ ஒருவர் கேலிப்பேச்சுக்காக 'அட கெழவா... என்னயத்தான் பாங்குழியில கொண்டோயித் தள்ளுன. அந்தப் பாவம் பத்துலியா. இன்னம் எத்தன பேரக் கெடுக்கறதுக்குக் கூட்டம் கூடிக்கிட்டு ஆலோசன பண்ற' என்றார்.

இப்படி அவரைக் கேலி பேசப் பலருண்டு. அவர் பார்த்து முடித்து வைத்த கல்யாணங்கள் ஏராளம் என்பதால், 'தாத்தா வுக்கு எம்மேல என்ன கோவமோ தெரில. இப்பிடி மாட்டி உட்டுட்டாரு' என்று சொல்வதும் 'எங்கீனு போயி எனக்குப் புடுச்சாந்து உட்டீங்க இந்தக் கருமாந்தரத்த' என்பதும் சகஜம். 'இரு இரு. உன்னூட்டுக்காரிகிட்டச் சொல்றன்' என்றால் போதும். 'இன்னொரு பாவத்தச் செய்யோனுமா' என்று வாயை மூடிக்கொள்வார்கள்.

பெண்களும்கூட அவரிடம் கேலி பேசுவதுண்டு. அவர் பார்த்துக் கலியாணம் செய்துவைத்த குட்டூர் பொரசா பார்க்கும் இடத்திலெல்லாம் அவரை உண்டு இல்லை என்று ஆக்கிவிடுவாள்.

'ஓசிச் சோறு ஒடம்புல ஒட்டாதும்பாங்க. தாத்தா எத்தன கலியாணச் சோறு சாப்பிட்டிருப்பாரு. எப்படித்தான் அவருக்கு ஒட்டுதோ' என்றாள் ஒருமுறை. அதற்கு 'அட ஆயா... உன்னோட கலியாணத்துல உப்பில்லாத கொழம்பும் புளிச்ச தண்ணிய மோருன்னும் ஊத்துனீங்களே. அத மறக்க முடியுமா' என்று பதிலடி கொடுத்தார்.

இன்னொரு முறை 'மூக்கணாங்கவுறு ஏவாரமெல்லாம் எப்பிடி இருக்குது' என்றாள். பெருங்கூட்டத்தில் இருந்தவர்க

ளெல்லாம் அடக்க முடியாமல் சிரித்து மாய்ந்தார்கள். 'உனக்கு வேணுமின்னாச் சொல்லு... இன்னொரு மூக்கணாங்கவுற போடச் சொல்றன்' என்று அவர் சொன்ன வார்த்தை சபையில் அவ்வளவாக எடுபடவில்லை.

அது ஏனோ அவர் மனசுக்குள் சுருக்கென்று விழுந்துவிட்டது. சந்தர்ப்பம் பார்த்துக்கொண்டே இருந்தார். ஒரு விசேஷத்தில் சத்தமாக 'என்னங்க தாத்தா... மாடு புடிவேலயெல்லாம் எப்பிடி இருக்குது' என்றாள். எல்லோரும் சிரித்தார்கள். ஒன்றும் புரியாதது போல 'எதையாயா சொல்ற' என்றார்.

'அதாங்க தாத்தா கலியாண வேலதான்' என்றாள்.

'அட. ஆயா... நானும் எத்தனையோ கலியாணத்துக்கு முன்ன நின்னிருக்கறன். என்னாயா செய்யறது. உனக்கு அமஞ் சாப்ல சில பேருக்கு மாடு வந்து வாய்ச்சிருது. ஏறுன மாயத்துல மாப்ள எறங்கிடறாரா... கொஞ்சம் தவடு புண்ணாக்கெல்லாம் நல்லா வெய்யி. மேல கொஞ்ச நேரம் நிப்பாரு' என்று நீட்டிச் சொல்லிவிட்டார். ஆம்பளைகளும் பொம்பளைகளும் சிரித்தார் கள்தான். இளந்தாரிப் பையன்கள் எல்லாம் அதைப் பலநாள் சொல்லிச் சிரித்தார்கள். ஆனால் பொரசா அதற்குப் பின் அவரிடம் கேலியென்ன, பேச்சே வைத்துக்கொள்ளவில்லை. அதை நினைத்துவிட்டால் அவருக்குச் சங்கடமாகவே இருக்கும். எத்தனை சகஜமாகப் பேசிக்கொண்டிருந்த பெண்ணை ஊமை யாக்கும்படி வார்த்தை சொன்னது இந்த நாக்கல்லவா?

'மனுசனுக்குச் சிலது பட்டுத்தான் தெரியுதுப்பா. வயசாயி என்ன பண்றது. நாக்கு நிக்க மாட்டீங்குதே. இந்த நாக்கச் சுடோனும்' என்று கவலைப்பட்டுச் சொல்வார். குட்டூர் பொரசாவுக்கு நேர்ந்தது போலில்லை என்றாலும் தாத்தாவின் பேச்சு மாரிமுத்துவையும் புண்படுத்தத்தான் செய்தது, அந்தச் சித்தூர் கலியாண வீட்டில்.

'நான் அறியாப்பையனா இருந்த காலத்துல, அந்தப் புரியாத வயசில இந்தக் கெழவம் பேச்சக் கேட்டுத்தான் ஏமாந்தன்' என்றார் கல்லாகாட்டு முத்துச்சாமி. மாரிமுத்துவும் அவரும் பங்காளி முறைமை. கிளிக்காரர்கள்.

'கிளிக்காரனுங்க எல்லா வயசிலயும் ஏமாளிங்க தானப்பா' என்றார் தாத்தா.

கிளிக்காரர்கள் எல்லாம், அதெப்படி, சும்மா அப்படிச் சொல்லலாம் என்று முறைக்க ஆரம்பித்துவிட்டார்கள். கேலிப்பேச்சு விவகாரமாகப் போய்விடுமோ என்று பயமாகி விட்டது. ஆனால் தாத்தா ஒன்றும் சளைக்கவில்லை

'சும்மா சொல்லுவனாப்பா. கிளியின்னா நீங்க என்ன கிளின்னு தெரீமா' என்றார்.

யாரோ ஒருவர் 'பச்சக்கிளி' என்றார். உடனே தாத்தா 'ஆமா நீங்க பச்சக்கிளிக்காரங்கதான். ஆத்துக்கு அக்கரையில வெள்ளக்கிளிக்காரங்க இருக்கறாங்களே தெரீமா' என்றார். தொடர்ந்து அதைப் பற்றிப் பேச்சு ஓடியது.

'ஒரு காலத்துல கிளின்னு ஒன்னே ஒன்னுதான் இருந்திருக்குது. கிளிக்காரனுங்கதான் ஏமாளியாச்சே. ஒரு ஊர்ல பொண்ணும் மாப்ளயும் பாத்து எல்லாம் முடிவு பண்ணிட்டாங்க. கலியாணத்துக்கு நாள் குறிச்சு சீல துணியெல்லாம் எடுத்துட்டாங்க. வெடிஞ்சாக் கலியாணம். மொதநா ராத்திரி பொண்ணழப்பு முடிஞ்சொடன இப்பிடி நம்மளாட்டம் பொண்ணூட்டுக்காரப் பெரியவரு ஒருத்தரும் மாப்பள ஊட்டுக்காரப் பெரியவரு ஒருத்தரும் உக்காந்து பாடுபழம பேசிக்கிட்டு இருக்கறாங்க. பேச்சுவாக்குல நீங்க ஆருன்னு ஒருத்தரு கேக்க இன்னொருத்தரு கிளிக்காரங்கன்னாரு. கேட்டவரு வெளையாடாதீங்க நாங்கள்ள கிளின்னாரு. கடைசியில பாத்தா ரண்டுபேரும் கிளிதான். கலியாணம் பேசறவுங்க மொதல்ல எடுத்தொடன ஆளக் கேட்டுட்டுத்தான பேச்சுத் தொடங்கோனும். அவுங்கதான் வெவரங்கெட்ட ஏமாளிகளாச்சே. ஆளயே கேக்காத கலியாணம் வரைக்கும் வந்திடுச்சு. பாத்துக்கங்க அண்ணனுக்கும் தங்கச்சிக்கும் கலியாணமப்பா.'

'அப்புறம் என்னதான் ஆச்சு' என்றார் ஒருவர்.

'அப்பறம் ஆவறதுக்கு என்ன இருக்குது. எல்லா வேலையும் முடிஞ்சு போச்சு. இன்னமே தாலி கட்டறது ஒண்ணுதாம் பாக்கி. கலியாணத்த நிறுத்தவா முடியும்? அப்பங்கிட்டப் போனவ அழுதாத் தீருமாங்கற கததான். ரண்டு பக்கத்து ஆளுங்களும் உக்காந்து பேசி ஆள ரண்டாப் பிரிச்சர்றதுண்ணு முடிவு பண்ணுனாங்க. மாப்பள பக்கத்துக்காரங்க எல்லாம் பச்சக்கிளி. பொண்ணு பக்கத்துக்காரங்க எல்லாம் வெள்ளக்கிளி. அப்பிடி வெவரமில்லாத அண்ணந் தங்கச்சிக்குக் கலியாணம் பண்ணுனவங்க தான் இந்த நீங்கப்பா. நா சும்மா சொல்லுவனா.'

இப்படித் தாத்தா சொன்ன பின்னால் அவர்களுக்குப் பேச என்ன இருக்கிறது? ஏதோ கலியாண வேலை இருப்பது போலத் தனித்தனியாக நகர்ந்துவிட்டார்கள். மாரிமுத்து வாயை வைத்துக்கொண்டு சும்மா இருந்திருந்தால் ஆகாதா. தாத்தா காக்காய்க்காரர். அதைச் சுட்டுகிற மாதிரி சொன்னான்.

‘காக்கா கண்ணுருட்டி. வெடியவெடியப் பிய்யுருட்டி. பிய்யுருட்டற ஆளுவ எப்பிடி வேண்ணாலும் பேசுவாங்கங்கறது எங்களுக்குத் தெரியாதா.’

கதை சொல்லிக் கூட்டத்தையே தன்பக்கமாய் வைத்திருந்த தாத்தாவுக்கு மாரிமுத்து எம்மாத்திரம். உற்சாக மிகுதியில் அவன் நெஞ்சில் பெரிய போடாகப் போட்டுவிட்டார்.

‘இதாருடாப்பா... மாரிமுத்து மாப்ள... உன்னோட வார்த்தக்கி இன்னமே உனக்குக் கொமரிவளப் பாத்தா ஆவாதப்பா. பல்லுப் போனது பவுடு விரிஞ்சதுன்னு கெழடு கட்டயத்தாம் பாக்கோனும்.’

மாரிமுத்துவுக்கு முகம் சுண்டிப்போயிற்று. தனக்கு வயதாகி யும் கல்யாணம் ஆகவில்லை என்பதைச் சபையில் வைத்துத் தாத்தா இப்படி அவமானப்படுத்திவிட்டாரே என்றிருந்தது. அதன் காயம் ஆறவேயில்லை. அதறகப்புறம் தனியாகப் பார்த்த போது அவரே கூப்பிட்டுப் பேசினார்.

‘மாப்ளே... கழுத்துப் புண்ணு வலி எருதுக்குத்தாந் தெரியும். கொத்தற காக்காய்க்குத் தெரீமா. அப்பிடிக் காக்காயா இருந்துட்டன். மனசுல வெச்சுக்காத. உனக்குனு ஒருத்தி இருப்பா. எல்லா நல்லா முடியும். கவலப்படாத.’

தன் வயதில் கணக்கில்லாத கல்யாணங்களைச் செய்து வைத்தவர். அவராகக் கூப்பிட்டுப் பேசியதும் மனம் கரைந்து போன மாரிமுத்து அவரிடம் அழுதுவிடுபவனைப் போலச் சொன்னான்.

‘எனக்குனு ஒருத்தி பொறக்கவே இல்லையோன்னு தோணுதுங்க தாத்தா. அப்பிடி எங்காச்சும் பொறந்திருந்தாக் கண்டுபிடிச்சுக் குடுங்களே பாக்கலாம்.’

அவனுடைய பேச்சைக் கேட்டுக் கொஞ்சநேரம் மௌனமாக இருந்தார். நரைத்த கட்டிமீசையை நீவிக்கொண்டார். காதுக் கடுக்கன்கள் அசைய ஒரு முடிவு செய்தவராக ‘நானே வர்றன் மாப்ள’ என்று மட்டும் பூடகமாகச் சொல்லிச் சென்றுவிட்டார்.

●

6

அது நடந்து சில மாதங்கள் ஆன பின்னால் 'சோளத்தட்டு வாங்கப் போலாம் வா' என்று மாரிமுத்துவை ஒரு காட்டுக்குக் கூட்டிச் சென்றார். 'சோளத்தட்டு எனக்கெதுக்குங்க தாத்தா. போன வருசத்துத் தட்டே இன்னம் ழுயாத கெடக்குதுங்களே' என்றான்.

'சோளத்தட்டப் பாக்கறாப்பல பொண்ணையும் பாக்கறதுன்னா கசக்குமா மாப்ள' என்று கூட்டிப் போனார். ஒடக்கான்கூட முட்டை இடாத படுகாடு. எங்கு பார்த்தாலும் கரும்பாறைக் கூட்டம். அதற்கிடையே கையகலம் போல நிலம். அடேங் கப்பா, இந்த நிலத்தைத் திருத்திச் சீராக்க என்ன பாடுபட்டிருப்பார்கள் என்று தோன்றியது. பயிர் இல்லாத கோடைகாலத்திலெல்லாம் நிலத்தைக் கூட்டிக் கூட்டிக் கற்களை அள்ளிக் கொட்டுவதே வேலையாயிருக்கும். ஆனாலும் நிலத்தில் கற்கள் மேலெழும்பி வந்துகொண்டேயிருக்கின்றன.

'பாறைங்களுக்கு எடையில நெலத்தப் பாத்தீங் களா மாப்ள. எவ்வளவு பக்குவமா நெலத்த வெச்சிருக்கறாங்க. இதே மாதிரிதான் பொண்ணை யும் வெச்சிருப்பாங்க பாத்துக்குங்க.'

தாத்தா சொன்னதற்கேற்பவே அந்தப் பெண் நகநகவென நாவல்பழம் போலிருந்தாள். தொட்டால் ஒட்டிக்கொள்ளும் கறுப்பு. சோளத்தட்டு விலை பேசுவது போல அந்தப் பெண்ணின் கையால் மோர் வாங்கிக் குடித்துவிட்டு வந்தான் மாரிமுத்து. மோர்ச் சொம்பை நீட்டும்போது கருவேலங்கிளை போல அருகில் வந்த கைகளைப் பற்றிக்கொள்ள

மனம் பரபரத்தது. இப்படியொரு ஈர்க்கும் கறுப்பை அவன் கண்டதில்லை. தாத்தா சொன்னதற்கேற்ப நல்ல ஏற்பாட்டைத்தான் செய்திருக்கிறார் எனத் திருப்தியாயிருந்தது.

'மாமனார் ஊட்டுக்கு வரும்போது ஒரு கொடம் தண்ணியும் கையோடவே கொண்டாந்தரோனும் மாப்ள. இங்க தண்ணிக் கெணத்தப் பாக்கோனுமின்னா ரண்டு மைல் போவோனும்' என்றெல்லாம் கேலியும் உண்மையுமாகத் தாத்தா சொல்லிக்கொண்டு வந்தார். அங்கே பார்த்த அட்டக்கரிக்காரி அவனுக்கு வாய்க்காமல் போனது ஒரேஒரு சொம்பு மோரினால்தான்.

மாரிமுத்துவைத் திடுமெனக் கூட்டிப்போனது போலவே பெண்ணின் அப்பாவைத் திடுமென மாரிமுத்து வீட்டிற்குக் கூட்டிவந்துவிட்டார். அப்போது மாரிமுத்து இல்லை. அம்மாவும் அம்மாயியும் மட்டும்தான் வீட்டில் இருந்திருக்கிறார்கள். தாத்தா ரொம்ப எதார்த்தமாக 'அடேங்கப்பா. வெயில் தாங்கல. ஒரு சொம்பு மோரு கொண்டா விருமக்கா' என்று அம்மாயியைப் பார்த்துச் சொல்லியிருக்கிறார். அம்மாயி உள்ளே போய் வெகுநேரம் கழித்துச் சொம்புத் தண்ணீரோடு திரும்பி வந்து 'மோரு இப்பத்தான் அவுங்கப்பன் குடிச்சாரு. தீந்து போச்சு' என்றிருக்கிறாள். பெண்ணின் அப்பனுக்கு அப்போதே முகம் இருண்டுவிட்டது. ஒன்றும் சொல்லாமல் தண்ணீரைக் குடித்துவிட்டுப் போனார்கள். அப்புறம் அந்த அப்பன்காரன் சொன்னான், 'உங்கள நம்பி வந்தம் பாருங்க. எம் புத்தியச் செருப்பால அடிக்கோணும். தண்ணிக்குப் பஞ்சம்னாலும் என்னூட்ல மோருக்குப் பஞ்சமில்ல. கட்டுத்தர நெறையா மாடுவ நிக்கிது. ஊட்ல ஒருசொட்டு மோரில்ல. வெறுந்தண்ணியக் கொண்டாந்து நீட்டறாங்க. அந்த ஊட்ல எம்பொண்ணு அர நிமிசங்கூட இருக்க மாட்டாய்யா.'

தாத்தா ரொம்ப நாளுக்குப் பிறகு ஒரு சம்பந்தத்தை ஏற்படுத்த முயன்றார். அதுவும் இப்படி முடிந்துவிட்டது. வீட்டில் இருக்கும் பொம்பளைகள் துளி மோர்கூட இல்லாமலா துடைத்து வைத்திருப்பார்கள்? பால் முழுவதையும் அப்படியே சொசைட்டிக்கு ஊற்றிவிட்டால் அப்புறம் மோர் எப்படியிருக்கும், தயிர் எப்படியிருக்கும்? அப்படிக் காசு சேர்த்து யாருக்குக் கொண்டுபோய்க் கொடுக்கப் போகிறார்கள்?

விவரம் உள்ள பொம்பளைகளாக இருந்தால், வீட்டுக்குப் பின்பக்கமாக ஓடி இரண்டு எலுமிச்சம்பழத்தைப் பறித்து வந்து ஒரு ஜூஸைப் போட்டுக் கொடுத்திருக்கலாம். வீட்டுக்கு வருகிற விருந்தாளிகளை உபசரிப்பது சரியில்லை என்றால், அது

எப்பேர்ப்பட்ட சம்பந்தம் என்றாலும் தலைவைத்துப் படுக்காத வீம்பர்கள். அதற்கப்புறம், புளித்துப் போய் மாட்டுத்தாழியில் எடுத்து ஊற்ற வேண்டியிருந்தாலும் பரவாயில்லை, மோர் எப்போதும் இருக்க வேண்டும் என்று மாரிமுத்து கட்டளை போட்டான். ஆனால் என்ன செய்ய, போனது போனதுதானே.

'அந்தக் கெழவன் பொண்ணு ஊட்டுக்காரனக் கூட்டியாரு வான்னு நாங்க என்ன கெனாவா கண்டம்? வர்றவன் முன்னாடியே ஒரு வார்த்த சொல்லீட்டு வந்திருக்கோணும். ஊடுன்னா சிலது இருக்கும். இல்லாமலும் இருக்கும். அவம்பிள்ளைக்கு எங்காச்சும் பாத்து வெச்சிருப்பான். அங்க கொண்டோயி எறக்கறதுக்கு எங்கமேல குத்தம் சொல்றான். எங்கயோ இருந்துவந்த எடுபட்ட நாயெல்லாம் ஒரு வார்த்த சொல்ல ஆயிருச்சு.'

மாரிமுத்துவின் அம்மாவும் அம்மாயியும் பேசித் திரிந்ததெல்லாம் தாத்தாவின் காதுக்கும் வந்து சேர்ந்தது. எத்தனையோ பேச்சுகளைக் கேட்டிருக்கிறார். இதுவும் ஒரு ரகம். நின்றுகொண்டிருக்கும்போது வேட்டியில் நாயொன்று வந்து மோண்டு வைக்கிறது. வேட்டியை அவிழ்த்து எறிந்தா விடுகிறோம்? அப்படி நினைத்துக்கொண்டார். ஆனால் இன்னொரு சம்பவத்தை அவ்வளவு எளிதாக ஜீரணம் பண்ண முடியவில்லை.

தாத்தாவைப் பொருத்தவரைக்கும் இந்த வேலையில்தான் ஈடுபடுவார் என்று எதையும் கறாராகச் சொல்ல முடியாது. பன்றிவிட்டை பொறுக்கிக் குட்டான் சேர்க்கும் முத்தா, ஒருமுறை தாத்தாவிடம் சொன்னாள்.

'சாமீ... உங்களுக்குப் புண்ணியமாப் போவட்டும். இத யாராச்சும் கேட்டாக் கொஞ்சம் வித்துக் குடுத்திருங்க.'

தாத்தாவுக்குச் சிரிப்பு வந்தது. அப்படியும் விற்றுக் கொடுக்கத்தான் செய்தார். 'நாலு எடத்துக்குப் போறவன்னு நம்மள நம்பி ஒரு வேலையச் சொல்லறாங்க. செஞ்சு குடுத்தா என்ன கொறஞ்சு போயர்றம்' என்பார். சந்தைக்குப் போகும் போது ஆட்டேவாரம் மாட்டேவாரம் ஆகியவற்றில் கொஞ்சம் தலையிடுவார். அதிலே அவருக்கு ஓரளவு வருமானம் உண்டு. அதற்காக அதே வேலையாக இறங்கமாட்டார். தனக்கு வேண்டியவர்கள் யாரேனும் கேட்டால் அவர்களுக்கு ஒத்து வருகிற மாதிரி பார்த்து வாங்கித் தருவார்.

கட்டுத்தரைக் கழிசல்கள் நிறைய விழுந்த சமயம் ஒன்றில், அவற்றை அப்படியே அள்ளியள்ளிக் குப்பையில் கொட்டச் சங்கடமாயிருந்தது. மாரிமுத்து அம்மா, பால்குடி

மறந்த எருமைக்கன்று ஒன்று வாங்கி வந்தால் கழிசல்களைக் கடித்துக்கொண்டு கிடக்கும் என்று சொன்னாள். அதற்காக மாரிமுத்து ஞாயிற்றுச்சந்தைக்குப் போயிருந்தான். அங்கே தாத்தாவைப் பார்த்ததும் அவர் மூலமாகவே வாங்கலாம் என்று நினைத்தான். அவர் அப்போதும் கேலிப் பேச்சை விடவில்லை.

‘என்ன மாப்ள... மாட்டுச் சந்தையில வந்து நோட்டம் உடறீங்க. நாம போறபோக்குக்கு இன்னமே மாட்டுச் சந்தையிலதான் பாக்கோனுமாட்டம் இருக்குது போப்பா.’

‘தாத்தாவுக்கு எப்பவும் வெளையாட்டுத்தான்’ என்று சிரித்துக் கொண்டே எருமைக்கன்று வாங்க வந்ததைச் சொன்னான்.

தாத்தா ரொம்பவும் உற்சாகமாக அவனைக் கூட்டிக்கொண்டு சந்தைக்குள் அலைந்தார். ஒரு கன்றைப் பார்த்தார்கள். மேலெல்லாம் வெள்ளை வெளேர் என்று மயிர்கள் நிறைந்து சடைசடையாய்த் தொங்கியது. வயிறுதான் ஒட்டிப் போய் எலும்புகளெல்லாம் தெரிந்தன. அந்தக் கன்றை வாங்கிக் கொடுத்தார். ‘இது இப்படி இருக்குதேன்னு நெனைக்காத. செரியாப் பால் உடாத வதங்கிப் போய்க் கெடக்குது. நல்ல வர்க்கம். நல்லாத் தீனி தின்னு தண்ணி குடிச்சுச்சின்னா ஆறுமாசத்துல வெள்ள மயிரெல்லாம் கொட்டிப்போயி அப்படியே கருகருன்னு வளந்திரும் பாரு’ என்று சொன்னார். கன்றுக்குட்டியைக் கொண்டுவந்து கட்டுத்தரையில் கட்டியபோது அம்மா சந்தோசப்பட்டாள்.

‘தானாவதித் தாத்தா நம்மளுக்குன்னா ஏப்பசேப்பையாவாப் பாப்பாரு’ என்று பாராட்டிச் சொன்ன வாய் ஒருவாரத்தில் வேறு மாதிரி பேசத் தொடங்கிவிட்டது. கன்று தீனியும் தின்னவில்லை. தண்ணீரும் குடிக்கவில்லை. சாமிமாடு மாதிரி ஆடாமல் அசையாமல் அப்படியே நின்றுகொண்டே இருந்தது. அம்மா சொன்னாள்.

‘தாத்தாவாம் தானாவதி... யாரு ஏமாந்திருப்பாங்க அவங்க தலையில மொளகா அரைக்கலாம்னு பாக்ற நாயி... எந்த ஊட்டுக்குத் தீ வைக்கலாம், எந்த ஊட்டுக்குள்ள கள்ளன உடலாமின்னு யோசன சொல்ற அவனோட பவுசு எனக்குத் தெரியாதா? எங்கிட்டயே வேலயக் காட்டறானா கெழவன்...’

எங்கே அவரைப் பற்றி எந்தப் பேச்சு நடந்தாலும் அவர் காதுக்குப் போய்விடும். காக்கா குருவிகள் எல்லாம் தாத்தாவுக்குப் போய்ச் சேதி சொல்லுமோ என்று சந்தேகம் வரும். அப்போதும் விடிகாலையிலேயே எழுந்து மாரிமுத்துவின் வீட்டுக்கு வந்தார். யாரிடமும் எதுவும் பேசவில்லை. நேரடியாகக் கட்டுத்தரைக்குப்

போய் எருமைக்கன்றைப் பார்த்தார். அதன் வாயைத் திறந்து கை விட்டு நாக்கைத் தடவினார். நாக்கை வெளியே இழுத்துப் பார்த்தார். மூக்கை விரித்து நோட்டம் விட்டார். காட்டுப்பக்கம் போய்த் தழை கொண்டு வந்தார். தேங்காய்த் தொட்டி ஒன்றில் சாறு பிழிந்து கன்றின் வாயில் ஊற்றினார். ஒருவேளைதான் கன்று தீனி எடுக்க ஆரம்பித்துவிட்டது.

'கன்னு புனிச்சிக்கிட்டுச்சு. வேறொன்னுமில்ல. எடம் மாறுனா, தண்ணி மாறுனா நம்மளுக்குச் சேராத போறதில்லயா. அது மாதிரிதானப்பா. புது எடம், புதுத் தண்ணி. கன்னுக்குச் சேரல. காச்ச வந்திடுச்சு' என்று சொன்னவர் தொடர்ந்து யாருக்கோ சொல்வதுபோல் மரத்துக்கிளையைப் பார்த்துக்கொண்டே பேசினார்.

'எதுனாலும் தராதரம் தெரிஞ்சு பேசோணும். சோளத்தக் கொட்டுனா அள்ளலாம். கம்பக் கொட்டுனா அள்ளலாம். அட, அவ்வளவு ஏன் கடுகக் கொட்டுனாக்கூடத் தட்டுத் தடவிப் பொறுக்கி அள்ளீரலாம். வார்த்தயக் கொட்டுனா அள்ள முடியுமா.'

அதற்குப் பிறகு மாரிமுத்துவின் வீட்டுப்பக்கம் காலேற வில்லை. அவனுக்கு ஒரு தேவையை முடித்துவைக்க வேண்டும் என்று மனசுக்குள் விருப்பம் இருந்தது. அந்த எண்ணத்தில் தேடவும் செய்தார். அவர் சக்திக்கு எதுவும் அமையவில்லை. ஒன்றும் இல்லாமல் அங்கே எதற்குப் போவது? மாரிமுத்துவுக்குப் பெண் தேடியதில்தான் இந்தக் காலம் தன்னுடையதில்லை என்னும் உணர்வு அவருக்கு வந்திருந்தது. எல்லாக் காலத்திற்கும் ஆனவனாக ஒருவன் இருக்க முடியாது. காலம் ஆட்களை மாற்றிக்கொண்டே இருக்கிறது. அதற்குத் தேவையில்லாதவர்களைச் சலனமில்லாமல் புறமொதுக்கவும் தேவையானவர்களைப் படிப்படியாக நடுவில் கொண்டுவரவும் தயங்குவதில்லை. அதைக் கண்டுணரவும் ஏற்றுக்கொள்ளவும் முடியாமல் மனிதன்தான் தடுமாறுகிறான். தன் காலம் போனபின்னும் தனக்கு முக்கியத்துவம் இருக்க வேண்டும் என்று எதிர்பார்க்கும் மனிதன் பரிதாபத்திற்குரியவன். தாத்தா வெகுவாக ஜீரணித்துக்கொண்டார்.

மாரிமுத்துவின் கல்யாணப் பிரச்சினைக்குத் தீர்வு காண முடியவில்லை என்றாலும் அவனுக்கு இன்னொரு விதத்தில் உதவுகிற வாய்ப்புக் கிடைத்திருப்பதை எண்ணித்தான் அவர், அந்த அதிகாலையில் வெகுதூரம் நடந்து வந்து சேர்ந்தார்.

●

7

காதுக்குள் ஏதோ வண்டு குடைவது போல உணர்ந்தான் மாரிமுத்து. ஏனோ உடல் அசதி அவனை எழவிடவில்லை. புரண்டு படுத்துப் பார்த்தான். ரீங்காரம் குரலாய்ப் பிரிந்து அவனுக்குப் புரியத் தொடங்கிற்று. குரலின் எடுப்பும் வேகமும் தானாவதித் தாத்தா என்பதை உணர்த்தின. தீப்பிடித்த செய்தியைக் கேட்ட துள்ளலுடன் எழுந்தான். தாத்தா அம்மாயியிடம் பேச்சுக் கொடுத்தபடியிருப்பது தெரிந்தது. இரண்டு கிழங்கள் சேர்ந்துவிட்டால் பேச்சுக்கா பஞ்சம்?

'மவ ஊட்ல உக்கோந்துக்கிட்டுத் தின்னா என்னைக்கிருந்தாலும் ஒரு சொல்லு வராதயா போவும். விருமக்கா மாமம் மச்சன்னமூட்ட போயிச் செத்துப்போனான்னுதானே ஊரு பேசும்.'

'பேசீட்டுப் போவுது போ மாமா. மவ ஊட்ல செத்தா மட்டும் எடுத்துப்போட நாலுசனம் இல்லாதயா போயிரும்.'

'நாலுசனம் எடுத்துப் போட்டாப் போதுமா. நல்ல வார்த்தையும் சொல்லோணுமில்ல.'

'ஆமா. இவுங்க சொல்லித்தான் இன்னமே பொழைக்கப் போறனா. செத்த பொணம் எத்தெருவோ.'

'அப்பிடி உட்ர முடியுமா. மனசனுக்கு மானம் மரியாதைன்னு எதுக்கு வெச்சிருக்கறான்.'

'என்ன மாமா பெரிய மானம். பணமிருந்தா எல்லாச் சொந்தமும் வரும். இல்லாட்டி ஒரு நாயும் சீந்தாது.'

‘எது புரியுதோ புரியலியோ, இத நல்லாத் தெரிஞ்சு வெச்சிருக்கற. போதும் போ.’

அத்தோடு அவர் நிறுத்தவில்லை. அம்மாயிக்குப் புத்தி சொல்லத் தொடங்கிவிட்டார். மாரிமுத்து கதவைத் திறந்தான். வெயில் வந்து பளீரென்று மோதியது. தலையை அசைத்து நிதானப்பட்டான். வாசல்வெளி வேம்பு நிழலில் கட்டில் போட்டு உட்கார்ந்திருந்தார். கதவு திறக்கும் சத்தம் கேட்டதும் சத்தமாகச் சொன்னார்.

‘மாப்ள, கலியாணத்துக்கு முந்தியே இந்தத் தூக்கம் போடறீங்களே. கலியாணமாயிட்டா ஊட்ட உட்டு வெளியவே வரமாட்டீங்களாட்டம் இருக்குது.’

மாரிமுத்துவுக்கு வெட்கமாகப் போய்விட்டது. கலியாணத் தைப் பற்றிப் பேசுகிறார். கலியாண விஷயமாகத்தான் வந்திருப் பார். அவன் மனம் பரபரப்பாயிற்று. வெகுநாளாக வராத விருந்தாளி. விஷயத்தோடு வருகிறார். அவனுக்குக் கொடுத்த வாக்கைக் காப்பாற்றியே தீருவார் போல.

‘வாங்க தாத்தா. ஒரே நிமசத்துல மூஞ்சியக் கழுவிக்கிட்டு வந்தர்றனுங்க.’

முகத்தைச் சோப்புப் போட்டுத் தேய்த்தான். கொஞ்சம் முன்னாலேயே எழுந்திருந்தால் நல்லதொரு குளியலே போட்டுவிட்டுக் களையாகத் தாத்தாவுக்கு முன்னால் போய் நின்றிருக்கலாம். தாத்தா இதை எல்லாம் பார்க்கிறவர் அல்ல. இருந்தாலும் மனம் ஏனோ இப்போதெல்லாம் தோற்றத்தில் ரொம்பவும் கவனம் செலுத்தத் தூண்டுகிறது. தானாவதித் தாத்தா தனக்கொரு பெண்ணைப் பற்றிய சேதியை வைத்திருப்பார் என்னும் எண்ணமே முகம் பற்றி உருவம் பற்றியெல்லாம் கூடுதல் கவனம் கொள்ளச் செய்கிறது. கிட்டத்தட்டக் கூடி வந்திருந்தால் ஒழிய தாத்தா இவ்வளவு தூரம் வரமாட்டார். வந்திருக்கும். இது அமைய வேண்டும். அமைந்துவிடும். ஆறுமாதம் என்பது ஒன்றுமில்லாமல் போகப்போகிறது.

தொடக்கத்தில் அவன் பெண் பார்க்கப் போகும்போதெல்லாம் எந்த அலங்காரமும் செய்துகொள்ளமாட்டான். செய்துகொள்ள வும் தெரியாது. வீட்டில் ஒரு பவுடர் டப்பி இருக்கும். அதுவும் எப்போதோ தேர்க்கடையில் வாங்கி வந்த மட்டப் பவுடர் டப்பி. அவனுடைய தங்கச்சி வரும்போது அடித்துக்கொள்வாள். அதில் துளி போலக் கையில் கொட்டி முகத்தில் பூசிக்கொள்வதோடு அவனுடைய அலங்காரம் முடிந்துவிடும். அதற்குக் கண்ணாடி கூடத் தேவையில்லை. அதற்கப்புறம் கொஞ்சம் கொஞ்சமாக

அலங்காரப் பொருள்களின் எண்ணிக்கை கூடிவிட்டது. நம்பிக்கை குறையக் குறைய அலங்காரம் செய்யும் நேரம் அதிகரித்துக்கொண்டே இருக்கிறதோ என்றும் சிலசமயம் அவனுக்குத் தோன்றுவதுண்டு.

முதன்முதலாகப் பெண் பார்க்கப் போனபோது அவனுக்கு இருபது தொடங்கி ஓரிரு மாதங்களே ஆகியிருந்தன. கத்திரி படாத சாம்பல் மீசை. குப்பன் மகன் இப்போது இருப்பதைப் போல வெட்கமும் கூச்சமும் மிகுந்திருந்தன. அந்தப் பையனைப் போலவேதான் மாரிமுத்துவும் வெடவெடவென்று குச்சி மாதிரி இருப்பான். பெண் பார்க்கப் போகலாம் என்ற சொன்னபோது லேசில் ஒத்துக்கொள்ளவில்லை.

கல்யாணம் வேண்டாம் என்று ரொம்பவும் பிடிவாதம் காட்டினான். மனதில் விருப்பம் இருந்தாலும் வேண்டாம் என்றுதான் சொல்ல வேண்டும் என்று நினைத்தான். இப்போது எல்லாம் மாறி வேண்டும் வேண்டும் என்று கதறினாலும் ஒன்றும் நடப்பதாகக் காணோம். அப்போது அம்மாதான் ரொம்பவும் வற்புறுத்தினாள். ஜாதகக் குறிப்பில் குருபலன் கூடி வந்திருக்கிறது. கண்டிப்பாகப் பெண் பார்க்கப் போயே ஆக வேண்டும் என்று சொல்லிவிட்டாள் அம்மா.

அவன் பார்த்த அந்த முதல் பெண்ணின் முகம் மனதில் அப்படியே இருக்கிறது. பூரிப்பு பொங்கும் கன்னங்கள். குறும்புச் சிரிப்புக் கண்கள். கருவண்டு போல நெகுநெகுவென்று இருந்தாள். அவளை இறுகக் கட்டிக் கன்னத்தில் கன்னம் இழையக் கிடந்தால் எத்தனை நாள் போனாலும் தெரியாது. பருவத்தின் வசீகரம் கூடிய அவள் சாயலில் அவன் முழுவதுமாகத் தன்னை இழந்திருந் தான்.

மிகுந்த சங்கோஜத்தோடு லேசாகத்தான் அவளைப் பார்த்திருந்தான். ஆவாரம்பூக் கொத்துப் போல அப்படியே மனதில் படிந்துவிட்டாள். அவளுடைய பெயரைப் பல நாட்கள் மந்திரம் என உச்சரித்துக்கொண்டிருந்தான். ரோசாமணி. இரண்டு மணியான பெயர்கள் இணைந்த அந்த ஒற்றைப் பெயர் அவளுக்குப் பொருத்தமோ பொருத்தம். இப்படிச் சில பெண்களுக்குத்தான் பெயர்ப்பொருத்தம் தோற்றத்தோடு ஒட்டிக் கொள்கிறது.

ரோசாமணி. அவளை எப்படிக் கூப்பிடுவது? ரோசா என்பதா, மணி எனலாமா? எப்படிக் கூப்பிட்டால் அவளுக்குப் பிடிக்கும்? வீட்டில் அவளுடைய அப்பாவும் அம்மாவும் எப்படிக் கூப்பிடுகிறார்கள்? 'பிள்ள' என்று கூப்பிடுவார்கள். 'பாப்பா'

என்பார்கள். 'அம்மிணி' என்றுகூடச் சொல்லலாம். எந்த அப்பா அம்மா, தம் பெண்ணின் அருமை தெரிந்து வரிசைவைத்துக் கூப்பிடுகிறார்கள். அருமை அறிய எங்கிருந்தாவது ஒருவன் வர வேண்டியதிருக்கிறது.

அதனால் அவனாகவே ஒரு முடிவெடுத்தான். 'ரோசா' என்று கூப்பிட்டால் திறந்த வாய் மூடுவதில்லை. சங்கு அலறுவது போலக் கேட்கிறது. 'மணி' என்பதுதான் அடக்கமாகவும் ஆசையாகவும் கூப்பிட உகந்த பெயர். மனதுக்குள் 'மணி மணி' என்று எத்தனை முறை வேண்டுமானாலும் வேகமாகச் சொல்லிக்கொள்ளலாம். ரொம்பவும் அன்பு பெருகினால் 'ரோசாமணி' என்று சேர்த்து வாய் நிறையக் கூப்பிடலாம்.

மேட்டுக்காட்டுக் கரட்டுப் பாறைகளுக்கு நடுவே போய் நின்றுகொண்டு 'ரோசாமணி' என்று வானம் பார்த்துக் கத்தியிருக்கிறான். மொட்டை வெயிலில் அங்கே இருக்கும் ஊஞ்ச மரத்தடிக் கருஞ்சாமி கோயிலில் உட்கார்ந்துகொண்டு 'ரோசா ரோசா' 'மணிமணி' 'ரோசாமணி' என்று பைத்தியம் போலச் சொல்லிப் புலம்பித் திரிந்தபோது ஆட்டுக்காரப் பையன்கள் வந்து எட்டிப் பார்த்துக் கெக்கலியிட்டுச் சிரித்தார்கள். அதை நினைத்தால் இப்போதும் வெட்கமாக இருக்கிறது. ரோசாமணி அப்படி அவனைக் கிறங்கடித்திருந்தாள்.

அந்தப் பெண்ணை அடிக்கடி அம்மா 'அந்தக் கருப்பி' என்பாள். அம்மா சொல்லும்போது முகம் அருவருப்பில் நெளியும். லட்சணமும் களையுமான அந்த முகத்தை யாராலாவது வெறுக்க முடியும் என்பதே அவனுக்கு அதிசயமாக இருந்தது. அம்மாவும் கறுப்பு. அப்பனும் கறுப்புதான். மாரிமுத்து கொஞ்சம் மாநிறம். யார்தான் செக்கச் செவேல் என்றிருக்கிறார்கள்? அவன் குடும்பம், உறவுகள் எல்லாருமே கறுப்பு. கல்யாணப் பெண் மாத்திரம் சிவப்பாக இருக்க வேண்டுமானால் எப்படி?

ரோசாமணி கறுப்பு என்பது மாரிமுத்துவுக்குப் பிரச்சினை யாகவே இல்லை. தொடத் தொட அவள் கறுப்பு முழுக்கத் தன் மேல் வந்து ஒட்டிக்கொள்வதாகக் கனவு கண்டு சிரித்திருக்கிறான். அவள் அவன்மேல் அப்பிவிட்ட கருமை மறையாமல் இருக்கச் சிலநாட்கள் குளிப்பதையும் தள்ளிப்போட்டான். எப்பேர்ப்பட்ட நாட்கள் அவை.

மாரிமுத்து கண்ணாடிமுன் நின்றிருந்தான். கண்ணாடி அவன் முகத்தைப் பூதாகரமாகக் காட்டியது. துண்டால் முகத்தை அழுந்தத் துடைத்து மீண்டும் பார்த்தான். கன்னங்கள் விடைத்துக் கண்கள் குழிக்குள் கிடந்தன. கண்களைச் சுற்றி மை

தடவிய மாதிரி அழுத்தமான கருவளையம். முகத்தின் தோற்றம் அவனுக்கே பிடிக்கவில்லை. வெகுகாலம் தூக்கம் கெட்டுக் கிடந்த ஒருவனின் வெறிகொண்ட முகம் இப்படித்தான் இருக்கும்.

வேகமாக ஓடி இன்னொருமுறை முகம் முழுவதற்கும் சோப்புப் போட்டு நுரைக்கத் தேய்த்துக் கழுவினான். எதிரே அடித்த வெயிலில் கண்களை விரித்துப் பார்த்துப் பழக்கப் படுத்தினான். மீண்டும் கண்ணாடிக்கு வந்தான். இப்போது முகம் ஓரளவு ஒழுங்கு பெற்றிருந்தது. கண்கள் சற்றே வெளித் தெரிந்தன. மேலே கொஞ்சம் பூச்சுப் போட்டால் இன்னும் வடிவம் பெறும். அதற்கெனவே வாங்கி வைத்திருந்த கிரீம்களைத் தடவி மேலே பவுடர் போட்டான். முகம் பொலிவு கொண்டது. தலையைப் படிய வாரினான். சுருட்டை முடி. கொஞ்சம் தண்ணீர் தெளித்துச் சீவினால்தான் அடங்கும்.

இருபது நாளுக்கு ஒருமுறை முடி வெட்டிக்கொண்டாலும் எப்படியோ மீண்டும் சீக்கிரமாய் வளர்ந்து விடுகிறது. ஓரளவு அடர்ந்துவிட்டால் போதும். தலையே வயதைக் கூட்டிக் காட்டி விடும். அங்கங்கே நரைமயிர்கள் தென்பட்டன. கலைத்துச் சீவி நரைமயிர்கள் மறையும் எனப் பார்த்தான். அவை எதற்கும் மசியாமல் முன்வந்து நின்றன. அவனோடு படித்த பாலுவின் தலை வெண்நுரை போலப் பொங்கிக் கிடந்ததைக் கேட்டபோது சொன்னான், ‘தல மயிரு மட்டுமில்ல, நெஞ்சு முடி குஞ்சு முடி எல்லாம் நரச்சுப் போச்சுடா.’

அவனை மாதிரி நான்கு குழந்தைகளுக்கு அப்பனாகியிருந்தால் எல்லாம் சாதாரணமாகப் போயிருக்கும்.

‘அந்தக் காலத்துல கல்யாணமுன்னா இப்ப மாதிரியா. ஒரு பொண்ண முடிவு பண்ணோணுமின்னா ஒரு புதுச்செருப்பே தேயற வரைக்கும் நடக்கோணும். செருப்புன்னா சாதாரணச் செருப்பில்ல, மொண்டியான் இரும்பு ஆசு வெச்சுத் தெப்பானே அப்பிடிச் செருப்பு பாத்துக்கோ.’

‘இரும்பு ஆசு வெச்சுச் செருப்புத் தெக்கறது உண்டா மாமா.’

அம்மாயிக்கும் தாத்தாவுக்கும் பேச்சு சுவாரஸ்யம் கூடி விட்டது. பேச்சு கல்யாணம் பற்றித்தான் இருக்கிறது. அதுவே மாரிமுத்துவுக்குத் திருப்தி தந்தது.

‘என்ன விருமக்கா அப்பிடிக் கேட்டுட்ட, தம்பியான் கதையில நீ கேட்டதில்ல. தம்பியான், ஒன்னுன்னா ஒன்னுங்கத் தெரியாது, ஓலகண்டா வாசிக்கத் தெரியாது. அந்த மங்கு மாச்சாமிக்கு அவனோட பங்காளிவ என்ன பண்ணுனாங்க? இரும்பு ஆசு

வெச்சுச் செருப்புத் தெச்சுக் குடுத்திட்டாங்க. அந்தச் செருப்புத் தேஞ்சாத்தான் கலியாணம்னு சொல்லீட்டானுங்க. அந்த வெகுளிக்கு என்ன தெரீம். ஆடுமாடு மேய்க்கறப்பப் பாறையில செருப்பப் போட்டுத் தேய்க்கறது. ஆனாத் தேஞ்சாத்தான. அப்புறம் கலியாணம் எங்க நடக்கும்...'

தாத்தா சொல்கிற கதையிலும்கூடக் கல்யாணம்தான். இந்தமுறை முடிவெட்டும்போது லேசாகச் சாயம் போடச் சொல்ல வேண்டும் என்று நினைத்தான். நடுப்பகுதியில் இருந்த சுருட்டைமுடிக் கற்றையைக் கலைத்து முன்னால் இழுத்துவிட்டு நெற்றிக்கு மேலேறும் வழுக்கையை மறைத்துவிட முயன்றான். அந்த ரோசாமணியே அமைந்திருந்தால் இப்படியெல்லாம் கஷ்டப்பட நேர்ந்திருக்குமா என்று ஒருகணம் தோன்றியது.

அவளுடைய கறுப்புக்காக அவள் அப்பன் ஐம்பது பவுனும் ஐம்பதாயிரம் ரூபாயும் தருவதாகச் சொன்னான். அம்மாவுக்கு அது போதவில்லை. கறுப்புப் பெண்ணுக்காகத் தன் மகனையே உருக்கிக் கொடுக்கப் போவதாக நினைப்பு. மகனுக்குப் பெரிய வண்டி ஒன்று வாங்கித் தரவேண்டும் என்று கேட்டாள். பெண்ணின் அப்பா மறுக்கவில்லை. கல்யாணம் முடிந்த ஒரு வருடத்திற்குள் வாங்கித் தந்துவிடுவதாக உறுதி சொன்னார். ஐம்பது பவுன் ஐம்பதாயிரம் தரும் ஒருவர் சொன்ன வாக்கைக் காப்பாற்றாமல் இருப்பாரா?

அம்மாதான் கல்யாணம் முடிந்த மறுநாளே மகனும் மருமகளும் ஜோடியாக வண்டியில் ஏறிப் புதுப்பொலிவோடு பயணம் போகும் அழகைக் கண்குளிரக் காண வேண்டும் என்று ஆசைப்பட்டவள் மாதிரி, வண்டிக்கு அடம் பிடித்தாள். எல்லாம் கூடிவந்த வேளை. வண்டியால் கல்யாணம் நின்றுபோனது. யார்யாரோ சொல்லிப் பார்த்தார்கள். தன் கவுரவம் குலைந்து விடும் தோரணையில் அம்மா வண்டியின் பக்கமே நின்றுவிட்டாள். அவன் பக்கம் திரும்பவேயில்லை. அப்போது அவனை ஒரு மயிராகக்கூட மதிக்கவில்லை. வாய் திறந்து பேசக் கூச்சம் கொண்டிருந்த விடலை மாரிமுத்து. கல்யாணப் பேச்சு எதிலும் அவனுக்குப் பங்கேயில்லை. ரோசாமணி அவனுக்கு இல்லை என்றானதும் 'அந்தக் கறுப்பி இல்லைனா ஊருல பொண்ணா இல்ல' என்று அம்மா முழங்கிக்கொண்டிருந்தாள்.

இப்போது மாதிரியிருந்தால் 'மூடிக்கிட்டுச் சும்மா கெட' என்று அம்மாவை எத்திவிட்டு ரோசாமணியைக் கொண்டு வந்திருப்பான். அப்போது வாயிருந்தும் ஊமை. பேச வேண்டிய தருணத்தில் பேச முடியாமல் போவதன் வேதனை வாழ்நாள் முழுக்கத் தொடர்கிறது. பத்துப் பன்னிரண்டு வருசத்திற்குள்ளாக

எவ்வளவோ மாற்றம். ஐம்பது பவுனும் ஐம்பதாயிரமுமா. இப்போது நினைத்தே பார்க்கமுடியாது. ஏதாவது கொடுத்துக் கட்டிக்கொள்ளலாம் என்றாலும் பெண் கிடையாது.

ரோசாமணி இல்லை என்றதும் மாரிமுத்து நொறுங்கிப் போனான். அவள்மீது அவனுக்கு அளவற்ற காதல் கூடியிருந்தது. அவளை வைத்து எத்தனையோ கற்பனைகள் செய்திருந்தான். அவளோடு சேர்ந்து பறந்து திரிந்த கனவுகளை என்ன செய்வது என்று தெரியவில்லை. தன் படுக்கையில் அவளுக்கெனக் கொடுத்திருந்த முக்கால் பங்கு இடத்தை எதைக் கொண்டு நிரப்புவது? தான் தனியாக இருப்பதையே வெகுநாட்கள் அவனால் ஒத்துக்கொள்ள முடியவில்லை. இரவுகளில் ரகசியமாக அழுதான். யாருமற்ற காட்டுவெளியில் வாய்விட்டுக் கதறினான். லேசாக வளர்ந்த தாடியை அப்படியே விட்டுவிட்டான். வழக்கத்தைவிட ஒருசொப்பு கள் அதிகம் குடித்தான். அந்த வயதில் ரோசாமணி கிடைத்திருந்தால் வாழ்க்கையே நுரைத்த கள்ளின் நறுமணமென மாறியிருக்கும். அவளை நினைத்துவிட்டால் அம்மாவின் மேல் கொடூரமான கோபம் மிகுவதைத் தவிர்க்க முடியவில்லை. அந்த அதிசய வண்டி ஒன்றை அவனால் வாங்கியிருக்க முடியாதா? வண்டி வந்திருந்தால் கறுப்பு மறைந்திருக்குமா? ‘போடி நீயும் உன் வண்டியும்’ என்று அம்மாவைத் தூக்கியெறிந்துவிட்டு ரோசாமணி பின்னால் போக முடியாத இயலாமை இன்னும் தகிக்கிறது.

அவளுக்குப்பின் எத்தனையோ பெண்களைப் பார்த்து விட்டான். எல்லாம் கணநேர மாயை. கண்ணுக்குள் வாங்கிக் கொள்வதற்குள் கலைந்து போய்விட்ட புகை உருவங்கள். ரோசாமணி அவனுடைய முதல்பெண். முதல் பெண்ணுக்குரிய இடம், ஒருவனின் மனவெளி முழுவதும்தான். பின்னர் போய்ப் பார்த்த எந்தப் பெண்ணையும்கூட அவன் மறுத்ததில்லை. ஏதேதோ காரணங்களால் எல்லாம் தட்டிப்போயின. இப்போதைய அவனுடைய கொள்கை ஒன்றே ஒன்றுதான். அது அவனுடைய பாட்டன் அவனுக்குச் சொல்லிவைத்தது.

‘எல்லாப் பொம்பளையும் ஒரே மாதிரிதாண்டா. அப்பிடி இப்பிடின்னு யோசிக்காத. வத்தலோ தொத்தலோ ஒரு பொத்தலு இருந்தாப் போதும்டா.’

அப்போது கேட்கக் கஷ்டமாக இருந்தது மாரிமுத்துவுக்கு.

●

8

மீசையை ஒழுங்குபடுத்தும்போது இடது மூக்குத் துவாரத்தின் முன் ஒற்றைமுடி நரைத்து மேலே துருத்திக்கொண்டு எட்டிப் பார்த்தது. மீசையை அழுந்த நீவி அந்த மயிரை உள்ளே மறைக்கப் பார்த்தான். ஆட்டுக் கிடாயின் பிடரிச் சிலிர்ப்பாய் அது அடங்காமல் மேலேயே எகிறி நின்றது. அவசரமாகக் கத்திரியைத் தேடினான். எடுத்து அந்த முடியை வேர்வரை ஒட்ட நறுக்கினான். பதற்றம் தணிந்து பெருமூச்சு வந்தது. எல்லாம் சரியாகிவிட்ட திருப்தி. ஒன்றிரண்டு நரைமுடிகள் தெரியும்போது இந்த உத்தி பலிக்கும். நிறைய வந்து விட்டால்? இன்னும் ஆறே மாதம். அதற்குள்ளா நிறைந்துவிடும்?

'பொம்பளைங்ககூட வெகுசீக்கரத்துல வெளியே வந்திருவாங்களாட்டம் இருக்குது. மாப்ள அப்படி என்னதாம் பண்ணிக்கிட்டு இருக்கறாரு?'

'இதோ வந்துட்டங்க தாத்தா.'

சட்டை ஒன்றைப் போட்டுக்கொண்டு வெளியே வந்தான். அதிகாலை வெயில் எல்லாவற்றையும் புத்தம் புதிதாகத் துலக்கிக் காட்டியது. வெளிர் மஞ்சளில் இருந்த தன் சட்டை பொருத்தமாக அமைந்துவிட்டதாகக் கருதினான்.

'அடேங்கப்பா. மாப்ளயப் பாத்தா எனக்கொரு பொண்ணு இல்லாத போச்சேனு வருத்தமா இருக்குது போ' என்று சொல்லிக்கொண்டே எழுந்தார். 'அப்பிடித் தோட்டத்துப் பக்கம் போவமா' என்று நடந்தார். தலையில் துண்டை

உருமாலாகக் கட்டிக்கொண்டு வெயில் மண்டையில் படாமல் தடுத்திருந்தார். சுருங்கிப்போன அவர் முதுகின் பரப்பு அவரது வயதைக் காட்டியது. அவருக்குப் பின்னால் பேசாமல் நடந்தான் மாரிமுத்து. பெண் விஷயமாக எத்தனையோ இடங்களுக்குப் போன அனுபவத்தில் எப்போதும் தானாக எதையும் பேசத் தொடங்கக்கூடாது என்னும் படிமானம் அவனுக்கு வந்திருந்தது. தென்னைக் கூட்டத்துக்குள் நுழைந்ததும் 'அப்பாடா' என்று உருமாலை அவிழ்த்தார். மரங்களை அண்ணாந்து பார்த்தார்.

'ஒரு அம்பது மரம் இருக்குமா மாப்ள' என்றார்.

'அறுபத்தியேழு இருக்குதுங்க தாத்தா' என்றவன், நிழல் அடர்ந்த பகுதியில் சற்றே மேடான வரப்பில் போட்டிருந்த பலகைக்கல்லை அவருக்குக் காட்டினான். கீழே காலை நீட்டியபடி உட்கார அது அவருக்கு வசதியாக இருந்தது. எதிர்த்தாற் போலிருந்த இன்னொரு கல்லில் உட்காரப் போனவன், 'எளநி போடட்டுங்களா தாத்தா' என்றான்.

'கொஞ்சம் எளப்பாறிக்கிட்டுக் குடிக்கலாம் இரு' என்றார்.

அவரின் நிதானம் அவனுக்குப் பிடித்திருந்தது.

'தேங்கா குத்தகைக்கு உட்டிருக்கிறீங்களா.'

'இதப்போயி என்னன்னு தாத்தா குத்தகைக்கு உடறது. நாங்களே புட்டுப் போட்டுருவம். குப்பன் நம்ம பண்ணயத்துலதான் இருக்கறான். அவன் மட்டை புட்டுருவான். நான் சந்தைக்குக் கொண்டோயிருவன்.'

'கணக்குவழக்கெல்லாம் உன்னோட சேத்தித்தான.'

'தாத்தாவுக்குத் தெரியாத மாதிரி கேக்கறீங்களே.'

தாத்தா அவனைப் பார்த்துச் சிரித்துவிட்டு மடியிலிருந்து புகையிலைத் துண்டு ஒன்றை எடுத்து வாயில் போட்டு அடக்கிக் கொண்டார்.

'கையில இருப்பு எவ்வளவு வெச்சிருப்பீங்க.'

'எதோ இருக்குதுங்க தாத்தா. வவுத்துப்பாடு வராதுங்க.'

'அடேங்கப்பா. வெளியில வருதான்னு பாரு.'

பாராட்டுப் போலச் சொன்னவர், 'மரத்துக்குத் தண்ணி பத்திக்குதா' என்றார்.

'மரத்துக்குப் பிரச்சனையில்லீங்க. காச்ச காலத்துல வேற வெள்ளாம ஒன்னும் வெக்க முடியாதுங்க.'

‘இப்பதான் ஊட்டுக்கொரு போர்வண்டி நிக்கிதே. ஒன்னு போட்றதுதான.’

‘தண்ணி வாட்டம் இருக்கோனுமில்லீங்க. நாலஞ்சு எடத்துல பாத்தம். ஒன்னும் திருப்தியா இல்லீங்க. கெணத்துலயே சைடுபோர் எதுனாப் போடலாமின்னுப் பாக்கறன்.’

‘ஆமா. எதுனாப் பண்ணோணும். நெலத்தக் கொறையாவா போடறது’ என்று சொல்லிட்டு அவன் முகத்தைப் பார்த்தார். பெண் பற்றிய பேச்சை எடுக்காமல் கிழவர் வேறு ஏதேதோ கதைகள் பேசிக்கொண்டிருப்பதில் அவன் லேசாக எரிச்சல் அடைந்திருந்தான்.

‘நல்ல குடியானவன் நெலத்தக் கொறையாப் போடறதுக்கு எப்பவும் ஒத்துக்கமாட்டான். நெலம்ங்கறது சீதேவி. சீதேவிய மூளியாப் பாக்கறதுக்கு எவனாச்சும் நெனப்பானா? எங்கப்பா காலத்துல பாத்தீனா, நெலத்துல ஒரு கையகலத்தக்கூடச் சும்மா உடமாட்டாரு. அந்த எடத்துல நாலு வெதயப் போட்டா காக்கா குருவிங்க திங்கும். எலி பெருக்கான்னு எதுக்காச்சும் ஆவும் அப்டீம்பாரு. இப்ப அப்பிடி யாரு நெனைக்கறாங்க. நெலத்தவிட மனசனுக்குக் கவுருத்துதான் பெருசாப் போச்சு.’

எதற்கு இதையெல்லாம் பேசுகிறார் என்று அவனுக்குப் புரியவில்லை. கிழடுகள் ஒரு விஷயத்திற்கு நேரடியாக வருவதே யில்லை. மாரிமுத்து நெளிந்தான்.

‘என்னங்க தாத்தா, எதாச்சும் நல்ல விசயத்தப் பேசுவீங்கன்னு பாத்தன். நெலம் கிலம்னு என்னமோ சொல்லிக்கிட்டு இருக்கறீங்க.’

தாத்தா உடனே வாய்விட்டுச் சிரித்தார். அவர் பற்கள் காவி படிந்து தெரிந்தன.

‘என்ன மாப்ள. . . நெலத்தச் சீதேவின்னு சொன்னன். புரியலியா பொண்ணப் பத்தித்தான் பேசிக்கிட்டிருக்கறன்.’

‘எனக்கு அதெல்லாம் புரியாதுங்க தாத்தா. நேராவே சொல்லுங்க.’

‘மாப்ள, நீங்க எங்கிட்ட அதத்தான் எதிர்பாப்பீங்கன்னு எனக்குத் தெரியும். அததுக்கு ஒரு நேரம் வந்தா அதது தானா நடக்கும். எங்கையில இருக்குதா, உங்க கையில இருக்குதா. உனக்குச் சீக்கரம் ஒரு முடிச்சுக்கு ஏற்பாடு பண்ணோனுமின்னுதான் எனக்கும் ஆச. எங்கயப்பா முடியுது. அந்தக் காலமாட்டவா இப்ப இருக்குது. எந்தப் பக்கம் போனாலும் எடமொடக்குத்தான். என்ன செய்யறது.’

அவன் மனதில் அவநம்பிக்கை கூடிவிட்டது. இனிமேல் அவர் எதைப் பற்றிப் பேசினால் என்ன? அவர் குரலைக் கேட்ட போதிருந்த ஆவல் முழுக்க வடிந்து மனம் வற்றிப்போனது. இனித் தாத்தாவை நம்பிப் பயனில்லை.

'காலம் இப்பிடி ஆவுமுன்னு யாரு எதிர்பாத்தா மாப்ள. எங்க ஊரையே எடுத்துக்கவே. கல்யாண வயசுல தண்டுவப் பசங்க இரவத்திரண்டு பேரு இருக்கறானுவ. பொண்ணுங்க எத்தன பேரு இருப்பாங்கன்னு நெனக்கற?'

அவன் அவர் கண்களைப் பார்த்தான். தலையை ஆட்டி உதட்டைப் பிதுக்கிக்கொண்டே சொன்னார்.

'வெறு நாலே பொண்ணுங்க. அதிலயும் ஒன்னு இப்பத்தான் மாப்ள. உங்க ஊர்லயே கணக்குப் போட்டுப் பாரு. எத்தன வருதுன்னு.'

மனதுக்குள்ளேயே கணக்கைத் தொடங்கினான் மாரி முத்து. கல்யாணமாகாமல் இருப்பவர்களில் வயதால் மூத்தவன் அவன்தான். ஆக, அவன் முதல். சேலாங்காட்டில், அண்ணன், தம்பி இரண்டுபேர்; அண்ணன்காரனுக்குத் தலை முழுவழுக்கையாகிவிட்டது. இனிமேல் அவனுக்குப் பெண் கிடைக்கப்போவதில்லை என்று முடிவுசெய்து தம்பிக்கு மட்டும் பார்த்துக்கொண்டிருக்கிறார்கள். வில்லையூட்டுக்காரர் வீட்டில் ஒருவன்; அவன் லாரிக்குப் போகிறான். அவனுக்கு எய்ட்ஸ் இருப்பதாக ஒரு பேச்சு கிளம்பிப்போய், பெண் பார்க்கும் வீடுகளில் எல்லாம் அவனுக்கு முன் நின்றுகொள்கிறது. 'எந்த நாய் சொல்லிச்சு. என்னோட ரத்தத்த எங்க வந்து வேண்ணாலும் டெஸ்ட் பண்ணிக்கறன் நான்' என்று அவன் வீராவேசம் கொண்டு பேசுகிறான். ஆனாலும் அமையவில்லை.

சோடாக்காரப் பெருமாள் வீட்டுப் பையன்; அவன் விலுவிலு வென்று எலும்புக்கூடு போகிற மாதிரி சைக்கிளில் போவான். சைக்கிள் நிறைய சோடாப்பாட்டில் பெட்டிகள். அவன் உடம்புக் குள் இத்தனை சமுத்தா என்று தோன்றும். ஏர்க்காரன் மகன் ஒருவன்; அவன் ரிக்வண்டி ஒன்றில் கூட்டாக இருக்கிறான். வடநாட்டுப் பக்கம் போனால் ஆறுமாதம் கழித்துத்தான் வருவான். வண்டியைப் பார்க்க ஆள் இருக்கிறது. மேற்பார்வைதான் அவன். ஹோட்டலில் அறை போட்டுப் பீர் குடிப்பது, வயிறு முட்டக் கறியாகத் தின்பது, இதே வேலைதான். முதல்முறை திரும்பி வரும்போது எண்பது கிலோ எடையாக வந்தான். ஊரில் யாருக்குமே அவனை அடையாளம் தெரியவில்லை. கன்னச்

சதைகள் கண்களை மூடிவிட்டன. பெண் கிடைக்கவில்லை என்று இப்போது எடையைத் குறைத்துக்கொண்டிருக்கிறான்.

இப்படியே கூட்டினால்... கணக்குப் போய்க்கொண்டே இருக்கிறது. இருபதைத் தாண்டும். பெண்களைச் சட்டென்று சொல்லிவிடலாம். வெறும் மூன்றே மூன்று. சீத்தான் வீட்டில் ஒன்று. மாரிமுத்து கட்டுகிற முறையில்லை அது. அமாவாசையன் மகள் இன்னொருத்தி. வெளியூரில் பணம் கொழுத்த பெரியரிக் முதலாளிகள் படையெடுத்துக்கொண்டிருக்கிறார்கள். அமாவாசையன் இருபதுக்குக் குறையாமல் பவுன் போடும் பசை உள்ளவன். உள்ளூர் என்றாலே அவனுக்குக் கசக்கிறது. பரட்டையான் மகள் அடுத்தவள். அவர்கள் வேறுதான். கட்டுகிற முறை. ஆனால் மாரிமுத்துவின் அம்மாவும் பரட்டையான் மனைவியும் பங்காளிமுறை. அப்புறம் எந்த வாயைக் கொண்டு கேட்பது?

இத்தனை நாளும் இந்தக் கணக்கு தனக்குள் வராமல் இருந்தது எப்படி என்று யோசித்தான். சில நாட்களுக்கு முன்னர் வந்த கனவு இந்தக் கணக்கிலிருந்துதானா? கனவுக்கு விளக்கம் சொல்லத்தான் தாத்தா வந்திருக்கிறார். மாரிமுத்து சோர்ந்து போனான். காலை வெயிலைத் தாங்க முடியாமல் கண்கள் சுழன்று மயக்கம் தந்தன. தாத்தா பேசிக்கொண்டிருந்தார்.

'எங்க மாப்ள உருப்படுவம்? மொதக்கொழந்த பையனாப் பொறந்திட்டாப் போதும். அத்தோட நிறுத்தீர்றோம். ஒன்னே ஒன்னு கண்ணே கண்ணுன்னு. தப்பித்தவறி மொதல்ல பிள்ள பொறந்திட்டாத்தான் ரண்டாவது கொழந்தக்கி வெச்சிருக்கறோம். அது பையனாப் பொறந்தாச் சரி. இல்லீனாப் போச்சு. இப்பத்தான் அஞ்சு மாசம் ஆன பொறவும் போயிப் பிள்ளயா பையனான்னு பாத்துக் கலச்சுப்புட்டு வந்தர்ராங்களே. இப்பச் சொல்லு, உருப்படுவமா?'

எல்லாரும் எப்படியோ போய்த் தொலையட்டும். ஒரே ஒரு பெண்ணைத் தனக்குக் கொடுத்துவிட்டால் அதற்குப்பின் யார் என்னவானால் என்ன? அதற்கு எந்த வழியையும் காணோம். யாரையோ காப்பாற்றப் போகிறதாம் கிழடு. மாரிமுத்துவுக்கு அதற்குமேல் நிலைகொள்ளவில்லை. கையை நீட்டி மூளி முறித்தபடி எழுந்தான். இளநீர் வெட்டத் தோது பார்ப்பவன் போல மரங்களை அண்ணாந்து பார்த்தான். அவனுடைய ஆர்வமின்மையை மாற்றத் தாத்தா பேச்சைத் திருப்பினார்.

'உனக்குப் பாக்கற வேலய உட்டுட்டன்னு நெனக்காத. பாத்துக்கிட்டுத்தான் இருக்கறன். சீக்கரமா நல்ல சேதியோட

வர்றன். கவலப்படாத. இப்ப நா உங்கிட்ட வந்தது வேறொரு சோலியா. அதச் சொல்றன். அதுக்கு முன்னாடி எளநி வெட்டிக் கிட்டுத்தான் வா. உன்னோட ஆசய ஏங் கெடுப்பானேன்.'

அவனுக்குச் சுவாரஸ்யம் கொடுக்கற மாதிரி வேறு என்ன விஷயத்தை அவரால் பேசிவிட முடியும். எதுவாக இருந்தாலும் உப்புச்சப்பற்றதுதான். எத்தனையோ வருச அனுபவம் இருந்தும் மாரிமுத்துவின் மனம்கொள்ளும் வகையில் பேசித் தன் எண்ணத்தை அவரால் நிறைவேற்றிக்கொள்ள முடியவில்லை. எந்தச் சோலியாக இருந்தாலும் அதன்மீது எந்த விருப்பமும் இல்லாமல், குட்டையாக இருந்த மரமொன்றைத் தேர்வு செய்து அதை நோக்கி இளநீர்வெட்டப் போனான் மாரிமுத்து. மரத்தின் கழுத்து முழுக்கச் செவ்விளநீர்க் குலைகள். கால்கயிறு இல்லாமல் கையைக் கொடுத்து, நாலே எட்டில் மேலேறிவிட்டான். திருகிப் பறித்த இளநீர்க் காய்களை வாய்க்கால் மண் இளகிக் கிடந்த பகுதியாகப் பார்த்து மெதுவாகப் போட்டான். சரசரவென்று இறங்கினான். தேங்காய்க் குவியல் கொட்டிக் கிடந்த இடத்தில் அரிவாள் இருந்தது. எடுத்து வந்து காய்களைச் சீவினான். அதுவரை அவன் வேலைகளைப் பார்த்துக்கொண்டிருந்த தாத்தா, திருப்தியான புன்னகையோடு தலையாட்டியபடி அவன் கொடுத்த இளநீரை வாங்கினார்.

'மாப்ள. . . தித்திப்பு எளநியா?'

'என்னங்க தாத்தா, அப்படிக் கேக்கறீங்க. தேன் மாதிரி இருக்கும் பாருங்க. இந்த அரவத்தியேழு மரத்துல எது தித்திப்பு, எது உப்பு, எது தோடு மெலுசு, எது மட்ட தடுசு எல்லாம் எனக்குத் தெரியும் தாத்தா. என்னயச் சோக்குப் பண்ணிக்கிட்டுத் திரியற ஆளுன்னு நெனச்சீங்களா?'

'அடேங்கப்பா. வேலய எல்லாம் சீராச் செய்ற மாப்ள. உன்னோட வயசுக்கு மரத்துல நாலெட்டு ஏர்ற பசங்க எங்க இருக்கறாங்க.'

தாத்தாவின் பாராட்டு அவனுக்குச் சந்தோசமாக இருந்தது. ஆனாலும் 'உன்னோட வயசு' என்று அவர் குறிப்பிட்டது பிடிக்க வில்லை. இந்தச் சந்தர்ப்பத்தைப் பயன்படுத்திக்கொள்வதில் தாத்தா முனைப்புக் காட்டினார். இளநீரின் தித்திப்பை அனுபவித்தபடியே சொன்னார்.

'இப்பிடி அருமையாக் காய்க்கிறதுக்குக் காரணம் உன்னோட நெலமும் கெணத்துத் தண்ணியுந்தான் மாப்ள. இப்பேர்ப்பட்ட நெலத்தக் கொறையாப் போடணும்னு சொன்னாக் கேப்பயா.'

‘இத எதுக்கு தாத்தா கொறையாப் போடோணும்.’

‘அப்பறம், இதோட நல்ல மண்ணா வாய்ச்சிருக்கற செம்மண் காட்ட மட்டும் கொறையாவே போட்டு வச்சிருக்கறீங்க.’

தாத்தா வந்த விசயம் விளங்கிவிட்டது. உள்ளூரிலிருந்து ஐந்தாவது மைல் தள்ளித் தாத்தா காதுவரைக்கும் இந்தப் பிரச்சினை யார் மூலமாகப் போயிருக்கும்? சித்தப்பா வீட்டில் இந்த நிலப்பிரச்சினையில் அக்கறை காட்டுபவர் யார்?

‘பெரீவங்க காலத்துல எதோ சின்ன சின்னப் பிரச்சினையில கொற போட்டு வெச்சிட்டாங்க. அது மசக்காலம். என்ன எளவு தெரிஞ்சது. இப்பத்த காலத்திலயுமா அப்படியே உட்டு வெக்கறது. நீங்கல்லாம் தலையெடுத்து இப்ப உங்க கைலதான் பொறுப்பெல்லாம் இருக்குது. இனிமேலாச்சும் இதுக்கு ஒரு தீர்வு வர வேண்டாமா.’

மாரிமுத்துவுக்குத் தாத்தாவின் மேலிருந்த எரிச்சல், இந்த நிலப்பிரச்சினையால் மேலும் அதிகமாயிற்று. அவன் குரலில் தேள்கடியின் கடுப்பு ஏறிற்று.

‘அது கெடக்கட்டும் தாத்தா. நெலம் எங்க ஓடியா போயிருது. எங்க தாத்தாவுக்கும் பாட்டிக்கும் செஞ்ச கொடுமைக்கு அது தானே சாட்சி. அது தீந்திடுச்சுனா எல்லாம் மறந்துபோயிரும். அவங்களோட போட்டிருக்கற தொலவு அப்பிடியே இருக்கட்டும்.’

மாரிமுத்துவின் முட்டுக்கட்டையை முறிக்கத் தாத்தா தந்திரம் செய்தார்.

‘சித்தப்பமூட்டோட தொலவ வெலக்கச் சொல்லல மாப்ள. அதுபாட்டுக்கு இருக்கட்டும். நீ போய்ச் சேர்றமின்னு சொன்னாலும் உங்க பாட்டி ஒத்துக்க மாட்டா. ஒறவு கெடக்குது ஒருபக்கம். நெலத்தப் பாரு. இன்னிக்கி அந்த எடத்துக்கு என்ன மதிப்புன்னு உனக்குத் தெரியும். அப்பேர்ப்பட்ட நெலத்தச் சும்மா எதுக்குப் போட்டு வெக்கறது? ஒடக்கான் மொட்டு வெக்காத பாங்காட்டுக்கெல்லாம் இன்னெக்கு ஏகப்பட்ட கெராக்கி. எம் வயசுல பணத்த வெச்சு நெலத்த மதிப்புப் போடறத இப்பத்தான் பாக்கறன். இந்த நெலத்துல நல்ல மண்ணு. சோளம் நல்லா வெளையும். கம்பு நல்லா வெளையும். மழ காலத்துக்குச் சேடையோட்டி வயலடிக்கலாம். நெலம் குழி குண்டு இல்லாத திருத்தமா இருக்குது. இப்பிடியெல்லாம் பாத்து மதிப்புப் போடுவாங்க. பாத்திருக்கறன். இப்பவெல்லாம் நெலம் ரோட்டுக்குப் பக்கத்துல இருக்குதா. பஸ்சு கிட்ட நிக்குமா. மன போட்டா விக்குமா? இப்பிடியெல்லாமில்ல பாக்கறாங்க. . .’

தாத்தாவை இடைமறித்துப் பேசினான்.

'அந்த நெலம் இப்ப நல்ல வெலைக்கிப் போவுந்தான் தாத்தா. ஆனா யாரிப்ப அத விக்கறா. கெடக்கட்டும். பாட்டி காலத்துக்கு அப்பறம் அந்தப் பிரச்சினையப் பேசிக்கலாம்.'

தாத்தாவும் விடவில்லை.

'பாட்டிகிட்டக் கலந்துக்கிட்டே சொல்லு. பூவாயி அந்த நெலத்துல இருந்து பாடுபட்டுப் பாத்தவ. இப்பிடி முள்ளு மண்டிக் கெடக்கறது அவளுக்குப் புடிக்காது. என்னமோப்பா, உன்னோட சித்தப்பன் பையன் கடைசியான் இருக்கறானல்ல, செலுவராசு. அவந்தான் எங்கட்ட வந்து கேட்டான். எங்க ஊருக்கு ஒரு கலியாணத்துக்கு வந்திருந்தான். அப்பப் பேச்சோட, நாங்களும் மூனு பேரு இருக்கறம். வேலக்கி நெலம் வேண்டாமா, மாரிமுத்து அண்ணன் ஒருத்தருதான். அவருக்கு இது தேவையில்லாதகூட இருக்கலாம். ஆனா எங்களுக்கு வேணும். நீங்க சொன்னா மாரிமுத்து அண்ணன் தட்டமாட்டாரு. பேசிப் பாருங்கன்னு சொன்னான். அதான் நம்பிக்கையா நானும் வந்தன்...'

தான் வந்தும் காரியம் நடக்கவில்லை என்றால் தனக்கு என்ன மதிப்பிருக்கிறது என்னும் உள்ளர்த்தம் அவர் பேச்சுக்குள் ஓடியது. அது மாரிமுத்துவைச் சங்கடப்படுத்தியது.

'பாட்டிகிட்டப் பேசிட்டு உங்கள நானே வந்து பாக்கறன் தாத்தா. செலுவராசுதான் எங்க கண்டாலும் எங்கிட்டப் பேசுவான். அவனோட மூஞ்சிக்கும் பாக்க வேண்டி இருக்குது. எதோ நெலப் பிரச்சினையாச்சும் தீரட்டும்' என்று பெருமூச்சு விட்டான் மாரிமுத்து. இந்தப் பதில் தாத்தாவுக்கு மிகவும் திருப்தியாயிருந்தது.

'கவலப்படாத மாப்ள. அந்த நெலம் உங்கைக்கு வர்ற நேரம் கலியாணமும் கூடியிரும் பாரு. எனக்கென்னமோ அந்த நெலம் கொறையாக் கெடக்கற சாபத்தீடுதான் கலியாணத்தயே தள்ளிப் போட்டிருக்குதுன்னு தோணுது.'

அந்தப் பேச்சு மாரிமுத்துவுக்கு ஆறுதல் சொல்வதற்கானது என்பது அவனுக்குப் புரிந்தது.

●

9

குழிந்துபோன கயிற்றுக் கட்டிலில் தென்னை களுக்கிடையே படுத்திருந்தான் மாரிமுத்து. ஒரு வேலையும் ஓடவில்லை. அப்படியே படுத்தே கிடக்கலாம் போல உடலும் மனமும் சோர்வுற்றிருந் தன. இத்தனை காலமாக இல்லாத சலிப்பு இப்போது முழுதுமாகப் பீடித்துக்கொண்டது. தானாவதித் தாத்தா எங்கிருந்தாவது ஒரு பெண்ணைக் கொண்டு வந்து தருவார் என்றிருந்த நம்பிக்கை கைவிட்டுப் போனது. அவர் பேசிய பேச்சுகளெல்லாம் நய மானவை. தேன் தடவிய அம்புகள்.

அவருடைய காரியத்தை ஏதாவது ஒருவிதத்தில் சாதித்துக்கொண்டால் போதும். எந்தவிடத்திலும் தன்னை நிலையாகக் காப்பாற்றிக்கொள்கிற வித்தை கைவந்த தாத்தா. நிலம் குறையாகக் கிடக்கும் சாபத்தீடுதான் கலியாண யோகத்தைக் கொண்டுவர வில்லை. இதுவரைக்கும் எந்த ஜோசியக்காரனும் சொல்லாத குறிப்பு. தாத்தா சொல்லிவிட்டார். இனி எல்லோரிடமும் சொல்வார். அந்த நிலம் மாரிமுத்து வுக்குக் கல்யாண யோகத்தைக் கொண்டுவரும் என்று. ஆனால் அவனுக்குள்ளே நம்பிக்கைகள் சிதறி விட்டன. வெறும் வார்த்தைகள் தேறுதல் கொடுத்த காலம் மறைந்துபோயிற்று. வார்த்தைகளுக்கு என்ன அர்த்தமிருக்கிறது?

அந்த நிலம் முப்பது வருசங்களுக்கு மேல் குறையாகக் கிடக்கிறது. காரணம், இரண்டு குடும்பங் கள் வாரி இறைத்துக்கொண்ட வார்த்தைகளாகிய தீக்கங்குகள். அப்போது மாரிமுத்து கைக்குழந்தை. பாட்டி பலமுறை கதை போலச் சொல்லியிருக்கிறாள்.

மாரிமுத்துவின் தாத்தாவுக்கும் சின்னத் தாத்தாவுக்கும் பொதுவான நிலம் அது. மூன்றரை ஏக்கர் இருக்கும். பெரிய கிணறு என்றால் அவ்வளவு பெரிய கிணற்றை அந்தப் பக்கத்திலேயே பார்க்க முடியாது. பாறைகளைக் குடைந்து குடைந்து பாதாளத்தை நோக்கிச் செல்ல அமைக்கப்பட்ட வழி போல இருக்கும். அந்தக் காலத்தில் நல்ல தண்ணீர். நிலத்தை ஒட்டியே ஏரிப்பள்ளம் போகிறது. மழைக்காலத்தில் கிணற்று மட்டம் குனிந்து பார்த்தால் தெரியும். இரண்டு பேருக்கும் ஒருநாள் விட்டு ஒருநாள் தண்ணீர் முறை. மேட்டுப்பக்கம் ஆளுக்கு இரண்டு அணப்புகள். பள்ளத்துப் பக்கம் ஆளுக்கு இரண்டு அணப்புகள். பிரித்துப் பிரச்சினை இல்லாமல் விவசாயம் நடந்துகொண்டிருந்தது.

சின்னத் தாத்தா வீட்டில் அப்போது பயிர் பார்க்க, வேலை செய்ய அவ்வளவாக ஆள் சமுத்து இல்லை. சின்னப்பாட்டி நைந்துபோன உடம்புக்காரி. அவள் பிள்ளைகளைப் பெற்று வளர்த்ததே பெரிய விஷயம். சின்னத்தாத்தா ஒருவர் எத்தனை நிலங்களைப் பார்க்க முடியும். அங்கங்கே தோட்டமும் மேட்டுக்காடுமாய்ப் பத்தேக்கருக்குப் பிரிந்திருந்தது. அதனால் செம்மண்காட்டை மேட்டுக்காடு போலத்தான் பாவித்தார்கள். சோளம் விதைத்து விடுவதோடு சரி. ஏற்றம் இறைத்து நீர் பாய்ச்ச நேரம் கிடையாது.

ஆனால் மாரிமுத்துவின் தாத்தாவுக்குப் பாடுபட அப்போது மகனும் உருவாகியிருந்தான். மாரிமுத்துவின் அப்பாவுக்குப் பாடுபடுவதைத் தவிர வேறொன்றும் தெரியாது. சந்தைசாரிக்குக்கூடப் போகிற ஆளல்ல. கணக்கு வழக்கு எதுவும் தெரியாது. களியோ கம்மஞ் சோறோ கெட்டித்தயிருடன் இருந்து விட்டால் போதும். அப்புறம் இருக்கவே இருக்கிறது, வற்றாத பனம்பால்.

அந்தக்காலத்திலிருந்து பெரிய சுகவாசி என்று அவரைச் சொல்ல வேண்டும். படுக்கை எப்போதுமே ஆட்டுப்பட்டியிலோ காட்டுக் கொட்டகையிலோதான். அதிசயமாகச் சில நாட்களில், உடம்பு அசதியாக இருக்கிறது; நீ போய்ப் பட்டியில் படுத்துக்கொள் என்று மாரிமுத்துவை அனுப்புவார். உடம்பு அசதியா அது; உடம்புத் தினவு.

தாத்தாவோடு சேர்ந்து முகுளமாக அவர் பாடுபட்ட காலத்தில் அவர்களுடைய நிலம் எப்போதும் நிறைமாதக் கர்ப்பிணியாய் நின்றிருக்கும். சின்னத்தாத்தா இறைக்காமல் போட்டிருக்கும் நீரையும் சேர்த்திறைத்து முழு அணப்புகளுக்கும்

பாய்ச்சுவார்கள். செம்மண் பூமி என்பதால், எது போட்டாலும் வளரும். ஆரியப் பூட்டைகள் கனத்துத் தாள் சாயும். மிளகாய்ச் செடிகள் ஆளுயரம் வளரும். கத்தரி போட்டால் இரண்டு வருடச் செடியாக்கிக்கொள்ளலாம். வெள்ளரிக் கொடிகள் ஓடியிருந்த காலத்தில் வெடித்த பழங்களைப் பறிக்க இயலாமல் காக்கைகள் கொத்திப் பசியாறின.

மாரிமுத்துவின் பாட்டி நாளெல்லாம் பக்கத்து நகரமாகிய கரட்டூர் தெருக்களுக்கு நடந்து சலித்தாள். அவள் கழுத்துக்குச் சரடு செய்து போட்டுக்கொண்டதுகூட அப்போது தான் என்பாள். அந்தச் சரட்டை அவள் கழற்றியதேயில்லை. கழுத்தைச் சுற்றி எப்போதும் கிடப்பதால் 'சரட்டுக்காரி' என்றுகூட கொஞ்ச நாள் ஊரில் பெயராக இருந்தது. தாத்தா செத்தபோதுதான் அந்தச் சரட்டைக் கழற்றினாள்.

சடிஞ்ச மொளவா போட்டு
சரடு வாங்கிப் போட்டீகளே
சரடு மினுமினுங்கச்
சந்தைக்கிப் போவையிலே
சனங்களெல்லாம் பாத்து
சரட்டுக்காரி போறாளின்னு
சாடையாப் பேசுமய்யா
அந்தச் சரட்டோட போய்ச் சேர
பாவி எனக்குச்
சாவு வந்து சேரலியே

என்று நீண்ட ஒப்பாரி வைத்துப் பாடித்தான் சரட்டைக் கழற்ற விட்டாள். ஐந்து பவுனிருக்கும். அந்தச் சரட்டை மாரிமுத்துவின் அத்தைக்குக் கொடுத்துவிட்டாள் பாட்டி. அவன் அம்மாவுக்கு அதனால் மனத்தாங்கல். பாட்டியைச் சுத்தமாகப் பிடிக்காமல் போக அந்தச் சரடும் ஒரு காரணம்.

சரடு போட்டுச் சிலுப்புகிற அளவு வளமை தந்த நிலம் அது. சின்னத்தாத்தாவுக்கும் சின்னப்பாட்டிக்கும் பொறாமை தாங்கவில்லை. வெளியே சிரித்துப் பேசினாலும் மனம் முழுக்க வெந்துகிடந்தார்கள். ஒரே நிலம். ஒரே கிணறு. ஒருபக்கம் பயிர்கள் எப்போதும் பசுமை பொங்குகின்றன. இன்னொரு பக்கம் வருசத்தில் பாதிநாள் ஆடு மாடு மேயும் கொறங்காடு. பாதி நாளுக்குச் சொங்கியாய்ச் சோளப் பயிர். இந்த வித்தியாசத்தை என்னவென்று சொல்வது?

இரண்டு பேருக்குமான வரப்பின் மீதிருந்த வேப்பங் கொம்பொன்று நெடிக்கமாய் வளர்ந்திருந்தது. கீழிருந்து ஒற்றையாய் வெகுஉயரம் போய் நாலைந்து கிளைகளாய்ப் பிரிந்தோடியது.

மேல்பகுதியை அரக்கிவிட்டார் தாத்தா. நிழல் அடித்துப் பயிர் பாதிக்கும் என்பதால். அப்போது கொறங்காட்டில் மாட்டைக் கட்டிக்கொண்டிருந்த சின்னத் தாத்தா, வாய்க்காலில் கிடந்த மண்வெட்டியோடு ஓடி வந்தார்.

'எங்கரையில இருக்கற மரத்த என்ன மயித்துக்குடா வெட்டுன?'

சண்டை என்று முடிவானபின் அண்ணன் உறவுமுறை எங்கே நிற்கும்?

'இது எம்பக்கத்துக் கரையில இருந்த மரம்டா' என்று தாத்தா சொல்லப் பெரிய வார்த்தைகளெல்லாம் வெளியாகின.

'எந்தண்ணிய எரந்து குடிச்சவனுக்கு வவுசியப் பாரு.'

'எச்சப்பால் குடிச்ச நாய்க்கு வாயப் பாரு.'

பேச்சுத் தடித்துக் கையிலிருந்த மண்வெட்டிக் காம்பால் சின்னத்தாத்தா, தாத்தாவின் மண்டையில் போட்டார். சுதாரித்து ஒதுங்கிக்கொண்டதால் மண்டையில் லேசான காயம். சின்னத்தாத்தா அத்தோடு நிற்கவில்லை. அதே வேகத்தோடு கிணற்றை நோக்கி ஓடினார். தலையில் கையை வைத்துக் கொண்டு கரையிலேயே உட்கார்ந்துவிட்டார் தாத்தா. சத்தம் கேட்டு ஆளாளுக்கு ஓடி வந்தார்கள். சின்னத்தாத்தா கிணற்றில் இருந்த ஏற்றக்காலை முறித்துக் கிணற்றுக்குள்ளே வீசினார். அப்போதுதான் அவருடைய எண்ணம் தாத்தாவுக்குப் பிடி பட்டது.

அவர் முறித்துப் போட்ட ஏற்றக்கால் இன்றுவரை நடப்பட வில்லை. கிணறு மூளியாய்த் தூர்ந்துபோய்க் கிடக்கிறது. மழைக் காலத்தில் நீரேறும்போது சில மாதங்களுக்குப் பையன்கள் குதித்துக் கொண்டிருப்பார்கள். கிடை தண்ணியில் குதித்தால் உடம்புக்குச் சேராது என்று பெரியவர்கள் இறங்குவதேயில்லை. அப்போதிருந்த மணியக்காரர் வரைக்கும் போயும் பிரச்சினை தீரவில்லை. போலீஸ், கேஸ் எல்லாம் வெகுநாள் இழுத்துக்கொண்டிருந்தது. பாட்டி சொல்வாள்,

'இன்னங் கொஞ்சம் ஓங்கிப் போட்டிருந்தா அன்னக்கே எந்தாலிய அறுத்திருப்பான்.'

கேஸெல்லாம் இரண்டு பக்கத்துச் செலவோடு தேய்ந்து போயிற்று. என்றாலும் நிலம் குறை விழுந்ததுதான். அப்போது மண்ணை வாரித் தூற்றிச் சாபமிட்டாள் பாட்டி. எல்லை முனிச்சாமி கோயிலுக்குப் போய் எலுமிச்சம் பழம் புதைத்து

ஈடுமுறை போட்டாள். அதிலிருந்து இரண்டு குடும்பங்களுக்கும் தொலவு. பேச்சுவார்த்தை இல்லை. போக்குவரத்து இல்லை.

தாத்தா செத்துப் போனார். சின்னத்தாத்தாவும் சின்னப் பாட்டியும் உயிர்விட்டார்கள். பாட்டி மட்டும் இப்பவோ நாளைக்கோ என்றிருக்கிறாள். சின்னத்தாத்தாவுக்கும் பேரன்கள் தலையெடுத்துவிட்டார்கள். மூன்று பேர். மூன்றும் பையன்களாகப் பிறந்ததில் சித்தாப்பாவுக்கு வெகு சந்தோசம்.

'எம் மாடுக போடறதும் காளக்கன்னுதான். எம் பொண்டாட்டி பெக்கறதும் ஆம்பளப் பசங்கதான்' என்று வீரம் பேசுவார். மாரிமுத்துவுக்குத் தங்கச்சி பிறந்தபோது இந்த வார்த்தைகள் மாரிமுத்துவின் அப்பனுக்குப் போய்ச் சேர வேண்டும் என்று அடிக்கடி சொல்லிக்கொண்டிருந்தார். மூவரில் மூத்தவனுக்குக் கலியாணம் ஆகிவிட்டது. நடுவலவனும் கடைசியானும் காத்திருக்கிறார்கள். கடைசியான் செல்வராஜ், கொஞ்சம் பெரும்போக்கு. எங்காவது வழியில் பார்த்தால் சிரிப்பான். ரொம்பவும் மரியாதையோடு ஏதாவது இரண்டு வார்த்தை பேசுவான். அவனால்தான் அந்த நிலத்திற்கு இப்போது வழிபிறக்கப் போகிறது.

தாத்தா பாட்டிகள் அந்தக் காட்டை வைத்து எத்தனை வார்தைகளைக் கொட்டியிருப்பார்கள். அவையெல்லாம் என்னவாயின? இதோ இப்போது நிலம் மீண்டும் பிரிபடப் போகிறது. முந்தியிருந்ததைவிட நிறைவாக விவசாயம் நடக்கலாம். இல்லை, கட்டம் கட்டமாகப் பிரித்துப்போட்டு மனைகளாக விற்று வீடுகள் உருவாகலாம். ஆளைக் கொல்கிற அளவு ஆக்ரோச மாகப் பாய்ந்த அந்த வார்த்தைகளின் அர்த்தம் இப்போது என்ன? தானாவதித் தாத்தா உதிர்ப்பவற்றைப் போல எல்லாம் வெற்று வார்த்தைகள். அந்த காலத்து ஆளாக இருந்தாலும் எவ்வளவு தெரிந்து வைத்திருக்கிறார். நிலத்தின் பணமதிப்பு பற்றிப் பேசினால் யாருடைய வாயும் அடைந்துதானே போகும்.

அந்தக் காடு இப்போது வந்து உடனடியாக ஒன்றும் உதவப் போவதில்லை. முள்ளாகக் கிடக்கும் அதைத் திருத்துவதற்கே ஏராளம் செலவு செய்ய வேண்டும். கிணற்றைத் தூர்வாரி, மோட்டார் வைக்க வேண்டும். விவசாயம் பார்க்க ஆள் வேண்டும். பழைய காலம் போலப் பண்ணையாள் இப்போது கிடைப்பதில்லை. குப்பன் இன்னும் சில வருசங்களுக்குப் பாடுபடுவார். அதற்குப் பின் அவருடைய மகனா வந்து வருசக் கூலிக்கு ஆள்கார வேலை செய்யப் போகிறான்? கொட்டக்குச்சி போன்றிருக்கும் அந்தப் பையன் முகத்தில் சாதாரணப் பேச்சுக்கே என்னமாய் வெறி பெருகுகிறது.

பாட்டியிடம் கேட்டால் நிலம் வேண்டாம் என்று சொல்ல மாட்டாள். அந்த நிலத்து மிளகாய் அவளுக்குச் சரடு செய்து போட்டது. அப்படியானால் அதைப் பற்றி எவ்வளவோ நினைவுகள் இருக்கக்கூடும். மாரிமுத்துவுக்கு அப்படி எல்லாம் எதுவும் கிடையாது. அந்தக் காட்டைக் குறை போடும்போது அவன் அட்டுப்பால் குடிக்கும் குழந்தை. அதற்குப் பின் இந்த நிலத்தில் பாதி நமக்கு என்று சொல்லக் கேட்டதோடு சரி. அந்தக் காட்டுக்குள் புகுந்து போக நேர்ந்த ஒரே ஒரு நினைவு மட்டுமே அவனுக்குள் பசுமையாய் நிலவுகிறது. அது, அவனோடு ஐந்தாம் வகுப்புவரை படித்த வசந்தியைப் பற்றியது.

●

10

படித்த காலத்தில் வசந்தியிடம் ஒன்றிரண்டு வார்த்தைகளாவது பேசியிருப்பானா என்பதே சந்தேகம். பையன்களோடு சேர்வதில்தான் அவனுக்கு விருப்பம். ஐந்தாம் வகுப்புப் படிக்கும்போது மணி அடிக்கிற வேலையை அவனுக்குக் கொடுத்திருந்தார் தலைமையாசிரியர். தொங்கும் தண்டவாளத் தண்டில் உருள் இரும்பை ஓங்கி அடிக்கும்போது பெரும் பரவசமாக இருக்கும். மணிச் சத்தம் ஓய்ந்த பின்னும் அதன் ரீங்காரம் ஙொய்யென்று காதில் வெகுநேரம் ஒலிக்கும்.

மணியடிக்கும் பெருமை அவனுக்குப் பிடிபட வில்லை. பள்ளிக்கூடமே தான் அடிக்கும் மணியால் தான் நடக்கிறது என்று மனதார நம்பினான். அதற்காக அந்த வருசம் முழுக்க ஒருநாளும் அவன் விடுப்பு எடுத்ததேயில்லை. கறிக்குழம்பு வைக்கும் நாட்களிலும் பண்டிகை நாட்களிலும்கூட அவன் பள்ளிக்கூடத்திற்குப் போய்விடுவான். கீழ் வகுப்புப் பையன்களிடம் 'பெல்லடிக்கற அண்ணன்' என்றுதான் அவனுக்குப் பெயர். மணியடிக்க வாய்ப்புக் கிடைக்காத பையன்கள் எல்லாம் அவனைக் கேலி செய்து பாட்டுப் பாடுவார்கள்.

மாரிமுத்து மணியடிச்சான்
டண்டண் டண்
மாமன் பொண்ணு ஓடிவந்தா
டிங்டிங்டிங்
மணியடிக்க மறந்துட்டு
டொய்ங் டொய்ங் டொய்ங்
மாரிமுத்து வாயப் பொளந்தான்
டங் டங் டங்

இப்படி ஒரு பாட்டைப் பையன்கள் பாடும்போது அவனுக்குக் கோபமாக வரும். 'போங்கடா' என்று அந்த இடத்தை விட்டு ஓடிவிடுவான். அந்தப் பாட்டைப் பாடும் கூட்டத்தில் வசந்தியும் ஒருமுறை இருந்தாள். அதனால் அவளைச் சுத்தமாகப் பிடிக்காமலிருந்தது. பல வருசங்களுக்கு பின்னால், பருவத்தின் மெருகு பொலிந்த வசந்தியைப் பார்த்தபோது எல்லாவற்றையும் மறந்தான். மாசு மருவற்ற தூய அழகு என்றால் அது வசந்திதான்.

செம்மண்காட்டுக்குப் பின்னால் மரமேறி வளவு இருக்கிறது. அங்கே பன்னாட்டுப் பாட்டார், பாடம் போடுவார். ஆடுமாடு களுக்குச் சொக்குப்பாடம், மனிதர்களுக்குத் தேள்கடி, முள்ளுப் பாடம் என்று பலவிதமான பாடங்கள் அவரிடம் உண்டு. எப்போதும் அதற்காக ஆட்கள் வந்தபடியே இருப்பார்கள்.

வசந்திக்கு நகச்சுத்தி வந்து வலக்கையின் நடுவிரல் கசகசத்துப் போய்விட்டது. அதற்காகப் பாடம் போட அவள் பாட்டியுடன் வசந்தி வந்தாள். பக்கத்து ஊரின் பின்பக்கமாய் மிக உள்ளே அவர்களுடைய காடு. அங்கிருந்து நடந்துவந்த கஷ்டத்தால் பாட்டி மாரிமுத்துவின் வீட்டுத் திண்ணையில் உட்கார்ந்துவிட்டாள்.

மாரிமுத்துவிடம், 'சாமி சாமியா இருப்ப. இவளக் கொஞ்சம் கூட்டிக்கிட்டுப் போயிப் பாடம் போட்டுக் கூட்டியாப்பா' என்று கேட்டாள். 'போய்ட்டு வா. கொஞ்ச நேரம் எளப்பாறட்டும்' என்று அம்மாயும் சொன்னாள். தயக்கமாக இருந்தாலும் வசந்தியைப் பார்த்தபின் அவளோடு போக ஆசை கூடிற்று.

அவன் முன்னே நடக்க அவள் பின்னால் நடந்தாள். திரும்பித் திரும்பி அவளைப் பார்க்க வேண்டியிருந்தது. அரக்கி விடாமல் தானாக வளர்ந்த வேப்பங்கன்றைப் போல அத்தனை வடிவாக இருந்தாள் வசந்தி. இவ்வளவு அருகில் தன் வயதொத்த பெண்ணொருத்தியோடு அவன் நடந்ததில்லை. சகவயதுப் பெண்களிடம் ஒரு வார்த்தையும் பேசியதில்லை. அவளிடம் ஏதாவது பேச வேண்டும் என்று மனம் குறுகுறுத்தது. நாக்கு ஒட்டிக்கொண்டு ஒலியே வரவில்லை. தொண்டையில் ஏதோ கட்டிக்கொண்டது போலிருந்தது.

செம்மண்காட்டின் முள்மரங்களினூடே இருந்த ஒற்றையடித் தடத்தில் நடக்கும்போது கொஞ்சமாகத் தைரியம் வந்தது. அவளிடம் என்ன பேசலாம் என்று யோசித்தான். முள் மேலே அடித்துவிடும், பார்த்து வா என்று சொல்லலாமா. விரல் ரொம்ப வலிக்குதா என்று கேட்கலாமா. நல்லாயிருக்கறயா என்று விசாரிக்கலாமா?

என்ன பேசுவதென்பதைத் தீர்மானிக்க முடியாமல் குழம்பிப்போய், 'வசந்தி...' என்று பெயரை முனகுவது போலக் கூப்பிட்டான். அவளுக்குக் காது கூர்மை. 'ம்' என்றாள். அந்த ஒலியே அவன் காதில் விழுந்து நிறைந்தது. 'நகச்சுத்திக்கா பாடம் போடோனும்' என்றான். அதற்கும் அவள் 'ம்' என்றாள். இந்தப் பேச்சு முடிவதற்குள் வளவுக்குள் நுழைந்துவிட்டார்கள்.

பாட்டாருக்கு முன் பாடத்திற்காக நின்றபோது வசந்தியையே உற்றுப் பார்த்தான். வேப்பிலை கண்ணில் பட்டு விடுமோ என்னும் பயத்தில் கண்களை மூடிக்கொண்டிருந்தாள் அவள். நீர் சுரக்கும் அவள் உதடுகள் கனிந்த கத்தாழைப் பழம் போலத் தெரிந்தன. முட்களை நீக்கிவிட்டு அந்தப் பழத்தை உறிஞ்ச வேண்டும் போலிருந்தது.

பாடம் முடிந்ததும் அவள் முன்னால் நடக்க அவன் பின்தொடர்ந்தான். முதுகில் அசைந்த சடை அவன் கைகளை அழைத்தது. முள் மரங்களுக்குள் போகும்போது அவன் தன்னை யிழந்தான். முள் அடர்ந்து இருளாய் நிழல் படிந்திருந்த பகுதிக்கு வந்ததும் 'வசந்தி' என்று கூப்பிட்டான். அவள் மீண்டும் 'ம்' என்று திரும்பினாள். இரண்டே எட்டில் அவளருகே போய்ச் சட்டென உதடுகளில் முத்தமிட்டான். கணநேரம்கூட இல்லை. அவளை விட்டுவிட்டுத் தடத்தில் முன்னோடிக் காட்டுக்கொட்டாய்க்குப் போய்ப் படுத்துக்கொண்டான்.

அவள் உதடுகளின் ஸ்பரிசம் அப்படியே ஒட்டிக்கொண் டிருப்பதாய் உணர்ந்தான். ஆனால் அதைவிடவும் அவள் கத்தியிருப்பாளோ, அவள் பாட்டியிடமும் அம்மாயிடமும் சொல்லியிருப்பாளோ என்றெல்லாம் பலவிதமாக யோசித்துப் பயந்தான். நன்றாக இருள் ஏறிய பின்னரே வீட்டுக்கு வந்தான். அம்மாயி எதுவும் கேட்கவில்லை. வசந்தி எதுவும் சொல்லவில்லை என்பது உறுதியானதும்தான் அவள் உதட்டு ஸ்பரிசம் பற்றிக் கிளர்ச்சிகள் தோன்றலாயின.

அவன் முத்தமிட்டபோது அவள் கூச்சலிடவில்லை. பயந்து யாரிடமும் சொல்லவுமில்லை. அப்படியானால் பயந்து ஓடியது அவன்தான். தன் மடத்தனத்தை நினைத்துப் பலநாள் அவன் வருத்தப்பட்டிருக்கிறான். அவனது முதல் முத்தம். பெண்ணின் தொடுதல் நிகழ்ந்த முதல் கணம். வசந்தி அவனுக்குள் ஊற்றாய்ப் பெருகினாள். அற்புதமான அந்தக் காலங்கள் ஓடி மறைந்தன என்பதை நினைத்ததும் அவனுக்கு ஏக்கமாக இருந்தது.

செம்மண்காடு வசந்தியால்தான் அவனுக்குப் பரிச்சயமானது என்பதை எண்ண அந்தக் காட்டின்மேல் பிரியம் கூடிற்று. எப்படி

யாவது காட்டைப் பிரித்துக் கைவசமாக்கிக்கொள்ள வேண்டும். வசந்தியைத் தான் முத்தமிட்ட அந்த இடம், எப்படியாவது தன் பங்கிற்குள் வந்துவிடும்படி பார்த்துக்கொள்ள வேண்டும் என்று தோன்றியது.

வசந்தியின் ஜாதகமும்கூட அவனுக்குப் பார்க்கப்பட்டது. அவள் மூல நட்சத்திரம் என்பதால் மாமனாரோ மாமியாரோ இல்லாத குடும்பத்தில்தான் கட்டிக்கொடுக்க வேண்டும் என்று ஜாதகம் சொல்லிவிட்டது. ஊமாங்காடை போலக் காட்டுக்குள் சுற்றித் திரியும் அப்பன்காரன் செத்தொழிந்திருக்கக் கூடாதா, பணமும் கௌரவமும் என்று எப்போதும் பறக்கும் அம்மாவுக்குப் பேதி வந்து போயிருக்கக் கூடாதா என்றெல்லாம் யோசித்திருக் கிறான். இப்படிக் கேவலமாகக்கூடத் தனக்கு யோசனை வருகிறதே என்று கலங்கியபோது, வசந்தி கிடைப்பதாக இருந்தால் யாரை வேண்டுமானாலும் எதனை வேண்டுமானாலும் இழக்கலாம் என்று தன்னையே தேற்றிக்கொண்டான்.

வசந்தியைக் கல்யாணம் செய்திருந்தால் அவள் பேசிய ஒரெழுத்து வார்த்தையாகிய 'ம்' என்பதில் பொதிந்திருந்த அர்த்தச் சிடுக்குகள் எல்லாம் பிரிபட்டிருக்கலாம். அவள் சொன்னவை மூன்று 'ம்'கள். மூன்றுமே ஆமோதிப்புதான். இன்னும் நெருக்கிச் சொன்னால் உடன்பாட்டைச் சொன்னவை. இப்போது அந்த 'ம்' அனைத்தும் காற்றில் கலந்துவிட்ட வெற்றொலி. எப்போதோ நினைவைத் தூண்டிக் கழிவிரக்கம் கொள்ளச் செய்யும் துன்பம். கல்யாணம் செய்துகொண்டு குழந்தை குட்டிகளுடன் சுகமாக வாழும் வசந்திக்கு வேண்டுமானால் அதில் ஏதாவது ரகசிய அர்த்தம் பிடிபட்டுக்கொண்டிருக்கலாம். அவனுக்கு எல்லாம் ஒன்றுமற்றவையாகிவிட்டன.

தென்னைமரக் கீற்று விலகலில் சூரியக்கதிரொன்று நேராக அவன் கண்ணில் வந்தடித்தது. முகம் சுழித்து ஒருக்களித்துப் படுத்தான். எதிரே ஏதோ உருவம் நிற்பது தென்பட்டது. வெயிலால் கூசிக் காட்சி மறைந்தது. அது யார்? வசந்தியாக இருக்கக்கூடுமோ. புகை ரூபமாக அவன் நினைவுகளிலிருந்து திரண்டு நிற்கிறாளோ? என்ன பைத்தியகாரத்தனமான யோசனை.

அவனுக்கு முன்னால் நின்றவர் குப்பன். அவன் பார்வை திரும்புவதற்காகக் காத்துக்கொண்டிருந்தவராய் 'சாமி' என்று கும்பிட்டார். வேறோர் உலகிலிருந்து திரும்பியவனாய் எழுந்து உட்கார்ந்தான். 'நீ எப்ப குப்பா வந்த' என்றான். அவர் வந்து வெகுநேரமாய் நின்றுகொண்டு அவனுடைய அசட்டுக் கற்பனைகள் நிறைந்த முகத்தைப் பார்த்துக்கொண்டிருந்திருப்பாரோ என்றொரு சந்தேகம் வந்தது.

‘வந்து எருமயாட்டம் நின்னுக்கிட்டு இருக்கற. எழுப்ப வேண்டியதுதான’ என்றான் கோபத்துடன்.

‘இப்பத்தானுங்க நானும் வந்தன். சாமி தூங்கறீங்களா முழிச்சிருக்கறீங்களான்னு தெரீலிங்க. அதான் சித்தங்கூர இப்படி நின்னன்’ சொன்ன குப்பனின் முகத்தைப் பார்த்தான். ‘தூங்கறீங் களா முழிச்சிருக்கறீங்களா’ என்பதை அவர் இளக்காரமாகக் கேலியாகச் சொல்கிறாரோ என்று பட்டது. அந்த முகத்திலிருந்து அதையொன்றும் படிக்க முடியவில்லை. எல்லாச் சமயத்திலும் ஒரே மாதிரியான முகபாவனையோடு இந்தக் குப்பனால் எப்படி இருக்க முடிகிறது என்று ஆச்சர்யப்பட்டான்.

‘வேலயெல்லாம் முடிஞ்சிருச்சா.’

‘ஆச்சுங்க. சாயங்காலம் கத்தரிக்காய் பறிக்கோணும். நாளைக்குச் சந்தையில்ல. பண்ணாடிச்சி வாரமின்னு சொல்லி யிருக்க றாங்க.’

‘எவ்வளவு ஆவும்?’

‘மூனு சாக்காவும். இல்லீனா ரண்டு சாக்கும் ஒரு கூடையும் வரும்.’

‘அப்டீன்னா டிவிஎஸ்லயே கொண்டுக்கிட்டுப் போயர்லாம். பாத்துட்டுச் சொல்லு. எச்சா ஆச்சுனா கடுங்காட்டுக்காரமூட்டு மாட்டுவண்டிக்குச் சொல்லீர்லாம்.’

‘செரீங்க.’

பிறகும் குப்பன் நின்றுகொண்டே இருந்தார். அதைக் கண்டுகொள்ளாத மாதிரி மாரிமுத்து கேட்டான்.

‘பட்டி மாத்தியாச்சா?’

‘நாளைக்கு மாத்துனாப் போதுங்க. இந்தக் கோடையில ஆடுவ புழுக்கையொன்னும் நெறையா உழுவறதில்லீங்க.’

‘செரி. போயி வேலயப் பாரு.’

‘அதில்லீங்க. பெரீய பண்ணாடிச்சி நாளைக்குச் சந்தையில சாமான் வேணுமின்னு சொல்லி உட்டாங்க. இப்பச் சொல்லட்டுங்களா.’

பாட்டியினுடைய பட்டியல் மிகக் குறைவாகவே இருக்கும். காய்கறிகள் கிடையாது. புளி, மகள் வீட்டிலிருந்து வந்துவிடும். தோட்டத்திலேயே மிளகாய் விளையும். பருப்புகளுக்கும் பஞ்சமில்லை. அதனால் சில்லறைச் செலவுகள்தான்.

'சீரவம் மொளவு ரண்டு ருவாய்க்கு வேணுங்களாம். லாந்தர் கண்ணாடி வேணும்னாங்க. பொரிகடல அஞ்சு ருவாய்க்காமா.'

'செரி. அவ்வளவுதான.'

குப்பன் இன்னும் என்னவோ சொல்லத் தயங்குபவராய் நின்றார். என்ன என்பது போலப் புருவத்தைச் சுழித்து ஏறிட்டான் மாரிமுத்து.

'அதானுங்க, பையங் கலியாணம். . .'

மாரிமுத்துவுக்குச் சுர்ரென்று கோபம் எகிறியது.

'அன்னக்கே சொல்லிட்டன்ல. அப்பறமென்ன.'

'நீங்க சொன்னாப்பல ஆறு மாசன்னா ஆவணியில வருதுங்க. அந்த மாசத்திலயே தேதி குறிச்சிர்லாங்களா. நீங்க உத்தரவு கொடுத்தாச் செஞ்சிர்றனுங்க.'

மாரிமுத்து மௌனமானான். சில நிமிடம் கழித்துச் சொன்னான்.

'செரி. ஆவணி கடசியில வெய்யி.'

குப்பன் சந்தோசத்தோடு கும்பிட்டுவிட்டுப் போனார். அவன் பணம் கொடுப்பது உறுதியாகிவிட்டது. இனி வேலைகள் வேகமாகப் போகும். இடையிடையே ஏதாவது காரணம் சொல்லிப் பணம் கேட்பதும் மாரிமுத்து சலித்துக்கொண்டு கொடுப்பதும் நடக்கும். குப்பன் போனபின்னும் மாரிமுத்து அப்படியே படுத்துக் கிடந்தான். அவனுக்குள் ஆறுமாதம், ஆவணி கடைசி என்னும் சொற்கள் திரும்பத் திரும்ப ஒலித்துக்கொண்டிருந்தன.

●

11

காய் மூட்டைகள் கொண்டு போவதற்காகவே டிவிஎஸ் 50 ஒன்று வைத்திருந்தான். அதன் முன்பக்கம் நீட்டிக் கட்டிய பலகையில் இரண்டு கூடை காய்களை வைத்துக்கொண்டு சந்தைக்குப் போனான். தைத்த சாக்கு மூட்டைகள் இரண்டைக் கடுங்காட்டுக்காரர் மாட்டுவண்டியில் போட்டிருந் தான். சந்தையின் அதிகாலைப் பரபரப்பு மாரி முத்துவுக்குப் பிடிக்கும். காய் மூட்டைகளைக் கொண்டு வந்து இறக்கும் விவசாயிகளும் மூட்டை தூக்குபவர்களும் கடைக்காரர்களும் மட்டும் குழுமி யிருக்கும் அந்த நேரத்து இயக்கம் மாபெரும் சித்திரம் போல எப்போதும் மாறாமல் இருக்கும்.

இருள் பிரியும் முன்னான இந்த அதிகாலை இயக்கம்தான், பகல் முழுவதையும் இயங்க வைக்கப்போகிறது என்று நினைத்துக்கொள்வான். அதைப் பார்ப்பதற்காகவே காய்க்கூடை எதுவும் இல்லையென்றாலும் தவறாமல் வியாழச் சந்தைக்கு வந்துவிடுவான். இருக்கவே இருக்கிறது, தேங்காய். அவனுக்கு வழக்கமான வியாபாரிகள் உண்டு. எது கொண்டு வந்தாலும் ஐந்து, பத்து முன்னோ பின்னோ வாங்கிக்கொள்வார்கள். மாரிமுத்து ரொம்பவும் பேரம் பேசமாட்டான்.

அவனைப் பொருத்தவரை சந்தை ஒரு தீராத வியப்பு. எல்லாம் மாறிவிட்டது என்று நினைத்துக்கொண்டிருக்கும் மனம் ஒருநாள் சந்தைக்கு வந்து பார்த்தால் காலம் பழமை மாறாமல் அப்படியே நிலைகொண்டிருப்பதைக் கண்டு வியப்புக்கொள்ளும். வீட்டுக்குச் செலவு

வாங்கும் சாக்கில் பொழுது புலரத் தொடங்கியதும் சட்டென விஸ்தாரமாக மலரும் சந்தையைச் சுற்றிவருவான். சந்தைக்குள் எந்தக் கடை எந்தப் பக்கமிருக்கிறது, எந்தெந்த வியாபாரிகள் எந்தெந்த ஊரிலிருந்து வருகிறார்கள் என்பதெல்லாம் அவனுக்குத் தெரியும். பலரோடு நல்ல பழக்கமும் இருந்தது.

பாட்டிக்கு லாந்தர் விளக்கு ஒன்று வாங்குவதற்காகப் போனபோது அந்தக் கடைக்காரர் நன்றாகப் பழக்கமானார். கடலைக்காய் வெட்ட கள்ளூர், சங்கூர் பகுதிகளில் இருந்து வருசாவருசம் பெரும்கூட்டம் வரும். அவர்கள் எல்லாம் மேட்டுக்காட்டுப் பாறையிலேயே படுத்துக்கொள்வார்கள். முன்னிரவில் கலாமுலாச் சத்தத்தோடு சமையல் நடக்கும். அவர்களுக்கு லாந்தர் விளக்கு வேண்டும். அதற்காக ஐந்தாறு லாந்தர்கள் எப்போதும் காட்டுக்கொட்டாயில் தொங்கும். கடலைக்காய் வெட்டும் பருவம் வந்துவிட்டால் அவற்றைப் பழுது பார்க்கவும் கண்ணாடி மாட்டவும் என அந்த லாந்தர் கடைக்காரரிடமே வருவான். அதனால் பழக்கம் கூடிற்று.

சிலசமயம் அவர் சாப்பிடப் போகும்போதோ தேநீருக்காகப் போகும்போதோ கடையில் உட்கார்ந்து வியாபாரமும் பார்ப்பான். லாந்தர் விளக்கை எங்கோ அனாதிக்காட்டில் வசிக்கும் சில கிழடுகள் மட்டும்தான் பயன்படுத்துகிறார்கள். அப்படியிருக்க அந்த விற்பனையில் ஒருவருக்கு என்ன லாபம் வரக்கூடும் என்று ஏளனமாக எண்ணியிருந்தான். ஆனால் லாந்தர் கடைக்காரர் விவரப்படி, ஒவ்வொரு சந்தை நாளிலும் ஐம்பது விளக்குகள் விற்பனை ஆகின்றன. மற்றபடி கண்ணாடி, திரி என்று பழுது பார்த்துத் தரும் வருமானம் வேறு. கடைக்காரர் சொன்னார்.

'மாரிமுத்து, நிய்யும் குடியானவந்தான், இருந்தாலும் சொல்றன், தப்பா நெனச்சுக்காதே. குடியானவங்க இருக்கற வரைக்கும் நம்ம லாந்தர் ஏவாரம் ஓடும். கெழவிங்க கரண்டு லைட்டு இருந்தாலும் லாந்தர்தான் பத்த வெப்பாங்க. நெறையா ஊட்டுல எட்டுமணிக்குமேல லாந்தர்தான். கரண்டு செலவாயிருமுன்னு அவ்வளவு சிக்கனம். இப்பிடி எல்லாப் பக்கமும் இருந்திட்டா கரண்டு எதுக்குச் செலவாவுது. கரண்டுங்கறது அதிசயம். அதிசய மான ஒன்ன எப்பவாச்சும்தான பயன்படுத்தோணும்.'

கிளி ஜோசியம் பார்ப்பது அவனுக்குப் பிடித்தமான விஷயம். வாரம் தவறாமல் பார்த்துவிடுவான். ஒருபோதும் அவனுக்குப் பாதகமாக வந்ததில்லை. திருமணக் கோலத்தில் ராமனும் சீதாப்பிராட்டியும் வந்திருக்கிறார்கள். இரண்டு மனைவிகள் சகிதமாக முருகப்பெருமான் காட்சி தந்திருக்கிறார். குழந்தைகள் பிள்ளையார், முருகனுடன் ஈஸ்வரனும் ஈஸ்வரியும்

படியளக்கும் அரிய சித்திரம் வந்திருக்கிறது. ஆனால் ஒன்றும் பலித்தபாடில்லை. இருப்பினும் ஒரு மனச் சந்தோஷத்துக்காகப் பார்ப்பான்.

சந்தையில் அவனுக்குப் பிடித்த இன்னொரு விஷயம், இட்லிக்காரக் கிழவி வைக்கும் கூட்டுச்சாறு. அவள் பூங்கிழவி. காலகாலமாக அவளே சந்தையில் இட்லி விற்றுக்கொண்டிருக் கிறாள். அவளுடைய கூட்டுச்சாற்றுக்கு அப்படி ஒரு கைப் பக்குவம். நாக்கில் கரைந்து இறங்கும். காலையில் ஆறு, ஆறரைக் கெல்லாம் அவள் வியாபாரம் தொடங்கும். பெரிய போவனி நிறைய சாற்றை வைத்திருப்பாள். இட்லிகள் பாத்திரத்தில் நிரம்பியிருக்கும். ஒருபக்கம் இட்லி வெந்துகொண்டுமிருக்கும். போவனிச் சாறு ஒன்பது மணிக்கெல்லாம் தீர்ந்து போய்விடும். தட்டும் இலையுமாகக் கூட்டம் நின்றுகொண்டேயிருக்கும். பொக்கைவாய் கருங்குகையாக விரிய எல்லோருக்கும் தன் சிரிப்பை உதிர்ப்பாள் பாட்டி. கூடமாட உதவிக்கு அவள் பேரனோ பேத்தியோ இருப்பார்கள்.

பாட்டி கடையில் கூட்டுச்சாறு குடிக்க – அப்படித்தான் சொல்வார்கள் – போனபோதுதான் ஒருமுறை அங்கே வெத்தலைப்பொட்டி வாத்தியாரைப் பார்த்தான். அவருக்கு அவனை நினைவிருக்க எந்தக் காரணமுமில்லை. ஏழாம் வகுப்புப் படிக்கும்போது அவர்தான் கணக்கு வாத்தியார். சட்டென மரியாதை மனதில் தோன்ற ஒரு கையைத் தூக்கி வணக்கம் போட்டான். வெள்ளை வேட்டியும் ஜிப்பாவுமாக அந்தக் காலை நேரத்தில் வாத்தியார்கூட கூட்டுச்சாற்றுக்கு வந்திருக்கிறார் என்றால் அதன் ருசியைச் சொல்ல வேண்டியதில்லை.

அவன் போட்ட வணக்கத்தை ஆமோதித்துக்கொண்டே, 'எந்த வருசம் படிச்ச' என்றார். அவன் மனசுக்குள் கணக்குக் கூட்டிப் பார்க்கலானான். சரியாக வரவில்லை. வருசங்கள் பிடிபடாமல் நழுவிக்கொண்டேயிருந்தன. கடைசியாக 'ஏழாவது படிச்சன் சார்' என்றான். அவர் சிரித்துக்கொண்டே, 'ஒத்தக்கைல வணக்கம் சொல்றதத்தான் நீ எங்கிட்டப் படிச்சயா' என்றார். அதற்கு என்ன பதில் சொல்வதென்று புரியவில்லை. கல்யாண வீடுகளில் தவிர, இப்போது எங்குமே கைகூப்பும் வழக்கம் இருப்பதாகத் தெரியவில்லை. ஒற்றைக்கை வணக்கத்திற்கு அவருடைய பதில் 'ம்' என்பதுதான். சரி. வாத்தியார் மற்றவர் களுக்குச் சொல்லக் கடமைப்பட்டவர்.

இட்லியும் கூட்டுச்சாறுமாய் அவனுக்குள் இறங்கிய அந்த வெதுவெதுப்பான கணத்தில் வாத்தியார் ஞாபகம் வந்தார். அவரைப் போய்ப் பார்க்கலாம் என்றும் தோன்றியது.

இதுவரைக்கும் பலமுறை அவரைப் பார்த்தாயிற்று. ஒன்றும் பிரயோஜனமில்லை. செலவுதான். இதைக் கடைசிமுறை என்று தீர்மானித்துக்கொண்டு பார்த்துவிடலாம் என நினைத்தான்.

தானாவதித் தாத்தாவால் இனி ஒன்றும் ஆகாது என்று முடிவெடுத்த மாதிரி, வாத்தியாரைப் பற்றியும் முடிவுக்கு வந்து விடலாம். ஏற்கெனவே எவையெவை எல்லாம் வழிகள் என்று நினைத்துப் போய்ப்போய் முட்டித் திரும்ப வேண்டியிருந்ததோ அவற்றையெல்லாம் இன்னும் ஏன் நம்ப வேண்டும்? பழகிய வற்றைத் தவிர வேறு வழிகளுக்கு ஏன் முயலக்கூடாது? வேறு வழிகள் இருப்பதான எந்த அறிகுறியும் தென்படவில்லை. வேறெந்த வழியும் இல்லை என்றாலும் கற்சுவர்களை வழி என்று இன்னும் நினைத்துக்கொண்டிருக்கக்கூடாது. ஒவ்வொன்றை யும் விட்டு விலகும்முன் ஒரே ஒருமுறை முயன்று பார்த்துவிடலாம். வாத்தியாரைப் பார்க்கலாம் என்ற எண்ணம் தீர்மானமானவுடன் தன் வேலைகளைப் பரபரப்புடன் முடித்துக்கொள்ள முனைந்தான்.

வீட்டுக்கான பொருள்களை வாங்கிக்கொண்டான். பாட்டி குப்பன் மூலமாகச் சொல்லிவிட்டவற்றையும் பார்த்து வாங்கி னான். சுரைக்காய் ஒன்றையும் வாங்கினான். அது பாட்டிக்குப் பிடிக்கும். ஆனால் காசு கொடுத்துப் பெறுவதில்லை. அவளுக்குப் பிடித்த ஒரே தின்பண்டம் கடலைபொரி. பொட்டுக்கடலையும் மிச்சரும் சேர்த்துப் பத்து ரூபாய்க்கு வாங்கினால் பவுன் மாதிரி வைத்திருந்து அடுத்தவாரம் வரைக்கும் தின்பாள். அதன் விலையை ஐந்து ரூபாய் என்றுதான் சொல்ல வேண்டும். எதுவாக இருந்தாலும் பாதி விலை சொன்னால், பரவாயில்லை என்று கேட்டுக்கொள்வாள்.

தலையில் சந்தைக்கூடை வைத்துக்கொண்டு பொழுது இறங்கும் நேரம் போனால்தான் விலை குறைவாக இருக்கும் என்று அந்நேரத்திற்குப் பாட்டி போய்ச் செலவுகள் வாங்கி வந்த அதே காலம்தான் இன்னும் அவள் நினைவில் இருக்கிறது. பிறர் காட்டுக்குக் களை வெட்டவோ கதிர் எடுக்கவோ போகும்போது கூலிப்பணம் உயர்ந்திருப்பதைப் பற்றி எதுவும் பேசமாட்டாள். ஆனால் பொருள்களின் விலை மட்டும் இருபது வருசத்திற்கு முந்தி மாதிரியே இருக்க வேண்டும்.

பாட்டிக்கென்று அதிரசங்கள் வாங்கினான். ருசியாக என்னத்தைச் சாப்பிட்டுப் பழகியிருக்கிறது அந்த வாய்? எலுமிச்சம் பழக்கடைப் பக்கம் போனதும் வாத்தியாருக்கு ஞாபகமாய் இரண்டு பழங்கள் எடுத்தான். திரண்டு பளபளக்கும் பழங்களைப் பொறுக்கி எடுத்தான். வாத்தியார் எதையாவது சொல்லித் தொலைவார். முதலிரண்டு முறை அவரைப் பார்க்க

வெறுங்கையோடுதான் போனான். வேலையிலிருந்து ஓய்வு பெற்றபின் அவர் செய்வது கல்யாணத் தரகு வேலை. தரகரைப் பார்க்க எதற்குப் பிரியமாகப் பொருள் வாங்கிக்கொண்டு போக வேண்டும்? மூன்றாம் முறை அவன் போனபோது அறிவுரை சொல்கிற பாணியில் பேச்சோடு பேச்சாகச் சொன்னார்.

'தம்பி. . . எல்லாத்துலயும் நல்லது எதுன்னு தேடி எடுத்து அத நம்மளோட வாழ்க்கை மொறையா மாத்திக்கனும். பாத்தாச் சாதாரண விசயமா இருக்கும். அதுலகூட நமக்கு ஒரு ஒழுங்கு வரனும். ஒருத்தரு ஊட்டுக்குப் போறமின்னு வெச்சுக்க. வெறுங் கைய வீசிக்கிட்டுப் போலாமா. கொழந்தைங்க இருக்கும். வர்றவங்கள ஏக்கமாப் பாக்கும். செரி. நம்மால செலவு பண்ண முடியாதுன்னு வெச்சுக்க. எல்லா ஊட்டுலயும் எப்படியும் ஒரு பெரியவங்களாவது இருப்பாங்க. அவங்க கையில ஒரே ஒரு எலுமிச்சம் பழத்தயாவது குடுக்கனும். அதுதான் மரியாத.'

அதற்குப்பின் அவரைப் பார்க்கிறபோதெல்லாம் தவறாமல் எலுமிச்சம் பழமொன்றை நீட்டிவிடுவான். முகம் விரியும் புன்னகையோடு வாங்கிக்கொள்வார். அதே பழம் சாறாக மாறி அவன் கைக்கு வருவதுமுண்டு. ஒருமுறை வாங்கிப்போன பழத்தில் ஒரே ஒரு அம்மைத் தழும்பு இருந்துவிட்டது. அதற்கும் ஒரு பிடி பிடித்தார்.

'நீ. . . விவசாயக் குடும்பத்துல பொறந்து வந்தவன். இப்பவும் வெவசாயந்தான் பாக்கற. எப்பிடி இருக்கோனும்? நீ செய்யற தொழில்லயே உனக்கு அக்கற இருக்கற மாதிரி தெரியலியே. காசு குடுத்துப் பழம் வாங்கறம். அப்பிடியே தளதளன்னு இருக்க வேண்டாமா. எதோ சீசன் செரியில்லன்னு வெச்சுக்க. அப்பக் கெடச்சத வாங்கலாம். இப்பத்தான் ஏராளம் வருதே. பாத்து எடுக்கறதில்லயா.'

நீட்டி முழக்கி அறிவுரை சொல்ல அவருக்கு இந்த மாதிரி ஏதாவது ஒரு துரும்பு கிடைத்துவிடும். அதற்கு இடம் கொடுக்காம லிருக்கப் பழங்களைப் பார்த்து எடுத்துக்கொண்டு சந்தைக்கு வெளியே வந்தான். அவனைச் சுற்றிலும் ஆட்டேவாரிகளின் குரல்களும் ஆடுகளின் கத்தலும் கேட்டபடி இருந்தன. 'ருவாய்க்கு அஞ்சு' என்றெல்லாம் கூவும் பழக்கடைக் குரல்களும் காய்க்கடை ஓசைகளும் இடைவிடாது வந்தன.

அவன் அவையெல்லாவற்றிலிருந்தும் விலகித் தனியனாக நடந்தான். இன்று அவனுக்கு ஏற்ற மாதிரி வாத்தியாரிடம் எதுவும் இல்லை என்று தெரிந்துவிட்டால், என்ன சொல்லி

விலகிக்கொள்வது? எதற்குச் சொல்வானேன். இனிப் போகாமல் இருந்துவிட வேண்டியதான் என்றாலும் அவருக்கு அழுத பணம் எவ்வளவோ இருக்கும். அதற்கெல்லாம் சேர்த்து இரண்டு வார்த்தை சொல்லிவிட வேண்டும். எதுவும் அமையாத தோச ஜாதகமாக நம்முடையது இருக்கையில், வாத்தியார்மேல் எரிந்து என்ன ஆகப்போகிறது? அவருடைய காலத்தை லாபமுள்ளதாகக் கழிக்க அவர் தொழில் செய்கிறார்.

ஆனால் என்னென்னவோ ஒழுங்கு பேசுகிறார். இந்த ஒழுங்கெல்லாம் அவர் வாத்தியார் வேலை பார்க்கும்போது எங்கே போயிற்றென்று தெரியவில்லை. மாரிமுத்துவுக்கு மட்டு மல்ல, எந்தப் பையனுக்கும் பிடிக்காத வாத்தியார் அவர். அழகான பித்தளை வெற்றிலைப் பெட்டி ஒன்றோடுதான் எப்போதும் திரிவார்.

வகுப்புக்குள் அவர் நுழைந்ததும் எல்லோரும் கப்சிப் என்றாகிவிட வேண்டும். வெற்றிலைப் பெட்டியைத் திறப்பார். பெட்டியின் மேலே இரண்டு மான்கள் துள்ளும் அழகையே பையன்கள் பார்ப்பார்கள். புளிப் போட்டுத் துலக்கியதில் பெட்டி பளபளக்கும். வெற்றிலையை எடுத்துப் பதமாக நீவிப் பாக்கு சுண்ணாம்பு வைத்து மடித்து வாய்க்குள் திணித்துக்கொள்வார். அதற்குள் பத்துநிமிடம் ஆகிவிடும். வெற்றிலை திடம் குறைந்து நாக்குக்குள் மட்டும் அடங்கும்போதுதான் பேசத் தொடங்குவார். அப்போது மாரிமுத்து ஏழாம் வகுப்பு படித்துக்கொண்டிருந்தான். அவர்தான் வகுப்பாசிரியர். கணக்குப் பாடம் அவருக்கு. ஒருபோதும் கணக்குச் சொல்லிக் கொடுத்ததாக நினைவேயில்லை.

அந்தச் சமயத்தில் அரசியலில் பெரும் பரபரப்பு நிலவியது. பெமுகவிலிருந்து பிரிந்துவந்த தலைவர் தனிக்கட்சி தொடங்கிச் சட்டமன்றத் தேர்தலைச் சந்திக்க முயன்றிருந்த வருசம். வெற்றிலைப் பெட்டி வாத்தியார், தீவிரமான பெமுக அனுதாபி. தான் அரசியல் மேடை ஒன்றில் நின்றிருப்பதாகக் கற்பனை செய்துகொள்வார். பையன்கள் எல்லாம் வாய்பேசாத பொதுமக்கள். பேச்சாளர் தன் பேச்சைத் தொடங்குவார். ஏற்ற இறக்கம், வேகம், கோபம், கேள்விகள் என்று அவர் பேச்சு விரியும்.

'அட்டக்கத்திய எடுத்துக்கிட்டு அந்தப் பக்கமும் இந்தப் பக்கமும் வீசிப் பொழைக்கற ஒருத்தன் இந்த நாட்டக் காப்பாத்தப் போறானா? அரசியல் தெரிய வேண்டாமா. நீ என்ன பெரிய நடிகன்? உனக்கு அழத் தெரீமாடா? மூஞ்சிய மூடிக்கிட்டுச் செவுத்துப் பக்கம் திரும்பிக்கற நடிப்பு உன்னோடது.

போராட்டத்துக்குப் போயிருக்கறயா. அடிபட்டிருக்கறயா? செயல்னா என்னன்னு தெரீமா? ஒருத்தி முந்தானயப் புடிச்சுக் கிட்டு மரத்தச் சுத்தறதா? உனக்கெல்லாம் ஒரு கட்சி. உம் பொறத்தாண்ட வாறதுக்கும் நாலு பொறுக்கித் திங்கற நாய்வ...'

இப்படியேதான் அவர் பேச்சு போகும். பையன்களுக்கு ஒன்றும் புரியாது. தலைவரைத் திட்டுகிறார் என்று மட்டும் தெரியும். ஏன் திட்டுகிறார்? அவருக்கும் கணக்குப் பாடத்துக்கும் என்ன சம்பந்தம்? வருசம் முழுக்க அப்படியேதான் போனது. பையன்களால் வெற்றிலைப் பெட்டியை மட்டும் மறக்க முடியவில்லை.

●

12

மாரிமுத்துவின் நினைவில் பதிந்துபோன வெற்றிலைப்பெட்டிதான் அவரைத் திரும்பவும் ஞாபகத்துக்குக் கொண்டு வந்தது. எந்தத் தேவையு மில்லாமல் அவரிடமெல்லாம் அவமானப்பட நேர்ந்ததைத் தன் தலைவிதி என்றுதான் பலசமயம் நினைத்துக்கொள்வான். வண்டியின் இருபக்கமும் வெற்றுக் கூடைகளை வைத்துக்கொண்டு அவர் வீட்டுக்கு முன்னால் போய் நிற்கும் இந்தச் சமயத் தில் ஏதாவது ஒழுங்கு பேசத்தான் செய்வார். அவருக்குத் தேவையானதை மட்டும் அத்தனை சரியாக விசாரித்து வைத்துக்கொள்வார். அவன் முதல்முறை அவருக்கு வணக்கம் போட்டபோது எத்தனை பாந்தமாக விசாரித்தார். பெயர் கேட்டார். ஊரை விசாரித்தார்.

'கல்யாணம் ஆயிடுச்சா' என்றார் கடைசியாக.

'இல்லை' என்று வெட்கத்துடன் தலையாட்டி யதும் அவருடைய வீட்டுக்கு வழிசொல்லி அங்கே வரச் சொன்னார்.

'இப்ப நான் திருமணத் தகவல் மையம் வெச்சு நடத்தறன். நீ வா. உனக்கு ஒரே மாசத்துல கல்யாண ஏற்பாடு பண்ணீரலாம். எங்கிட்ட ஏராளமான பொண்ணுங்க ஜாதகம் இருக்குது. உன்னோட ஜாதகத்தோட நகலக் கொண்டுக்கிட்டு பாஸ்போர்ட் சைஸ் போட்டோவோட வா' என்றார்.

அடுத்த நாள் காலையிலேயே அவர் வீட்டுக்குப் போய்ச் சேர்ந்தான். 'யோகம் திருமணத் தகவல் மையம்' என்னும் பலகை வீட்டுச்சுவரில் பெரிய

அளவில் இருந்தது. அதில் கீழே 'ஆலோசகர்: ப. சுப்பிரமணியன், ஆசிரியர் (ஓய்வு)' என்றிருந்தது. அப்போதுதான் அவர் பெயரை முதலில் அறிந்தான்.

பலகையின் சாயம் வெளுத்த அளவைக் கொண்டு அவர் சில ஆண்டுகளாகவேனும் இந்தத் தரகு வேலையில் ஈடுபட்டிருக்க வேண்டும் என்று யூகித்துக்கொண்டான். வீட்டு மாடியறைக்குக் கூட்டிப்போனார். சொன்ன அடுத்த நாளே அவன் வந்துவிட்டதில் அவருக்குப் பெருமை. தரகு வேலைக்கென்றே ஒதுக்கப்பட்ட அறை. அதுவரைக்கும் அவன் பார்த்திருந்த தரகர்கள் எல்லாம் வீடு தேடி வருபவர்கள். அவன், காட்டில் ஏதாவது வேலையாக இருந்தால் அங்கேயே வருவார்கள். ஆனால் வெத்தலைப் பொட்டி வாத்தியார், வீடு தேடி வரவைக்கும் தரகர்.

அலமாரிகளில் இருந்த பல கோப்புகளை அவன்முன் எடுத்துப் போட்டார். திருமணத்திற்காகக் காத்திருக்கும் நபர் களின் அடையாளங்கள் நிரம்பியவை. ஒவ்வொருவரைப் பற்றிய அவசியமான விவரங்கள் புகைப்படம் ஒட்டிய படிவத்தில் எழுதப்பட்டருந்தன. அதனோடு ஜாதக நகலும் இணைப்பு. நிபந்தனைகளைச் சொன்னார்.

'மொதல்ல ஐநூறு ரூவா கட்டிப் பதிவு பண்ணிக்கோணும். ஜாதக ஜெராக்ஸ் குடுக்கோணும். மாப்ள தேடி வர்ற பொண்ணு வீட்டுக்கு உன்னோட ஜாதகத்தைக் குடுப்பன். அதே மாதிரி பொண்ணுங்க ஜாதகம் உனக்கு வரும். இந்த விண்ணப்பத்துல குடுத்திருக்கிற வெவரத்தப் படிச்சுப் பாத்து உனக்கு எது ஒத்துவரும்னு படுதோ அந்த ஜாதகத்த எடுத்துக்கலாம். நீ ஜாதகம் பாத்துப் பொருத்தமெல்லாம் செரியா இருக்குதுன்னு சொன்னீன்னா அப்பறம் பாத்துப் பேச ஏற்பாடு பண்ணலாம். நீ கிளிக்காரன்னு வெச்சுக்க. உன்னோட விவரம் அந்த பைலுக்குப் போயிரும். ஒவ்வொரு ஆளு மாப்ளைக்கும் ஒரு பைலு. பொண்ணுகளுக்கு ஒரு பைலு. இந்த எனத்துல எத்தன ஆளுக இருக்குதுன்னு உனக்குத் தெரீமா. எனக்குத் தெரிய அறவது இருக்குது ஆமா.'

சொல்லிவிட்டுச் சிரித்தார். அறுபது ஆள்கள் பற்றி விவரம் இருப்பின் தனக்கு எப்படியும் ஒன்றாவது பொருந்தி விடாதா என்னும் நம்பிக்கை அவனுக்கு வந்தது. வாத்தியார் மேலும் சொன்னார்.

'நம்மாளுங்களத் தவிர வேற யாருக்கும் நான் இந்த வேலயச் செய்யறதில்ல. எனக்கு வருமானம்னு பெருசா ஒன்னும் கெடையாது. வயசான காலத்துல, பிள்ளைங்களெல்லாம் அதது

வழியப் பாத்துக்கிட்டுப் போனப்புறம், நம்மாளுகளுக்கு நம்மால ஆன சேவ எதுனா செய்யலாம்னுதான் இதுல எறங்குனன்னு வெச்சுக்கயேன்.'

தொழிலும் சேவையும்கூடப் பற்றின் காரணமாக வரும் என்பதை அறிந்து வியந்தான். அவருடைய அபிமானம் அவனுக்குப் பிடித்திருந்தது. கணக்குப்பாடம் ஒழுங்காக நடத்தவில்லை என்றால் என்ன, இப்போது அவரால்தான் உண்மையான விடிவு தனக்கு வரப்போவதாக நம்பினான். அவர் முடித்து வைத்த திருமணங்கள் பற்றிய விவரங்களை விரிவாகச் சொன்னார்.

குடியானவர்கள் வாழ்வதாக அவன் நம்பியிருந்த இந்தப் பக்கத்து மாவட்டங்கள் நாலைந்து மட்டுமல்ல, மாநிலம்கூட அவருக்குப் போதவில்லை. 'அங்கெல்லாம் இருக்கறதுலயே நம்மாளுங்கதான் அதிகம் பாத்துக்க' என்றார். வெளிநாடு வரைக்கும் அவருடைய தகவல் மையம் சேவை செய்திருந்தது. உடனே ஐந்நூறு ரூபாய் செலுத்திப் பதிவு செய்துகொண்டான். படிவங்களில் இருந்த புகைப்படங்களைப் பார்த்ததும் தானும் புதிதாகப் படம் எடுத்துவர விரும்பினான். அவன் யோசனையைப் படித்துவிட்டு வாத்தியார் சொன்னார்.

'இன்னும் நல்ல படமா எடுத்து அடுத்த தடவ வர்றப்ப கொண்டா. தேவாஜி ஸ்டுடியோவுல எம்பேரச் சொன்னீன்னாப் போதும். அருமையா எடுத்துத் தருவான். இப்ப விவரத்தப் படிச்சுப் பாத்து உனக்கு ஒத்துவரும்னு நெனைக்கற பொண்ணோட ஜாதகத்த நீ ஜெராக்ஸ் எடுத்துக்கலாம். நீ எடுத்துக்கற ஜாதகம் ஒவ்வொன்னுக்கும் அம்பது ருவா பீஸ் எனக்குக் குடுத்தரோணும். உங்க ஆளுகள உட்டுட்டு மத்த ஆளு பொண்ணுக விவரத்தப் பாரு' என்று சொல்லிவிட்டுக் கீழே போய்விட்டார். மாரிமுத்து இரண்டு மணிநேரம் எல்லாவற்றையும் புரட்டினான். அழகழகான, பார்த்ததுமே 'நம்மவர்கள்' என்ற முகக்களை தெரிகிற பெண்கள். படிப்புதான் எக்கச்சக்கம். பெண்கள் இத்தனை பேர், இவ்வளவெல்லாம் படித்திருக்கிறார்களா என்று ஆச்சர்யமாக இருந்தது.

இந்த உலகத்தில் தானறியாத வேறோர் பகுதி இருப்பதை அப்போதுதான் உணர்ந்தான். தான் பத்தாம் வகுப்பு பெயில் என்றாலும் பெண்ணுக்கு ப்ளஸ்டூ தகுதியை நிர்ணயித்துத் தேடியதில் வெகுசிலவே கிடைத்தன. அதிலும் இரண்டே இரண்டுதான் பொருத்தம் பார்க்கலாம் என்பது மாதிரி தேறியவை. அவனுக்குப் பெருத்த ஏமாற்றமாக இருந்தது. அவன் ஏமாற்றத்தைப் புரிந்துகொண்டு வெத்தலைப் பெட்டி,

'அடுத்தவாரம் வா. உனக்குப் பத்து ஜாதகம் தயார் பண்ணி வைக்கறன்' என்றார்.

அதன்பின், யோசிக்கலாம் என்பது மாதிரி ஒன்றிரண்டு ஜாதகங்கள் அவ்வப்போது கிடைக்கும். அதற்காகப் பொழுது போகாத நாட்களில் அவரைப் பார்ப்பது வழக்கம். இனிக்க இனிக்கப் பேசி ஒன்றிரண்டை அவன் தலையில் கட்டி நூறு ரூபாய் கறந்துவிடுவார். அதனால் அவரைக் காணப் போகும் போதெல்லாம் பை கனமாக இருக்கும்படி பார்த்துக்கொள்ள வேண்டும்.

வண்டியை வாசலில் நிறுத்திவிட்டு வீட்டுக்குள் நுழைந்தான். சாய்வு நாற்காலியில் உட்கார்ந்து செய்தித்தாள் படித்துக் கொண்டிருந்தார். எலுமிச்சம்பழம் இரண்டையும் கையில் வைத்ததும் அவர் முகம் குளிர்ந்து பூப்போலாவதை ரசித்தான். வெற்றிலைப் பெட்டியைக் கையில் எடுத்துக்கொண்டு மேலே கூட்டிப் போனார்.

'தம்பி, இப்ப ரண்டு ஜாதகம் உனக்குனு எடுத்து வெச்சிருக் கறன். இதுல ஒன்னாச்சும் கண்டிப்பா முடிஞ்சிரும். உன்னோட நெலயப் பாத்தா எனக்கே கஷ்டமாத்தான் இருக்குது. ஏனோ உனக்கு அமைய மாட்டீங்கிது. இந்த முறை அமையும் பாத்துக்க.'

வெத்தலைப்பொட்டி நம்பிக்கையூட்டிப் பேசிற்று. அவனுக்கு இதமாக இருந்தாலும் 'ஏனோ' என்பதற்குப் பதில் கண்டுபிடித்துவிட்டால் எல்லாவற்றிற்கும் அர்த்தம் வந்துவிடும் என்று பட்டது. அதுவரைக்கும் எந்தச் செயலுக்கும் ஒரு அர்த்தமும் இல்லை என்று நினைத்தான். நூறு ரூபாய் கிடைக்கும் என்றால், இதையும்விட அருமை அருமையான நம்பிக்கை வார்த்தைகளை மாரிமுத்தே சொல்வான்.

இரண்டு பெண்களைப் பற்றிய விவரங்களைப் படித்ததுமே இதில் தனக்கு எதுவும் பொருந்தி வராது என்று சட்டெனத் தோன்றி விட்டது. குடியானவர்கள் என்றாலும் ஆற்றுக்கு அக்கரையில் வசிப்பவர்களுக்கும் இக்கரையில் வசிப்பவர்களுக்கும் நிறைய வேற்றுமை உண்டு. ஒருத்தி அக்கரைக்காரி. அக்கரைக்காரர்கள் இந்தப் பக்கம் பெண் கொடுக்க அவ்வளவாக விரும்புவதில்லை. மாப்பிள்ளை படித்திருக்க வேண்டும், ஏதாவது ஒரு வேலையில் இருக்க வேண்டும் என்று எதிர்பார்ப்பார்கள். கரும்பும் மஞ்சளும் விளைவித்து கிலோ கணக்கில் பவுன் போடப் பணம் வைத்திருப்பார்கள். விவசாயம், தொழில் என்றிருக்கும் மாப்பிள்ளைகளை அவர்கள் சீந்தமாட்டார்கள். இந்தப் பக்கத்தில் எவன் பள்ளிக்கூடத்தைத் தாண்டிப் படிக்கப் போகிறான்? அதற்குள் ஏதாவது தொழிலுக்குள் இழுத்து விட்டுவிடுவார்கள்.

இன்னொருத்தி பள்ளிக்கூடம் முடித்து, டைப்ரைட்டிங் கற்றிருப்பவள். அஞ்சல் வழியில் பட்டப்படிப்புப் படித்துக் கொண்டிருக்கிறாள். தற்காலிகமாகத் தனியார் கம்ப்யூட்டர் சென்டர் ஒன்றில் வேலை பார்க்கிறாள். காட்டு வேலைக்காரனைக் கட்டச் சம்மதிக்கிறவளாகத் தெரியவில்லை. இரண்டு ஜாதகங் களையும் திணித்து நூறு ரூபாய் கறக்க வெத்தலைப்பொட்டி போட்டிருக்கும் திட்டத்தை முறியடித்துவிட வேண்டும் என்று உறுதிகொண்டான்.

'என்ன தம்பி, அப்படிப் பாக்கற. ரண்டு பேருமே காட்டு வேலக்காரனா இருந்தாலும் பரவாயில்லன்னு சொல்லித்தான் ஜாதகம் குடுத்தாங்க. அதான் உனக்குன்னு எடுத்து வெச்சன்.'

வாத்தியாரம்மா, இரண்டு டம்ளரில் எலுமிச்சம்பழ ஜூஸ் கொண்டு வந்தாள். கழுத்தில் வடக்கயிற்றின் மொத்தத்தில் சங்கிலி புரண்டது. குண்டு முகம் விரிய 'எடுத்துக்க' என்றார் வெத்தலைப் பொட்டி. ஐஸ் போட்ட ஜூஸ். வயிற்றுள் ஜில்லென்று இறங்கியது. கூட்டுச்சாறும் இட்லியும் பொதிந்திருந்ததால் உண்டான தாகத்திற்கு ஜூஸ் அமுதமாக இருந்தது. இருந்தாலும் இதற்கெல்லாம் ஏமாந்துவிட முடியுமா?

கிட்டத்தட்ட பதினைந்து வருசமாக இந்தத் தரகர்களை அவன் அறிவான். இடம் மாறினாலும் உடை மாறினாலும் வெத்தலைப்பொட்டி வாத்தியாரும் தரகர்தானே. அதற்குரிய தந்திரங்கள் அவரிடமும் இருக்கும். பதிவு, தனித்தனிக் கோப்பு என்றெல்லாம் அளந்துவிட்டதால் முதலில் மாரிமுத்து கொஞ்சம் சொக்கித்தான் போயிருந்தான். இதனாலெல்லாம் பெரிய பயன் இல்லை என்னும் தெளிவு இப்போது வந்துவிட்டிருந்தது. டம்ளரைக் கீழே வைத்த கையோடு சொன்னான்.

'இது ரண்டுமே நமக்கு ஆவாது சார். வேறெதுனா வந்தா எனக்குப் போன் பண்ணுங்க வர்றன்.'

சொல்லிவிட்டு மளமளவென்று இறங்கிக் கீழே வந்துவிட்டான். அதே வேகத்தில் வண்டியைக் கிளப்பினான். அவ்வளவுதான். வெத்தலைப்பொட்டி என்னும் வழியை அடைத்தாகிவிட்டது. இனி இங்கு திரும்ப எந்த வழியுமேயில்லை. இன்னும் கொஞ்ச நேரம் இளித்தபடி அவரிடம் பேசிக்கொண்டிருந்தால் அவருடைய புராணத்தை எடுத்து விரித்திருப்பார். சமீபத்தில் அவர் மூலமாக நடந்த திருமணம் பற்றி விலாவாரியாகச் சொல்வார்.

அவர் முடித்துவைக்கும் பெண்ணோ மாப்பிள்ளையோ நிச்சயமாக வெளிநாட்டில் அல்லது வெளிமாநிலங்களில் இருப்பார்கள். எத்தனையோ வழிகளில் முயன்றும் நடக்காத

திருமணம் இவரிடம் வந்த ஒரே மாதத்தில் முடிந்திருக்கும். எதுவும் தொழில் என்றானதும் பீற்றல்களால் நிறைந்துவிடுகிறது. அடுத்த வாரம் வந்தால் வேறு சில பொருத்தமான ஜாதகங்கள் எடுத்து வைக்கிறேன் என்பார். வாராவாரம் இரண்டு எலுமிச்சம் பழங்களுக்குக் கேடு.

இனி இந்த வழி அவ்வளவுதான் என்னும் முடிவோடு வண்டியில் வந்துகொண்டிருந்தபோது முன்பொருமுறை அவர் பார்த்துக் கொடுத்த பெண்ணொருத்தியைப் பற்றி ஞாபகம் வந்தது. அந்தப் பெண்ணின் புகைப்படத்தைப் பார்த்ததும் சந்தோசமாய் இருந்தது. எளிமையான அழகு. மாப்பிள்ளை பார்க்கப் புகைப்படம் கொடுக்கிறோமே என்னும் எண்ணம் எதுவும் உறுத்தாமல் இயல்பாக முகத்தை வைத்திருந்தாள். அளவான பவுடர் பூச்சு. அலைபாயும் துறுதுறுக் கண்கள். ரொம்பவும் மெலிதான சங்கிலி ஒன்றைக் கழுத்தில் போட்டிருந் தாள். அவளைப் பற்றிய விவரங்களும் மிகச் கச்சிதம். பத்தாம் வகுப்புதான் படிப்பு. விவசாயக் குடும்பம். ஜாதகம் பார்த்தபோது எட்டுப் பொருத்தம் கூடி வந்தது. கிட்டத்தட்ட எல்லாம் முடிந்து பெண் தன் வீட்டுக்கு வந்துவிட்ட குசியில் இருந்தான் மாரிமுத்து.

பெண்ணுடைய ஊர் மொங்கூர். அந்த ஊரில் மாரிமுத்துவோடு படித்த செந்தில் இருந்தான். ரொம்ப வருசம் முன்னால் படித்திருந்தாலும் எப்போதாவது பார்க்க நேர்ந்தால் குறுஞ்சிரிப்போடு வந்து கையைப் பிடித்துக்கொள்வான். இரண்டு பேரும் சேர்ந்து டீக் குடித்துவிட்டுத்தான் பிரிவார்கள். செந்தில் இரண்டு லாரிகளுக்குச் சொந்தக்காரன். அவனே டிரைவரும்கூட. ஒரு லாரியில் முறை மாற்றி அவனே ஓட்டுவான். அவனைப் பார்க்கப் போவது போலப் பெண்ணைப் பற்றி விசாரித்துவிடலாம் என்று தோன்றியது. மற்ற ஆட்கள் மூலம் பார்த்ததெல்லாம் பிசுபிசுத்துப் போனதால் அப்படி ஒரு முடிவெடுத்தான் மாரிமுத்து.

வீட்டில்தான் இருந்தான் செந்தில். வண்டியிலிருந்து இறங்கி ஒருவாரம் ஆனதாகச் சொன்னான். ஊர் தேடி வீடு கண்டுபிடித்து மாரிமுத்து வந்ததில் செந்திலுக்குச் சந்தோசம். அவனுக்கு நான்கு வயதில் பையன் ஒருவன். பையனையும் கூட்டிக்கொண்டு அவ்வூர்க் கோயிலுக்குப் போனார்கள். அது அந்தப் பக்கத்தில் மிகப் பிரசித்தம்.

அந்தக் கோயில் பிரசாதம் மாதாமாதம் மாரிமுத்துவின் வீட்டிற்கு வந்துசேரும். வருசத்திற்கு ஒருமுறை கோயில் பூசாரி வந்து பணம் வசூலித்துப் போவார். தபால் செலவு அதிகமாகி விட்டதென்று பூசாரி ஒவ்வொரு வருசமும் சொல்வார். அம்மா

குறைத்துத்தான் கொடுப்பேன் என்று அடம்பிடிப்பாள். அப்படி ஒரு பந்தம் மாரிமுத்துவுக்கு அந்தக் கோயிலோடு இருந்தது. ஒன்றிரண்டு வருசம் மகா அமாவாசையின்போது வந்து சாமி கும்பிட்டுப் போயிருக்கிறான்.

செந்திலோடு போனபோது கோயில் அவன் மனதுக்கு மிகவும் நெருக்கமாக இருப்பதாகப்பட்டது. கருணை நிரம்பிய சிலைகளையே வெகுநேரம் பார்த்தான். 'இந்தச் சம்பந்தம் நல்லபடியா அமஞ்சிருச்சுனா மகா அமாவாசைக்கு ஒரு பன்னி குத்தீர்றன் சாமி' என்று வேண்டிக்கொண்டான். அவன் வேண்டாத கோயில்களில்லை. கல்யாணம் முடிந்தபின் நேர்த்திக் கடன்களை அடைக்கவே சில வருசங்கள் தேவைப்படக்கூடும்.

கோயில் பிரகாரத்தில் இருந்த மரநிழலில் உட்கார்ந்த போது செந்திலிடம் தயக்கத்தோடு அந்தப் பெண்ணின் புகைப்படத்தைக் காட்டிக் கேட்டான். செந்தில் ஒன்றும் சொல்லாமல், 'பொண்ணையே பாத்தரலாம் வா' என்று கூட்டிப் போனான். மாரிமுத்துவுக்கு ஒன்றும் புரியவில்லை. காட்டுக்குள் தன்னந்தனியாய் இருந்தது அவ்வீடு. வில்லை ஓடு போட்ட பெரிய வீடு. செந்திலுக்கு அங்கே நல்ல வரவேற்பு. மாமன் மச்சான் உறவு போல.

'வாங்க மாப்பள. வண்டியிலருந்து எப்ப எறங்கனீங்க.'

விசாரணைகள் முடிந்து 'எங்க அமுதாவக் காணாம்' என்றான் செந்தில்.

'வாங்க மாமா. பையனுக்குச் சோறூட்டீட்டு இருந்தன்' என்று கைக்குழந்தையோடு உள்ளிருந்து வந்தாள் அமுதா. கழுத்தில் தாலி, கையில் குழந்தை, கல்யாணமாகிவிட்ட பெண்ணின் ஜாதகம் கொடுத்து ஐம்பது ரூபாய் வாங்கியவர் வெத்தலைப்பெட்டி வாத்தியார்.

தம்பியான் சாமிக்குப் பங்காளிகள் இரும்பு ஆசு வைத்த செருப்பைக் கொடுத்ததுபோல் தனக்கும் கடவுள் இரும்புச் செருப்பைக் கண்ணுக்குத் தெரியாமல் காலில் மாட்டி விட்டிருக்கிறாரோ என்று தோன்றியது. அந்தச் செருப்பைத் தேய்த்து உதறிவிட என்னென்னவோ செய்து பார்த்தும் நடக்கவில்லை. கருங்கல் பாறைகளில் வறுக்வறுக் கென்று காலோயத் தேய்க்கிறான். சத்தம் வருகிறதே தவிர செருப்பு தேயவில்லை. என்றைக்குச் செருப்புத் தேய்வது, கல்யாணம் நடப்பது?

●

13

சந்தையில் வாங்கியிருந்த செலவுச் சாமான் களைப் பையில் போட்டு எடுத்துக்கொண்டு பாட்டியைப் பார்க்கக் கிளம்பினான் மாரிமுத்து. பொழுது அடிச்சாய்ந்து கொண்டிருந்தது. பையோடு அவன் புறப்படுவதைப் பார்த்து அம்மா ஏதோ முணுமுணுத்தாள். காதுக்குக் கேட்கிற மாதிரி பேச அவளுக்குத் தைரியம் கிடையாது. முணுமுணுப்பு களை அவன் பொருட்படுத்தவில்லை.

அம்மாவோடு இணக்கமில்லாமல் போய்ச் சில வருசங்களாகிவிட்டன. கல்யாணப் பிரச்சினை பலவிதமாக முற்றி அம்மாவுக்கும் மகனுக்கும் பேச்சு வார்த்தையே இல்லாமலாக்கிவிட்டது. அம்மா பக்கம் சாய்பவள்தான் அம்மாயி என்றாலும் இப்போதைக்கு இரண்டு பேருக்குமான பாலம் அம்மாயிதான்.

‘அம்மாயி, கொட்டாயிலயே படுத்துக்கறன்’ என்று சத்தமாகச் சொன்னான். இதே மாதிரியான வியாழக்கிழமை ஒன்றில் சந்தைச் சாமான் பிரச்சினை ஆகியது. பாட்டி அப்போது சந்தைக்குப் போவதை நிறுத்தியிருந்தாள். தவறாமல் சந்தைக்குப் போகிறவன் மாரிமுத்து என்பதால் செலவுகளைச் சொல்லிவிடுவாள். அப்படி அந்த வாரம் செலவுப் பையைத் தூக்கிக்கொண்டு கிளம்பியவனைப் பார்த்துச் சொன்னாள்.

‘அந்த முண்டக்கெழவிக்கு இவந்தான புருசன். சந்தச் சாமானும் வாங்கியோவான். கந்தச் சாமானும் வாங்கியோவான்.’

வார்த்தைகள் சுர்ரென்று ஏறின. வாசலில் இருந்த அண்டாவை எட்டி உதைத்தான். உரலில் போய் மோதி அண்டா ணங்கென்று உள்ளொடுங்கிப் போனது. கீழே கிடந்த பழைய அம்மிக் குழவியை எடுத்து அம்மாவை நோக்கி வீசினான். அது வாசல் கூச்சத்தில் பட்டு எகிறிற்று. அம்மா வீட்டுக்குள் ஓடிக் கதவைத் தாழிட்டுக்கொண்டாள்.

'அய்யோ எச்சக்கலயன் என்னயக் கொல்றானே. . .' என்று உள்ளிருந்தே கத்தினாள். கதவை ஓங்கி உதைத்தான். மூச்சு வாங்க வாசலிலேயே உட்கார்ந்தான். அம்மாயி எந்தப்பக்கம் போனாளோ தெரியவில்லை. இருவரையும் தன் வாழ்வைச் சீரழிக்க வந்த பிசாசுகளாகக் கருதி அவன் தீவிரமாக வெறுத்திருந்த சமயம் அது. பாட்டி மூலமாக அவனுக்குக் கட்டலாம் என்று யோசித்திருந்த பெண்ணை அம்மா முடியவே முடியாது என்று மறுத்துத் தட்டிக் கழித்திருந்தாள்.

பாட்டியின் அண்ணன் பேத்தி அந்தப் பெண். பாட்டிக்கு இரண்டு அண்ணன்கள், ஒரு தம்பி. அவர்களோடு எப்பவும் நல்லுறவையே பேணி வந்தாள் பாட்டி. புருசன் பக்கத்துச் சொந்தங்களைப் படிப்படியாக ஒதுக்குவதும் தம் சொந்தங்களை நெருக்கமாக்கிக் கொள்வதும் பெண் இயல்பு. இப்போதும் மாரிமுத்துவுக்கு அம்மா வகைச் சொந்தங்களோடு இருக்கும் பிணைப்பு அப்பா வகையில் இல்லை. ஒரே ஒரு அத்தை. அத்தை வீட்டோடும் பட்டும்படாத உறவுதான். சொந்தச் சித்தப்பா பெரியப்பாக்கள் இல்லை. சின்னத்தாத்தா மகனாகிய சித்தப்பா வீட்டோடு பெரும் பகை.

பாட்டிக்குத் தன் அண்ணன் வீட்டோடான உறவு விட்டுப்போகக் கூடாது என்பதில் ரொம்பவும் அக்கறை. ஒத்தைக்கு ஒரு தங்கச்சியான பாட்டியை அண்ணன்கள் அப்படி வளர்த்தார்களாம். கல்யாணமாகி வந்த பின்னும் எத்தனையோ இக்கட்டுகளில் அவர்கள்தான் ஓடிவந்து உதவியிருக்கிறார்களாம். அம்மா வீட்டுப் பேச்சை எடுத்தால் பாட்டிக்குக் கண்கலங்கிவிடும். அப்பேர்ப்பட்ட உறவு நீடிக்க வேண்டுமானால் அங்கே ஏதாவது கொடுக்கல் வாங்கல் வைத்துக்கொண்டால்தானே. அண்ணன் பேத்தியை மாரிமுத்துவுக்குக் கட்டிவிட்டால் அடுத்த தலைமுறையிலும் உறவு தொடர்ந்துகொண்டேயிருக்கும். இரத்த உறவுகளைக் காலகாலத்துக்குமானதாக மாற்றிவிட வேண்டும் என்பதில் மனம் கொள்ளும் தீவிர ஆசையை நிறைவேற்றுவதன் மூலமாகத் தன்னைச் சாகாமல் ஆக்கிக்கொள்ள முனைவது மனித இயல்பு.

பாட்டியின் அண்ணன் பேத்தி மாரிமுத்துவைவிட இரண்டு வருசம் சின்னவள். குழந்தைப் பருவத்தில் இருவரும் ஒன்றாக விளையாடியிருக்கிறார்கள். ஏழாவதோ எட்டாவதோ படிக்கும் போது கிணற்றில் நீச்சல் அடிக்கும் தருணங்களில் அவளை இறுகக் கட்டியணைத்து முங்கு நீச்சல் போட்டிருக்கிறான். அவனிடமிருந்து விலகி அவள் ஓடுவதும் அவன் துரத்துவதுமே சில சமயம் நீச்சல் விளையாட்டாக இருந்திருக்கிறது. சின்ன வயதில் அவளிடம் செய்த சேஷ்டைகள் நினைத்தால் வெட்கம் தருபவை.

அவளைப் பெரிய அழகி என்று சொல்ல முடியாவிட்டாலும் பார்க்கப் பழுதில்லாமல் இருப்பாள். ஒரு சாயலில் தன் பாட்டி மாதிரியே அவள் என்றும் மாரிமுத்துவுக்குத் தோன்றியிருக்கிறது. அவளைக் கட்டினால் சிறுவயது நினைவுகளைப் பகிர்ந்துகொள்ள முடியும். அவற்றையெல்லாம் நினைவுபடுத்திக் 'காமுகன்' என்று அவனைத் திட்டவும் கூடும். அவளும் பிரியத்தோடு இடம் கொடுத்தாள்தானே.

பாட்டி அப்படி ஒரு பேச்சை எடுத்திருந்த சமயத்தில் நடந்த உறவுக்கார வீட்டு விசேசங்கள் சிலவற்றில் அவளை ஜாடைமாடையாகக் கவனித்தான். பன்றிக்குட்டிக்கூடப் பருவத்தில் அழகுதான் என்பது அவளுக்கு மிகவும் பொருந்தியது. மூக்கொழுக்கிக் கொண்டு நண்டு போல இருந்தவள் இப்போது செழுசெழுவென மாறியிருந்தாள்.

அப்போதைய அவனுடைய மனநிலைக்கு அப்படித் தெரிந்தாளோ என்னவோ. சின்ன வயசுப் பிரியம் மனதில் குமிழியிட்டுப் பொங்கியது. அவள் தனக்கு நல்ல துணையாக இருப்பாள் என்று நினைத்தான். பாட்டி அப்போது மிகுந்த ஆரோக்கியத்துடன் நல்ல உடல்நிலையில் இருந்தாள். யோசனை தொடங்கிச் செயல்வடிவம் ஆவதற்குமுன் ஆடி மாதம் பிறந்துவிட்டது. இனி ஆவணியில்தான் எல்லாம். ஆவணியை அவ்வளவு ஆவலாக அவன் எதிர்பார்த்தான்.

அதற்கு இடையிலேயே அம்மா முட்டுக்கட்டை போட ஒரு காரணத்தைக் கண்டுபிடித்துக் கொண்டுவந்தாள். பெண்ணுடைய அம்மாவுக்கு உதடுகளும் கைவிரல்களும் வெண்படலமாய் மாறத் தொடங்கியிருந்தன. அதை வலுவாக்கிக்கொண்டாள் அம்மா. 'என் பரம்பரையே குஷ்டம் பிடித்துக் கிடக்க வேண்டுமா, குஷ்டம் புடிச்சவ பெண்ணைக் கட்ட எனக்கு விதியா' என்றெல்லாம் கட்சி கட்டிக்கொண்டு குதித்தாள். அதற்குப் பதில் சொல்ல பாட்டியிடம் வார்த்தைகளில்லை. அந்தப் பேச்சு அப்படியே வீட்டுக்குள்ளேயே அமுங்கிப்போனது.

மழைக்காலத்தில் ஏரியில் நீர் நிரம்பும்போது மீன்கள் பல்கிப் பெருகும். ஊரெல்லாம் சேர்ந்து வந்து தூண்டிலும் வலையுமாய் மீன்களைப் பிடித்து அள்ளிப் போவார்கள். ஏரி காலியாகி எங்கோ ஒன்றிரண்டு நீரின் ஆழத்தில் பதுங்கிக் கிடக்கும். எல்லோரும் நிரம்பிய கூடைகளோடு வெளியேறிய பின்னால் தன்னந்தனியாய் தூண்டிலோடு ஏரிக்கரைக்கு வந்து நிற்கும் ஏமாளியாய் மாரிமுத்து ஆகிப்போனான். மாரிமுத்துவுக்குக் கல்யாணப் பாக்கியம் வாய்க்கவில்லை என்னும் கவலையைவிட சகோதர உறவு விட்டுப் போகிறதே என்னும் கவலை பாட்டிக்கு இன்னும் உண்டு. அந்தப் பிரச்சினையில் அம்மாவுக்கும் பாட்டிக்கும் இறுகிய முடிச்சு துளிகூட நெகிழாமல் இன்னும் இருக்கிறது. ஒருவர் முகத்தை ஒருவர் பார்த்துக்கொண்டுகூட மாதக் கணக்காகியிருக்கும்.

●

14

நெடுந்தூரம் வெட்டவெளியாய் விரிந்திருந்த மேட்டுக்காட்டில் ராட்சதக் காளானாய் நின்றிருந்த கொட்டகையை மாரிமுத்து அடைந்தபோது வானம் சிவந்து சோகமாயிருந்தது. தோட்டத்துக்குப் பக்கத்தில் உள்ள நடைவீட்டின் மையப்பகுதியை நிர்மாணித்தவர்கள் பாட்டியும் பாட்டனும்தான். மகன் தலையெடுத்துப் பேரனும் பேத்தியும் பிறந்தபின், எந்தச் சலிப்புமில்லாமல் இந்தக் கொட்டகைக்கு வந்துவிட்டார்கள். பாட்டன் செத்தபின் தன்னந்தனியாய்ப் பாட்டி மட்டும் இருக்கிறாள்.

'நானென்ன கொமுரியா. காசுபணம் நகநட்டுனு ஏராளமா வெச்சிருக்கறனா? மண்ணுக்குள்ள கெடக்கப்போற ஒடம்பு இப்ப மண்ணுமேல கெடக்குது. அவ்வளவுதான்' என்று சாதாரணமாகச் சொல்லிவிடுவாள். மாரிமுத்து போகையில் அடுப்பில் தீ திடுதிடுவென முழங்கிக்கொண்டிருந்தது. வானத்துச் சிவப்புக்குப் போட்டியாய்ப் பாட்டி பற்ற வைத்திருந்தாள். ஓலையில் தீப்பற்றிவிட்டதோ என ஒருகணம் பயந்துபோனான். செலவுப் பையை வாசலில் போட்டுவிட்டு உள்ளே ஓடினான்

அடுப்புக்கு முன்னால் பாட்டி உட்கார்ந்திருந்தாள். அடுப்பில் கருஞ்சட்டி இருந்தது. எல்லாவற்றையும் மறைக்கிற மாதிரி தீ எழும்பி ஓலையைத் தொடப் பார்த்தது. தீ தன் நாக்குகளை மிகுந்த ஆசையோடு ஓலையை நோக்கி நீட்டிக்கொண்டேயிருந்தது. இன்னும் ஒரே ஒரு விரற்கடை தூரம்தான். எட்டி விட்டால் கொட்டகையையே விழுங்கி ஏப்பம்

விட்டுவிடும். அதன் சூட்சுமம் எதுவும் புரியாமல் அடுப்புக்குள் மேலும் விறகைத் திணித்துக்கொண்டிருந்தாள். தீயின் ஒளியில் அடுப்புக்குள் காலை நீட்டியபடி உடலைப் பிய்த்துத் தின்னும் சூன்யக் கிழவியின் தோற்றம் பெற்றிருந்தாள் பாட்டி.

மாரிமுத்து வேகமாக ஓடி விறகை வெளியே இழுத்துத் தீயைத் தணித்தான். காக்காக்கூடு போன்ற தலையைச் சிலுப்பிக் கொண்டு 'யாரு' என்றாள் பாட்டி.

'இந்நேரம் கொட்டாயே பத்தி எரிஞ்சிருக்கும். என்னாயா தீ எரிக்கிற?'

பாட்டி, குரலை வைத்துத்தான் அவனைக் கண்டு கொண்டாள். சட்டி காய்ந்து பொரிந்துகொண்டிருந்தது.

'என்ன கொழம்பு வெக்கற ஆயா?'

'தக்காளிதான். நாலு வல்லம்மோட்டுக் காட்டுலயிருந்து பறிச்சாந்தன். அதத்தாங் கடையலாமுன்னு வெச்சன்.'

'நீ எந்திரிச்சுப் போயி வெளியே உக்கோரு. நாங் கடையறன்.'

பாட்டி எழுந்து தன் குச்சிக் கைகால்களை நீட்டியபடி சிலந்தியைப் போல நடந்து திண்ணைக்குப் போனாள். தீயை நன்றாகத் தணித்துச் சட்டியில் எண்ணெய் ஊற்றினான் மாரிமுத்து. ரொம்பநாள் கழித்து இந்த வேலையில் ஈடுபடுவதால் கொஞ்சம் தடுமாற்றம் இருந்தது.

அவன் சிறுவனாக இருந்தபோது விடிகாலை நேரமே அம்மா காட்டுக்குப் போய்விடுவாள். மாரிமுத்துவும் தங்கச்சியுமே சமையல் செய்து சாப்பிட்டுவிட்டுப் பள்ளிக்கூடம் போவார்கள். சாப்பாட்டுக்காக யாரையும் எதிர்பார்த்திருக்க வேண்டியதில்லை. எதையாவது சட்டுப்புட்டென்று செய்து சாப்பிட்டுக்கொள்வான்.

பொறுமையாக அடுப்புத் தீயின் வெளிச்சத்திலேயே தக்காளியை வதக்கி இறக்கிக் கடைந்து முடித்தான். குழம்பின் மணம் மூக்கில் சுகமாக ஏறியது. மணமுறிஞ்சித் தான் வைத்த குழம்பை ரசித்தான். கையில் சொட்டு வைத்து உப்புப் பார்த்தான். காரமும் உப்பும் மிகவும் பொருத்தமாக இருந்தன. பாட்டி என்ன சொல்லப் போகிறாளோ தெரியவில்லை. அடுப்புத் தீ குறையக் குறைய உள்ளே இருள் கவிந்தது. 'வௌக்குப் பெருத்தலியா' என்று கத்தினான். பாட்டி தடுமாறிக்கொண்டே உள்ளே வந்து கைத் துழாவலில் விளக்கை எடுத்துக் கொடுத்தாள்.

'அடுப்புல கொஞ்சம் தண்ணி வெச்சுக் குடு பயா. ஒரு சொப்புத் தண்ணி ஊத்துனாத்தான் நல்லாயிருக்கும்.'

குழந்தையைப் போலப் பாட்டி கேட்டாள். தண்ணீர் காயவைக்கும் சட்டியைத் தேடி எடுத்து அடுப்பில் வைத்தான். அனலை ஊதிவிட்டதில் சட்டனத் தீப்பற்றியது. கொஞ்ச நேரம் காயட்டும் என்று வாசலுக்கு வந்து கட்டிலில் உட்கார்ந்தான். பாட்டி மயிரைப் பிரித்து விரலால் இறகு கோதும் பறவை போலக் கோதிக்கொண்டிருந்தாள்.

'வெளிச்சம் இருக்கச் சோறாக்காத, இருட்டுக்குள்ள எதுக்காயா இந்த வேலயச் செஞ்சுக்கிட்டு இருக்கற.'

கோபத்தோடு கேட்டான். பாட்டியின் குரல் சமாதானம் சொல்வது போல ஒலித்தது.

'இல்ல பயா. வல்லம்மா ஊட்ட... கல்லக்கா தொலிக்கறதுக்குப் போனன். பொடச்சுப் போட்டுட்டு வர்றதுக்குக் கொஞ்சம் நேரமாயிருச்சு. ஒரு சீவனுக்குச் சோறாக்க என்ன கொள்ள நேரமா ஆயிரப் போவுது.'

கண் சரியாகத் தெரியவில்லை என்றாலும் ஏதாவது வேலைக்குப் போகாமல் இருப்பதில்லை பாட்டி. ஊர் முழுக்க இருக்கும் கிழடுகட்டைகள் மதுரைக்கும் கோயம்புத்தூருக்கும் போய் அறுவைச் சிகிச்சை செய்துகொண்டு கண்ணாடியும் போட்டுக்கொள்கின்றன. பாட்டிக்கு வீம்பும் பிடிவாதமும். 'என்னோட ஆயுசில மருந்து மாத்தர ஊசிகீசின்னு எதுக்கும் இதுவரைக்கும் போனதில்ல. இன்னமேலா போவப் போறன்' என்பதுதான் பாட்டியின் பதில்.

பாட்டி வேலைக்குப் போவதை அறிவான் என்றபோதும் கோபம் வந்தது. இந்தக் கிழவி வேலைக்குப் போய்ச் சம்பாதித்துத்தான் இன்னும் நான்கு பிள்ளைகளுக்குக் கல்யாணம் செய்ய வேண்டுமா? சந்தைச் செலவு முழுக்கவும் வாங்கிக் கொடுத்துவிடுகிறான். அரிசியும் மூயமூய வாங்கிப் போடுகிறான். சேலையும்கூடப் புத்தம் புதிதாக நான்கைந்து இருக்கின்றன. அவற்றைச் சுருட்டிப் பானைக்குள் வைத்திருக்கிறாள். துண்டுத் துணிகளை, கந்தைகளைத்தான் உடலில் சுற்றிக்கொண்டிருக்கிறாள். 'காட்டுப் புழுதியில திரியறவளுக்குச் சலவத் துணி வேணுமா' என்பாள்.

அந்தக் காலத்தில் எத்தனையோ கஷ்டங்களைப் பட்டு எல்லாவற்றையும் உருவாக்கியதும் கட்டிக் காப்பாற்றியதும் பாட்டிதான். அதற்காக இப்போதும் அப்படியே இருக்க வேண்டுமா? போதுமான அளவுக்கு எல்லாம் கிடைத்தாலும் எதையும் மனதார அனுபவிப்பதில்லை. கஷ்டம் வந்துவிட்டால் என்ன செய்வது, என்ன செய்வது என்னும் பதற்றத்தில்

எல்லாவற்றையும் சுருட்டிச் சுருட்டிப் பானைக்குள்ளும் ஓலைச் சந்துகளிலும் செருகி வைத்திருப்பாள்.

அவசரச் செலவுக்கு எதுவும் தேவையென்றால், பாட்டி கொட்டாயிக்குள் வந்து ஓலைக்குள் நான்கைந்து இடங்களில் தேடினால் கணிசமாகக் கிடைக்கும். எங்கே வைத்தோம் எவ்வளவு வைத்தோம் என்பதெல்லாம் அவளுக்கு மறந்துபோயிருக்கும். பாட்டிக்கு ஏதாவது கட்டுத்திட்டம் போட்டாக வேண்டும் என்று அவனும் முயற்சி செய்துவிட்டான். ஒன்றும் பலிக்கவில்லை.

எல்லாவற்றையும் கேட்பது போலத் தலையாட்டிக் கொண்டிருப்பாள். அப்புறம் பழையபடிதான். கிழடுகள் ஆணிவேரே அறுந்து போனாலும் அசையாமல் நிற்கும் மரங்கள். வழக்கமாகப் பாட்டிக்குச் சொல்வதை இப்போது வேறுவிதமாய், அவள் தன்மானத்தைத் தூண்டும் விதமாய்ச் சொல்லிப் பார்க்க முனைந்தான்.

'ஆயா... இன்னமே ஆரு கூப்பட்டாலும் கூப்படாட்டியும் வேலக்கி எங்கயும் போவாத. உனக்கு என்ன தெரீது. என்னமோ அந்தக் காலமாட்டம் திப்புருத்திப்புருன்னு பாடுபடறதா நெனச்சுக்கிட்டு இருக்கற. ஆனா உன்னயப் பத்தி எல்லாரும் என்ன சொல்றாங்கன்னு தெரீமா...'

'என்னடா சொல்றாங்க. எறப்பெடுத்த முண்டைவ...'

'இந்த மாதிரி பேசறதுக்கு உட்டுரு. சக்கரயாட்டம் பேசுவியே. சித்தானூரட்டுக் காட்டுக்குக் கள வெட்டப் போனியே எங்காதுக்கு வந்துது, சீவஞ் செத்த கெழடெல்லாம் ஊட்ல இருக்காத வந்துருதுங்க, நம்ம காசுக்கு அனத்தம் வெக்க அப்டீன்னு பேசுனாங்களாம் பாத்துக்க.'

'எவன்டா அப்பிடிச் சொன்னது? இரவது வயசுக் கொமுரி கூட என்னோட மண போட்டு வர முடியாது, பாத்துக்க. சொன்னாங்களாம், சொரக்காய்க்கு உப்பில்லைன்னு. இவனும் கேட்டுக்கிட்டு வந்தானாம்.'

'அது மட்டுமில்ல ஆயா... அந்தக் கெழடிக்குக் கண்ணுத் தெரீதா மண்ணுத் தெரீதா. களைய உட்டுட்டு கடலச்செடிய வெட்டிவெட்டிப் போடறான்னு சொன்னாங்களாம்.'

'ஏம் பயா... இத நீ நம்பறியா?'

பாட்டி பரிதாபமாகக் கேட்டாள். இப்படி ஒரு இக்கட்டில் கொண்டுவந்து நிறுத்த வேண்டும் என்பதுதான் மாரிமுத்துவின் எண்ணம். வயதான குழந்தையுடன் விளையாடிப் பார்ப்பதில் அப்படியொரு சந்தோசம்.

‘நம்பாத என்ன பண்ணச் சொல்ற. இப்பப் பாரு, இன்னங் கொஞ்சநேரம் நா வர்லீன்னா கொட்டாயே தீப்புடிச்சு எரிஞ்சிருக்கும். உனக்குக் கண்ணு நெதானம் போயிருச்சு. பேசாத ஆஸ்பத்திரிக்கு வான்னாலும் கேக்க மாட்டீங்கற.’

‘இப்ப இருட்டுக் கட்டிப்போச்சு பயா. மத்தியானத்திலயுமா எனக்குக் கண்ணு மங்கிப் போயிருச்சு.’

‘இல்லாத எதுக்காயா சொல்றன். கண்ட கண்ட நாய்ங்கெல் லாம் ஒரு பேச்சுப் பேசறாப்பல எதுக்காயா வெச்சுக்கற. எனக்கு மானம் போவுது.’

‘உனக்கெதுக்குடா மானம் போவுது.’

‘டீக்கடையிலெல்லாம் பேசறாங்களாம். மாரிமுத்தூட்டுப் பாட்டி பேரனுக்கு ஓடிஓடிச் சொத்து சேக்கறா, அப்டீன்னு.’

‘பேசறவனுக்கென்ன போ.’

‘கல்லக்கா தொலிக்கப் போறமின்னு போறயே. மொடக் காய்க்கும் பருப்புக்கும்கூடப் பாட்டிக்கு வித்தியாசம் தெரீலிங் கறாங்களாம்.’

‘எல்லாஞ் சொல்லுவாங்க. மொடக்காய்க்கும் பருப்புக்கும் கூடவா எனக்கு வித்தியாசம் தெரியாத போயிரும்.’

‘ஒருக்கட்டக் காயெல்லாம் பருப்புன்னு நெனச்சுப் போட்டர்யாமா.’

‘பயா. . .’

‘நானா சொல்றன். ஊரே சொல்லுது. தொட்டுப் பொடைச்சீனா அதுக்குள்ள காப்படி பருப்பு இருக்குதாமா.’

நிஜம் பாதியும் பொய் பாதியுமாகக் கலந்து சொல்லிவிட்டான் மாரிமுத்து. எப்படியாவது பாட்டி பிற காடுகளுக்கு வேலைக்குப் போவதை நிறுத்திவிட வேண்டும் என்பது அவன் விருப்பம். சில ஆண்டுகளாக முயன்றும் அது நடக்கவில்லை. இப்போதைய சந்தர்ப்பத்தை விட்டுவிடக்கூடாது என்று நினைத்தான்.

தண்ணீரைத் தொட்டுப் பார்த்தான். வெதுவெதுப்பு ஏறி யிருந்தது. இந்த வெயில்காலத்திலும் பாட்டிக்குக் கொதிக்கக் கொதிக்க வேண்டும். உடம்பு வலிக்கு அதுதான் இதமாக இருக்கும் என்பாள். ‘அப்படி ஊத்திக்கிட்டுப் படுத்துப் பாரு. அடிச்சுப் போட்டாப்பல தூக்கம் வரும்’ என்று சொல்வாள். அடுப்புக்கு விறகுக் குச்சிகளை ஒடித்து வைத்துக்கொண்டே பேசினான்.

'இன்னமே நீ எங்கேயும் வேலக்கிப் போவ வேண்டாம். எருமக்கன்னக்கூட வித்துப்புடு. ஊட்டுக்கிட்ட எதுனா வேல முடிஞ்சாச் செய்யி. இல்லைனா பொட்டாட்டம் படுத்திரு.'

'எப்பிடி பயா எந்நேரமும் படுத்துக்கிட்டே இருக்கறது.'

'செரி. கொஞ்ச நேரம் தென்னமரத்துப் பக்கம் போ. வாய்க்காத் தண்ணி ஓடறதப் பாரு. அங்கயே தண்ணி ஊத்திக்க. குளுகுளுன்னு நெவுல்ல கட்டலப் போட்டுப் படுத்திரு.'

'அப்பறம். . .'

'அங்க ஊட்டுப்பக்கம் வா. அங்கயே சாப்புட்டுட்டு ரண்டு நாளக்கி இரு. எங்கம்மா மூஞ்சியத் தூக்கி வெச்சுக்கிட்டு இருப்பா. இருந்துட்டு போறா. அம்மாயிகிட்டப் பேசு. சம்மந்தியோடவும் பேசப் புடிக்கலீன்னா உட்ரு. ஆளுக்காரப் பையங்கிட்டப் பேசு. மாடு கன்னு இருக்குது. கொஞ்சநேரம் அதுங்களப் பாரு. பேசிக்கிட்டு இரு.'

'ம்' கதை கேட்பது போன்ற பாட்டியின் ஆமோதிப்பில் ஏளனச் சிரிப்பு கலந்திருந்தது.

'ரண்டு நாளைக்கு அத்தையூட்டுக்குப் போயி இரு. அத்த மருமகளப் பலகாரங்கீது செஞ்சு போடச் சொல்லு. போறப்ப ஒரு பையில பழம் வாங்கிட்டுப் போ. அத்தயும் அத்த மருமவளும் அப்படியே கட்டிப்புடிச்சுக்குவாங்க.'

'ஆமா. கொழந்த இல்லாத ஊட்ல கெழவன் துள்ளி வெளையாடறானாம். கண்ணாலம் ஆயிப் பத்து வருசம் முடியப் போவுது. அவ ஊட்டுக்கு பை நெறையப் பழம் வாங்கியோரன். அவ எனக்குக் கோழிக் கொழம்பும் சம்பா அரிசிச்சோறுமா வடிச்சுக் கொட்டுவா.'

'பின்ன. அப்படியே பேத்தி பொசரசோட்டுக்குப் போ. அங்க நாலுநாள் இரு. அவ பையனுக்குத் நோம்பிக்காசு நூறு ருவா குடு. தாங்கு தாங்குனு தாங்கிக் கவனிப்பா.'

'தேர்க்காசு நூறு ருவா?'

'ஆமா. காச வெச்சிருந்து என்ன பண்ற? எல்லாருத்துக்கும் மனசாரக் குடு. அந்தப் பானைக்குள்ள திணிச்சுத் திணிச்சு வெச்சிருக்கறயே புதுச்சீலைங்க, அதுங்களையெல்லாம் எடுத்துக் கட்டாயா.'

'ஓகோ. . .'

'என்ன ஓகோ. இப்பக் கட்டுலீனா அப்புறம் எப்பக் கட்டறது? உயிரோட இருக்கறப்பக் கட்டலீனா செத்துப் பொணமாப் போவும்போதுதான் எடுத்துப் போத்துவாங்க. அப்ப நீ பாக்கப் போறியா?'

'அது செரி.'

'அதுக்குத்தான் சொல்றன். போதும், இதுவரைக்கும் நீ வேல செஞ்சு சம்பாரிச்சு சேத்த பணம். இன்னமே வேலக்கிப் போவாத.'

'அப்பிடியா. சோறாக்கறதுக்குக்கூட ஒரு ஆள் வெச்சுக்கலாமா?'

அவன் சொல்பவையெல்லாம் பாட்டிக்குக் கேலியாகவே பட்டன. பலனை அனுபவிப்பதைப் பற்றி எப்போதும் யோசித்திராதவள். சும்மா இருப்பதைச் சந்தோஷம் என்று ஒருபோதும் உணராதவள்.

தண்ணீர் நன்றாக ஆவி பறக்கக் காய்ந்துவிட்டது. கொட்டகைக்கு அல்லையில் எடுத்து வைத்தான்.

'சோறாக்கறதுக்கு ஆள் வேணும்னாக்கூட வெச்சுக்கிட்டாப் போவுது.'

'நீ எத்தன காசுக் கொட்டிக் குடுத்தாலும் எனக்கு ஒருத்தி சோறாக்கி வெக்க வருவாளா? வேண்ணா ஆளுக்காரிச்சி எவளயாச்சும் வெச்சுக்கலாம்.'

இருட்டுக்குள் தண்ணீர் ஊற்றிக்கொண்டே பாட்டி சிரிப்பது கேட்டது. என்னத்தைச் சொல்லி என்ன செய்வது? எல்லாவற்றை யும் ஒற்றைச் சிரிப்பில் உதறி எறிந்துவிட்டுத் தன்போக்கில் போய்க்கொண்டிருப்பாள் பாட்டி.

தண்ணீர் ஊற்றிக்கொண்டு அவள் வருவதற்குள் வட்டலில் சோற்றைப் போட்டு வந்து திண்ணைமேல் வைத்தான். அவனுக்கும் போட்டுக்கொண்டான். சோற்றை ஊதி ஊதிச் சாப்பிட்டுக்கொண்டே 'சாறு நல்லாவே காச்சீருக்கறீடா பயா' என்றாள். காற்று லேசாகப் படர்ந்து வந்தது. வானில் பொரியை இறைத்துவிட்டது போல விண்மீன்கள் தெரிந்தன. இருளில் கட்டில்மீது உட்கார்ந்துகொண்டு பாட்டியுடன் சாப்பிடுவது அவன் மனதில் பேரானந்தத்தைக் கொடுத்தது.

சாப்பிடுகிறேன் என்று பேர் பண்ணுவதற்காகச் சாப்பிடுவதே வழக்கமாகிப் போய்விட்ட நிலையில், இந்தச் சாப்பாட்டின் ஒவ்வொரு துளியிலும் சுவையை அறிந்தான் அவன். தக்காளி மை மாதிரி கடைபட்டிருந்தது. தனியாகக் குழம்பை மட்டுமே

அள்ளிக் குடிக்கலாம் போல. பாட்டிக்குப் போதுமான அளவு இருக்கிறதா என்று பார்த்து மீண்டும் ஊற்றிக்கொண்டான். இரண்டு பேருக்குப் போதும். பாட்டி காலையில் சாப்பிட ஆகாது. அளவாக இருக்கும் ஒன்றுதான் ருசியாகவும் இருக்கும்.

'கண்ணுத் தெரியாத எதுக்குச் சோறாக்கிக்கிட்டு கஷ்டப்படற? நாளையிலிருந்து வேளாவேளைக்குச் சோறு குடுத்துடச் சொல்றன். ஒரு பையில போட்டு ஆளுக்காரப் பையங்கிட்டக் குடுத்துட்டாக் கொண்டாந்தர்றான்.'

தன் உயிர் நரம்புகள் ஒவ்வொன்றையும் அவன் பிடுங்குவது போலப் பாட்டி உணர்ந்தாள். அவளுடைய இயக்கத்தையே முழுவதுமாக நிறுத்திவிட வேண்டும் என்று விரும்புகிறானா? ஒவ்வொன்றுக்கும் அடுத்தவரை எதிர்பார்க்கும் நிலை வந்து விட்டால் பிணத்துக்கும் உயிருக்கும் என்ன வித்தியாசம்? தட்டுத் தடுமாறிக் கொண்டாவது கிணற்றுக்குப் போய் இரண்டு குடம் தண்ணீர் கொண்டு வந்தால்தான் திருப்தியாக இருக்கிறது. யாராவது கொண்டு வந்து ஊற்றிவைத்தால் அதைப் புழங்க எப்படி மனம் வரும்? பாட்டி வேறோர் உலகத்தைச் சேர்ந்தவள். அவளுடைய உலகத்தின் நுனிப்பகுதிகூட மாரிமுத்துவுக்குப் பிடிபடாது.

'என்னால முடியற வரைக்கும் செய்யறன் பயா. சும்மா இருக்க என்னால முடியாது. எதுஞ் செய்யாத உசுரோட இருக்கறது எப்பிடி?'

'ஒன்னுஞ் செய்ய வேண்டாம்னா நாஞ் சொல்றன்?'

'என்ன செய்யோனுங்கற? அவ ஊட்டுக்குப் போ, இவ ஊட்டுக்குப் போங்கற. என்ன மயிருக்குடா நான் ஒருத்தி ஊட்டுக்குப் போறன்? என்னூட்ல கெடந்து செத்தாலும் சாவுவனே தவர, ஒருத்தி ஊட்டுக்குப் போயி எச்சச்சோறு திம்பன்னு நெனக்கறயா?'

எலும்புக்கூடாய் ஒடுங்கிக் கிடக்கும் அந்த உடம்புக்குள்ளிருந்து என்னமாய் வார்த்தைகள் வந்து விழுகின்றன. மகன் வீட்டை, மகள் வீட்டை, பேத்தி வீட்டை எவளோ ஒருத்தி வீடு என்று சம்பந்தமே இல்லாமல் பேசுகிறாள் பாட்டி. என்னதான் சொந்த ரத்தம் என்றாலும் மதிப்பில்லாத இடங்கள் எல்லாம் சம்பந்தமற்றுப் போய்விடுமோ?

'நாஞ் செய்ற வேல புடிக்கலீன்னா என்னயக் கூப்படாத உட்ற வேண்டீதுதானே. எதுக்குடா என்னய வேலக்கு வாவான்னு கூப்படறாளுவ. என்னய வந்து கூப்படாத நான் ஒருத்தி காட்டுலயாச்சும் காலெடுத்து வெச்சன்னா அப்பக் கேளு.'

'ஆளுக் கெடைக்காத கூப்புடுவாங்களா இருக்கும்.'

'வேலக்கி ஏலாதவள எதுக்குடா கூப்படறாங்க. ஏதோ நாலு காசு சேத்து வெச்சிருந்தனாத்தான் என்னோட சாவுச் செலவுக்காச்சும் ஆவும்.'

'பெரிய செலவாயிருது. அத நான் பாத்துக்க மாட்டனா.'

'எஞ் சொந்தமெல்லாம் கோடி போட வருவாங்க. உங்க அத்த மறுவரால் போடுவா. உந்தங்கச்சி வருவா. எல்லாரையும் வெறுங்கையோடவா அனுப்புவ? செரி. நீயேதான் மவராசனாப் போட்டுப் பண்றீன்னு வெச்சுக்க. நாலு சனம் என்ன சொல்லும், செத்தவ சோத்துக்கில்லாத செத்திருப்பாளாட்டம் இருக்குது. ஒரு பைசாவக் காணாம்னு பேசமாட்டாங்க?'

'நாலு பேருக்குக்காவத்தான் இருக்கறமா?'

'பின்ன என்னடா, நீயே சொல்லுவ. எங்க பாட்டி செத்ததுக்கு இரவதாயிரம் செலவாச்சு. நாந்தான் பண்ணுனன், அப்டீம்ப.'

'ஓகோ.'

'என்னடா ஓகோ, கலியாணங்காச்சி பண்ணிப் பிள்ள குட்டி பெத்திருந்தீனா நாஞ் சொல்றது உனக்குப் புரியும். தண்டுவனா நெலத்தச் சொரண்டிக்கிட்டுக் கெடந்தா என்னடா தெரீயும்?'

மாரிமுத்துவின் நெஞ்சில் ஓங்கி விழுந்தது பாட்டியின் அடி. அவன் மௌனமானான். எல்லோரிடமும் ஆயுதங்கள் தயாராக இருக்கின்றன. வாய்க்கும் சந்தர்ப்பத்தில் அதை வன்மையாகப் பிரயோகிக்க யாரும் தவறுவதில்லை.

●

15

வானம் பளீரென விரிந்து கிடந்தது. இருள் தன் கொள்ளிக் கண்களால் உற்றுப் பார்ப்பது போல நட்சத்திரங்கள் தோன்றின. வெகுதூரத்தில் வாகனம் செல்லும் ஒலி சன்னமாக வந்துகொண்டிருந்தது. காற்று சுத்தமாக இல்லை. எல்லாம் நிறுத்தி வைத்த மாதிரி அசைவில்லாமல் நின்றன. சாப்பிடும்போது பாட்டியிடம் கேலியாகப் பேசியபோது இருந்த சந்தோச முழுமையில் அடுப்புக் கனலை அப்படியே அள்ளிக் கொட்டிவிட்டாள் பாட்டி. பாட்டியை ஏளனம் செய்த பேச்சுக்குப் பதிலடியாக இதைக் கொடுத்தாளா? இல்லை, அவள் மனதிலிருந்து திட்டமிடாமல் சாதாரணமாக வந்து விழுந்ததா?

கொட்டகை வாசலில் கட்டிலைப் போட்டுப் படுத்தபடி வானம் பார்த்துக் கிடந்தான் மாரிமுத்து. அவன் மனம் முழுக்க ஒன்றுமே அற்றதாயிருந்தது. எவற்றைக் கொண்டுவந்து போட்டு நிரப்புவது என்றே தெரியவில்லை. எத்தனையோ விதமான விஷயங்கள் சிந்திப்பதற்கு இருக்கின்றன. ஆனால் ஒன்றையே திரும்பத் திரும்பப் போட்டு உழன்றபடியிருக்க விதிக்கப்பட்ட மனம், ஏழேழு பிறவிகளாகப் பாவங்களைத் திரட்டி வந்திருக்கும் ஜன்மம் ஒன்றினுடையதாகத்தான் இருக்கும். கிடைத்துவிடுகிற ஒன்றைப் பற்றி அதற்குப் பின் சிந்திக்கத் தேவையில்லாமல் போகிறது. கிடைக்காத ஒன்று, தன்னைப் பூதாகரமாக்கி எல்லாவற்றையும் ஆக்கிரமித்துக்கொள்கிறது.

இந்த வாழ்க்கையை, மனிதர்களைப் புரிந்து கொள்ள வேண்டுமானால் தனிமனிதனாக

இருந்தால் முடியாதா? அருகில் பெண்ணொருத்தி வந்து சேர்ந்தவுடன் எல்லாப் புதிர்களும் அவிழ்ந்து புரிபட்டுவிடுமா. அனைத்தையும் புதிராக்கி வைத்திருப்பது பெண்தானா. எதையுமே புரிந்துகொள்ளாமல்தான் இவ்வளவு வேலைகளையும் செய்கிறேனா. விவசாய வேலையில் அவனுக்குத் தெரியாதது எதுவுமில்லை.

ஒன்றுமே விளையாது என்ற ஒதுக்கிவிட்ட மேட்டாங் காட்டையும் திருத்திக் கொள்ளோ நரிப்பயிறோ விதைப்பதிலிருந்து வயலோட்டி நெல் நடுகிற விவசாயம் வரை எல்லாமே அவன் அறிவான். பத்து வருசங்களாகவே வீட்டுக் கணக்கு முழுக்க அவனிடம்தான். அம்மாவிடம் இருந்த கணக்கு வழக்கை ஒரே நாளில் அவன் அபகரித்துக்கொண்டான். அந்த வருசம் கடலைக்காய் வெட்டின்போதே அதை மனசுக்குள் தீர்மானித் திருந்தான்.

இனிமேல் எந்தச் செலவுக்கும் ஐந்து பைசாக்கூட அம்மா விடம் கேட்கக்கூடாது. வெட்டுக்கான செலவு முழுவதையும் அம்மா கொடுத்திருந்தாள். கடலைக்காய் மூட்டைகளை ஏலத் துக்குக் கொண்டுபோய்ப் பணத்தை வாங்கி வந்தவன், அப்படியே தன்னிடமே வைத்துக்கொண்டான். முதல்நாள் பணத்தைப் பற்றி அம்மா பேசவில்லை. கொடுப்பான் என்றிருந்திருப்பாள். அடுத்த நாளும் அவன் கொடுக்கவில்லை என்றதும் பதறிப் போனாள். அம்மாயி மூலமாகக் கேட்டாள்.

‘பணம் எங்கட்டயே இருக்கட்டும்’ என்று மட்டும் சொன்னான்.

இனிமேல் தன்னிடம் எதுவும் வராது என்று தெரிந்ததும் அம்மா எந்நேரமும் பேசிக்கொண்டிருந்தாள். ‘பன்னாட்டு மீறிப் போச்சா. கலியாணங் காச்சி நடக்கறதுக்குள்ளயே இப்பிடின்னா, அதுக்கப்பறம் திருவோட்டக் கையில குடுத்து அனுப்பீருவான்,’ ‘மீச மொளச்சாப் பெரிய மனுசனா. ஆரூட்டுக்குக் கொண்டோயிக் கொட்டறன் நான். எனக்கு நாலஞ்சு அக்கா தங்கச்சிக கலியாணமாகாத கெடக்குதுவளா. பொறந்தவூட்டுக்குக் கொண்டோயிப் போடறனா’, ‘எம் பணத்த வெச்சிக்க இவனாரு? எம் மாருல பாலுக் குடிச்சு வளந்த நாயி, இப்ப எம்மேலயே மண்ண வாரி அடிக்குது’ என்றெல்லாம் என்னென்னவோ வாய்க்கு வந்தபடியெல்லாம் பேசினாள். மாரிமுத்து ஒரு வார்த்தையும் பேசவில்லை. அப்பனிடம் புகார் சொன்னாள்.

‘என்னாட்டமே, காடே கதி கள்ளே குடின்னு அவனும் இருப்பானா. அவன் உன்னாட்டம். உன்னோட புத்தியில

பாதியாச்சும் அவனுக்கிருக்குமல்ல. உட்ரு. கணக்கு வெச்சிருந்தா அவன்கிட்டத்தான் இருக்கட்டுமே.'

அப்பன் அப்படிச் சொன்ன பின்னால் அம்மாவுக்கு எல்லாம் சப்பென்றாகிவிட்டது. கண்ணீர் விட்டு அழுது இரண்டு நாள் சாப்பிடாமல் படுத்த படுக்கையாகக் கிடந்தாள். அம்மாயிதான் சமாதானம் சொல்லிச் சொல்லிப் பார்த்தாள். அப்புறம் எழுந்து சாதாரணமாகிவிட்டாள். பால் விற்பனைக் காசை மட்டும் அவளுக்கானதாக்கிக் கொண்டாள். அதை மாரிமுத்துவும் கேட்பதில்லை.

பெரிய சம்சார வீட்டுக் கணக்கையே தன் கைக்குள் கொண்டு வந்த மாரிமுத்துவைப் பார்த்து 'தண்டுவனுக்கு என்ன புரியும்' என்கிறாள் பாட்டி. அந்தச் சமயத்தில் பேரன் பக்கம் பேசியவள்தான் பாட்டி. 'அவ கொட்டத்த அடக்கறதுக்குன்னே மாரிமுத்து பொறந்திருக்கறான்' என்றாள். எத்தனையோ விஷயங்களைத் தெரிந்துகொண்டிருந்து என்ன, பாட்டி சொல்வது போலப் புரியாதவன்தானா அவன்? தெரிந்து கொள்ளலும் புரிந்துகொள்ளலும் வேறு வேறா? தெரிந்ததை எல்லாம் புரிந்ததாகச் சொல்ல முடியாது. கல்யாணம்தான் எல்லாவற்றையும் புரியவைக்கும் என்றால், வாழ்க்கை முழுக்கவே புரியாமல் இருக்கச் சபிக்கப்பட்டவனா மாரிமுத்து?

அவனுக்குள் சோர்வும் சலிப்பும் தோன்றின. கண்களை மூடித் தூங்க முயன்றான். அவன் கஷ்டங்கள் எதையும் அறியாமல் பாட்டி எருமைக்கன்றுக்குத் தீனி போட்டாள். நாயைக் கூப்பிட்டுச் சோறூற்றினாள். சோற்றுச் சட்டிகளை எல்லாம் உள்ளே எடுத்து வைத்தாள். வேலைகளின் போதே பாட்டி பேசிக்கொண்டும் இருந்தாள். தன்னைப் பற்றிக் கேவலமாகப் பேசுபவர்களையும் வேலைக்குக் கூப்பிடுபவர்களையும் எதிரே நிறுத்தி விளாசித் தள்ளினாள்.

அவற்றின் புரிபடாத ஒலி மாரிமுத்துவின் காதிலும் அவ்வப்போது விழுந்துகொண்டேயிருந்தது. ஆனால் இனிமேல் பாட்டிக்குச் சொல்ல அவனிடம் என்ன இருக்கிறது? எல்லாவித ஆயுதங்களையும் தகர்த்தெறிந்து ஒரே ஒரு சொல்லில் அவனை நிராயுதபாணி ஆக்கிவிட்டாள் பாட்டி. 'தண்டுவன்'. எப்பேர்ப் பட்ட பெயர். இருபது வயதிலேயே நீங்கியிருக்க வேண்டிய அந்தப் பெயர் பாட்டியின் வாயிலிருந்து வர வேண்டும் என்றிருக்கிறது.

பாட்டியிடம் அவன் பேச வந்த விஷயத்தின் முக்கியத்துவமே மறந்துபோய்விட்டது. வந்த விஷயத்தை மட்டும் பேசாமல், எதற்குப் பாட்டியோடு விவாதம் செய்தோம் என்றிருந்தது.

கல்யாணப் பிரச்சினையை விட்டு விலக, இதுபோன்ற சந்தர்ப்பம் இனி வாய்க்காது. நிலத்தைப் பிரித்து அளந்து கைக்கு வரக் கொஞ்ச நாளாகும். வெகுகாலமாகக் கரடு தட்டி விவசாயத்திற்கே லாயக்கில்லாமல் கிடக்கிறது. அதைப் பக்குவப் படுத்த ஒன்றிரண்டு வருசங்கள் ஆகும். கிணற்றைச் சரிப்படுத்த வேண்டும். இல்லாவிட்டால் புதிதாகப் போர் போட வேண்டும்.

அதை விளைநிலமாக மாற்றும் வேலையில் இறங்கினால், மற்றதெல்லாம் மறந்துபோகும். கல்யாணமாவது, ஒன்றாவது. நிலத்தைப் பற்றிய யோசனைகள் அவனுக்குள் கற்பனையாய் விரிந்தன. தென்னைகள் நிறைந்த தோப்பாய் அதை நினைக்க மனதிற்கு இதமாக இருந்தது.

கட்டிலைப் போட்டு 'உஸ் அப்பாடா' என்று பாட்டி விழுந்தாள். அவளுக்கு என்ன பிரச்சினை? படுத்தால் தூங்கிப் போவதுதான். 'பயா. . . தூங்கிட்டியா' என்றாள். அவன் பேச மனமில்லாமல் 'ம்' என்றான். ஆனால் மேற்கொண்டு அவனோடு பேசுகிற மனநிலையில் பாட்டி இருந்தாள்.

'ஆமா. உங்கிட்ட ஒன்னு கேக்கோனுமின்னு இருந்தன். பேச்சுவாக்குல மறந்தே போயிட்டன் பாரு. நம்ம செம்மண்காட்டுப் பிரச்சன தீரப் போவுதாமா?'

தானாவதித் தாத்தா வந்து பேசிவிட்டுச் சென்ற பிறகு அதைப் பற்றி இன்னும் யாரிடமும் அவன் வாய் திறக்கவில்லை. அதற்குள் பேச்சுப் பரவி எங்கெங்கோ போய், அனாதிக் காட்டில் ஒத்தைக்கு ஒத்தையாய்க் கிடக்கும் பாட்டி காதுவரை வந்திருக்கிறது. சித்தப்பன் வீட்டில்தான் இதைப் பரப்பி இருப்பார்கள். மகன்களுக்குச் சொத்துப் பிரித்துக் கொடுக்க அத்தனை அவசரம். கறார் விஷயம் பேச இப்போதைக்கு வரமுடியாது என்று சொல்லிவிட்டால் என்ன என்று அவனுக்குள் வீம்பு வந்தது. கடைசியான் செல்வராஜ் இதில் தலையிட்டிருக்கிறான் என்பது ஒன்றுதான் யோசிக்க வேண்டிய விஷயம். சரி. பாட்டியிடம் பேச வந்த விஷயத்தைப் பாட்டியே தொடங்கிவிட்டதில் திருப்தியாயிருந்தது.

'வந்து கேட்டிருக்கறாங்க ஆயா. உங்கிட்டப் பேசீட்டுச் சொல்றமின்னு அனுப்பீருக்கறன்.'

'எனக்கென்னடா இன்னமே. இன்னைக்குச் செத்தா நாளைக்கு ரண்டு நாளு. எங்கட்ட என்னத்தக் கேக்கறது. உங்கப்பன் இருக்கறான், உங்கொம்மா இருக்கறா. பத்தாக் கொறைக்கி அம்மாயி வேற வந்து குந்த வெச்சிருக்கறா. கேக்கறதான அவுங்ககிட்டயெல்லாம்.'

எல்லாரையும் விட்டுப் பேரன் தன்னிடம் ஆலோசனை கேட்க வந்திருக்கிறான் என்னும் பெருமை பாட்டிக்குப் பிடிபடவில்லை. அதை மாரிமுத்து உணர்ந்தான். கொஞ்ச நேரத்திற்கு முன் இனிமேல் எதற்குமே லாயக்கில்லை என்று அவன் சொன்ன வார்த்தைகள், இப்போதைய பேச்சில் சமன் செய்யப்படக்கூடும்.

‘உனக்குத்தானாயா அந்த நெலத்தப் பத்தித் தெரியும். அப்பறம் உங்கிட்டக் கேக்காத யார்கிட்டப் போயிக் கேக்கறதாமா.’

‘அது செரி. அந்த நெலத்துல நான் கொஞ்சமா பாடுபட்டிருப்பன். என்னயக் கலியாணம் பண்ணிக் கூட்டியாந்த நாள்லயிருந்து அங்கதான் கெடந்தன். அதோட ஒவ்வொரு மண்ணும் என்னோட நெஞ்சுல ஒட்டி கெடக்குதுடா பயா. . .’

பாட்டிக்குப் பழைய நினைவுகள் வெறியெனப் புகுந்து விட்டன. அவளை அப்படியே விட்டுவிடப் பிடிக்காமல், மாரிமுத்து தன்பக்கம் இழுத்தான்.

‘பிரிக்கறதுக்கு நாம ஒத்துக்கலாமா ஆயா.’

‘என்னடா இப்பிடிக் கேக்கற. அது எப்பேர்ப்பட்ட நெலம். முழுக்கச் செம்மண் பூமிடா. போடறதெல்லாம் பவுனாட்டம் வெளையும். நம்ம காட்டுலயே அதுக்கு எணையா எதையும் சொல்ல முடியாது பாத்துக்க. என்னோட காலத்துல அந்த மண்ணுல காலு வெச்சு வெள்ளாம பண்ணுவமான்னு தெனமும் நெனப்பன்டா. இப்பிடி ஒரு நேரம் வந்திருக்குது. ஒத்துக்கிட்டுப் பிரிக்கற வேலயப் பாரு.’

‘அதான், உன்னயக் கேட்டுட்டு ஒத்துக்கலாமுன்னு பாத்தன். நாளைக்கு நீ ஒரு சொல்லு சொல்லீரக் கூடாதுல்ல.’

‘நல்ல குடியானவன் மண்ணக் கொறபோட்டு வெப்பானாடா. என்னமோ அப்ப ஒரு நேரம். எறப்பெடுத்த முண்டையால வந்துது. அவ காலத்துல கொற நீங்கறதப் பாக்காமலே போயிட்டா. எனக்காச்சும் அந்தப் பாக்கியம் கெடைக்கட்டும்டா.’

சின்னப்பாட்டிதான் குறை விழக் காரணம் என்னும் பாட்டிக்குள் காட்டின்மீது இப்படி ஒரு பிரியம் இருப்பதை மாரிமுத்து ஆச்சரியத்தோடு உணர்ந்தான். இந்தப் பிரச்சினை முடியாமல் பாட்டி செத்திருந்தால், எவ்வளவு பெரிய பேராசை நிறைவேறாமலே போயிருப்பாள். பாட்டிக்காகவாவது உடனடியாக நிலத்தைப் பிரித்துக் கறார் செய்துவிட வேண்டும் என்று அவனுக்குள் ஆவல் உந்தியது.

‘செரி ஆயா. நாளைக்கே சொல்லீர்றன். அப்பறம் என்ன பிரிச்சர்லாம்.’

‘டேய் பயா... பிரிக்கறப்ப அவசரப்பட்டு எதாச்சும் வாயுட்றாத. கெவனமா இருக்கோணும். அந்தக் கண்டாரோலி இருக்கறாளே, அவ லேசுப்பட்ட பொம்பள இல்ல.’

பாட்டி எழுந்து கட்டிலில் உட்கார்ந்துகொண்டாள். சித்தப்பன் பெண்டாட்டிமேல்தான் அத்தனை கரிசனம்.

‘என்னாயா செஞ்சிருவாங்க. உள்ள பாகத்த நமக்குக் குடுத்துத்தான் ஆவோணும்.’

‘அதில்லடா. பிரிக்கறப்ப மேல நிக்கறதா கீழ நிக்கறதான்னெல்லாம் பிரச்சன வரும்டா.’

‘எப்பிடி நிக்கலாம்னு நீதான் சொல்லேன்.’

பாட்டி தலைமயிரை அவிழ்த்து மறுபடியும் முடிந்து கொண்டாள்.

‘செம்மண்காடு மொத்தமா மூணர ஏக்கராடா. இப்பப் பிரிக்கறப்ப சமமா ஒன்னே முக்கா ஒன்னே முக்கானு வெச்சுக்க முடியாது.’

‘அப்படியா?’

‘ஆமா. ஏரிப் பள்ளத்துப் பக்கம் இருக்கற பெரிய அணப்பு ரண்டுலயும் ஒரு காலத்துல மண்ணெடுத்துச் செங்கல் அறுத்திருக்கறாங்க. உன்னோட சித்தப்பன் இப்ப இருக்கற அந்த எட்டங்கண ஓட்டூடு அந்தச் செங்கல்ல கட்டுனதுதான். ஊடு கட்டத் தனிச்சூளையே அப்பப் போட்டிருக்கறாங்க, என்னோட மாமனாரும் மாமியாளும். கடைசியாப் பிரிக்கறப்ப ஊட்டச் சின்னவனுக்குனு குடுத்திட்டாங்க. உங்க பாட்டனும் நம்ம தம்பிதானன்னு ஏமாந்து நின்னுட்டாரு.’

‘போனாப் போவுது உடாயா.’

‘அப்பிடி உட்டு உட்டுத்தான்டா எல்லாம் போயிருச்சு. அப்பேர்ப்பட்ட ஊட்டப் போனாப் போவுதுன்னு உங்க பாட்டன் உட்டாரு. இப்பப் பாரு, அனாதிக் காட்டுல இந்தப் பாழுங் கொட்டாயில வந்து கெடக்கறன்.’

‘அந்தக் கதையெல்லாம் இப்ப எதுக்காயா. எப்பிடி நிக்கலாம்னு சொல்லுவியா.’

'அதான்டா சொல்றன். செங்கல் அறுத்ததால கீழ்ப் பக்கம் கொஞ்சம் பள்ளமாத்தான் தெரியும். அதனால் அந்தப் பக்கம் நிக்கறவங்களுக்கு நெலம் சேத்தி உடோணும்னுதான் பேச்சு வரும். மொதல்ல உங்கிட்டக் கேட்டா, எங்க தாத்தன் தானே மூத்தவரு, அதனால மேல்பக்கத்துலயே நின்னுக்கறன் அப்டீன்னு சொல்லு.'

'செரீன்னுட்டாங்கன்னா.'

'அதெப்படிச் சொல்லுவாங்க. அவுங்க மேலதான் நிக்கற மின்னு சொல்வாங்க பாரு. பள்ளமா இருக்கற பக்கம் எவனாச்சும் நிக்கறம்பானா?'

'செரி.'

'அப்ப ரண்டு பேரும் மேல்பக்கமே நிக்கறதுன்னா போட்டி வரும். கீழ்ப்பக்கம் நிக்கறவுங்களுக்கு நெலம் சேத்தி உடறம்பாங்க. எவ்வளவு அதிகம் சேத்தி உடறாங்களோ அதப் பாத்துக்கிட்டு நீ கீழ்ப்பக்கமே நின்னுக்க.'

'என்னாயா இப்படிச் சொல்ற.'

'ஆமான்டா. எப்படியும் கீழ்ப்பக்கம் நிக்கறவங்களுக்குத்தான் கெணறு வரும். கெணத்தப் பொதுவுல ஒத்துக்காத. உம்பக்கமா வர்ற மாதிரி பாத்துக்க.'

'இப்பெல்லாம் கெணறு இருந்து என்ன, இல்லாட்டி என்ன. ஒரு போர் போட்டுக்கலாமாயா.'

'அப்பிடி உட்ராத. அந்தக் கெணத்துல கெழக்கு மூலைல பாறச் சந்துலயிருந்து ஒரு சலம் வரும். அது எப்பேர்ப்பட்ட கோடைக்கும் வத்தாத சலம். அந்தச் சலத்துல மட்டும் தண்ணி தித்திப்பா இருக்கும். அப்ப ஒரு பஞ்சம் வந்திச்சு பாரு, சனங்க தண்ணி கெடைக்காத எப்பிடி அலமோதிச்சு தெரீமா. அந்தப் பஞ்சத்துலகூட சலம் வத்துல. குழியாட்டம் கட்டி உட்டு ஊரே அந்தத் தண்ணியத்தான் மோந்துக்கிட்டுப் போயிக் குடிச்சாங்க. அது மாதிரியெல்லாம் எந்தப் போரும் வாய்க்காது.'

'இப்பமும் அந்தச் சலம் வருமா?'

'நல்லாச் சேறெடுத்துக் கல்லுக்கட்டுக் கட்டி உட்டுட்டா இப்பவும் தாராளமாகப் பத்தேக்கராப் பாய்க்கலாம். மழகாலத்துல தண்ணி மேவிக்கிட்டுக் கெடக்கும். அப்பிடி ஒரு சமயத்துல, முனியனோட அம்மா, அந்தக் கெழவி கையையும் காலையும் கட்டிக்கிட்டு கல்லோட உள்ள எறங்கீட்டா. ரண்டு நாள்

கழிச்சுத்தான் தெரிஞ்சுது. வெடிய வெடிய ஏத்தம் எறச்சும் தண்ணிய மூய்க்க முடியலியே.'

பாட்டி சொல்வதிலிருந்து நிலம் பிரிப்பதைப் பற்றி ஒரு மாதிரியாக மனசுக்குள் கருத்து உருவாவது போலிருந்தது. நாளைக்கே தானாவதித் தாத்தாவிடம் ஒப்புதலைச் சொல்லிவிடலாம். அப்புறம், நிலத்தை ஒருமுறை உள்ளே போய்ப் பார்க்க வேண்டும்.

'பிரிச்சு முடிய ஒரு ஆறுமாசம் ஆவுமாடா முத்து.'

'ஆறு மாசம்' என்று பாட்டி சொன்னதும் அவனுக்குத் திக்கென்றது. தனது கெடு நினைவுக்கு வந்தது.

'ம்' என்று மட்டும் பதில் சொன்னான்.

'செம்மண்காடு கைக்கு வர்ற நேரம் உனக்கும் ஒரு நல்லது நடக்கட்டும்.'

பாட்டி மனதாரச் சொன்னாள். தானாவதித் தாத்தாவும் இதையேதான் சொன்னார். இவர்கள் சொல்கிற மாதிரி, இந்த நிலம் சீரடையும்போதுதான் வீட்டுக்கு ஒரு பெண் வரவேண்டும் என்றிருக்கிறதோ என்னவோ. பாட்டி அந்த நிலம் பற்றிய கதைகளைச் சொல்லிக்கொண்டிருந்தாள். மாரிமுத்து அனிச்சையாய் 'ம்' போட்டுக்கொண்டிருந்தானே தவிர, அவன் உள்ளமெல்லாம் எங்கோ ஓடிக்கொண்டிருந்தது. பாட்டி சொல்கிற அந்த 'நல்லது' இந்த நிலத்தால் நடக்கும் என்றிருந்தால் அது எப்போதோ நடந்திருக்க வேண்டும்.

●

16

ஐந்தாறு வருசங்களுக்கு முன்னான ஐப்பசி மாதம். சித்தப்பா பையன் செல்வராசோடு நல்லுறவு ஏற்பட்ட சமயம் அது. அந்த வருசம் நல்ல மழை. கடலைக்காய் வெட்டி எடுத்துக் காய்வதற்கு வெயிலே அடிக்கவில்லை. அதனால் பச்சைக்காயையே போட்டுவிடலாம் என்று மண்டிக்குக் கொண்டு போனான். வாரத்திற்கு இரண்டு நாள் ஏலம் நடக்கும். ஏல நாளுக்கு முன்னாலேயே மண்டிக்குள் இடம் பிடித்து மூட்டைகளைப் போட்டு வைத்துக்கொள்ள வேண்டும். காய் வரத்தும் அதிகம்.

மூட்டைகளை மாரிமுத்து போட்டிருந்த இடத்திற்கு அருகிலேயே சித்தப்பா வீட்டு மூட்டைகள். காவலாய்ச் செல்வராசுதான் இருந்தான். அவனிடம் எதுவும் பேசவில்லை. அப்படியே வளர்ந்தாகிவிட்டது. சின்ன வயதிலிருந்தே எதிரி மாதிரிதான். ஏதாவது பேசி விளையாடி யாராவது பார்த்துவிட்டால் வினை வந்தது. மாரிமுத்துவின் அம்மா தோசைக் கரண்டியைக் காய வைத்துக் காலில் சூடிழுத்துவிடுவாள். சித்தியும் அப்படித்தான். நல்லது கெட்டது எதற்கும் எந்தப் போக்குவரத்தும் கிடையாது.

சித்தப்பா வீட்டுக்கு அருகில் இருந்த வீடொன்றில் இழவு. இழவு வீட்டுக்காரர் கிணற்றில் தண்ணீர் இல்லை. சித்தப்பா கிணற்றில்தான் தண்ணீர் மொண்டு சமைத்தார்கள். தொலவுக்கார வீட்டுக் கிணற்றுத் தண்ணீரைக் கொண்டு சமைத்த காரணத்தாலேயே அங்கே சாப்பிடாமல் திரும்பியவள் அம்மா. தொலவு என்று வந்துவிட்டால்

வாய்வார்த்தை பேசினாலும் எச்சில் தெறித்தாலும்கூடச் சாமி குத்தம்தான். சாமி கோயிலில் இருவீட்டாரும் பூசை செய்து நீக்கினால் ஒழிய, எந்தக் கொடுக்கல் வாங்கலும் வைத்துக்கொள்ள முடியாது.

மூட்டைக்கு அருகில் படுத்திருந்த மாரிமுத்துவிடம் சகஜமாக வந்து 'என்னண்ணா எங்க சாப்பட்டீங்க' என்று விசாரித்தான் செல்வராசு. மாரிமுத்து பேசுவதா வேண்டாமா என்று குழம்பிப் போனான். பிதுபிதுவென விழித்தான்.

'தொலவுக்காரன் வந்து பேசறானேன்னு பாக்கறீங்களா. எதோ அந்தக் காலத்துல அறியாத தொலவு போட்டுட்டாங்க. இப்பக் காலம் எவ்வளவு மாறிப் போச்சு. பெரியவங்களாட்டமே நாமளும் இருந்தா எப்படீண்ணா?'

செல்வராசு மாரிமுத்துவைவிட ஐந்தாறு வயது சின்னவன். பெரிய மனுசன் போல அவன் பேசுவதைக் கேட்க மாரிமுத்துவுக்கு வெட்கமாக இருந்தது. என்ன அழகாக வரிசை வைத்து 'அண்ணா' என்று கூப்பிடுகிறான். இப்படிக் கூப்பிட்டு உறவாட ஆள் இருக்கிறது என்பதையே இத்தனை நாள் உணரவில்லையே என்று வருத்தமாக இருந்தது.

அப்புறம் செல்வராசுவோடுதான் அந்த மூன்று நாட்களும் திரிந்தான். கடைக்குப் போய் இருவரும் ஒன்றாகச் சாப்பிட்டார்கள். முதல்முறை செல்வராசு பணம் கொடுத்தான். மறுக்க முனைந்தபோது செல்வராசு சொன்னான், 'பணத்துலயும் தொலவு பாக்கறீங்களா? காசு ஒரு தேவிடியாண்ணே. இன்னைக்கு ஒருத்தருகிட்ட இருக்கும். நாளைக்கு இன்னொருத்தர்கிட்டப் போயிரும்.' அப்படிச் சொல்பவனிடம் என்ன கணக்குப் பார்ப்பது. செல்வராசு வெகு தாராளம். கடையில் நன்றாகச் சாப்பிடுவான். திரைப்படத்திற்குப் போனால் அதிக விலை கொடுத்து டிக்கெட் வாங்குவான். சட்டைப் பையில் இருந்து பணம் எடுக்கக் கூசவே மாட்டான்.

'சம்பாரிச்சு வெச்சிருந்து என்ன செய்யப் போறம்? கோட்டையே கட்டுனாலும் போவும்போது கூடவே தூக்கிக்கிட்டா போவப்போறம்.'

செல்வராசு தன் தம்பி முறையாக இருந்தபோதும் அவனிடம் கற்றுக்கொள்ள நிறைய விஷயங்கள் இருப்பதாகத் தோன்றியது. அவனுடன் இருக்கும்போது சந்தோசமாக உணர்ந்தான். மூன்று நாட்களில், காலம் முழுக்க உடன் இருந்தவன் போல வெகு இயல்பாகப் பேசிப் பழகினான். அப்போது மாரிமுத்துவின் கல்யாணம் பற்றிச் சாடைமாடையாகப் பேச்சு வந்து, நேராகவே பேசும்படியாயிற்று.

‘நீதான் எங்காச்சம் பொண்ணு இருந்தாச் சொல்லேன்’ என்றான் கேலியாக.

‘ஒரு பொண்ணு இருக்குது. எங்கண்ணணுக்குப் பாத்தாங்க. ஆனாப் பொண்ணூடு போடற கண்டிசன் ஒத்துவர்லீன்னு விட்டுட்டாங்க. அது உங்களுக்கு ஒத்துவந்தாப் போயிப் பாக்கலாம்.’

செல்வராசு கல்யாணத் தரகன் போலப் பேசியதும்தான், அவனுடைய அண்ணன்களுக்குப் பார்த்த அனுபவம் இருக்குமே என்று மாரிமுத்துவுக்குத் தோன்றியது. செல்வராசுவின் மூத்த அண்ணன் நடேசனுக்கு எப்படியோ கல்யாணம் ஆகி விட்டது. அடுத்தவன் ரங்கசாமிக்கு இன்னும் ஆகவில்லை. பார்த்துக்கொண்டேயிருந்தார்கள்.

செல்வராசு சொன்ன பெண், குந்தூருக்குப் பக்கத்தில். காட்டுக்குள் வீடு. அவளோடு பிறந்தவர்கள் மூன்றுமே பெண்கள். மூத்தவளுக்கும் அடுத்தவளுக்கும் கல்யாணமாகிவிட்டது. கடைசிப் பெண்தான் இருந்தாள். சொத்து என்று பார்த்தால் கல்லும் கரடுமாய் இருந்த இரண்டு ஏக்கர் வரக்காடுதான். நல்ல தண்ணீருக்குப் போவதென்றாலும் குடத்தைத் தூக்கிக்கொண்டு நாலு காடு தாண்டிப் போக வேண்டியிருக்கும். ஆனால் பெண்ணின் அப்பன் ரொம்பவும் விவரமானவன். பெண்களுக்கு இருக்கிற கிராக்கியைத் தெளிவாகப் புரிந்துகொண்டவன்.

மூத்த பெண்ணுக்கு ரிக் முதலாளி பையன் ஒருவன் வாய்த்திருந்தான். பெண்ணுடைய பெயருக்கு இரண்டு ஏக்கர் நிலம் எழுதி வைத்துவிட வேண்டும். பெண்ணுக்குத் தாலிக்கொடி ஒன்பது பவுனில் போட்டுவிட வேண்டும். கல்யாணச் செலவில் மட்டும் ஆளுக்குப் பாதிபாதி. கோயிலில்தான் கல்யாணம் நடத்த வேண்டும். இரண்டாவது பெண்ணுக்கும் இந்த நிபந்தனைகளின் அடிப்படையிலேயே கல்யாணம் செய்திருந்தான். நிலம் எழுதி வைக்காமல் பணமும் பவுனும் எவ்வளவு கொடுக்கிறோம் என்று சொன்னாலும் ஒத்துக்கொள்ள மாட்டான்.

‘பணங்காசு இன்னைக்கு வரும், நாளைக்குப் போயிரும். மண்ணுங்கறது அப்பிடியா. எம்பொண்ணு பேர்ல இருந்தா அவளுக்கு ஒரு நாளைக்கு ஆவும். உங்க ஊட்டுக்கு வர்ற பொண்ணுக்குத்தான் குடுக்கச் சொல்றன். எனக்கா எழுதி வைக்கச் சொல்றன்.’

அவன் எதிர்பார்த்தபடியே இரண்டு பெண்களுக்கும் நல்ல வசதியான இடங்களில் அமைந்தன. கடைசிப் பெண்ணுக்கும் அப்படியே எதிர்பார்த்திருந்தான். செல்வராசுவின்

அண்ணனுக்குப் பார்த்தபோது யாரும் அந்த நிபந்தனைகளுக்கு ஒத்துக்கொள்ளவில்லை.

‘பொட்டச்சி பேர்ல நெலத்த எழுதி வெக்கோணுமாமா. நம்ம ஊட்டுக்கு வர்றவளுக்கு நாம எதுக்கு எழுதி வெக்கோணும். அப்பிடி நம்பிக்கை இல்லாதவளக் கட்டி என்னத்துக்கு அவமானப் படோணும். நெலம் எழுதி வெக்கற அளவுக்கு அவ என்ன தங்கத்துலயா வெச்சிருக்கறா?’

நிலமே கதி என்று கிடக்கிற கூட்டம், அதில் ஒரே ஒரு விலாவும்கூட வேறொரு பெயருக்குப் போவதைச் சம்மதிக்காது. ஆனால் ரிக் முதலாளிகள் அப்படியல்ல. பணமெல்லாம் அவர்களுக்குப் பெரிய விஷயமல்ல. ஒரு சீசன் வண்டி போய் நன்றாக ஓடிவிட்டால் போதும். பெண்ணுக்கு இரண்டு ஏக்கர் என்ன ஐந்து ஏக்கர்கூடத் தாராளமாக எழுதி வைக்கலாம். பெண் கிடைத்தால் போதும்.

செல்வராசு சொன்னதும் மாரிமுத்து அந்தப் பெண்ணைப் பார்க்க ஒப்புக்கொண்டான். அடுத்த வாரத்தில் ஒருநாள் இரண்டு பேரும் சந்தித்துக்கொண்ட போது, பெண்ணின் ஜாதகக் குறிப்பு பொருந்தித்தான் போயிற்று. இன்னொரு நாள் இரண்டு பேரும் அந்தப் பெண் வீட்டையே தேடிப் போனார்கள். கல்யாணமாகாத இரண்டு பையன்கள் மட்டும் பெண் வீட்டுக்குப் போனால் நன்றாகவா இருக்கும் என்று மாரிமுத்து கூச்சப்பட்டான்.

‘அட நீங்க ஒன்னு, வெவரம் புரியாத ஆளா இருக்கறீங்க. அந்தப் பொண்ணோட அப்பங்காரன் இருக்கறானே, அவனே புரோக்கர் மாதிரிதான். மாப்ள ஆரு என்ன, பாக்க ஆரு வர்றாங்க அதப்பத்தி எல்லாம் அவனுக்குக் கவல கெடையாது. அவஞ் சொல்றது நடக்குதாங்கறதுதான் அவனுக்கு மொதல்ல’ என்று தைரியம் சொல்லி மாரிமுத்துவைக் கூட்டிப்போனான். பெரிய மலையை யாரோ ஒரு முனிவன் தன் மந்திரசக்தியால் குறுக்கி எடுத்து வைத்தது போல நின்றிருந்த பெரிய பாறாங்கல்லுக்குப் பக்கத்தில் அந்த வீடு இருந்தது. இரண்டு ஓலைக் கொட்டகைகள். ஒன்றில் குடியிருந்து கொண்டு, இன்னொன்றைத் தீவனம் போட்டு வைக்க, படுக்க என்று வைத்திருந்தார்கள். சுற்றிலும் வெகுதூரத்திற்கு ஒரு ஈ, காக்காய்கூடக் காணவில்லை. இந்த வீட்டுக்கு மாப்பிள்ளையாகிவிட்டால், நோம்பிநொடிக்குக்கூட வந்து விருந்து சாப்பிட்டுப் போக யோசிக்க வேண்டியிருக்கும் என்று நினைத்தான் மாரிமுத்து. வசதியான இடமாகக் கொடுத்துவிட்டால், மாமனார் மாமியாரை மாப்பிள்ளைகள் அழைத்துக்கொள்ளக்கூடும்.

அவர்கள் போனபோது பெண்ணும் அம்மாவும்தான் இருந்தார்கள். பெண் கருவிழித்துக் கிடந்தாள். வெகுகாலம் பயன்படுத்திக் கரிஅப்பிய சட்டியின் ஓடு போல அவள் இருப்பதாக அவனுக்குத் தோன்றியது. அவர்களை வரவேற்கவுமில்லை. தாகத்திற்குக் குடிக்கவும் எதுவும் தரவில்லை. மாடு காளை சேர்த்துவதற்காகக் கொண்டு போயிருக்கிறார். வரப் பத்து மணியாகும் என்று தகவல் சொன்னதே பெரிது. எதற்கு வந்திருக்கிறார்கள் என்று கேட்கவுமில்லை. உட்காரச் சொல்லவும் இல்லை.

செல்வராசு ஒன்றையும் வெளிப்படுத்திக்கொள்ளாமல், தண்ணீர் கேட்டு வாங்கிக் குடித்தான். வண்டியை அங்கே வாசலிலேயே நிறுத்திவிட்டு இருவரும் வெயில் ஏறிக்கொண்டிருந்த அந்தப் பொழுதில் கொஞ்சதூரம் நடந்து போய்த் தடத்தோரமாக இருந்த வேம்பு ஒன்றினடியில் உட்கார்ந்துகொண்டார்கள். எத்தனை வரிசை வைத்து முதல்முறை பெண் பார்க்கப் போனபோது எவ்வளவு மரியாதையாக நடத்தினார்கள் என்பது நினைவுக்கு வர மாரிமுத்துவின் கண்கள் லேசாகக் கலங்கின. அவன் கண்களுக்கு எதிரில் இருந்த எல்லாம் ஒளி உருண்டைகளாகத் தெரிந்தன. பேச்சே வரவில்லை. செல்வராசு, அவனை உற்சாகப்படுத்தும் விதத்தில் என்னென்னவோ பேசிக் கொண்டிருந்தான். அந்தத் பெரிய பாறாங்கல்லில் தலைமோதி வெடித்து அழ வேண்டும் போலிருந்தது.

எவ்வளவோ நேரம் கழித்து அந்த அப்பன்காரன் மாட்டைப் பிடித்துக்கொண்டு வந்தான். எழுந்துபோய் அவனிடம் செல்வராசு பேசிவிட்டு வந்தான். அப்பன்காரனின் பார்வையில் இருந்த அசட்டையும் ஏளனமும் மாரிமுத்துவைக் குறுக வைத்தன. கல்யாணம் ஆகிவிட்டால் ஐந்தாறு பெண்குழந்தைகளைப் பெற்றுக்கொள்ள வேண்டும் என்று அப்போது வைராக்கியம் கொண்டான். அந்தப் பெண்ணுக்கும் பெரிய மாளிகை கட்டி வைத்திருக்கும் ரிக் முதலாளி பையன் எவனாவது கிடைத்திருப்பான். கருவாடு இப்போது சதை ஊதி அடையாளம் தெரியாமல் மாறியிருப்பாள்.

அந்தப் பெண் முடிந்தால் செம்மண்காட்டுப் பங்கை அப்படியே அவள் பெயருக்கு எழுதி வைத்துவிடலாம் எனவும் அதையே காரணம் காட்டிச் செல்வராசு மூலமாகப் பங்கு பிரித்துவிடலாம் எனவும் அப்போது திட்டமிட்டிருந்தான் மாரிமுத்து. பெண்ணும் அமையவில்லை. நிலமும் அமையவில்லை.

●

17

செம்மண்காட்டருகே மாரிமுத்து வண்டியை நிறுத்தினான். தானாவதித் தாத்தாவிடம் பங்கு பிரிக்கச் சம்மதம் என்று சொன்ன பிறகு அந்தக் காட்டை ஒருமுறை பார்க்க வேண்டும் என்று தோன்றிக்கொண்டே இருந்தது. சித்தப்பா வீட்டாருடன் பேசி அடுத்த நடவடிக்கைக்குத் தாத்தா போகும் முன் பாட்டியின் யோசனைகள் கூடி வந்தால் சரியாக இருக்குமா என்று அவன் மனம் கணக்கிடத் தொடங்கியிருந்தது.

பாட்டி அந்தக் கால மனுஷி. அவளுக்கு எந்த மண் எப்படி விளையும் என்று தெரியலாம். எங்கே எவ்வளவுக்கு விலைபோகும் என்னும் இந்தக் கால நிலவரம் பாட்டிக்குத் தெரியாது. சாலை வசதியும் பார்வைக்குப் பளிச்சென்று படும்படியான நிலமும் மனை போட்டால் சட்டென்று விற்பனையாகும். பாட்டி சொல்கிறாள், பள்ளத்துப் பக்கம் நின்றுகொள் என்று. பள்ளத்தில் வீடு கட்ட யார் வாங்குவார்கள்? இப்போதைக்கு விற்கப் போவதில்லை என்றாலும் ஊர் எல்லை கட்டுப்பாடின்றி விரிவாகிக் கொண்டேயிருக்கிறது. எந்த இடத்திற்கும் ஏதாவது சந்தர்ப்பத்தில் சட்டென மதிப்பு கூடிவிடலாம். எல்லாவற்றையும் யோசித்துத்தான் முடிவு செய்ய வேண்டும்.

அந்தக் காடு அவன் மனதுக்கு அவ்வளவாக நெருக்கமில்லாத நிலம். அவனுக்கு நினைவு தெரிந்த நாளில் இருந்தே குறையாகத்தான் கிடக்கிறது. சின்ன வயதில் ஏதோ சில நாட்கள் ஆடு மேய்க்க அங்கே போயிருக்கிறான். அவ்வளவுதான். புரண்டு

விளையாடி அந்த மண் அவன் உடலில் ஒட்டியதில்லை. அங்கிருக்கும் மரங்களில் ஏறிக் குதித்ததில்லை. அதில் விவசாயம் செய்ய ஒரு சின்னக் களைக்கொத்தைக்கூடக் கையில் எடுத்ததில்லை. அது விவசாய நிலமாகவே அவன் மனதில் பதிந்திருக்கவில்லை.

பாட்டி அவ்வப்போது துண்டுதுண்டாகச் சொன்னவற்றிலிருந்து கோத்து உருவாக்கிக்கொண்ட சித்திரம், நேரில் பார்க்கும்போது அதிகமோ என்று தோன்றும். அங்கே உழுது நீர் பாய்ச்சி பயிர்கள் வளர்ந்த காலக் காட்சிகள், பாட்டியின் இளமைப் பருவம் போல அப்படியே அவள் மனதில் பதிந்திருக்கின்றன. அவளுக்குள் உயிர்ப்புடன் இருக்கும் செம்மண்காடு முப்பது வருசங்களுக்கு முந்தையதுதான். அதைக் கண்டுகொள்ள வேண்டுமானால் மாரிமுத்துவுக்கு இன்னும் ஐந்தாறு வருசங்கள் பிடிக்கக்கூடும்.

மண்சாலையை ஒட்டியே கிணறு இருந்தது. கிணற்றை அடையாளப்படுத்திக் கொண்டு நின்றவை ஏற்றமேட்டில் நீட்டிக் கொண்டிருக்கும் துளைக்கற்கள் இரண்டுதான். கிணற்றுக்கு அருகிலேயே ஒற்றையடித் தடம் ஒன்று தொடங்கி வெகுவேகமாக உள்ளே சென்றது. சாலையை அடுத்த கரையோரத்திலேயே காவல்தெய்வம் போல பெரிய வேம்பொன்று நின்றிருந்தது. அதனடியில் வண்டியைக் கொண்டுபோய் நிறுத்தினான்.

மரத்தடி குளுமையைத் தேக்கியிருந்தது. பிள்ளைகள் ஏறி விளையாடிய தடங்கள் மரத்தில் தெரிந்தன. அடிமரத்திலிருந்து விடுவிடென்று மேலேறி ஓர் ஆள் உயரத்திற்கும் மேல் போய்க் கிளைகள் பிரிந்தன. மனிதக் கைகள் பட்ட வடுக்கள் கிளைகளில் தெரிந்தன. மரத்தடி முழுக்கச் சுத்தமாகப் புல்பூண்டுகள்கூட இல்லாமல் புழங்கிய சுவடுகளுடன் இருந்தது. அஞ்சாங்கல் விளையாடியதற்கு அடையாளமாக அங்கங்கே கற்குவியல்கள். உருண்டையாக மொழுமொழுவென்றிருந்த வெங்கச்சங்கற்கள். தேடித் தேடிப் பொறுக்கி எடுத்திருக்க வேண்டும். இல்லை, விளையாடி விளையாடி அவை அந்த வடிவம் பெற்றிருக்கக்கூடும். நிலம் முழுக்கப் பொதுவிடமாக மாறிவிட்டதன் அடையாளங்கள் நுழைவாயிலிலேயே பரிபூரணமாக இருந்தன.

கொஞ்சமா, முப்பது வருசங்கள். நிலம் தனித்தீவைப் போலத் தெரிந்தது. கிழக்கே சாலை. மேற்கே வளவு வீடுகள். வடக்கே பெரிய தோட்ட வெள்ளாமை அணப்புகள். தெற்கே ஏரிப்பள்ளத்துச் சம்பங்கோரைகள். இவற்றுக்கு நடுவே மரங்களும் புதர்களும் அண்டியதொரு பெருந்தீவுதான் இந்த நிலம். மரங்கள் வளர்ந்து நிலத்தைக் கூடாரமாய் மூடியிருக்கின்றன.

பெரும்பாலும் விஷ முட்கள் நீட்டிக்கொண்டிருக்கும் சீமைக்கருவேல மரங்கள். வேர் பிடிக்கச் சிறிது மண் கிடைத்து விட்டால் போதும், தன் முட்கிளைகளை ராட்சத விரல்களாய் விரித்து வெளி முழுவதையும் ஆக்கிரமித்துவிடும் மரம். மற்ற மரங்கள் எல்லாம் அதற்குள் குறுகி ஒடுங்கிப் போகும். வேம்பு மட்டும்தான் அதற்கு ஈடு கொடுக்கக்கூடியது. முட்களுக்குள் தன் பசுங்குச்சிக் கைகளை நுழைத்து நுழைத்து மேலேறி அதனை அமுக்கிவிட்டுத் தன்னைப் பரப்பிக்கொள்ளும். ஆனால் வேம்பு கொஞ்சம் நாசுக்குப் பார்க்கும். வேர்விட்டு முளைப்பதற்கு ஏற்ற இடமாக வேண்டும். அங்கங்கே ஒன்றிரண்டு வேம்பின் தலைகளும் தெரிந்தன.

உள்ளே புகுந்து ஒரு சுற்று வரலாமா வேண்டாமா என்று குழப்பமாயிருந்தது. நிலம் தன் வாசல்கள் எல்லாவற்றையும் இறுக மூடி வைத்துவிட்டுக் கமுக்கமாக உள்ளே படுத்திருப்பது போலிருந்தது. ஒருமுறை சுற்றி வந்தால் நிலம் பங்கிடுவதைப் பற்றி எண்ணம் உருவாகும். வரக்கூடிய பொதுமனிதர்கள் என்ன மாதிரி சொல்வார்கள், அவற்றில் எது ஏற்றுக்கொள்கிற மாதிரி இருக்கும் என்று முன்கூட்டியே தீர்மானம் செய்ய வசதியாயிருக்கும்.

வண்டியைப் பூட்டிவிட்டுக் கிணற்றை நோக்கி நடந்தான். கிணறு தூர்ந்து கிடந்தது. சுற்றிலும் கல்லுக்கட்டுச் சுவர்கள் பெயர்ந்து விழுந்திருந்தன. பற்கள் விழுந்த பொக்கை வாயில் அங்கங்கே ஒற்றைப் பற்கள் நீட்டிக் கொண்டிருப்பதைப் போல ஓரிரு கற்கள் நின்றிருந்தன. துளைக்கற்கள் அடியே பிடிப்பற்று இப்பவோ அப்பவோ என்று உயிர் தரித்திருந்தன. இந்தக் கிணறே வேறு மாதிரி.

அந்தப் பக்கத்துக் கிணறுகள் எல்லாம் செவ்வகப் பெட்டியொன்றை மண்ணுக்குள் ஆழமாக இறக்கி வைத்தாற்போலிருக்கும். இந்தக் கிணறு வாயகன்று பெரும் வட்டமாயிருந்தது. உள்ளே எட்டிப் பார்க்கவும் சிரமமில்லை. தண்ணீர் லேசாகக் கண்ணுக்குத் தெரிந்தது. சின்னக்குளம்தான் இது. எந்தக் கோடைக்கும் தண்ணீர் வற்றாது என்பாள் பாட்டி. கிடையாகப் போட்டு வைத்திருப்பதால் பச்சைப் பசேல் குழம்பாய்த் தண்ணீர் தெரிந்தது. இதற்குள்ளும் பிள்ளைகள் குதித்து விளையாடுவதற்கான தடங்கள் இருந்தன. ஏறிக் குதிக்கும் இடங்களும் அவற்றை நோக்கிச் செல்லும் காலடித்தடங்களும் சுவர்ப் பக்கங்களில் தெரிந்தன. கிணறு எப்படி இருந்தாலும் குதிக்கும் ஆர்வம் குறைவதே இல்லை.

உள்ளே சோப்புத் துண்டுகளும் ஷாம்புப் பாக்கெட்டுகளும் கிடந்தன. அழுக்குறிஞ்சும் அயிரைகளும் பட்டை மீன்களும் நீரின் மேற்பரப்பு வந்து வாயை வெளியே காட்டி உள்ளோடிக் கொண்டிருந்தன. எப்படியோ கிணறு தன் பயன்பாட்டை இன்னும் நிறுத்திக்கொள்ளவில்லை. சுவர்களை எடுத்துக் கட்டியும் சேறள்ளியும் கிணற்றைச் சரிசெய்ய வேண்டுமானால் குறைந்தது ஒருலட்சம் செலவாகும். மோட்டார் வைத்து மின் இணைப்புப் பெறுவதென்றால் சாதாரண விஷயமல்ல. அப்படிக் கஷ்டப்படுவதென்றால் இந்தக் கிணற்றைப் பங்கில் வரப் பார்க்கலாம். ஆனால் எவ்வளவு செலவழித்தும் கிணற்றைப் பெற வேண்டும். முடியுமா என்பது யோசனையாக இருந்தது.

இந்தக் கிணறு ஐந்தேக்கர் நிலத்தையும் வளப்படுத்தியிருக்கிறது. கிணற்றை எடுத்துக்கட்டிச் சரிசெய்தால் பாட்டியின் நினைவுக்குள் மிதந்துகொண்டிருக்கும் அந்தக் காலத்தை ஓரளவேனும் அவளுக்குக் காட்ட முடியும். நிலத்தில் பயிர்பச்சைகள் உருவா னால் அவள் கண் குளிரும். நிம்மதியாய்ப் போய்ச் சேர்வாள்.

ஒற்றையடித் தடத்திற்கு வந்து நின்றான். அதன் வழியாகப் போனால் மரமேறி வளவைச் சென்றடையலாம். உள்ளே தன்னந்தனியாகப் போகச் சற்றே தயக்கமாயிருந்தது. அவன் மூதாதையர்கள் கால்பதித்து விளைவித்த மண். அடித்துப் புரண்டு சண்டைப் பிடித்துக்கொண்டதும் இதே மண்ணில்தான். சின்னத்தாத்தா கோவணம் அசைய ஓடிவந்து ஏற்றக் கால்களை நொறுக்கும் காட்சி அவன் மனதில் வந்தது. காடு குறைவிழ அவன் பாட்டிதான் காரணம் என்று சொல்வதுமுண்டு. சின்னப்பாட்டி உயிரோ இருந்தவரைக்கும் அப்படித்தான் சொல்லிக்கொண்டிருந்தாள்.

சின்னப்பாட்டி தன்பங்கு அணப்பில் ஒரே ஒரு செரவில் மிளகாய்ச் செடி நட்டிருந்தாள். கோழிப்பீக் குப்பையைத் தனியாய்ச் சேர்த்து வைத்திருந்து அந்தச் செரவுக்கு மட்டும் போட்டு நிறையத் தண்ணீர் பாய்ச்சி நடப்பட்ட செடிகள். அவை செழுசெழுவென்று கிளை பிரிந்து வளர்ந்திருந்தன. விரல்விரலாக நீண்டிருந்தன காய்கள். வாராவாரம் ஒரு மூட்டை மிளகாயை யாருடைய வண்டியிலாவது போட்டு வியாழச் சந்தைக்குச் சின்னப்பாட்டி கொண்டு போவாள். இப்படி உயிர் செழித்த காய்களைக் காணாத சந்தையில் அதற்கு ஏகக்கிராக்கி. மாரிமுத்துவின் பாட்டிக்கு இது பொறுக்கவில்லை. பாட்டனிடம் எப்போதும் கரித்துக் கொட்டுவாள்.

'ராவும் பகலும் நாமளுந்தான் பாடுபடறோம். என்ன பிரயோசனம்? ஒரு செரவு வச்சிக்கிட்டு ஒரு குடும்பத்தயே

காப்பாத்றா அவ. அந்தத் துப்பு நம்மளுக்கு இருக்குதா. கள்ளக் கலயங் கலயமாக் குடிச்சுப்புட்டு கைல புடிச்சுக்கிட்டுக் கட்டல்ல கமுந்து கெட... சோத்துக்கு வந்திரும்.'

பாட்டி இப்படித்தான் தாத்தாவை வண்டையாகப் பேசுவாள். தாத்தா உயிரோடு இருந்தபோது இரண்டு பேருடைய சண்டையையும் பார்த்திருக்கிறான். தாத்தா வாயே திறக்கமாட்டார். பாட்டி வாய் திறந்தால் இப்படித்தான் வரும். பாட்டிதான் தாத்தாவைத் தூண்டிவிட்டாள் என்பது சின்னப் பாட்டியின் தீர்மானமான முடிவு.

நடுராத்திரியில் எப்போதும் அவிழ்த்துக்கொள்ளாத எருமை அன்றைக்கு மட்டும் எப்படி அவிழ்த்தது? எருமை, கயிற்றை அறுத்துக்கொண்டு போவதுண்டு. அவிழ்த்துக் கொண்டுபோகுமா? ஏதாவது இரண்டு கால் எருமைதான் அவிழ்த்துவிட்டிருக்கும். காடு முழுக்கச் சோளம், கத்தரி என்று வேறு வேறு பயிர்கள் இருக்கும்போது யாரோ தடம்பிடித்துக் காட்டியது போல எருமை நேராக மிளகாய்ச் செரவுக்கு எப்படிப் போகும்? கொப்பும் குலையுமாக இருந்த செரவு முழுவதையும் தின்றும் பிடுங்கியும் எருமை நாசம் செய்துவிட்டது. அதற்குள்ளேயே படுத்து அசை போட்டுக்கொண்டும் இருந்தது.

விடிகாலையில் போய்ப் பார்த்த சின்னப்பாட்டிக்கு உடம்பெல்லாம் உதறியது. அவளுடைய பிடிமானம் முழுக்கப் பறிக்கப்பட்டுவிட்டதாய் உணர்ந்து அழுதாள். மண்ணாங் கட்டிகளை எடுத்து இட்டும் எருமை அசைவதாகக் காணோம். இன்னும் நான்கு நாட்களுக்கு அதற்கு வேறு எந்தத் தீனியும் தேவைப்படாது. அதுதான் இரண்டு குடும்பங்களுக்கும் பெருத்த சண்டையாக மூண்டது.

பேச்சோடு முடியவில்லை. அடிதடியில் போய் நின்றது. முதலில் மண் உருண்டைகளை எடுத்து இட்டுக்கொண்டார்கள். பெரிய மண் உருண்டை ஒன்று சின்னத் தாத்தாவின் நெஞ்சில் அடித்து 'அய்யோ' என்று அவர் சுருண்டு விழுந்தார். மிளகாய்ச் செடிகளுக்குள் கிடந்த மம்மட்டியை எடுத்தோடித் தாத்தாவின் மண்டையைப் பிளந்தாள் சின்னப்பாட்டி. கூக்குரல் கேட்டுப் பக்கத்துக் காடுகளில் இருந்தும் வளவிலிருந்தும் ஆட்கள் ஓடி வந்து விலக்கினார்கள்.

அந்தக் களேபரத்தில் தாத்தாவின் மண்டையில் வழிந்த ரத்தத்தைப் பார்த்து வயிற்றில் அடித்துக்கொண்டே ஓடிப் பாட்டிதான் ஏற்றக்கால்களை முறித்துத் தள்ளினாள். வண்டி உருளையைக் கிணற்றுக்குள் எறிந்தாள். கடப்பாரையும்

கையுமாக அவள் ஆடிய ஆட்டத்தை நிறுத்த எல்லோரும் ரொம்பவும் கஷ்டப்பட்டுத்தான் போனார்கள். அதற்குப் பிறகு சின்னப்பாட்டி மண்ணை வாரித் தூற்றிச் சாபம் விட்டதும் தொலவு போட்டதும் நடந்தது.

இப்படிச் சின்னப்பாட்டி சொல்வதைப் பற்றிப் பாட்டியிடம் கேட்டால் பெருமூச்சு ஒன்றை விட்டபடி மௌனம் காப்பாள். அப்புறம் சொல்வாள்.

'அந்தத் தட்டுவாணி முண்ட. . . எம் புருசனையும் கைக்குள்ள போட்டுக்கப் பாத்தா. அதுக்கு நாங்குறுக்க நின்னன்னு எம்மேல இப்பிடிப் பழி போடறாளா. . .'

எது உண்மையோ. ஆனால் இரண்டு குடும்பங்களும் பொறாமை போட்டியால் பிரிந்துபோய்க் காடு குறை விழுந்தது. பாட்டியைப் பற்றிச் சின்னப்பாட்டி, 'அவ உக்கோந்த எடம் வெந்து போயிரும்' என்பாள். சின்னப் பாட்டியைப் பற்றிப் பாட்டி, 'அவ காலடி பட்டாப் புல்லுக்கூட மொளைக்காது' என்பாள். அண்ணன் தம்பியாய்ப் பிறந்ததில் என்ன அர்த்தமிருக்கிறது? வாய்ப் பேச்சுக்கூட இல்லை. இரண்டு குடும்பங்களும் கடைசிவரை அப்படியே கழித்துவிட்டார்கள். இனியும் சேர முடியுமா என்பது தெரியவில்லை. மூன்றாவது தலைமுறையில்தான் பங்கு பிரிப்பு பற்றிய பேச்சே தொடங்கியிருக்கிறது. இந்தத் தலைமுறையும் கழிந்துவிட்டால் பிறகு உறவு என்பதே மறந்து போய்விடும்.

●

18

ஒற்றையடித் தடம் வளைந்து வளைந்து போனது. பெரிய மரம் எதிர்ப்படும்போது அதனை வட்டமிட்டுச் சுற்றி ஓடி மீண்டும் நேராக முயன்றது. மரங்கள் பந்தலிட்ட நீளச் சுரங்கம் ஒன்றினுள் ரகசியமாகப் போவது போல உணர்ந்தான். வெயில் ஒருதுளி உள்ளே விழவில்லை. சீமைக்கருவேல மரங்களின் அடியில் ஏராளமான காய்கள் மஞ்சள் கொக்கிகளாய் விழுந்து கிடந்தன. வெள்ளாடுகளும் செம்மறிகளும் காய்களைப் பொறுக்கியபடி உள்ளே மேய்ந்தன. இதற்குள் ஆடுகளை ஓட்டிவிட்டால் போதும். மாலையில் ஓட்டிப்போக வரலாம்.

வளவுச் சனங்களுக்கு ஆடு மாடு வளர்க்க ரொம்ப வருசமாக வசதி. புதர்ச்செடிகள் ஈக்கி போலத் தண்டு கொண்டு வளர்ந்திருந்தன. விதவிதமான கொடிகள் மரங்களில் ஏறிப் படர்ந் திருந்தன. குன்றிமணிக் கொடிகளின் பெருத்த அடிப்பகுதியும் பாம்புகள் பிணைந்தது போலப் பசுநிறமாய் வளைந்து மேலேறும் கொடிப்பகுதியும் அச்சுறுத்தின. செம்மண்காடு பெரிய வனாந்திரமாய் உருவாகிவிட்ட மாதிரி பிரமிப்பாக இருந்தது. இதனை முற்றாக அழித்தெடுத்து நிலமாக மாற்ற எத்தனை காலமாகுமோ.

இந்த வனாந்திரத்திற்குள் அவன் கடைசியாகப் போனது வசந்தியோடுதான் என்பது நினைவுக்கு வந்தது. அப்போது இப்படிப்பட்ட ஒரு பிரமிப்பை இந்த வனம் தரவில்லையே. அந்தச் சமயத்தில் மரங்களையோ செடிகளையோ கவனிக்கும் மனநிலையில் அவன் இல்லை என்பது புரிந்ததும்

இப்போது வெட்கச் சிரிப்பு அவன் உதடுகளில் பூத்தது. அவளுக்கு முத்தம் கொடுத்த அந்த இடம் எதுவாக இருக்கும் என்று தேடினான். எல்லா மரங்களும் ஒன்று போலவே தெரிந்தன.

முத்தத்தின் சுவடு மறைந்தது போலவே இடமும் போய் விட்டதா? ஆனால் ஒற்றையடித் தடம் மாறவில்லை. பல வருசங்களாகப் பஞ்சாயத்து மண் சாலையையும் வளவையும் இணைக்கும் குறுக்கு வழியாக இதே தடம்தான் இருக்கிறது. தடம் முழுவதும் தன்பங்கில் அமைந்துவிட்டால் நன்றாக இருக்கும் என்று எண்ணினான். பிரிப்பில் எது எப்படி மாறப் போகிறதோ.

யோசித்தபடி வந்தவனின் காலடிக்கு முன் சரசரவென்று சத்தம் கேட்டது. ஓராள் உயரமிருக்கும் மஞ்சச்சாரை. மண்ணில் பறப்பது போல அத்தனை வேமாக மரங்களுக்குள் போய் மறைந்தது. எங்கிருந்தோ கௌதாரி ஒன்றின் குரல் மென்மையாகக் கேட்டது. ஆடுகள் காய் பொறுக்குவதை நிறுத்திவிட்டுக் காது விடைக்கத் தலை நிமிர்ந்து பார்த்தன. மாரிமுத்து கொஞ் சநேரம் அப்படியே நின்றுவிட்டான். அவனுக்கு உடல் சிலிர்த்து மயிர்க்கால்கள் விறைத்து எழுந்தன.

காட்டு வேலைக்காரனுக்குப் பாம்புப் பயம் இருந்தால் ஆகுமா? இதுவரைக்கும் எத்தனையோ பாம்புகளைப் பக்கத்தி லேயே கண்டிருக்கிறான். நிலத்தையும் பாம்பையும் பிரித்துப் பார்க்க முடியாது. காலகாலமாக அவை இணைந்திருப்பவை. பாம்பு தன் நடமாட்டங்களை ரகசியமாக்கிக்கொள்கிறது. நிலம் புதர் வழிகளை உருவாக்கி ரகசியத்தைக் காப்பாற்றுகிறது. ரகசியங்கள் வெளிப்படும் அரிய தருணங்களில் ஏன் பயம் கொள்ள வேண்டும்? மேற்கொண்டு போவதா வேண்டாமா என்பதைத் தீர்மானிக்க இயலாமல் அப்படியே நின்றான். ஒன்றும் நடக்காதது போல ஆடுகள் பழையபடி மேயத் தொடங்கின. நடுங்கிய கால்களை நிமிர்த்தத் தசையை இறுக்கமாக்கிக்கொண்டு பெருமூச்சு விட்டபடி நகர்ந்தான்.

தடம் வளவில் போய் முடிந்தது. தடமே நிலத்தை இரண்டாகப் பிரித்து வைத்திருந்தது. கீழ்ப்பகுதி பள்ளம். அதுவும் கருஞ்சாரையாய் நீரோடும் ஏரி வாய்க்காலை ஒட்டி. இருபுறமும் விரித்துக் கட்டிக் காயப்போட்ட சேலை நடுவில் தாழ்ந்து இறங்குவதைப் போல நிலம் குழிந்திருந்தது. மரங்களின் அடர்த்தி குழிவை அவ்வளவாகத் தெரியாமல் செய்திருந்தது. மேல்பகுதி பிரச்சினையில்லை. கீழ்ப்பகுதியில் அடைமழைக் காலத்தில் ஒசும்பு தட்டலாம். எல்லாம் மூடிக் கிடப்பதால் ஒன்றையும் முடிவு செய்ய இயலவில்லை.

மண் நல்ல செம்மண்ணாகவே இருக்கும். செம்மண்ணில் எத்தனை மழையானாலும் தண்ணீர் தேக்கமாகாது. ஒசும்புக்கும் வாய்ப்பில்லை. எப்படியும் ஏதாவது ஒருபக்கம்தான் நின்று கொள்ளும்படியிருக்கும். அந்தக் காலம் போலப் பங்கிடுதல் இப்போதில்லை. உனக்கு ஒரு அணப்பு, எனக்கு ஒரு அணப்பு என்று வாய்வார்த்தையாகப் பங்கிட்டுக்கொண்டு உழவு நடக்கும். மூன்று வருசங்களுக்கு ஒருமுறை பங்கை மாற்றிக்கொள்ள வேண்டும். யாருக்காவது கூடுதல் குறைச்சல் என்றாலும் பங்கை மாற்றிக்கொள்வதால் சமமாகிவிடும். பங்கை மாற்றும் வருசம் எருப் போட்டால் அது மூன்று வருசங்களுக்குப் பலனளிக்கும். அதனால்தான் அந்த ஏற்பாடு.

இப்போதெல்லாம் அப்படியில்லை. தெளிவாகப் பிரித்து அளந்து கறார் செய்துவிடுவதுதான். பங்கு மாற்றுவது தொடர்பாக வரும் பிரச்சினைகள் எல்லாம் இல்லை. யாராவதொருவர் பங்கு மாற்றியவுடன் எருப் போடாமல் இரண்டாம் வருசம் எருப் போட்டால், இன்னும் ஒருவருசம் எனக்குக் கூடுதலாக வேண்டும் என்பார்கள். ஏதாவது மரம் வைத்து வளர்த்திருந்தால் அதை வெட்டிக்கொள்வேன் என்பார்கள். மாற்றுப் பங்குக்காரர் வெட்டக்கூடாது என்பார்கள். எதற்கு இந்தச் சச்சரவெல்லாம்? ஒருமுறை பங்கிட்டுக்கொண்டால், அப்புறம் உனக்கும் எனக்கும் எந்தத் தொடர்புமில்லை என்பது இன்றைய நடைமுறை.

எல்லை நெடுகப் பத்தடிக்கு ஒரு முட்டுக்கல் நட்டுவிடலாம். கொஞ்சம் வசதியிருந்தால், நீண்ட முட்டுக்கல் போட்டுக் கம்பிவேலி அமைத்துக்கொள்ளலாம். இன்னும் வசதி கூடியவர்கள் சுவரெழுப்பலாம். வரப்பைச் சேர்த்து உழவோட்டுதல் முடியாது. நிலப்பிரிப்புக்குப் பின் உறவு பிரிந்துபோகும். ஆனால் இந்த நிலத்தைப் பொருத்தவரைக்கும் உறவு எப்போதோ பிரிந்து விட்டது. இப்போது நிலப்பிரிப்பு மட்டும்தான். வெறும் சடங்கு. உறவைப் பிரிவதற்கான வலியோ கண்ணீரோ அற்ற சாதாரண ஏற்பாடுதான்.

ஒருவேளை இந்த நிலப் பிரச்சினை தீர்ந்துவிட்டால் உறவு கூடுவதற்கான வாய்ப்பு இருக்குமோ. செல்வராசுவின் அடிவைப்புகள் கிட்டத்தட்ட அப்படித்தான் இருக்கின்றன. மாரிமுத்துவும் கொஞ்சம் எட்டு வைத்தால் அப்படியொரு உறவு சாத்தியமாகலாம். குறைந்தபட்சம் மாரிமுத்துவும் செல்வராசுமாவது உறவாகலாம். அப்படியானால் நிலப்பங்கில் நீக்குப்போக்கோடு நடந்துகொண்டாக வேண்டும். மேல், கீழ் என்று பகுத்துவிட்டுக் கீழே நிற்பவருக்குக் கொஞ்சம் கூடுதலாக ஒதுக்கப்படலாம்.

பழைய வழக்கப்படி அண்ணன் பங்கு வைப்பான். தம்பி பங்கெடுப்பான். அதுவும் மேல்பகுதி அண்ணனுக்குத்தான். தம்பி கீழேதான் இருக்க வேண்டும்.

ஆனால் இப்போது வழமுறையெல்லாம் செல்லுபடியாகாது. அண்ணன் உறவுக்கென்று சலுகை கிடையாது. பங்கு பிரிக்கவே பொதுமனிதரைக் கூப்பிடுதல் என்றானபின் வழமுறைக்கு என்ன வேலை? கீழ்ப்பக்கம் நின்றால் கூடுதலாக எவ்வளவு வரும்? மேல்பக்கம் நின்றுகொண்டால் அவர்களுக்குக் கூடுதலாக எவ்வளவு ஒதுக்கலாம்? அவனுக்கு ஒரே குழப்பமாக இருந்தது. பாட்டியிடம் இன்னொரு முறை பேசலாம். அப்பனிடமும் கேட்கலாம். யாராவது பொதுமனிதரிடம் கலந்துகொள்ளலாம்.

காட்டைக் கடந்து வளவில் வந்து நின்றான். காட்டை ஒட்டியிருந்த வீட்டின் முன் சிறுதோட்டம் தெரிந்தது. இந்த வேனலிலும் வெண்டைச் செடிகள் தழைத்திருந்தன. பூப்பந்தல் அடர்ந்திருந்தது. அனேகமாக இத்தோட்டம், காட்டின் பகுதியைக் கொஞ்சமாகவேனும் அபகரித்துச் சேர்த்ததாக இருக்கும். முப்பது வருசத்தில் எல்லைக் கற்கள் எல்லாம் தகர்ந்து போயிருக்கும். அளவு போட்டால்தான் தெரியும். அளக்கையில் வளவு ஆட்களோடும் பிரச்சினை வர வாய்ப்பிருக்கிறது. மனதுக்குள் யோசித்துக்கொண்டே ஏரிப்பள்ளம் நோக்கிப் போகும் வண்டித் தடத்தில் நடந்தான். வளவு ஆளற்று வெறிச்சிட்டிருந்தது.

‘என்ன முத்து இந்தப் பக்கமா.’

குரல் கேட்டு மாரிமுத்து திரும்பினான். வத்தன் வந்து கொண்டிருந்தான். இடையில் சிறுகோவணமும் தலையில் துண்டுமிருந்தன. அவன் விலாக்களில் அல்லக்கயிறு படிந்த தழும்புகள் கறுத்துத் தெரிந்தன. நுங்குக் குரும்பைகள் கடித்துக் கறையேறிய பற்கள். அவனைப் பார்க்கச் சந்தோசமாக இருந்தது. மாரிமுத்துவின் கஷ்டநஷ்டங்கள் எல்லாம் தெரிந்த நெருங்கிய நண்பன் அவன்.

மாரிமுத்து முகுளமாகக் கள் குடித்துக்கொண்டிருந்த காலத்தில் இருவரும் நாளின் அதிக நேரம் ஒன்றாகவே இருப்பார்கள். இரவானால் வத்தன் மரம் முழுவதும் ஏறி முடியும் வரையில் பத்துப் பதினோரு மணியானாலும் மாரிமுத்துவும் கூடவே இருப்பான். அங்கங்கே ஒவ்வொரு கோட்டைக் கள் உள்ளிறங்கும். கடைசி மரத்துக் கள் ஒருகோட்டை குடித்த பிறகுதான் பிரிவான். வத்தன் இறக்கும் கள் நாவில் இப்போதும் சுர்ரென்று சுட்டது.

இரண்டு பேரும் நிழலில் நின்றார்கள்.

‘காட்டச் சுத்திப் பாக்கலாமின்னு வந்தன்’ என்றான் மாரிமுத்து. எப்போது வத்தனைக் கண்டாலும் கேலி செய்யும் பேச்சு மாரிமுத்துவுக்கு அவனறியாமலே நாக்கில் வந்து நின்று விடும்.

‘அப்பறம் அடுத்த தயாரிப்பு எப்படா?’

வத்தன் சிரித்தான். அவனுக்கு ஐந்து பெண் குழந்தைகள். கிட்டத்தட்ட மாரிமுத்துவின் வயதுதான் அவனுக்கும். கல்யாணமாகியதும் வருசம் ஒன்றாக மூன்று பிறந்தன. ‘என்னடா கொஞ்சம் பொறுத்து அடுத்தது பெத்துக்கலாம்ல’ என்றால், ‘நம்ம கையிலயா இருக்குது. கடவுள் கொடுக்கறாரு’ என்பான். ‘உங்கையில இல்லீங்கறது செரி. ஆனா உன்னோட கோமணத்துல இருக்குதுடா’ என்று கேலி செய்தால் அதற்கும் ஒரு வாய் திறக்காத சிரிப்புதான் பதில். வத்தன் மனைவி ஐந்து குழந்தைகள் பிறந்த பின்னும் உடல் தாட்ரிக்கமாக இருப்பாள். ‘உன்னோட சத்தயெல்லாம் பொண்டாட்டிக்குக் குடுத்தர்றயா’ என்று மாரிமுத்து கேட்பதும் உண்டு. அதற்கும் சிரிப்புதான்.

‘பையனப் பெத்துக்காத நிறுத்தறது கெடையாதாடா.’

‘என்னமோ போ, பையந்தான் இருந்து நாளைக்கு நமக்குச் சோறு தோண்டறானா. காசு பணம் வெச்சிருக்கறயா, சொத்து எதுனா இருக்குதான்னு கேவலமாப் பேசுவான். பிள்ளைங்களா இருந்துட்டா எவனோ ஒருத்தங் கையில புடுச்சுக் குடுத்துட்டா நம்ம கடம தீந்துதுன்னு இருந்துக்கலாம்.’

‘ஓகோ. அப்ப அஞ்சோட போதும்னு முடிவு பண்ணியாச்சுனு தெரீது.’

‘ஆமா. போன மாசம் போயிப் பாத்தன். இப்பவும் பிள்ள தான்னு தெரிஞ்சுது. கலச்சுப்புட்டு ஆபரேசன் பண்ணிக்கிட்டு வந்துட்டா. போதும் அவ்வளவுதான்.’

ஐந்து பிள்ளைகளையும் தெளுவும் நுங்கும் கொடுத்தே வளர்த்துவிடுவான் வத்தன். இருந்தாலும் அவனுக்குப் பையன்மேல் எத்தனை பிரியம். முந்தியெல்லாம் பையனின் பெருமைகளை ஏக்கத்தோடு பேசுவான். ‘ஒருபையன் இருந்தா அவன் பத்துமரம் ஏறுவான். நாம பத்து ஏறுனம்னா பொழப்பு ஓடிரும். இப்பப் பாரு, ஒரு காச்ச தலவலின்னு படுத்துக்கிட்டம்னாக்கூட ரண்டு மரத்த ஏறித் தர்றதுக்கு ஆள் கெடையாது. பிள்ளைவளப் பெத்து என்னத்துக்காவுது. ஆலச் சூட்டுலதான் கெடக்கும் அத்தனையும்’ என்பான். எல்லாம் சமயத்திற்குத் தகுந்த கோட்பாடு. தம்மை நியாயப்படுத்திக்கொள்ள எப்போதும் ஏதாவதொரு கருத்து

கிடைத்துக்கொண்டேதானிருக்கிறது. வத்தன் மாரிமுத்துவிடம் விசாரித்தான்.

'என்னமோ காடு பிரிக்கறாப்பல ஒரு பேச்சு காதுல உழுந்துது?'

'ஆமாமா. அப்படித்தான். நானாப் போவுல. அவுங்களா ஒரு பொதுவு மனுசருக்கிட்டச் சொல்லி உட்டாங்க. நம்மளுக்கென்ன வேல செய்யக் காடா இல்ல. ஆளுத்தாம் பத்தலன்னு கொற. அவுங்களுக்கு அப்படியா. மூனு பேரு இறக்கறானுவ. செரி, பிரிச்சுக்கலாம்னு சொன்னாங்க. அதான்.'

மாரிமுத்து எச்சரிக்கையாகத் தன் கௌரவம் கெடாமல் பேசினான்.

'அதுஞ் செரிதான். என்னமோ அந்தக் காலத்துல கொற போட்டாங்க. இப்பப் பிரிச்சுக்கறதுதான் நல்லது. நீ ஏமாந்திராத. மேபக்கமா நின்னுக்க.'

வத்தன் மிக அக்கறையாகச் சொன்னான். எல்லார் கண்ணும் மேல்பக்க நிலத்தில்தான் நிலைகொள்ளும் போலிருக் கிறது. வத்தன் காட்டையே பார்த்துக்கொண்டு தனக்குள் பேசிக் கொள்வது போலச் சொன்னான்.

'உள்ள இருக்கற மரத்தயெல்லாம் வெட்டுனாலே போதும். அதுல வர்ற காசுலயே கறார் பண்ணீர்லாம்.'

வத்தன் சொல்வது மிகவும் சரியென்று பட்டது மாரிமுத்து வுக்கு. சீமைக்கருவேலங் கட்டைகள் கரிக்காகும். செங்கல் சூளைக்குக்கூட வாங்கிக்கொள்வார்கள். வேம்புகளை வெட்டக் கூடாது. அப்படியே விட்டுவிடலாம். காட்டுக்குள் அங்கங்கே வேம்பு நின்றால் தனி அழகு.

'டேய். . . நீ வத்தன்னாலும் மூள கொஞ்சம் இருக்குதுடா.'

'இதச் சொல்றதுக்கு மூள வேணுமா என்ன.'

சிரித்தான். இந்தச் சிரிப்பு எங்கிருந்துதான் இவனுக்கு வருகிறதோ. ஐந்து பிள்ளைகளைப் பெற்ற கவலையே இல்லாத சிரிப்பு. எல்லாவற்றுக்கும் அர்த்தத்தைத் தேடிக் கொண்டிருப்பவர்கள் எதையும் கண்டுணர முடிவதில்லை. எதுவுமில்லாமல் இழுக்கிற போக்கில் போய்க்கொண்டே இருப்பவர்கள் அர்த்தம் பற்றியெல்லாம் யோசிக்காமல் சந்தோஷமாகவே இருக்கிறார்கள். வத்தனைப் பார்க்கப் பொறாமையாயிருந்தது. ஒருவேளை காலாகாலத்தில் கல்யாணம் ஆகியிருந்தால் தானும் இவனைப் போலச் சந்தோசமாக இருந்திருக்கலாமோ என்று தோன்றியது.

‘முத்து. . . பனமரத்த மட்டும் வெட்டீராதீங்க. எப்படியும் ஒரு இரவத்தஞ்சு மரமிருக்கும். எல்லா மரமும் அருமையாத் துளிக்குமாமா. எங்க தாத்தா காலத்துல அவரு ஏறுன மரம். நெறையத் தரம் சொல்லிருக்கறாரு. உம் பங்குக்கு வர்ற மரத்த எனக்குத்தான் உடோனும். ஊட்டுக்கும் பக்கத்துல, ஏறிக்குவன். இப்பவே சொல்லீட்டனாமா.’

‘உனக்குடாத சீமையிலருந்தா ஆள் கொண்டாரப் போறன். கவலப்படாத.’

மாரிமுத்து பனைகளைப் பார்த்தான். சில மரங்களின் தலைப்பகுதி மட்டும் தெரிந்தது. எல்லா மரங்களும் செறை யெடுக்கப்படாமல் உடல் முழுக்கக் காய்ந்த ஓலைகளும் பட்டை களுமாக நின்றன. அடேங்கப்பா... இவற்றைச் செறையெடுத்துச் சரிசெய்யவே வத்தனுக்கு ஒருமாதம் தேவைப்படும். பச்சை ஓலைகள் எப்படியும் முப்பது கத்தைகளுக்குக் குறையாமல் தேறும். சில மரங்களின் தலைப்பகுதி உதிர்ந்து வெறும் பொந்து களாகத் தெரிந்தன. மற்ற மரங்களை எல்லாம் வெட்டி நறுவிசு செய்தால்தான் பனையின் எண்ணிக்கை தெரியவரும். எத்தனை மரம் எந்தப் பக்கம் வருகிறதோ போகிறதோ.

‘மரம் வெட்டறதுக்கு நம்ம கைவசம் ஆள் இருக்குது. வரச் சொல்லட்டா.’

வத்தன் கேட்டதுக்கு மாரிமுத்து பட்டும்படாமல் பதில் சொல்ல வேண்டியிருந்தது.

‘அது எங்கையிலயா இருக்குது. இந்த வேலயெல்லாம் பொதுவாள்தான் செய்வாங்க. நாஞ் சொன்னாப் பிரச்சினையா யிரும். அப்பிடி எம்பக்கம்னு வந்தா உங்கிட்டச் சொல்றன்.’

வெயில் உச்சிக்கு வந்திருந்தது. நிழலையும் மீறி வெப்பம் உடலைத் தகித்தது. ‘வரட்டா’ என்று வத்தனிடம் விடைபெறும் போது கொஞ்சம் தயக்கத்தோடு அவன் கேட்டான்.

‘எப்பக் கள்ளுக் குடிக்க வரப்போற?’

●

19

வத்தன் கேட்ட அந்தக் கேள்வியின் பொருள் மாரிமுத்துவுக்கு மட்டுமே விளங்கக்கூடியது. எத்தனையோ பேர் நேரடியாகக் கேட்டதை வத்தன் மறைமுகமாகக் கேட்கிறான். அவனுக்கு என்ன பதில் சொல்வதென்று தெரியாமல் நடந்தபடியே ‘ஒரு ஆறுமாசம் பொறுத்துக்க’ என்றான். ஆறுமாதம் என்னும் இந்தத் தவணை அவனை அறியாமலே வாயில் வந்துவிட்டது. ஆறுமாதம் என்பது அப்படி மனதில் பதிந்துவிட்டதா? அதற்கு உண்மையிலேயே ஏதேனும் அர்த்தமிருக்கிறதா? ஒரு பேச்சுக்குச் சொன்ன வார்த்தைகளா? வத்தன் ரொம்பவும் நாசுக்காகக் கேட்டான்.

இந்தக் கோடையோடு கிட்டத்தட்ட ஏழு வருசங்களாகிவிட்டன. கள்ளின் நுரை மணம் நாசிக் குள்ளே நிறைகிறது. புளிப்பும் மெல்லிய இனிப்பும் கலந்த அதன் சுவைக்கு நாக்குச் சப்புக்கொட்ட அலைபாய்கிறது. அந்தக் காலம் அற்புதமானது. கள் குடிக்கவே இந்த ஜன்மம் எடுத்திருப்பதாக அவன் உணர்ந்த காலம் அது.

மார்கழி, தை மாதப் பனிப்பொழிவில் நனைந்து கொண்டே சுரைப்புருடையோடு காட்டுக்குப் போவான் மாரிமுத்து. இடுப்பில் வேட்டியும் தலையில் துண்டும்தான். மேலே சட்டை போடமாட்டான். பனிக்குளிர் உடம்புக்கு ரொம்பவும் இதமாக இருக்கும். பனி அப்போதெல்லாம் அவனை ஒன்றும் செய்ததில்லை.

நெஞ்சுக்கூடு விரிந்து பலகைக்கல் மாதிரி அகண்டிருக்கும். இனிப்புக் கள்ளை வயிறு நிறைய

முட்டிவிட்டுப் புருடையில் நிரம்ப வாங்கிக்கொள்வான். அப்போ தெல்லாம் கள் இறக்கும் பருவத்தில் கூடை நிறைய இட்லியும் குழம்புமாய்ப் பெண் ஒருத்தி காடுகரட்டுக்கு விற்பனைக்கு வருவாள். அவள் சாதாரணமாகக் குழம்பு ஊற்றமாட்டாள். ஒரு இட்லிக்கு இரண்டு கரண்டி குழம்பு. அதுதான் அளவு. கள் குடிக்கிற ஆட்கள் குழம்பு ஊற்ற ஊற்றக் குடித்துக்கொண்டே இருக்கிறார்கள் என்பதால் அப்படி ஒரு அளவு வைத்திருந்தாள். ஐந்தாறு இட்லிகளைப் போட்டுக்கொண்டால் போதும்.

வயிறு குறையக் குறையப் புருடையில் இருக்கும் கள்ளை ஊற்றிக்கொள்வான். அதே போல இரவில். நாளெல்லாம் கள் குடிதான். இரவுக்கு வறுகறியோ புரோட்டாவோ வாங்கி வருவான். வத்தனுக்கும் சாப்பிடக் கொடுப்பான். கடைசி மரமும் ஏறி முடித்த பின்னர்தான் வத்தன் கள் குடிக்க வருவான். 'போதையில மரத்துல இருந்து உழுந்து தொலச்சனா, எங்குடும்பத்த ஆரு காப்பாத்துவா' என்பான்.

நான்கைந்து மாதத்திற்குக் கள்ளும் அவனும் இணை பிரியாமல் இருப்பார்கள். அப்போது வேறெதையும் பற்றிய நினைவே கிடையாது. கள் அத்தனை சுகமாக வைத்திருக்கும். ஒவ்வொரு மரத்துக் கள்ளின் ருசியும் தரமும் அவனுக்குத் தெரியும். முதல்பாளை தொடங்கிக் காம்புப்பாளையில் சொட்டுச் சொட்டாக விழும்வரைக்கும் ஒவ்வொரு கட்டத்துச் சுவையையும் அனுபவித்துக் குடித்திருக்கிறான். பனம்பாலாகிய கள்தான் அமுதம் என்பது அவன் நினைப்பு.

அத்தனை பெரிய இன்பத்தை ஒரே நாளில் இழக்க வேண்டியிருந்தது. நெட்டூர் மேற்கே எட்டிப் பிடிக்கும் தொலைவில் இருந்தது. அங்கிருந்து பெண்ணொருத்தியை மாரிமுத்துவின் ஊருக்குக் கட்டி வந்திருந்தார்கள். கொஞ்சம் பணக்காரக் குடும்பம். அந்தப் பெண்ணின் தங்கை ஒருத்தி இருந்தாள். அவளை மாரிமுத்து பார்த்ததில்லை. ஆனால் அக்காவைக் கொண்டு தங்கையைக் கற்பனை செய்தால் மனதுக்குப் பிடித்த உருவமாகவே வந்தது.

அந்தப் பெண்ணுக்கு எத்தனையோ இடங்களில் ஜாதகம் பார்த்தும் பொருந்தாமல் கல்யாணம் தள்ளிப்போயிற்று. மாரிமுத்துவின் ஜாதகம் எதேச்சையாகப் பொருந்தி வந்தது. பெண்ணின் அப்பா பெரிய தறிப்பட்டறைக்காரர். நூறு தறிக்கு மேலிருக்கும். அவருக்குக் காட்டு வேலைக்காரனுக்கு கொடுக்க விருப்பமில்லை. ஏதாவது தொழில் இருந்தால் பரவாயில்லை என்று நினைத்தார். அது வாய்க்கவில்லை. மாரிமுத்துவைக் கல்யாணத்திற்குப் பின் பட்டறைக்குள் இழுத்துவிடலாம் என்று

ஒரு நம்பிக்கை இருந்தது. அதற்குள் யாரோ போய், 'அவன் மொடாக்குடியன். காத்தால தொடங்குனானா ராத்திரிவெரைக்கும் அதுதான் வேல' என்று சொல்லிவிட்டார்கள்.

கல்யாணத்தைக் கலைப்பதற்கென்றே ஊரில் இப்படிச் சில ஆட்கள் உண்டு. சொந்தமாகக் காசு செலவழித்துத் தேடிப் போய்ச் சொல்லி வருவதுண்டு. மாரிமுத்து மொடாக்குடியன் என்பது பொய்யல்ல. ஆனாலும் அதைச் சொல்லத் தேவை என்ன? பெண்ணின் அப்பா, இந்த ஒரு விஷயம்தான் யோசிக்க வேண்டியிருக்கிறது என்று சொல்லியிருக்கிறார். மாரிமுத்துவின் காதுக்குச் சேதி வந்ததும் புருடையில் இருந்த கள்ளை அப்படியே எட்டி உதைத்துக் கவிழ்த்துவிட்டான். நுரை ஏறியக் கள் மண்ணில் பாய்ந்து மறைந்தது. அப்போதே அந்தப் பழக்கத்திற்கு முடிவு கட்டினான்.

குடியை அவன் விட்ட பின்னும் அந்தப் பெண் அவனுக்கு வாய்க்காமல்தான் போனாள். இன்னொரு தறிப்பட்டறைக்காரன் ஜாதகம் பொருந்தி வந்துவிட்டது போல. ஒரு தொழில் செய்கிறவன் அதே தொழில் செயற்கிறவனையே ஏன் தேடுகிறான்? மாரி முத்துக்குப் புரியாத விஷயம் அது. கல்யாணம் ஆகும்வரை குடிப்பதில்லை என்று வைராக்கியம் கொண்டான். கல்யாண வைராக்கியத்தை இதுவரை மீறவில்லை. அதைத்தான் வத்தன் குறிப்பாகக் கேட்டுவிட்டான். ஏறும்போது ஒரு புத்தி இறங்கும்போது ஒரு புத்தி உள்ளவன் என்றாலும் எத்தனை கவனமாகக் கேட்டான்.

வத்தனை நினைக்க நினைக்க மனதில் தீரா வியப்பு மிகுந்துகொண்டேயிருந்தது. எல்லாவற்றையும் மறந்துவிட்டு நிலம் ஒன்றையே நினைக்க வேண்டும் என்று மனதிற்குப் பழக்கப்படுத்த முடிந்தால் எப்படியிருக்கும். நிலம் வெகுசீக்கிரம் தன் கைக்கு வந்துசேர வேண்டும் என்று பெருவிருப்புடன் நினைக்க முனைந்தான் மாரிமுத்து.

●

20

சடை பிடித்துத் தொங்கும் முடிக்கற்றைகளாய்த் தென்னை ஓலைகள் பழுத்துச் சரிந்திருந்தன. வற்றிய பாளைகளில் பிடித்த குரும்பைகள் சுருங்கி உதிர்ந்தன. தப்பித்த சில குலைக்காய்களும் நுங்கின் அளவுக்கு மட்டுமே பருத்தன. தென்னைகளில் இன்னதென்று சொல்ல முடியாத வாட்டம் படிந்திருந்தது. இத்தனைக்கும் அறுபத்தேழு மரங்களையும் இரண்டாகப் பிரித்து ஒருநாள் விட்டு ஒருநாள் எனக் குறையாமல் தண்ணீர் பாய்ந்துகொண்டிருந்தது.

சித்திரை வெயில் உயிர்களைக் கத்தரிக்கும் அனல் நிரம்பி, நிழல் விளங்கிய தோப்பின் உள்ளும் புகுந்து ஈரம் முழுவதையும் உறிஞ்சிக் கெக்கலியிட்டது. பரிதாபமாகத் தெரிந்தது தோப்பு. ஊளைக் காற்றொன்று சீழ்க்கையிட்டபடி வேகமாக உள்ளே புகுந்ததால் மரங்கள் பதறின. ஓலைகள் கழன்று விழுந்தும் ஒடிந்து தொங்கியும் அவற்றின் தோற்றத்தைச் சிதைத்துவிட்டன. தோப்புக்குள் நிறைந்திருந்த அமைதியை வெயில் கொடூரமாக விரட்டிவிட்டது. அணிற்பிள்ளைகளின் கிரீச்சிடும் குரல்கூட இப்போது கூக்குரலாக ஒலித்தது. காய்கள் விரைவிலே முற்றிக் காய்ந்த முகம் காட்டின.

தோப்புக்கு வரவே மாரிமுத்துவுக்குப் பிரியமில்லாமல் ஆகிவிட்டது. மரங்களைச் செறையெடுத்துவிட்டால் ஓரளவு பார்க்கும்படியிருக்கும் எனத் தோன்றியது. வத்தன் இந்தச் சமயத்தில் ஆளையே கண்டுபிடிக்க முடியாதபடி வெகு முசுவாயிருந்தான். காட்டுக்காரர்களுக்கு, மழை

பெய்து விவசாயம் தொடங்கிவிட்டால் எத்தனை வேலை யிருக்குமோ அதுமாதிரி இந்தப் பருவம் வத்தனுக்கு.

ஆளண்டாத வரக்காட்டில் எங்காவது ஒன்றிரண்டு பனைகளில் மட்டும் வம்புப்பாளைகள் துளிர்க்கும். யாருக்கும் தெரியாத நேரத்தில் போய் மரமேறித் தான் மட்டும் வயிறு முட்டக் குடித்துவிட்டு வருவான். கொஞ்சம் அதிகமாக இருந்தால் யாராவது ஒருவர் அல்லது இருவருக்கு மட்டும் வாரம் இவ்வளவு எனப் பணம் பேசி இறக்கி ஊற்றுவான். மரமேறும் வேலை அவ்வளவுதான். காட்டுக்காரர்கள் எல்லாம் இந்த மாதத்தில் ஓலை வெட்டிக் கொடுக்க வேண்டும் என்று நச்சரிப்பார்கள்.

அவர்களுக்கு வேலையில்லாத மாதம். ஒரு மழை கனமாகக் கொட்டிவிட்டால் உடனே புழுதி உழவு தொடங்குவார்கள். இரண்டாம் மழைக்கு விதைப்பு. வைகாசியில் கடலைக்காய் போட்டால்தான் சரியான பருவம். காடு விதைப்பு விழுந்தபின் பனைகளில் ஓலை வெட்ட முடியாது. மரங்கள் வரப்புகளிலோ காட்டிற்கு இடையிடையேவோ நிற்கும். ஓலை வெட்டின்போது விழும் ஓலைகள் விளைநிலத்தைப் பாழாக்கிவிடும். அதற்கு யார் ஒத்துக்கொள்வார்கள்? ஓலை வெட்டாவிட்டாலும் பிரச்சினைதான். அடர்ந்த ஓலைகளின் நிழல் மண்ணில் விழுந்து பயிர்களைப் பாதித்துவிடும்.

அதனால் வத்தன் நிற்க நேரமில்லாமல் மும்முரமாக ஓலைவெட்டில் ஈடுபடுவான். ஓலைகளை மிதித்துத் தட்டையாக்கிக் காயவைத்துக் கத்தையாகக் கட்டிப் போடுவதுவரை அவன் பொறுப்புதான். பட்டைகளையும் பன்னாடைகளையும் வத்தனின் மனைவி பொறுக்கிச் சேர்த்துக் கட்டுவாள். ஓலை காட்டுக்காரர்களுக்கு. பட்டை வத்தனுக்கு. ஓலை தயாரானதும் கொட்டகைகள் வேய்வதற்குப் போக வேண்டும். வத்தனுக்கு மரம் விட்டிருக்கும் காட்டுக்காரர்கள் எல்லாம் கொட்டகை வேய ஆள் கூட்டிவரும் பொறுப்பை அவனிடமே விட்டுவிடுவார்கள். பனையிலேயே வத்தனுக்கு இத்தனை வேலைகள் இருக்கத் தென்னை செறையெடுக்க அவனைப் பிடிப்பதென்றால் ஆகிற காரியமா? இரண்டு மூன்று முறை நடந்து பார்த்து முடியாமல், இருள் விலகாத அதிகாலை நேரத்தில் போய்த்தான் ஆளைப் பிடித்தான். அறுபத்தேழு மரங்களையும் செறையெடுக்க இரண்டு நாள் பிடிக்கும். பெரிய மனது வைத்து ஒருவாரம் கழிந்தபின் வருவதாகச் சொன்னான் வத்தன்.

'ஊடு தேடி வந்தா உனக்கெல்லாம் செமக் கெராக்கிடா. இரு இரு, எப்ப இருந்தாலும் நீ எங்கிட்ட வந்துதான ஆவோணும்' என்று மாரிமுத்து ஒரு பேச்சு எடுத்ததும் வத்தனுக்குப் பொறி

தட்டிவிட்டது. செறையெடுக்கப் போகவில்லை என்றால் செம்மண்காடு பிரிவினை ஆனதும் பனைகளை வேறு யாருக்காவது மரமேற விட்டாலும் விடுவான் மாரிமுத்து. ரொம்பத் தூரம் நடக்க வேண்டியிராத காடு. அது கைவிட்டுப் போனால் பெரிய இழப்பு.

'அப்படிச் சொல்லாத மாரிமுத்து. உனக்குச் செஞ்சு தராத எங்க போயர்றன் நானு' என்று மாப்பு வேண்டுபவனாய்ப் பேசி, இரண்டு நாள் கழித்துவர ஒப்புக்கொண்டான் வத்தன். வேலையில் கெட்டிக்காரன் அவன். எதையும் நறுவிசாகச் செய்வான். அவன் வேலையை வந்து பார்க்கிற இன்னொரு ஆள், இதை இப்படிச் செய்திருக்கலாமே என்று ஒரு நொட்டுச் சொல் சொல்லிவிட முடியாது. ஒரு காலத்தில் தென்னங்கள்ளும் இறக்கிக்கொண்டிருந்தான். தென்னைகளும் அவன் சொன்ன பேச்சுக் கேட்கும்.

சொன்னபடி வத்தன் வந்ததும்தான் மாரிமுத்துவுக்கு நிம்மதியாயிற்று. வெயில் ஏறி வரும்முன் வேலையை முடித்துக் கொள்ள வேண்டும். அதற்குப் பின் சுணங்கிச் சுணங்கிச் செய்ய வேண்டும். விடிகாலையில் கிணற்றுக்குப் பக்கத்தில் நீர் விழுந் தோடும் வாய்க்காலில் இருந்த தென்னையில் தொடங்கினான் வத்தன். தண்ணீர் அந்தத் தென்னையின் வேர்களைத் தழுவி ஓடுவதால் அது எப்போதும் செழுமையோடிருக்கும். இளநீர் ஒன்றைத் திருகியெடுத்து மரத்தின் மேலேயே கொத்திக் குடித்தான். கீழே நின்றிருந்த மாரிமுத்துவுக்கும் ஒன்றைப் பெட்டியில் போட்டுக் கொண்டுவந்தான். காலை நேரத்தின் அழகையெல்லாம் ஒன்றாக வடித்துச் சேர்த்ததுபோல் அத்தனை இனிமையாயிருந்தது இளநீர்.

வத்தன் மரங்களைச் செறையெடுக்கும் நேர்த்தியைப் பார்த்துக்கொண்டே அவனுடன் நடந்தான் மாரிமுத்து. மேல்மட்டை ஒன்றை வெட்டலாமா வேண்டாமா என்று சந்தேகம் வரும்போது மட்டும் மாரிமுத்துவிடம் கேட்பான். சில குலைகள் காய் முற்றிவிட்டதா எனத் தெரிந்துகொள்ள ஒரே ஒரு காயை அரிவாளால் கொத்திக் கீழே போடுவான். அதை எடுத்து ஆட்டிப் பார்த்துவிட்டு மாரிமுத்து அபிப்ராயம் சொல்வான். மற்றபடி பேச்சில் பிரியமில்லாமல் வத்தன் விரைவாக வேலையைச் செய்தான்.

வத்தனின் வேலை முடிந்ததும் கிணற்றுமேட்டில் உட்கார்ந்து இருவரும் சாப்பிட்டார்கள். பருப்புக்குழம்பு வைத்து அம்மாயி ஆள்காரப் பையனிடம் கொடுத்துவிட்டிருந்தாள். துவரம் பருப்பில் என்ன மாயம் செய்வாளோ அம்மாயி, அப்படியொரு

ருசி சேர்ந்துகொள்கிறது. தினந்தோறும் பருப்புக் குழம்பே என்றாலும் விருப்பமாய்ச் சாப்பிட்டுக்கொள்ளலாம்.

முப்பத்தைந்து மரங்கள் செறையெடுத்திருந்தான் வத்தன். மரத்திற்குப் பத்து ரூபாய் கூலி. நாளைக்கு மீதி மரங்களும் முடிந்துவிடும். வத்தனை அனுப்பிவிட்டு மரத்தடியில் சற்றே கண்ணயர்ந்தான் மாரிமுத்து. காலையிலிருந்து வேறு சிந்தனை எதுவுமில்லாமல் வேலைக்குள்ளேயே கிடக்க முடிந்தது. இன்றைக்கு முழுக்கவும் நாளைக்கும் வேலைதான். வேலை தரக்கூடிய சந்தோசத்தை இவ்வளவு என்று சொல்லிவிட முடியாது. எல்லா நினைவுகளையும் ஒதுக்கித் தள்ளிவிட்டு உள் இழுத்துக்கொள்ளும் அற்புதம் வேலை. அதனிடம் எந்தப் பிணக்கும் கொள்ளாமல் அப்படியே ஒப்படைத்துக்கொண்டால், வாரி அணைத்துக்கொள்ளும் அது. வேலை இருக்கிற நாட்களில் மனம் தன் வாலைச் சுருட்டிக்கொண்டு எங்கோ மூலையில் பதுங்கிவிடுகிறது. மனதின் கொட்டத்தை அடக்கும் சஞ்சீவி வேலைதான். எவ்வளவுதான் இழுத்து இழுத்துப் போட்டுக் கொண்டாலும் சில நாட்களுக்கு வேலை இல்லாமலாகிவிடுகிறது. அந்தப் பொழுதுகளைக் கடப்பது ஏழு கடல்களைத் தாண்டிக் கடக்கும் சிரமம் மிகுந்தது.

ஆட்களின் அரவம் கேட்டுக் கண் விழித்தான் மாரிமுத்து. கொஞ்ச நேரம் என்றாலும் எல்லாவற்றையும் உதிர்த்துவிட்ட நிம்மதியான தூக்கம். குப்பனும் ஆள்காரப் பையன் சத்தியும் தெரிந்தார்கள். அவர்களை அப்பன் ஏதோ சொல்லி அதட்டுவது கேட்டது. ஆடுகளை மேய்த்து அதற்குள் பட்டிக்குள் அடைத்து விட்டிருப்பான் சத்தி. வெயில் கொளுத்துகையில் ஆடுகள் எப்படி மேயும்? வேலை ஏதாவது இருந்தால் மட்டும் வருவார் குப்பன். அவரின் தினசரி வேலை தென்னைகளுக்குத் தண்ணீர் பாய்ச்சுவதுதான். இன்றைக்கு அது இல்லை.

நேற்றே சொல்லியிருந்ததால் மின்னக்காட்டை விட்டு அப்பன் வந்து சேர்ந்துவிட்டார். அங்கே என்னதான் இருக்குமோ அதை விட்டு எப்போதும் வெளியே வர அப்பன் பிரியப்படுவதே யில்லை. அம்மா காட்டுப்பக்கம் வந்து வெகுநாளாயிற்று. மாடு கன்றுகளோடு அவள் பழக்கத்தை நிறுத்திக்கொண்டாள். காட்டு வருமானத்தில் ஒரு பைசாவும் தனக்கு வரவில்லை என்றானதும் அங்கே என்ன வேலை என்று நினைத்திருப்பாள். வெளிவேலைக்கு எங்கும் போகாதிருந்தால் பாட்டி வருவாள். வெளியே என்ன கூலி கொடுத்திருக்கிறார்களோ அதே அளவு நானும் கொடுத்து விடுகிறேன் என்று மாரிமுத்து சொல்லியும் பார்த்தான்.

‘பேரங்கிட்டக் கூலி வாங்கறான்னு என்னய ஒருத்தி சொல்லிக் காட்றதுக்கா?’ என்று கூறி மறுத்துவிட்டாள்.

எழுந்து பார்த்தபோது தோப்பு அலங்கோலமாகக் கிடந்தது. வனத்திற்குள் இரண்டு மிருகங்கள் சண்டை போட்டுக் கொண்ட இடம் போல. கைகளை விரித்துக் கொண்டு ஓலைகள் ஒற்றைக்காலில் நீட்டிக் கிடந்தன. தேங்காய்கள் குலைகளோடும் அவற்றிலிருந்து கழன்று உதிரிகளாகவும் இறைந்து கிடந்தன. பாளைச் செதில்கள் மழைக்காலத்துப் பாப்பாத்திப் பூச்சி போல தோப்பெங்கும் சிதறித் தெரிந்தன. எக்கச்சக்கமான பன்னாடைகள். எல்லாவற்றையும் எடுத்து அவ்வவற்றின் இடத்தில் சேர்த்துத் தோப்பைச் சுத்தமாக்க மத்தியானத்திற்கு மேலாகும். ஆட்கள் நான்கு பேர் இருப்பதால் கொஞ்சம் சுலபம். வேலைக்குள் போய்த் தன்னை நுழைத்துக்கொண்டான் மாரிமுத்து. குலைகளில் தங்கியிருந்த காய்களை அரிவாள் கொண்டு உதிர்த்தார் அப்பன். சத்தியும் குப்பனும் காய்களைப் பொறுக்கிக் குட்டானாய்ச் சேர்த்துக்கொண்டிருந்தார்கள்.

‘பேரணக் கூடையப் போயி எடுத்தாடா சத்தி. ஒவ்வொரு கூடையாக் கொண்டோயிக் கொட்டீட்டு வந்துட்டாத்தான் ஆவும்’ என்று சத்தியை விரட்டினான் மாரிமுத்து. கூடையை எடுத்துவர வீட்டுக்கு ஓடினான் சத்தி. கூடை வந்ததும் காய்கள் நிரம்பிய கூடைகளைச் சுமந்து போகும் வேலை குப்பனுடையது. மரத்துக்கு முப்பது காய்கள் என்று வைத்தாலும் ஆயிரம் காய்களைத் தாண்டும். குப்பன் பத்து நடையாவது போய்வர வேண்டியிருக்கும். காய் கிராக்கியாக இருந்தால் தோப்பிலிருந்தே விலை பேசிவிடலாம். இப்போது ரொம்பச் சம்பல். பார்க்கிற இடமெல்லாம் தென்னைகளை நட்டுவிட்டால் எப்படிக் கிராக்கியிருக்கும்? முன்பெல்லாம் எங்காவது ஒன்றிரண்டு காடுகளில் அபூர்வமாகத் தென்னைகள் தென்படும். இப்போது ஒரு காட்டுக்குள் மூன்று நான்கு இடங்களில் போர் போட்டுவிடுகிறார்கள். உடனே குழியைத் தோண்டித் தென்னையை நட்டு வைக்கிற வேலை. போதாக்குறைக்கு அக்கரைப் பக்கமிருந்து தொன்னை தொன்னையாகக் காய்கள் வந்து குவிகின்றன.

காய்களை வீட்டில் கொட்டி வைத்தால் கிராக்கி வரும்போது சந்தைக்குக் கொண்டு போகலாம். அடுத்த மாதம் வைகாசி. கல்யாண முகூர்த்தங்கள் ஏராளமாக இருக்கும். தேங்காய்க்குக் கிராக்கி கூடும். எதையும் நினைக்காமல் வேலைக்குள் மூழ்கி விடலாம் என்றால் எங்கிருந்தாவது ஒரு வார்த்தையில் வந்து பற்றிக்கொள்கிறது. கல்யாண முகூர்த்தங்கள். எத்தனை

முகூர்த்தங்கள் வந்தாலும் தேங்காய் கிராக்கியா சம்பலா என்று பார்க்கிற வேலைதான் தனக்கு என்னும் யோசனை வந்ததும் பற்களைக் கடித்துக்கொண்டு நிமிர்ந்தான்.

இதிலிருந்து விடுபட வேண்டும் என்னும் வேகத்தில் சத்தி கொண்டுவந்த கூடையை நிரப்பக் காய்களை எடுத்துப்போடப் போனான். கூடை நிரம்பியதும் குப்பன் தலைக்குத் தூக்கிவிட்டான். பெருங்கூடையைச் சுமந்தபடி போகும் குப்பனையே பார்த்துக்கொண்டு நின்றான் ஒருநிமிசம். அவனையுமறியாமல் பெருமூச்சு வந்தது. அப்பன் குலைகளை உதிர்த்துக்கொண்டிருந்த பக்கமாகப் போனான். தன் சிந்தனையைத் திசை மாற்றவும் அப்பனிடம் சொல்லி வைக்கிற வேலை முடியவும் அவரிடம் மெல்லப் பேச்சுக் கொடுத்தான். அப்பனுக்கும் மகனுக்கும் முகம் பார்த்துப் பேசுகிற பழக்கம் இல்லை.

'செம்மண்காடு கறார் பண்ணிக்கலாம்னு கேக்கறாங்க.'

'ம்.'

அப்பனின் பதில் ஒரே 'ம்'தான். அவரைப் 'அப்பா' என்று பிரியத்தோடு அழைத்தது நின்றுபோய்ப் பல வருடங்களாகி விட்டன. சின்னப் பையனாக இருந்தபோது தோள்மேல் உட்காரவைத்துக் கொண்டு கள் குடிக்கக் கூட்டிப் போவார். அவர்தான் 'குடிடா கண்ணு. உங்கொம்மா எதுனாச் சொன்னா நாம் பாத்துக்கறன்' என்று தைரியமூட்டிக் கள் கோட்டையைக் கையில் பிடிக்க வைத்தார். அவர்கூடத் திரிந்துதான் காட்டு வேலைகள் எல்லாம் பழகினான்.

ஆனால் என்ன, எந்தச் சமயத்திலும் தன் வங்கை விட்டு வெளியேறி வரத் திராணியில்லாத காட்டுப் பெருக்கானாகவே கிடக்கிறார். இப்படியும் ஒரு மனிதன் இருக்க முடியுமா என்று தொடக்கத்தில் வியப்பாக இருந்து பின் அதுவே அவர் மீதான வெறுப்பாக மாறிப்போயிற்று. அவரிடம் ஏதாவது சொல்ல வேண்டியது கடமை என்றிருந்தால் எங்கோ செடிகொடிகளைப் பார்த்துக்கொண்டு ஆடுமாடுகளிடம் சொல்வதைப் போலச் சொல்வான்.

'பிரிக்கறப்ப எந்தப் பக்கம் நிக்கலாம்னு யோசிச்சுச் சொல்லு.'

'நிய்யே யோசிச்சு நில்லு.'

இந்தப் பதில் எந்த அர்த்தத்தில் வருகிறது? தனக்கு என்ன அதிகாரம் இருக்கிறது என்னும் விரக்தியில் சொல்கிறாரா? இதையெல்லாம் யோசிக்க வேண்டிய அவசியம் தனக்கில்லை

என்பதாலா? என்னைக் கேட்டா எல்லாம் நடக்கிறது. அதது அததுபாட்டுக்கு நடக்கும் என்னும் எண்ணமா? 'அடிச்சாக் கள்ளு அவுத்தாக் கோமணம்' என்றிருக்கும் ஆளிடம் வேறு என்னத்தை எதிர்பார்ப்பது. அவரைப் பார்த்தான். தலையில் அந்தக் காலத்து ஒன்றரையணாத் துண்டும் இடுப்பில் அழுக்கேறிப் பழுத்த கையகலக் கோவணமும். உடம்பு மட்டும் கல்லிலே அடித்து வைத்த மாதிரி.

செம்பட்டைத் தலையைக் கொத்தாகப் பிடித்திழுத்து முதுகில் ஓங்கிக் குத்த வேண்டும்போல் வெறியாக இருந்தது. 'ச்சீ' என்று தலையை வேறு பக்கமாகத் திருப்பிக்கொண்டான். அவருக்குப் பக்கத்தில் நின்று வேலை செய்யவே அருவருப்பாயிருந்தது. குப்பனுக்கு அடுத்த கூடையைத் தயார் செய்யப் போனான்.

இன்னும் வெகுநேரம் வேலையிருக்கும். தென்னை ஓலைகள் தான் அதிகமாகக் குவிந்து கிடக்கின்றன. அவற்றை அடிமட்டையை மட்டும் சீவி எடுத்துக்கொண்டு கீற்றுப் பகுதியைத் தனியாக வீசிவிட வேண்டும். அடிமட்டைகளை வாங்கிப் போகச் செங்கல் சூளைக்காரர்கள் வருவார்கள். கீற்றுகளைத் தீயிட்டுக் கொளுத்த வேண்டியதுதான். அதற்குமுன் வேலையில்லாத நாட்களில் வந்து உட்கார்ந்து பாட்டி ஈர்க்குகளை உரித்தெடுப்பாள். ஒரு மட்டையைக்கூட அப்படியே எறிந்துவிடமாட்டாள். கத்தை கத்தையாகச் சேர்த்து விளக்குமாறுகள் கட்டுவாள்.

இரண்டு மட்டைக்கு ஒருமாறு ஆகும். ஆனால் முதுகொடியக் குனிந்தபடி வெகுநேரம் உரிக்க வேண்டும். கையில் கம்பரக் கத்தியை மாட்டிக்கொண்டு வேகவேகமாக இழுத்தெடுப்பாள். அந்தப் பொறுமையும் நிதானமும் யாருக்கும் வராது. பத்திருபது விளக்குமாறுகள் சேர்ந்ததும் வியாழச் சந்தைக்கு மாரிமுத்துதான் கொண்டுபோக வேண்டும். ஒன்று நான்கு அல்லது ஐந்து ரூபாய்க்குப் போகும். பணத்தை அப்படியே பாட்டியிடம் கொடுப்பான். அன்றைக்கெல்லாம் பாட்டி முகத்தில் பொங்கும் பூரிப்புக்கு இணையே இல்லை. பணத்தைப் பார்த்ததும் எப்படி எல்லா முகங்களும் ஒரே மாதிரி தோற்றம் காட்டுகின்றன என்பதுதான் புரியவில்லை.

தேங்காய்க் குட்டான்கள் குறைந்துகொண்டே வந்தன. மட்டைகள் ஒருபுறமாய்ச் சேர்ந்துகொண்டிருந்தன. பன்னாடை களையும் பாளைகளையும் பொறுக்கி ஒருபக்கமாகப் போட வேண்டும். பாளைமட்டைகளை விலைக்கு எடுத்துக்கொள்வார் கள். பன்னாடைகளையும் பாளைக் கதிர்களையும் குப்பனைக் கட்டி எடுத்துப் போகச் சொல்லிவிடுவான். அவர் தினமும்

ஒருகத்தையென வீட்டுச் செலவுக்குக் கொண்டுபோய்ச் சேர்ப்பார். சத்தி, பொடியன் என்றாலும் தோப்புக்கு வர வேலையிருக்கும் நேரத்திலேயே கட்டி வைத்துக்கொள்வான். பட்டியில் ஆடடைத்துவிட்டு எத்தனை இருட்டினாலும் வந்து எடுத்துப் போவான். கடைசியில் கணக்குப் பார்த்தால் குப்பனை விடச் சத்திதான் அதிகம் கொண்டு போயிருப்பான். அத்தனை சுட்டி அவன்.

அவனைப் பண்ணயத்தில் பிடித்து வைப்பதே பெரும்பாடாக இருக்கிறது. இந்த வருசம், இல்லையானால் அடுத்த வருசம் தும்பு திரித்துவிட்ட கன்றாகத் துள்ளி ஓடிப் போவான். லாரிக்கு டிரைவராகிவிட வேண்டும் என்பதுதான் அவனுடைய பெருங்கனா. அப்பனின் கடனை அடைக்கப் பண்ணயத்திற்கு வருகிறான். ஏதாவது சுடுசொல் சொல்லிவிட்டால் அடுத்தநாள் பண்ணயத்திற்கு வரமாட்டான். தாஜா பண்ணுகிற மாதிரி ஏதாவது சொல்லித்தான் கூட்டிவர வேண்டும்.

பொழுது உச்சிக்கு ஏறிவிட்டது. தென்னை நிழலுக்குள் வேலை செய்ததால் அவ்வளவு அலுப்பு தெரியவில்லை. ஆனால் வெயிலின் உக்கிரம் நிழலுக்குள்ளும் இறங்கியது. மேலெல்லாம் வேர்வை வாய்க்கால் வெட்டி ஓடியது. இனிப் பெரிய வேலைகள் இல்லை. சின்னச் சின்னதுதான். எப்போதும் வேலையை முடித்து வைப்பவர் குப்பன்தான். சத்தி ஓடிப்போய் மோட்டாரைப் போட்டான். குழாயில் விழும் நீருக்கு நேராக அப்பன் தலையைக் காண்பித்துக் குளித்தார். ஓடும் வாய்க்கால் நீரில் சத்தி புரண்டு புரண்டு குளித்தான். கிணற்றுக்குள் குளிக்கிற திருப்தியை இந்த மோட்டார் நீர் எப்போதும் கொடுப்பதில்லை. கைகளை விரித்து அளாவி நீருக்குள் பயணம் செய்யும் அந்தச் சுகம், கொட்டும் நீரில் வராது. வேர்வையை ஆறப்போட நிழலில் உட்கார்ந்தான் அவன்.

●

21

உருளையாய்க் குவிந்து வாய்க்காலில் விழுந்து பரவும் குழாய் நீரில் ஆனந்தமாக உடலைக் காட்டிக் குளித்துக்கொண்டிருந்தார் அப்பன். இந்த வயதிலும் கருங்கட்டைக்குக் கைகால்கள் முளைத்த மாதிரி முரட்டுத்தனம் மிகுந்த உடம்பு. உடம்பை மட்டுமே வளர்த்துத் திரியும் இவனும் அப்பன் என எங்கிருந்து வந்து வாய்த்தான்? அப்பன் அம்மா என்கிற உறவுகளையும் அவரவர் விருப்பப்படி தேர்வு செய்துகொள்ளுமாறு இருந்தால் எவ்வளவு நன்றாக இருக்கும். எந்த விசயத்திலும் வாய் திறப்பதில்லை. இப்படி இருக்கவும் பிறவி வாய்த்துவிடுகிறது. மாரிமுத்துவின் மனதுக்குள் சினம் பொங்கியது.

உடம்பிலே அந்தச் சிறு கோவணம் மட்டும் எதற்காக? அதையும் அவிழ்த்தெறிந்துவிட்டு மானங்கெட்டு அலைய வேண்டியதுதானே என நினைத்தான். அவன் நினைத்து முடிப்பதற்குள்ளேயே நீர் உறிஞ்சி இருப்பதே தெரியாமல் உடம்புக்குள் புதைந்து போய்விட்ட அந்தக் கோவணத்தைக் கயிற்றை உருவுவது போல இழுத்து எடுத்தார். விவஸ்தை கெட்ட மனுசன். வாய்க்காலுக்குள் குந்த வைத்தபடி கோணவத்தைப் பிழிந்துதறிக் கட்டிக் கொண்டு மேலேறி வந்தார். வாய்க்கால் நீரில் ஓடி விளையாடியும் புரண்டு குதித்தும் திரிந்தான் சத்தி. கோவணம் கசக்கிய நீருக்குள் இவனுக்கு என்ன துள்ளாட்டம் வேண்டியிருக்கிறது? சத்தியைப் பார்த்து மாரிமுத்து கத்தினான்.

'மோட்டார நிறுத்துடா. போடா.'

மோட்டரை நிறுத்திச் சத்தம் ஓய்வதற்குள் தோப்புக்கு வெளியே போயிருந்தார் அப்பன். மின்னக்காட்டுப் பட்டிக்குடுசில் ஏறிப் படுத்தால் இனிச் சாயங்காலம்தான் பிணம் அசையும். மாரிமுத்து கிணற்றை நோக்கிப் போனான். உள்ளே வெகு ஆழத்தில் நீர் பளிங்கு போலத் தெரிந்தது. வெயில்காலத்தில் குதித்து நீச்சலடிக்க முடியாது. நீர் மேலேறி நின்றாலும் மாரிமுத்து இப்போதெல்லாம் குதிப்பதில்லை. தன்னந்தனியாகக் குளிக்கும் பழக்கம் வந்து எப்படியோ ஒட்டிக்கொண்டது.

எந்த நேரமானாலும் இந்தக் கிணற்றில் அவன் இறங்கிக் குளிப்பான். ஒருபோதும் பயமே வருவதில்லை. கிணறு அவனுக்கு ரொம்பவும் பாதுகாப்பாகவும் அரவணைப்பாகவும் இருந்தது. கிணற்று நீர் எப்போதுமே வெதுவெதுப்புத்தான். உள்ளே இறங்கி நீச்சலடித்து உழப்பி அதன் உறக்கத்தைக் கலைத்தால் அதற்குப் பிறகு அடியாழத்திலிருந்து குளிரை மெல்ல மேலே கொண்டு வரும். ஓராள் ஆழத்திற்குத்தான் தண்ணீர் இருந்தது. அதற்குள் இறங்கித் தன்னுணர்வற்றுக் குளித்தான்.

அவன் நினைவெல்லாம் அப்பனைப் பற்றியே இருந்தது. அப்பன் சரியாக இருந்திருந்தால் தனக்கு எல்லாம் வாய்த்திருக்கும் என்று பட்டது. குழந்தையாக இருந்தபோது அப்பனை ரொம்பவும் பிடித்தது. அதற்குப் பின் ஏதோ சமயத்தில் அந்த உறவு கசந்து போய்விட்டது. மகன் வளர வளர அவனுக்கு என்ன தேவை என்பதை உணர முடியாவிட்டால் அப்பனாக இருந்து என்ன பிரயோசனம்?

எலி பிடிக்கவும் முயல் பிடிக்கவும் அழைத்துப்போய்ப் பழக்கியது அப்பன்தான். மேட்டுக்காடாகிய அந்த மின்னக்காட்டின் ஒவ்வொரு மூலையிலும் என்ன ரகசியங்கள் புதைந்திருக்கின்றன என்று காட்டிக் கொடுத்தவன் அப்பன்தான். ஆனால் இப்போது எதிரில் முகம் பார்த்தாலே மாரிமுத்துவுக்கு எரிச்சல் பெருகுகின்றது. யார் இந்த வேலை செய்ய வரச்சொல்லி அழைத்தார்கள்? இன்னும் கொஞ்சநேரம் அதிகமாக இருந்து செய்து முடித்திருக்கலாம். வேலை கொடுக்கும் ஆனந்தம், ஆசுவாசம், திருப்தி எல்லாவற்றையும் ஒருசேரப் பிடுங்கிப் போகத் திட்டமிட்டு வந்து சேர்ந்திருக்கிறான். கள் இல்லாத காலத்தில் பாட்டில் சாராயத்திற்குக் கொடுக்கப் பத்துத் தேங்காய்களை எடுத்துப்போனால் யாரும் ஒன்றும் சொல்லக் கூடாது என்பதற்காக இந்த மாய்மாலம். அப்பன் நினைவுகள் உடம்பெல்லாம் காந்தலாய் எரிய, அவன் மீண்டும் நீருக்குள் மூழ்கிக் குளித்தான்.

எதற்குமே அபிப்ராயம் சொல்லாதவர் அவன் அப்பன். ஊர் முழுக்க அப்பனுக்குப் பெயரே வெகுளன்தான். ஊர்க் கோயில் நோம்பிக் காலத்தில் மட்டும் ஊருக்குள் போவார். பத்து நாட்களும் கோயிலாட்டம் வரிந்து கட்டிக்கொண்டு ஆடுவார். அந்த ஆட்டத்தில் அவரை அடித்துக்கொள்ள ஆள் கிடையாது என்பார்கள். 'வெகுளன ஊருக்குள்ள வர வைக்கோனுமின்னா ஆட்டம் நடக்குதுன்னு சொன்னாப் போதும்' என்று கேலி பேசுவார்கள். ஊருக்கெல்லாம் வெகுளனாக இருக்கிற அப்பன், ஒரே ஒரு சமயத்தில் அபிப்ராயம் சொன்னார். அது மாரிமுத்துவின் வாழ்க்கைக்கு உலை வைக்கிற மாதிரியாகிவிட்டது.

ஒரு வருசத்திற்கு முன்னால் வீடுதி மூலமாக அவனுக்கு ஒரு பெண் விஷயம் வந்தது. வீடுதி அவனிடம் எவ்வளவோ பணம் வாங்கியிருக்கிறாள். ஆனால் அமைகிற மாதிரியான பெண்ணைக் கொண்டு வந்ததேயில்லை. ஒரே ஒரு பெண்தான் அதிசயமாக அப்படி அமைந்தது. அதுவும் கொஞ்சம் வேறுமாதிரியான நிலையிலிருந்த பெண். இருப்புளிப் பக்கம் ஊர். பெண்ணுக்குக் கல்யாணமாகி மூன்று மாதம்தான். மாப்பிள்ளை பெருநகரத் தனியார் நிறுவனம் ஒன்றில் மாதத்திற்கு முப்பதாயிரம் சம்பளம் வாங்கிக்கொண்டிருந்தான். அதற்காகக் கிலோ தங்கமும் லட்சமுமாகப் போட்டுப் பெண் கொடுத்தார்கள்.

கல்யாணம் முடிந்த மறுநாளே நகருக்குப் போய் விட்டார்கள். மூன்று மாதத்தில் ஒருமுறையோ இரண்டு முறையோதான் ஊர்ப்பக்கம் வந்திருப்பார்கள். ஒருரவுண்டானாவில் தன் பெரிய மோட்டார் சைக்கிளில் வேகமாகத் திரும்பிய ஒரு நாளிரவில் லாரி ஒன்றில் மோதி விழுந்தான். பின்னால் உட்கார்ந்திருந்த அவள் தூரத்தில் தூக்கி எறியப்பட்டுக் காயங்களுடன் தப்பித்துக் கொண்டாள். வண்டியோடு விழுந்த அவன்மேல் லாரியின் பின்சக்கரம் ஏறி அந்த இடத்திலேயே உயிர்விட்டான்.

மூன்று மாத வாழ்க்கையோடும் தான் கொண்டுபோன பவுன் ரொக்கங்களோடும் அப்படியே திரும்பி வந்த பெண்ணைப் பார்க்கச் சகிக்கவில்லை. நல்லவேளையாக அவளுக்கு வெள்ளைச் சேலை கொடுக்க வேண்டும் என்று யாரும் வற்புறுத்தவில்லை. இருபது வயதுப் பெண்ணை வெள்ளைச் சேலையில் பார்க்கும் கொடுமையை இப்போது அவ்வளவாகச் செய்வதில்லை.

மூன்று மாதத்தில் அவள் வயிற்றில் புழுபூச்சி எதுவும் உண்டாகியிருக்கவில்லை. அதுதான் நல்லதாகப் போயிற்று. உண்டாகியிருந்தால், அதை வைத்துக்கொண்டு காலம் முழுக்க அவள் சீரழிய வேண்டியிருக்கும். ஐந்தாறு மாதம் கழிந்திருக்கும்.

பெண்ணுக்கு இன்னொரு கல்யாணம் செய்து வைக்கிற எண்ணம் இருக்கிறதா என்று யாரோ மெல்லத் தூது விட்டிருக்கிறார்கள். பெண்ணின் அப்பா அம்மாவுக்கு முதலில் ஒன்றும் புரியவில்லை. இதுகாலம்வரை இல்லாத புதுவழக்கமாக இருக்கிறதே என்று குழம்பிப்போனார்கள்.

பெண்ணைக் கட்டிக்கொள்பவன் தயாராக இருக்கும்போது பெண்ணுக்கு இன்னொரு வாழ்க்கை கிடைப்பதில் தங்களுக்கு என்ன தயக்கம் என்று யோசித்துச் சரி எனறு சொல்விட்டார்கள். அதன்பின் அந்தப் பெண்ணைக் கேட்டு வந்த மாப்பிள்ளைகள் அனேகம். ஆனால் பெரும்பாலும் சொத்து எதுவும் இல்லாத மாப்பிள்ளைகள். அப்படிப்பட்டவர்களுக்குப் பெண் கிடைப்ப தில்லை. மாரிமுத்து மாதிரி சொத்தைக் கையில் வைத்துக்கொண்டு அலைபவர்களுக்கே இத்தனை கஷ்டம். சொத்தில்லாதவர்கள் காலம் முழுக்கத் தண்டுவன்களாகவே திரிய வேண்டியதுதான்.

அந்தப் பெண்ணுக்குப் பணமும் பவுனும் அப்படியே வரும் என்பதாலும் ரொம்பவும் கிராக்கியாகிவிட்டது. ஆனால் பெற்றோர்கள் நிறைய யோசிக்க வேண்டியிருந்தது. பணத்திற்கு ஆசைப்பட்டுக் கல்யாணம் செய்துகொள்பவன், கொஞ்சநாளில் எல்லாவற்றையும் தொலைத்துவிட்டுத் துரத்திவிட்டால் என்ன செய்வது? பெண்ணை நன்றாக வைத்துக்கொள்வார்கள் என்பதற்கு என்ன உறுதி? கொஞ்சம் சொத்திருப்பவன் என்றால் பெண்ணுக்காகக் கட்டிக்கொள்வான். பெரிதாகப் பிரச்சினை வராது என்று தோன்றியது. அதனால் ஓரளவு வசதியான மாப்பிள்ளையாகப் பார்க்கச் சொன்னார்கள்.

வீடுதி மாரிமுத்துவிடம் விஷயத்தைச் சொன்னபோது மிகுந்த பீடிகை போட்டாள். எத்தனையோ விதமான சமாதானங்களை அடுக்கினாள்.

‘சாமீ, உங்களுக்கும் எத்தனையோ பொண்ணப் பாத்துட்டம். ஒன்னும் அமையில. வயசும் முப்பதுக்கும் மேல ஆயிருச்சு. கலியாணம் ஆவாத பொண்ணுங்க ஒழுக்கமா இருந்ததுங்கன்னு எப்படிச் சொல்ல முடியும்? இந்தப் பொண்ணு ஒளிவு மறைவு கெடையாது. மூனு மாசம் பொழச்சிருக்குது. அவ்வளவுதான். கலியாணத்துக்கு அப்பறம் உங்க அவுசேரி போற பொம்பளங்க எத்தனையோ பேரு இருக்கறாங்க. அவுங்களையெல்லாம் வெச்சுப் பொழைக்கறப்ப இந்தப் பொண்ணுக்கு என்ன கொற சொல்லுங்க.’

‘வெளியில் தெரியாத எத்தனையோ நடக்கும் வீடுதி.’

‘இதென்ன சாமி நாயம். மறவாச் செஞ்சா எதும் தப்பில்ல. அப்பிடியா? நாங்கெல்லாம் நாலஞ்சு கலியாணங்கூடக் கட்டிக்கறம். என்ன பெருசா தப்பாப் போயிருச்சு. நாங்க பிள்ளகுட்டி பெத்துக்கலயா. சோறு தண்ணி தின்னு பொழைக்கலியா. அதெல்லாம் பாக்காதீங்க சாமீ. இந்தப் பொண்ணக் கட்டினீங்கன்னு வெச்சுக்கங்க, அவளாட்டம் யோக்கிதமா எந்தப் பொண்ணும் இருக்கமாட்டா. ரண்டு கலியாணம் பண்ணுனவன்னு யாரும் எதுவும் சொல்லீரக் கூடாதுங்கறதுக்காகவாச்சும் பயந்து இருப்பா பாத்துக்கங்க.’

‘அதுக்கில்ல வீடுதி. ஊருல ஒரு சொல்லு. . .’

‘என்ன சாமீ ஊரு. அந்தப் பொண்ணக் கட்டிக்கறதுக்கு மாப்பிள மேல மாப்பிளயா வர்றாங்க. அவுங்களுக்கெல்லாம் இருக்கற அதே ஊருதான உங்களுக்கும். ஒரு காலத்துல சின்னப் பையனுக்குப் பெரிய பொண்ணக் கட்டி வெப்பாங்க. பையன் பெரிசாவற வரைக்கும் அவனோட அப்பன்தான் பொண்ணுக்குப் புருசன். உங்க பாட்டிகிட்ட வேண்ணாலும் கேட்டுப் பாருங்க.’

வீடுதி சொல்வதெல்லாம் சரியென்றுதான் பட்டது. எத்தனையோ இடங்களில் இப்போதும் பெண்ணுக்குப் பல கல்யாணம் என்பது நடைமுறைதானே. இதுவரைக்கும் தானும் பல பெண்களைப் பார்த்தாகிவிட்டது. நிறையப் பேருடன் மனதுக்குள்ளேயே குடும்பம் நடத்தியும்விட்டான். அதையெல்லாம் பார்த்தால் மூன்று மாதம் வேறொருவனுடன் வாழ்ந்த பெண் என்பது பெரிய விஷயமில்லை. அதைப் பற்றி யாரிடமும் சொல்லாமல் அவனாகவே மனதுக்குள் பலவிதமாக யோசித்தான். அதன் பிறகு மனப்பூர்வமாகக் கட்டிக்கொள்ளலாம் என்று முடிவெடுத்தான்.

மூன்று மாதத்தில் புருசனைத் தின்றவள் என்று பேசுவார்கள். உடம்பைக் கட்டி அழுது பலவருசம் துன்பத்தோடு வாழ்ந்து சாவதைவிட மூன்றுமாதம் போதும், அவளோடு வாழ்ந்து சாகலாம் என நினைத்தான். உறவுக்காரர்கள் என்ன செய்துவிடுவார்கள்? நன்றாக வாழ்ந்தால் பல்லை இளித்துக்கொண்டு வருவார்கள். கெட்டுப்போய்விட்டால், ‘இந்த அக்கிரமத்தச் செஞ்சவன் வாழ்வானா’ என்பார்கள். அவர்களை ஒரு பொருட்டாக மதித்தாக வேண்டுமா?

மாரிமுத்து தைரியத்தோடு வீடுதியிடம் சொல்ல இருந்தான். அதற்குள் எதேச்சையாக அப்பனைப் பார்த்த வீடுதி அவரிடமும் சொல்ல வேண்டியது முறையாயிற்றே என்று விஷயத்தைச்

சொல்லியிருக்கிறாள். மின்னக்காட்டிலிருந்து கோவணம் அவிழ்வது தெரியாமல் ஓடி வந்த அப்பன் சொன்னார்.

‘டேய். . . ஒரு தேவிடியாள மருமகளாக் கொண்டாந்து வெக்கலாம்னு நெனச்சீனா, நா நாணுகிட்டுச் செத்துருவம் பாத்துக்க. நீ அவ கழுத்துல தாலி கட்டறதுக்கு முன்னால எனக்குப் பாட கட்டோணும்.’

‘நாணுகிட்டுச் செத்துப் போ’ என்று சொல்லியிருந்தால் என்ன செய்திருப்பார்? அப்படித்தான் சொல்லியிருக்க வேண்டும். அவர் தூக்கில் நாக்கு வெளித்தள்ளத் தொங்கும் காட்சியைக் கற்பனை செய்தான். குரூரம் என்று தோன்றினாலும் திருப்தியாக இருந்தது. கிணற்றில் மூன்ற முறை முழுக்குப் போட்டுவிட்டு மேலேறி வந்தான் மாரிமுத்து.

●

22

இரவெல்லாம் தூக்கம் வராமலும் பகலில் கண்கள் சிவந்து அசரிக்கையாகவும் இருந்ததுபோய், எந்த நேரத்தில் படுத்தாலும் அவனையறியாமல் தூங்கிப்போனான். எப்போதும் தூங்கிக்கொண்டே இருக்க வேண்டும் போல உடல் அசதியாக இருந்தது. யாரிடமாவது பேசிக்கொண்டிருக்கையிலும் தூக்கத்தில் பேசுவதாக உணர்ந்தான். விடிகாலைப் பொழுதில் எழவே முடியவில்லை. வீட்டில் இருப்பவர்கள் ஏதாவது நினைத்துக்கொள்ளக்கூடும் என்பதால் மெல்ல எழுந்து காட்டுப்பக்கம் போவான். தோப்புக்குள் போய் பல் துலக்கும் பாவனையில் வெகுநேரம் உட்கார்ந்திருப்பான்.

அவன் மனதில் யோசனைகள் ஒன்றும் ஓடவேயில்லை. எல்லாப்புறமும் கண்கள் சுழன்றாலும் பார்வையில் எதுவுமே பதியவில்லை. காதுகளில் மோட்டார் ஓடும் ஒலிகூட விழவில்லை. கிட்டத்தட்டத் தன்னை மறந்த நிலையில் இருந்தான். எல்லாம் தெளிவாகும் சில சந்தர்ப்பங்களில் தனக்கு என்னவாயிற்று என்று தீவிரமாக யோசிப்பான். அதற்குப் பதில் கிடைக்கும் முன்பாகவே மனம் யோசனைகளற்றுப் போய்விடும். தோப்பில் வெகு நேரம் இருந்துவிட்டு வீட்டுக்கு வந்து சாப்பிட்டதும் படுத்துக்கொள்ள வேண்டும் என்று தோன்றும். அந்நேரத்திலேயே படுத்துத் தூங்க அம்மாயியை நினைத்துப் பயமாயிருந்தது.

அதற்காக ஏதாவது வேலைகளை உருவாக்கிக் கொள்ள முனைந்தான். அடுத்து மழை பெய்யும்வரை காட்டில் எந்த வேலையுமில்லை. வண்டியை

எடுத்துக்கொண்டு டவுனுக்குப் போவான். அவனைத் தவிர எல்லோரும் சுறுசுறுப்பாக இயங்கிக்கொண்டிருப்பதாகத் தோன்றும். டீக் குடித்துப் பேப்பர் படிப்பான். எல்லாம் வெறும் பாவனை. போனது தெரியாமல் திரும்புவான். வந்ததும் படுத்துக்கொள்வான்.

அவனுடைய அறை எல்லாப் பக்கமும் அடைத்தாற் போலிருந்தது. அறைக்குள் இரண்டு பீரோக்களும் கட்டிலும் கிடந்தன. ஜன்னல்களைச் சாத்திக் கதவை மூடினால் இந்த உலகத்திலிருந்து விடுபட்டது போன்ற உணர்வு வந்துவிடும். அம்மாயின் மேல் அவனுக்கு மரியாதை எதுவும் கிடையாது என்றாலும் ஒருவகைப் பயம் இருந்தது.

அவளுடைய உடல் தூக்கி நடக்க முடியாத அளவுக்குப் பெருத்திருந்தது. ஆனால் ஒருபோதும் ஓய்ந்து உட்கார்வதில்லை. இடைவிடாமல் ஏதாவது செய்துகொண்டேயிருப்பாள். சமையல் வேலை முழுக்க அம்மாயிதான். எப்போது சமையல் செய்வாள் என்றே தெரியாது. யார் வந்தாலும் சாவகாசமாகப் பேசிக்கொண்டிருப்பாள். நேரம் கழித்து வருகிறான் என்றோ கட்டுத்தரையைச் சுத்தம் செய்யவில்லை என்றோ சத்தியைத் திட்டிக்கொண்டேயிருப்பாள். சத்தியைப் பெரும்பூதம் ஒன்றாய் நினைத்துக்கொண்டு அவனுக்கு வேலைகளை உருவாக்கிக் கொடுப்பதே அவள் வேலை.

அம்மாயியைக் கண்டால் சத்தி பயந்து ஓடுவான். சீக்கிர மாக வீட்டுப் பக்கத்து வேலைகளை முடித்துக்கொண்டு காட்டுக்கு ஓடிவிட விரும்புவான். தொலைக்காட்சியில் சில தொடர்களை அம்மாயி விடாமல் பார்த்துக்கொண்டிருந்தாள். அந்த நேரங்களில்தான் அவள் சும்மா உட்கார்ந்திருப்பதைப் பார்க்கலாம்.

இத்தனை வயதில் வேலைகளை இழுத்துப் போட்டுக் கொண்டு கிழவியொருத்தி செய்கையில், ஒன்றும் செய்யாமல் படுத்துக் கிடப்பது மனதில் பெருத்த குற்றவுணர்ச்சியை உண்டாக்கும். பகலில் படுத்துத் தூங்குவது அம்மாயிக்குப் பிடிக்காது. நேரடியாக எதுவும் சொல்லவில்லை என்றாலும் முனகிக்கொண்டேயிருப்பாள். அவள் உருவாக்கும் முனகல்கள் தொடர் ரீங்காரமாய் உருவெடுத்து ஆளைச் சுற்றிக்கொண்டு கொத்திப் பிடுங்கும். அவற்றிலிருந்து விடுபடவே முடியாது. எல்லோரும் எப்போதும் ஏதாவது வேலை செய்துகொண்டே யிருக்க வேண்டும். சும்மா இருந்தால் அம்மாயிக்கு எரிச்சலாகி விடும். அப்படியிருக்கையில் தூங்குவதாவது?

அவளுக்குப் பயந்துகொண்டு ஏதாவது புத்தகம் எடுத்துப் படிப்பது போலக் கொஞ்சநேரம் காட்டிக்கொள்வான். கட்டிலில் சும்மா படுத்திருக்கவில்லை. புத்தகம் படிக்கிறான் என்று அம்மாயிக்குக் கொஞ்சம் திருப்தி வந்துவிட்டால் போதும். மெல்லக் கதவை மூடிக்கொள்வான். ஒருகாலத்தில் புத்தகம் படிப்பதைப் பைத்தியம் போலச் செய்தான். ராணியும் குமுதமும் வரும் நாட்களில் தவறாமல் டவுனுக்குப் போய்விடுவான். லாரிக்கு டிரைவராகப் போக ஆரம்பித்தபின் சித்தேஸ் சில புத்தகங்களைக் கொண்டு வந்து கொடுத்தான். அவற்றைக் கடையில் கேட்டு வாங்க மாரிமுத்துவுக்கு வாயே வந்ததில்லை. ஆனால் படிக்கப் பெரும் விருப்பமாயிருந்தது.

எல்லாவற்றையும் அப்பட்டமாக வருணிக்கும் அவற்றை ஒவ்வொரு முறை லாரியிலிருந்து இறங்கும்போதும் சித்தேஸ் தருவான். அதற்காகவே அவன் எப்போது இறங்குவான் என்று மாரிமுத்து எதிர்பார்த்துக்கொண்டிருப்பான். அப்புத்தங்களில் வரும் ஆண்களுக்கு அவர்களைச் சுற்றி எல்லாப் பக்கங்களிலும் பெண்கள் இறைந்து கிடந்தார்கள். அவர்கள் சட்டென உறவுக்குத் தலையசைக்கக் கூடியவர்களாகவும் இருந்தார்கள். காட்டுக்குள் தன்னந்தனி வீட்டில் வசிப்பதால்தான் தனக்குப் பெண்களே கிடைக்கவில்லை என்றும் கருதினான். ஊருக்குள் வசிக்க வேண்டும் என்று ரொம்பவும் விரும்பினான். இன்னும் பெருநகரமாக இருந்தால் விதவிதமான சந்தோசங்களில் ஈடுபடலாம் எனக் கற்பனை செய்தான்.

புத்தகங்களை சித்தேஸிடம் வாங்கிய ஒருசமயம் சலிப்பாகப் 'போதும்டா. இதப் படிச்சு என்ன வருது' என்று சொன்னான். அவன் சிரித்துக்கொண்டே 'ஆமா, படிச்சுக்கிட்டே இருந்தா என்ன வரும்? செஞ்சாத்தான் வரும்' என்றான். 'என்னோட ஒருதடவ லாரியில வா. புத்தகத்துல இருக்கிற மாதிரியே காட்டறன்' என்றும் அழைத்தான். ஆனால் என்னவோ அவனால் போக முடியவில்லை. அதற்கப்புறம் 'வருகிறேன்' என்று வாய்விட்டு அவனைக் கேட்கச் சந்தர்ப்பம் இருந்தும் வெட்கத்தால் இழந்தான்.

சித்தேஸ் இப்போதும்கூடப் புத்தகங்கள் வைத்திருக்கிறான். வேண்டுமா என்று அவனே கேட்பான். பெரிதாக விருப்பம் இருப்பதில்லை. அவன் படிக்கத் தொடங்கிய காலத்தில் ஆண் பெண் உறுப்புகளை வெவ்வெறு வார்த்தைகளில் எழுதுவார்கள். இப்போது அப்படியில்லை. நேரடியான சொற்களையே பிரயோகிக் கிறார்கள். ஆனால் படிக்கையில் கிளர்ச்சி ஒன்றுமில்லை. அந்தப் புத்தகங்களை மறைத்துவைக்கவென்றே ஒரு பீரோ

வாங்கினான். அதை எப்போதும் பூட்டியே வைத்திருப்பான். அதற்குள் ஒன்றிரண்டு கிடக்கக்கூடும். படிக்கத்தான் மனமில்லை. படித்துவிட்டு என்ன செய்வது என்னும் கேள்விக்குப் பதிலில்லை. அம்மாயியை ஏமாற்ற அப்படி ஏதாவது செய்ய வேண்டியிருப்ப தோடு சரி.

'ஒரு குடியானவன் மத்தியானத்துல தூங்குவானா' என்று கூவிக்கொண்டே வந்து ஏதாவது காரணம் சொல்லி அம்மாயி எழுப்புவாள். முனகல்கள் பலிக்காதபோது அவள் கையாளும் தந்திரம் அது. மகனோடு கோபித்துக்கொண்டு அம்மாயி இங்கே வந்தபோது சந்தோசமாக இருந்தது. அவன் எதிர்பார்த்தபடி அம்மாயி நடக்கவில்லை. எல்லோரையும் புரிந்துகொண்டவளாக மிக எச்சரிக்கையாக இருந்தாள்.

தினந்தோறும் ஒரே மாதிரி வேலைகள் செய்வதிலும் அலுப்பாக இருந்தது. எல்லாவற்றையும் அப்படியே விட்டுவிட்டு எங்காவது ஓடிவிட்டால் இந்த வேதனை தீரும் என்று தோன்றியது. இரவு பகல் எப்போதும் எழவே கூடாது. மனமும் உடலும் சோர்வு போக எத்தனை நேரம் கிடக்க விரும்புகின்றனவோ அத்தனை நேரமும் கிடக்கட்டும். அம்மாயி தவித்துப் போகட்டும். பதினோரு மணிக்கே படுத்துத் தூங்குகிறான் என்று நெஞ் சிலடித்துக் கொண்டு தவிப்பதால் என்ன ஆகிவிடும்? யாருக் காகவும் எதுவும் காத்திருப்பதில்லை. தன்னால்தான் எல்லாம் நடக்கிறது என்று கற்பித்துக்கொள்ளுதல் தன்னை முக்கியமாக்கிக் காட்டிக்கொள்ளும் அற்பங்களின் செயல். அம்மாயி அப்படித்தான் பைத்தியம் பிடித்துத் திரிகிறாள்.

ஆனால் அம்மாயிக்கு அதுவேதும் புரியாது. அவள் கண்ணுக்கு முன்னால் இருக்கும் எல்லோரும் வேலை செய்து கொண்டிருந்தால் போதும். உலகம் இயங்குவதாக நம்புவாள். ஏதாவது ஒரு வேலை சுணங்கிப் போனாலும் எல்லாம் நின்றுவிட்டதாகப் பதறுவாள். அம்மாயி தன் மகனிடம் கோபித்துக்கொண்டு மகள் வீட்டில் வந்து இருப்பதற்குக் காரணமே மருமகள் சோம்பேறி என்பதுதான்.

அங்கிருந்தபோது எத்தனையோ முயற்சிகள் செய்து மருமகளைச் சுறுசுறுப்பாக்கிவிடப் பார்த்தாள். மருமகள் எதற்கும் மசிபவளாக இல்லை. நுனியில் கல் கட்டிய புடலங்காய் போலிருந்த மருமகள் சோம்பேறியாக முடங்கிக் கிடந்ததால் என்ன நடக்காமல் போய்விட்டது? தள்ளாடும் அவள் அந்த உடம்புடனேயே பிள்ளைகளைப் பெற்றெடுத்தாள். அவை வளரவும் செய்தன. குடும்பம் ஓரளவு வசதியோடும் இருந்தது.

அம்மாயிக்குத்தான் மனசு ஒப்பவில்லை. அங்கேயிருந்தால் தன் சேமிப்பெல்லாம் கரைந்துவிடும் என்று தோன்றிக்கொண்டே இருந்தது. எப்படியாவது அவற்றைக் காப்பாற்றிவிட வழி பார்த்தாள்.

மாரிமுத்துவின் மாமன், அப்போது பார்த்து நிலம் ஒன்றை விற்க முடிவு செய்தார். அவ்வளவாக விவசாயத்திற்குப் பயன்படாத நிலம். ஆவாரஞ்செடிகளும் வெள்ள வேலா மரங்களும் மண்டிக் கிடக்கும். நான்கைந்து வருசங்களுக்கு ஒருமுறை அந்த மரங்களை விற்பதால் வரும் வருமானம் மட்டும்தான். மற்றபடி அது மேய்ச்சல் நிலம். குறையாகக் கிடக்கும். செம்மண்காட்டைப் போலத்தான். திருத்தினால் செம்மண்காடு கொழிக்கும். மாமனின் நிலம், என்ன செய்தாலும் எல்லாவற்றையும் உள்ளிழுத்துக் கொள்ளுமே தவிர எதையும் வெளிவிடாது.

ஊர் ஆடுகளும் மாடுகளும் வருசம் முழுக்க அதற்குள் நிறைந்து கிடக்கும். மேய்ச்சலின்போது மாடுகள் போடும் சாணத்தைப் பொறுக்கிக் குத்தாரியாகச் சேர்த்துவைப்பாள் அம்மாயி. அது அவளுக்கு வருமானம். அடைமழைக்காலத்தில் ஓசும்பு தட்டி நிலத்திற்குள் கால் வைக்கவே முடியாது. பல காலத்திற்கு முன் குடும்பத்திற்குக் கிடைத்த பரம்பரைச் சொத்து.

அந்த நிலத்தை அட்டைக் கம்பெனி ஒன்றுக்குக் கேட்டு வந்தார்கள். நிலத்தை ஒட்டி ஓடை போவதால் கழிவுநீரை அதற்குள் கலந்துவிடும் வசதியிருந்தது. அதனால் ஓரளவு விலையும் தர முன்வந்தார்கள். விவசாயம் செய்து என்ன வருகிறது? நன்றாக விளைகிற நிலத்திலேயே கணக்குப் பார்த்தால் ஒன்றுமில்லை. பணத்திற்கு வட்டிக்கணக்குப் பார்த்தால் நான்கைந்து வருட வருமானம் ஒரே வருசத்தில் கிடைத்துவிடும்.

அந்த ஓசும்பு நிலம் மாரிமுத்துவின் அப்புச்சி பேரில் இருந்தது. மாரிமுத்து பால்குடி மாறாத பையனாக இருந்தபோதே அப்புச்சி செத்துப்போனார். அப்புச்சியை நினைத்தால் அவரது கட்டுக்குடுமித் தலையும் காதுக் கடுக்கனும் மட்டும் அவனுக்கு லேசாக ஞாபகம் வரும். அப்புச்சியின் பேரில் இருந்த நிலத்தை விற்க வேண்டுமானால் அம்மாயி ரேகை உருட்ட வேண்டும். யாரும் எதிர்பார்க்காத வகையில் அம்மாயி மாமன் தலையில் கல்லைத் தூக்கிப்போட்டாள். நிலம் விற்ற பணத்தில் பாதி தன் கைக்கு வந்தால்தான் பெருவிரல் நீட்டுவேன் என்று கறாராகச் சொல்லிவிட்டாள். மாமனும் என்னென்னவோ சமாதானம் சொல்லிப் பார்த்தார். காரியம் ஆக வேண்டுமே.

‘ஒத்தக் கெழவிக்குப் பாதிப் பணத்தத் தூக்கிக் குடுத்துட்டு பிள்ள குட்டிகளோட பிச்சை எடுக்கப் போவட்டுமா’ என்று கேட்டார்.

மகனுக்குச் சளைத்தவளல்ல அம்மாயி.

‘இந்த ஒரு நெலந்தான் எம் புருசன் பேர்ல இருக்குது. இதயும் உட்டுட்டா இனி எனக்கு என்ன வரப்போவுது’ என்று பதில் சொன்னாள்.

‘உன்னய என்ன அனாதப் பொணமாவா போட்ருவன்? பெத்த பையன் மேல நம்பிக்க இல்லாத நீயும் ஒரு பொம்பளையா’ என்று வெறிபிடித்துக் கத்தினார்.

‘எனக்கப்பறம் எல்லாம் உனக்குத்தான். செத்துப் போவும்போது கைலயா தூக்கிக்கிட்டுப் போவப் போறன்? பெத்த தாய நம்பாத நாயி நீதான்டா’ என்று பதிலுக்குக் கத்தினாள்.

‘எங்கையில நாலு காசிருந்தாத்தான் ஒரு நல்லது பொல்லாதது வாங்கித் திங்கலாம். சின்னஞ்சிறுசுவ ஆசயா எதுனாக் கேட்டா வாங்கித் தரலாம். ஒன்னொன்னுக்கும் இவங்கிட்டப் போயிக் கையேந்தி நிக்கோனுமா நானு’ என்று அம்மாயி நியாயம் கேட்டபோது மறுத்துச் சொல்வாரில்லை. ஏதாவது பேசி அவளுக்கு ஒரு தொகையைக் கொடுத்துவிடு என்றுதான் மாமனுக்கு எல்லோரும் சொன்னார்கள். வீட்டில் தினமும் சண்டைதான். அம்மாவும் மகனும் மாறி மாறிக் கத்திக்கொண்டார்கள். மூலையில் ஒதுங்கி அழுவதைத் தவிர மருமகளால் ஒன்றும் செய்ய முடியவில்லை.

மாதத்திற்கு மேல் இந்த இழுபறி நீடித்துக்கொண்டே போனது. அட்டைக் கம்பெனிக்காரன் பொறுமையிழந்துபோனான். வேறு நிலம் பார்ப்பதாகவும் தெரிந்தது. இந்த வாய்ப்பை விட்டால் மறுபடி பிடிப்பது முடியாது. அட்டைக் கம்பெனிக்காரனையே அழைத்து வந்து அம்மாயியிடம் பேச்சுவார்த்தை நடந்தது. ஆளுக்குக் கொஞ்சம் இறங்கி வந்தால்தான் எந்தக் காரியமும் சாத்தியப்படுகிறது. பாதி முடியாது; மூன்றில் ஒன்று. அம்மாயி மறுப்பேதும் சொல்லாமல் ஒப்புக்கொண்டாள். அதுவே ஒரு லட்சம் வந்தது. அதற்கப்புறம் அம்மாயி செய்த காரியம்தான் எல்லோருக்கும் அதிர்ச்சியை உண்டாக்கிவிட்டது. நிலம் கிரையம் முடிந்த மறுநாள் பணத்தை வங்கியில் போடலாம் என்று திட்டம். அன்றைக்கு அதிகாலையிலேயே பணத்தை மடியில் கட்டிக்கொண்டு மகள் வீட்டுக்கு வந்துவிட்டாள் அம்மாயி.

●

23

அப்படித் திடுமென அம்மாயி வந்ததில் கொஞ்சம்கூட மனசே ஒப்பவில்லை மாரிமுத்துவுக்கு. என்ன இருந்தாலும் மகள் வீடு என்பது மாமன் மச்சினன் வீடுதானே. மகனில்லை என்றால் மகள் வீட்டுக்குப் போயிருப்பதை யாரும் ஒன்றும் சொல்ல முடியாது. மகன் இருக்கும்போது மாமன் மச்சினன் வீட்டுக்கு வந்து விருந்தாடலாம்; தங்கலாமா? அது கேவலம். மாமன் வீட்டுடனான உறவு சுத்தமாக அறுந்துபோகும் நிலை வந்தது.

மாமன் வந்து கத்திவிட்டுப் போனார். எல்லோரும் சொல்லிக் கொடுத்துதான் தன் அம்மா பணத்தோடு வந்துவிட்டாள் என்று அபவாதம் பேசினார். பதிலுக்கு மாரிமுத்துவின் அம்மாவும் கத்தினாள். மாமன் பொண்டாட்டி, தள்ளாடித் தள்ளாடி வந்து 'எஞ்சொத்தத் திங்கற ஊடு வெளங்காத போவட்டும். எம் வயிறு எரியறாப்பல எரிஞ்சு ஒன்னுமில்லாத போவட்டும்' என்று மண்ணை வாரித் தூற்றிவிட்டுப் போனாள்.

அவளுடைய சாபம்தான் தன்மேல் படிந்து விட்டதோ என்று மாரிமுத்துவுக்குத் தோன்றும். மாமனுடைய குழந்தைகள் எல்லாம் மிகச் சிறியவை. அதனால் அந்த உறவு அறுந்துபோனதைப் பெரிது படுத்தவில்லை. கட்டிக்கொள்கிற மாதிரியான பிள்ளைகள் இருந்திருந்தால் அம்மாயியை இந்தப் பக்கமே அண்டவிடாமல் விரட்டியிருப்பான். அம்மாயி ஒருலட்சத்துடன் வருகிறாள் என்பது ஒரு நப்பாசையைக் கொடுத்தது.

அப்போது மாமன் பெண்டாட்டியின் சாபம் பலிக்கும் என்பதைப் பற்றி யோசனையே இல்லை. ஒத்தைக்கு ஒரு மாமன். அவரும் இல்லையென்றாகிவிட்டது. அம்மாயி வந்ததைப் பற்றி அப்பன் எதுவும் சொல்லவில்லை. மாமியார் வந்திருக்கிறாரா? வாங்க. இங்கேயே இருக்கப் போறீங்களா? இருங்க. அவ்வளவுதான். 'எங்கப்பன் மவராசன், ஒரு வெள்ளச்சோளம்' என்று அம்மாயி எல்லோரிடமும் மருமகனைப் பற்றிச் சொல்லித் திரிந்தாள்.

அம்மாயியைத் தன் வீட்டில் வைத்துக்கொள்வதில் அவன் அம்மாவுக்குத்தான் ஏகப்பட்ட சந்தோசம். அவளைக் கையில் பிடிக்க முடியவில்லை. தன் அம்மா வந்திருக்கிறாள். நிரந்தரமாக இங்கேயே இருக்கப்போகிறாள். கத்தைப் பணத்தோடு. சந்தோசம் வராதா. அம்மாவுக்கான நியாயங்களும் இருக்கத்தான் செய்தன.

'எங்கப்பன் பேர்ல இருந்த நெலம். வித்துக் காசா அள்ளுனானே, கூடப் பொறந்த பொறப்புனு அக்கா ஒருத்தி இருக்கறனே, கண்ணுத் தெரிஞ்சுதா அவனுக்கு. காலந்தப்பிப் பொறந்த தம்பீனு அவன நெஞ்சுல போட்டு வளத்தனே. இந்தாக்கான்னு ஒரு ரண்டு காசு, அட ஒரு நாலு காசு வெச்சுக்கன்னு குடுத்தானா சொல்லு.'

இதற்கு யார் என்ன சொல்ல முடியும்? அம்மாயி தந்திரக்காரி. தொண்டைக்குழிக்குள் போனதை நோண்டி எடுத்துவிடுவாள். கொண்டு வந்த பணம் முழுவதையும் அப்படியே மகள் கையில் கொடுக்கவில்லை. தன் பெயரில் வங்கியில் போட்டாள். வாரிசாக மகள் பெயரைத் தந்திருக்கிறாள். மூன்று மாதத்திற்கு ஒருமுறை வட்டி வாங்கிக்கொள்கிற மாதிரி. மகளோடு ஏதேனும் சிறு பிணக்கு உண்டானால் போதும். தானாகவே பேசுவது போலச் சத்தமாகச் சொல்வாள்.

'யாருக்கும் வஞ்சகம் நெனக்கறவ நானில்ல.'

இந்த வார்த்தைகள் எதற்காக? அம்மாவுக்குப் புரியும். பணத்தோடு மகன் வீட்டுக்குப் போய்விடுவேன் என்பதை அப்படிச் சூசகமாக வெளிப்படுத்துவாள். இதற்காகவே அம்மாயியை யாரும் எதுவும் சொல்வதில்லை. மாரிமுத்துவுக்கு இப்போது கையில் ஓரளவு காசு சேர்ந்த பின்னால், அம்மாயின் ஒருலட்சம் பெரிதாகத் தோன்றுவதில்லை. நன்றாக விளைந்தால் ஒருவருசக் கடலைக்காயில் இந்தப் பணத்தை எடுத்துவிடலாம். அம்மாயி பணத்திற்கு வரும் வட்டிக்காசும் திடகாத்திரமான அவள் உழைப்பும் தனக்குத்தான் என்பதால் அம்மாவும் பிரியம் காட்டியபடியே இருப்பாள்.

வாங்கும் வட்டியையும் அப்படியே தந்துவிடுவதில்லை அம்மாயி. மூன்று மாதத்திற்கு ஒருமுறை வட்டி வாங்கப் போகும் நாளில் அம்மாயி செய்யும் அழிம்புகள் தாங்க முடியாது. நாள் கணக்குச் சரியாக வைத்திருப்பாள். முதல் நாளே சொல்லி விடுவாள்.

'மாரிமுத்து, நாளைக்கு எந்த வேலயும் வெச்சுக்காத.'

இதைச் சொன்னாலே அவன் புரிந்துகொள்ள வேண்டும். அன்றைக்குக் காலையிலிருந்தே பரபரப்புதான். முகம் பொலிவு கூடிப் புதுக்கருப்பட்டி போல மிளிரும். அந்த நாளில் கட்டுவதற்கென்றே தூயவெள்ளையில் பாலியஸ்டர் புடவை ஒன்று வைத்திருக்கிறாள். வங்கிக் கணக்குச் சீட்டுகளை துவைத்து மடித்த மஞ்சள் பையில் போட்டு எடுத்துக்கொண்டு ஒன்பது மணிக்கெல்லாம் வெளியே வந்து உட்கார்ந்துகொள்வாள். தலையில் எண்ணெய் வழியச் சீவி, இருப்பதே தெரியாத மாதிரி சிறு சவுரி வைத்து முடிந்து கழுத்தை அடைத்துக் கொண்டை போட்டிருப்பாள்.

அம்மாயியை அப்போது பார்க்க வயது குறைந்து துள்ளல் மிக்கவளாகத் தோன்றும். மாரிமுத்து தயாராகி வண்டியைக் கிளப்பும்வரை திண்ணைக்கும் வாசலுக்கும் பத்து முறையாவது நடந்துவிடுவாள். வங்கி திறக்கும்முன் முதல் வாடிக்கையாளராக அங்கே போய்விட வேண்டும். நேரம் கழித்துப்போய், பணம் தீர்ந்துவிட்டது, நாளைக்கு வா என்று சொல்லிவிட்டால் என்ன செய்வது? வீட்டை விட்டு அம்மாயி கிளம்பும் ஒரே ஒரு வைபவம் அதுதான்.

வண்டியை மாரிமுத்து கொஞ்சம் வேகமாய் ஓட்டினாலும் முகம் கோணுவாள். 'மெதுவாப் போடா' என்று அதட்டுவாள். கிழத்திற்கு உயிராசை பெருக்கெடுக்கும் தருணம் அது. எப்படி வண்டியை ஓட்டினால் என்ன, அம்மாயியின் மனம் குளிர்ந்துவிடவா போகிறது? பணம் வாங்கியபின் மஞ்சள் பையை முடிந்து மடியில் கட்டிக்கொண்டு வெளியே வருவாள். வண்டியில் கூட்டி வந்ததற்குக் கூலி தருபவள் போல முகத்தை வைத்துக்கொண்டு, 'இந்தாடா, போய்ச் சாப்பிட்டுட்டு வாடா' என்று நூறு ரூபாய் நோட்டை நீட்டுவாள்.

ஓட்டல் சாப்பாட்டையே அவன் கண்ணில் காணாதவன் மாதிரியும் அந்தக் குறையைத் தீர்க்க வந்த பேருபகாரி அவள் என்பதாகவும் அப்போது முகபாவனை இருக்கும். அவள் மட்டும் ஓட்டலில் சாப்பிட மாட்டாளாம். 'இதுவரைக்கும் ஓட்டல்

வாசலுக்குள்ளகூடக் காலு வெச்சதில்ல. நல்ல குடும்பத்துல பொறந்தவ அந்தப் பக்கம் போவாளா' என்று பெருமையடிப்பாள். ஒன்றும் சொல்லாமல் நூறு ரூபாயை மாரிமுத்து வாங்கிக் கொள்வான். ஆனால் சாப்பிடப் போகமாட்டான். அது அம்மாயிக்கும் தெரியும். ஒவ்வொரு முறையும் 'சாப்புடு' என்று சொல்லாமல் பணம் தருவதில்லை.

அதற்கும் கணக்கு வைத்திருப்பாள். வண்டிக்குப் போக வர பெட்ரோல் செலவு. அவனுக்கு ஒருவேளைச் சாப்பாடு. அப்புறம் பிசுக்குக் காசு. இதற்கெல்லாம் சேர்ந்துதான் நூறு ரூபாய். அவன் அம்மாவிடமும் ஏதோ கணக்கு வைத்துத்தான் காசு கொடுப்பாள். தங்குவதற்கு வீட்டு வாடகை, சாப்பாட்டுச் செலவு, செய்யும் வேலைகளுக்கான கூலி என வரவும் செலவும் கணக்கிருக்கும். எவ்வளவு கொடுத்தாலும் அம்மா இளித்தபடி வாங்கிக்கொள்வாள்.

ஒரு நாளைக்கு யாராவது பேச்சுப் பராக்கில், 'உனக்கென்னாயா, பேரன் வண்டியேத்திக்கிட்டுக் கூட்டியோரான்' என்று பொறாமைப்படச் சொன்னால், 'அவனென்ன என்னய சும்மாவா கூட்டியோரான். காசு குடுக்கல' என்று சொல்வாளாக இருக்கும். 'மவ ஊட்ல போயித் தின்னுட்டுப் படுத்திருக்கற' என்று ஒரு வார்த்தை வந்தால், மாதம் இவ்வளவு கொடுத்திருக்கிறேன்; சும்மா இல்லை என்று தன்னை நிறுத்திக்கொள்ளக்கூடும்.

மிச்சப் பணத்தை ஆள்கார வளவில் வட்டிக்கு விடுவாள். எப்போதும் மடிப்பை கனத்திருக்கும். இருக்கும் பணத்தைப் பெருக்காமல் எல்லோருக்கும் வாரிக் கொடுத்துவிட்டால் காலகாலத்திற்கும் என்ன செய்வதாம்? அம்மாயின் பணக்கணக்கைப் போலத்தான் வேலைக்கணக்கும். பட்டப்பகலில் கட்டில் கிடையாகக் கிடக்கலாமா? இப்படித் தூங்கினால் நிலம் எப்படி மனம் கனிந்து விளைச்சல் தரும்? பெண் கொடுக்கலாம் என்று நினைப்பவர்கள்கூட இந்தத் தூக்கத்தைக் கேள்விப்பட்டால் தருவார்களா? என்னவோ, அதிகநேரம் தூங்குவதால்தான் அவனுக்குப் பெண் கிடைக்காத மாதிரி. அவளுடைய முனகல்களின் முனை முறிந்து தேய்ந்து போகும்படி பகலெல்லாம் தூங்கிக் கிடந்தான் மாரிமுத்து. தூக்கம் அவனை அப்படி இறுக்கமாய்ப் பற்றிக்கொண்டது.

அம்மாயி, பக்கத்துக்காட்டுக் கிழடுகள் சிலதும் ஆளுக்காரிகள் சிலரும் புடைசூழ நடுப்பகல் நேரத்தில் அன்று தொலைக்காட்சித் தொடர் ஒன்றைப் பார்த்துக்கொண்டிருந்தாள். காட்சியை விடவும் அவர்களுடைய அங்கலாய்ப்புகளின் சத்தம் மிகையாகக்

கேட்டது. அதிலிருந்து விடுபட மெல்லக் கதவை ஓசைப்படாதவாறு சாத்திவிட்டு மின்விசிறி சுழலக் கட்டிலில் விழுந்திருந்தான் மாரிமுத்து. அவனுடைய கண்கள் பிரிபடாமல் தவித்தன. நெடுங்காலம் தூங்காமல் தவித்திருந்தவனாய் பேராவலோடு தூங்கினான்.

ரொம்ப நேரம் தூங்குகிறோமோ என்னும் குற்றவுணர்ச்சி ஒருபக்கம் இருந்தாலும் தூக்கம், பல பிரச்சினைகளைத் தீர்த்து விடுவதாய் இருந்தது. விழிப்பிற்கான சலனமே இல்லை. முக்கியமாக அவனைத் துரத்தித் துரத்தியடித்த கனவுகள் இப்போது எங்கே போய் ஒளிந்துகொண்டன என்றே தெரியவில்லை. தன்னறைக்குள் கருப்பைக்குள் இருப்பது போலான உணர்வுடன் கவனங்களற்றுத் தூங்கினான். அம்மாயி வந்து எழுப்பிவிடுவாளோ என்னும் பயம்கூட இப்போதில்லை. வெயில், அனலைப் புழுக்கமாய் உள்ளே அனுப்பினாலும் போர்வையை உடல் முழுக்கப் போர்த்திக்கொண்டிருந்தான்.

●

24

ஆழ்தூக்கம் அவனை இல்லாமலாக்கிய தருணத்தில், 'டேய் மாரிமுத்து' என்று இடிச் சத்தம் கேட்டது. குபீரென்று எழுந்தான். அவனையுமறியாமல் 'ங்க' என்று வாய் திறந்து கத்திவிட்டான். திறந்திருந்த ஒற்றைக் கதவில் அம்மாயின் முகம் இருளாய்த் துலங்கியது. கதவை அறைந்து அவள் முகத்தைப் பிய்த்துவிட வேண்டும் போல வெறியாக இருந்தது. 'வீடுதி வந்திருக்கறாடா' என்று சொல்லிவிட்டு, அவன் இருந்த கோலத்தில் ஏடாகூடமாக ஏதாவது சொல்லிவிடுவான் என்று பயந்தவளாய் உடனே போய்விட்டாள். எழுந்திருக்க மாரிமுத்துவுக்கு மனசே இல்லை. வீடுதியைச் சந்தித்து அலுத்துப் போயிருந்தான். ஏதாவது இரண்டு ஜாதகங்களையும் போட்டோக்களையும் கொண்டுவந்து நீட்டுவாள் அவள். பணம் கேட்பாள். எத்தனை ஜாதகங்கள். எவ்வளவு ரூபாய்கள்.

வீடுதி இந்த வேலையில் ஈடுபட்டுச் சம்பாதித்த பணத்தில் தார்சு வீடு கட்டிவிட்டாள். அவர்கள் வளவிலேயே அவளுடைய வீடுதான் பெரியது. விடிகாலையில் முதல் பஸ்ஸுக்கே டவுனுக்குப் போய்விடுவாள். ஆறு மணிக்கெல்லாம் புது பஸ் ஸ்டேண்டுக்குக் கிழக்குப் புறத்தில் இருக்கிற மலையாளத்தான் டீக்கடையில் அவளைக் காணலாம். அவளை மாதிரி ஒரு பத்துப்பேர் அங்கே கூடியிருப்பார்கள். ஆண்களும் பெண்களுமாக அவர்கள் வெவ்வேறு ஊரைச் சேர்ந்தவர்கள். எல்லோரும் ஆள்காரக் குடி. பெண் தரகு வேலை செய்பவர்கள். ஒவ்வொருவரும் புதிதாகக் கொண்டு

வந்திருக்கும் ஜாதகங்கள், போட்டோக்களைப் பரிமாறிக் கொள்வார்கள். அவர்களுக்குள்ளும் பணம் கைமாறும். மாப்பிள்ளையும் பெண்ணும் அமைந்துவிட்டால், பொட்டிப் பணத்தில் பத்து விழுக்காடு அவர்களுக்கு என்பது பேச்சு. ஒரு லட்சம் பொட்டிப் பணம் என்றால் மாப்பிள்ளை வீட்டிலிருந்து பத்தாயிரம், பெண் வீட்டிலிருந்து பத்தாயிரம். அவர்களுக்குப் புதுத்துணியும் எடுத்துக் கொடுக்க வேண்டும்.

வீடுதி மாதத்தில் இரண்டு முறையேனும் மாரிமுத்துவைத் தேடி வந்துவிடுவாள். அவளுக்கென்று மாதச் சம்பளம் போல ஒரு தொகையை ஒதுக்கி வைத்திருந்தான். இப்போது அவளைப் பார்க்கவும் பிடிக்கவில்லை. முகத்தைக்கூடக் கழுவாமல், துண்டை மேலே போட்டுக்கொண்டு வெளியே வந்தான். அம்மாயும் மற்ற பெண்களும் தொலைக்காட்சியிலிருந்து தலையைத் திருப்பவில்லை. வீடுதி வாசல் வேம்பினடியில் உட்கார்ந்திருந்தாள். வெற்றிலையை மென்றுகொண்டே நாக்கைச் சுழற்றிச் 'சின்ன சாமிக்கு மத்தியானத்துல தூக்கமா' என்றாள்.

'உன்னாட்டம் நோவாத சம்பாரிக்கறவங்களுக்கு ராத்தூக்கம் போதும். காடு கரையில உழுந்து எந்திரிச்சி வர்ற எங்களுக்கு மத்தியானம் செத்த படுத்தாப் போதும்னு ஒடம்பு கேக்குது. என்ன செய்யறது' என்றான்.

'நான் நோவாத சம்பாரிக்கறனா? வெடியால எந்திரிச்சா காக்கா மாதிரி ஊடு காடுகரைன்னு கத்தி அடிச்சிக்கிட்டு ஊடு போயிச் சேரப் பொழுதெறங்கிப் போயிரும். அப்பவும் உங்களாட்டம் சாமிங்களுக்குக் காசு குடுக்கக் கை வருதா என்ன?'

'போற எடத்தல கொஞ்சம் படுத்து எந்திரிக்க வேண்டியது தான.'

மாரிமுத்து என்ன அர்த்தத்தில் சொல்கிறான் என்பதைப் புரிந்துகொள்ள முடியாத மாதிரி அவன் முகம் இருந்தது. வீடுதி எரிச்சலோடு சொன்னாள்.

'ஆமா. நம்ம பொச்சிருக்கற லட்சணத்துக்கு மத்தியானத்தல பீ கேக்குதா.'

வீடுதி தன்னைத்தான் குத்திக்காட்டுகிறாளோ என்று சந்தேகம் வந்தது மாரிமுத்தவுக்கு. அவளை விரைவாகப் பேசி அனுப்பிவிட வேண்டும் என்னும் எண்ணத்தில் 'என்ன விஷயம்?' என்றான். மஞ்சள் பைக்குள்ளிருந்து ஜாதகங்கள் சிலவற்றை எடுத்தாள்.

‘இதுல எதுனா உங்களுக்கு முடியும் சாமி. ஒன்னு பாருங்க, பொண்ணுக்கு இரவத்தஞ்சு வயசு. படிச்சேதான் தீருவன்னு அடம் புடிச்சதால படிக்க வெச்சுட்டாங்க. இப்ப, இவ்வளவு படிச்ச பிள்ள எங்களுக்கு வேண்டாங்கறாங்க. நம்ம பக்கத்துல பசங்களப் படிக்க வெச்சாத்தான. அதான், காட்டு வேலயின்னாலும் பரவாயில்லன்னு சொன்னாங்க. பொண்ணு நம்மூர்க் கோயிலுச் செலயாட்டம் அவ்வளவு அழகு. . .’

வீடுதியின் குரல் எப்போதுமான வழக்கப்படி பேசிக் கொண்டிருந்தது. அதைக் கேட்க அவனுக்குப் பொறுமை இல்லை.

‘வீடுதி. . . செம்மண்காடு கறார் பண்ணற வரைக்கும் எதும் வேண்டாம். அப்பறம் பாத்துக்கலாம்.’

இத்தனை தூரம் வந்தும் இன்றைக்கு வருமானம் எதுவும் இல்லாமல் போக அவளுக்கு மனசில்லை.

‘காடு கறார் பண்ற வேல அதும்பாட்டுக்கு நடக்கட்டும். இதொரு பக்கம் பாக்கலாம். காடு கொற தீர்ற நேரம் உங்க கலியாணமும் நடக்கோணும்னு இருக்குதோ என்னமோ.’

இதைச் சொல்ல இவள் ஒருத்திதான் பாக்கியாக இருந்தாள். இந்தப் பேச்சைக் கேட்டுக் காதே புளித்துவிட்டது.

‘இல்ல வீடுதி... மரம் வெட்டறதுக்கு இந்த வாரத்துல ஆளு வர்து. அதப் பாக்கத்தான் எனக்குச் செரியாயிருக்கும்.’

எப்படியாவது அவளை அனுப்பிவிடுவதில் குறியாக இருந்தான். கண்களில் தூக்கம் திரண்டு நின்றது. அவனிடம் இப்போது எதுவும் பெயராது என்பதை வீடுதியும் உணர்ந்தாள். வெற்றிலை எச்சிலைக் கட்டுத்தரைப் பக்கம் புருச்சென்று துப்பினாள். காவி படிந்த உதடுகளை நாவால் ஈரமாக்கிக் கொண்டாள். மாரிமுத்துவின் வீட்டிலிருந்து பஞ்சாயத்துச் சாலைக்குப் போகும் தடத்தில் நடந்தாள். அவள் வாய் அவனுக்குக் கேட்கிற மாதிரி சொல்லிற்று.

‘இன்னமே சாமிக்கு எங்க வளவுல எதுனாப் பொண்ணுப் பாத்தாத்தான் ஆவும்.’

என்ன சொன்னால் அவனைச் சீண்டும் என்பதை உணர்ந்து வார்த்தையை வீசிவிட்டாள். அவனுக்கு மனசுக்குள் ஆங்காரம் மூண்டது. சொல் ஒன்றும் வராமல் தலையைக் குனிந்துகொண்டான். அவன் உள்ளுக்குள் எதுவுமற்ற சமநிலை உண்டானபின் நிமிர்ந்து பார்த்தான். உச்சிவெயிலில் வீடுதி போவது கலங்கலாகத் தெரிந்தது. திரும்பி வீட்டுக்குள் வந்தான்.

தொடர் முடிந்துவிட்டது போல. கிழடுகள் அரட்டை அடித்துக் கொண்டிருந்தன. அவர்கள் பக்கம் திரும்பாமல் உள்ளே போனான். மின்விசிறியைப் போட்டான். மின்சாரம் இல்லை. ஜன்னலைத் திறந்தான். ஒரே புழுக்கமாக இருந்தது. அம்மாயின் குரல் மெதுவாக வந்தது.

'நானுந்தான் என்னோட மாமியாகிட்டப் படாத கொடுமப் பட்டன். இப்ப இந்த நாடகத்துல காட்டறது என்ன பெரிசு. என்னோட மாமியாளுக்கு அப்ப என்ன வேலைங்கற. எங்க போனாலும் எம் பொறத்தாண்டயே வருவா. எது செஞ்சாலும் நொண பேசறதுதான் அவளுக்கு வேல. அப்பெல்லாம் நான் சின்னப்பிள்ள. அழுவறதத் தவர வேறொன்னும் தெரியாது. . .'

'உனக்கு எத்தன வயசுல கலியாணமாயா?'

'எனக்குப் பதனொரு வயசுல கலியாணம். பெரியவளாவறதுக்கு முந்தியே பண்ணி வெச்சுட்டாங்க. பனன்டு வயசுலதான் புருசம் ழூட்டுக்குப் போனன். என்னோட மாமியாக்காரி இருக்கறாளே, எம் புருசனக் கண்ணால பாக்கறதுக்குக்கூட உடுல. அப்பிடி இப்பிடின்னு அவரு எம்பக்கத்துல வர்றதுக்குள்ள பதினாலு வயசாயிருச்சு. . .'

பெண்கள் எல்லாம் சிரித்தார்கள். மாரிமுத்துவுக்கு அந்தச் சிரிப்பும் பேச்சும் கங்குகளை அவன்மேல் கொட்டுவது போலிருந்தன. எழுந்து போய்க் கத்தினான்.

'மத்தியானத்துல எல்லாத்துக்கும் வேல கெடையாதா. ஒவ்வொருத்தியும் பத்து வயசு பனன்டு வயசுல புருசன் தேடுன கதயக் கேக்க வந்துட்டீங்க. போய்த் தொலைங்க.'

பெண்கள் எல்லோரும் முகம் சுண்டி எழுந்து போனார்கள். 'பொல்லாத டிவி வாங்கி வெச்சுட்டானாம். வெளங்காத பய' என்று பாட்டியொருத்தி முனகிக்கொண்டே போனாள்.

அம்மாயி எதுவும் பேசாமல் சுவரில் சாய்ந்து உட்கார்ந்திருந் தாள். கத்திய வேகத்தில் போய்க் கட்டிலில் விழுந்தான். மனசுக்கு ஒருமாதிரி திருப்தியாயிருந்தது. நிம்மதியாகத் தூங்கலாம் போலத் தோன்றியது. ஆனால் மனம் விழித்துக்கொண்டிருந்தது. தொலைக் காட்சிப் பெட்டியை வாங்க நேர்ந்ததும் இந்த வீடுதியால்தான்.

இப்போது போலவே ஜாதகம் ஒன்றைக் கொண்டு வந்தாள். பொருத்தம் சரியாக இருக்கிறது என்றதும் வீடுதி அந்தப் பெண்ணைப் பற்றிச் சொன்னாள். பெண்ணைச் செல்லமாக வளர்த்துவிட்டார்கள். ரொம்ப காலம் கழித்துப் பிறந்த ஒத்தைக்கு

ஒரே பெண் அவள். அதனால் எல்லாம் அவள் விருப்பம்தான். பள்ளிக்கூடம் போகப் பிடிக்கவில்லை என்றதும் சரி வேண்டாம் என்று சொல்லிவிட்டார்கள். அவளாக எழும்வரை காலையில் யாரும் எழுப்புவதில்லை. அத்தனை செல்லம். அவளுடைய நாளின் பெரும்பகுதி தொலைக்காட்சியில்தான் கழியும். பல ஜாதகம் பொருந்தி வராத காரணத்தால் அவள் அப்பா சொல்லியிருந்தார்.

'பொண்ணு எங்க இருந்தாலும் சரி. டிவி இருக்கற ஊடாப் பாரு. எங்களப் பிரிஞ்சுகூட இருந்துருவா. டிவியப் பிரிஞ்சு இருக்க முடியாது.'

ஒவ்வொரு பெண்ணுக்கும் சமாதானங்கள் எதையாவது வீடுதி வைத்திருப்பாள்.

'இந்தக் காலத்துல டிவி இல்லாத எந்தப் பொண்ணும் இருக்காது சாமி. உங்கம்மா காலத்துல அம்மாயி காலத்துல இதெல்லாம் தேவையில்ல. இப்ப இருக்கற பொண்ணுங்க துண்டுச்சீலயக் கட்டிக்கிட்டு மாட்டுக் கட்டுத்தரையிலயும் புழுதிக்காட்டுலயும் திரிவாங்கன்னு நெனச்சா முடியுமா. இது நாகரிகம் பெருத்துப்போன காலம். பொண்ணோட அப்பன்தான் மொதல்ல பாக்க வருவாரு. ஒரு டிவிய வாங்கி முன்னால வெச்சிருங்க. சந்தோசமாயிரும்.'

அதே வாரத்தில் தொலைக்காட்சிப் பெட்டியை வாங்கி வந்தான். கேபிள் இணைப்பு இல்லை. காட்டுக்குள் இருக்கும் தனிவீட்டுக்கு எவ்வளவு நீளம் ஒயர் இழுப்பது? அதற்கான செலவை ஏற்றுக்கொண்டால் இணைப்புத் தருவதாகக் கேபிள்காரன் சொன்னான். வழியில்லாமல் அதையும் ஏற்று வெகுதூரத்திலிருந்து இணைப்புப் பெற்றான். பெட்டியை முற்றத்திலேயே வைத்தான். பெண் வீட்டார் வந்தால் முதலில் கண்ணில் படட்டும்.

அம்மா முதலில் எரிச்சலைக் கொட்டினாள். 'எனக்கா வாங்கியாந்திருக்கறான். வரப்போற மவராசிக்கு வேணும்னு கொண்டாந்திருக்கறான். அவளுக்குப் பொச்சுக் கழுவி உட்டாத்தான் பொண்ணுக் குடுப்பன்னு சொன்னாங்கன்னா அதுக்கும் சரீம்பானாட்டம் இருக்குது. அவளுக்கு வாங்கியாந்த கருமாந்தரத்த நானெதுக்குப் பாக்கறன்' என்று சொன்னாள்.

ஆனல் வீடுதி சொன்ன மாதிரி பெண் வீட்டிலிருந்து யாரும் வரவில்லை. இதோ அதோ என்று கடைசியில் ஒன்றுமே இல்லாமல் போயிற்று. வழக்கம் போல அவளுக்கு வேறெங் காவது பொருத்தம் கூடியிருக்கும். அம்மா சொன்னபடி

தொலைக்காட்சி பார்க்காமலே இருந்தாள். அம்மாயி கொஞ்சம் கொஞ்சமாக அதற்குள் இழுக்கப்பட்ட பின் அம்மாவும் உட்காரத் தொடங்கிவிட்டாள். அந்தப் பெண் மருமகளாக வந்திருந்தால், ஒருவேளை அம்மா கண்டிப்பாகப் பார்க்காமலே இருந்திருக்கக் கூடும்.

வீடுதி சொன்னதைக் கேட்டு இருபதாயிரத்திற்கு மேல் செலவழித்தான். அவளுக்கு ஐம்பது ரூபாயைத் தூக்கி வீசியிருந் தால் பல்லை இளித்தபடி போயிருப்பாள். ஒன்றும் பெயராது என்று தெரிந்ததும் 'எங்க வளவுல பொண்ணுப் பாக்கறன்' என்கிறாள். எளக்காரமாகப் போய்விட்டது தன் பிழைப்பு என்று நொந்து கவிழ்ந்து தலையணையில் முகம் புதைத்துத் தேம்பினான். எதையும் நினைக்காமல் தூக்கம் ஒன்றே கதி என்று இருந்தவனைத் தேடி எதற்கு வந்தாள் வீடுதி?

இனிமேல் நிச்சயம் அவள் வரமாட்டாள். மிக முக்கிய மானது என்று அவன் கருதியிருந்த இந்த வழியிலும் பெரிய பாறாங்கல்லைப் போட்டு மூடியாகிவிட்டது. பாறாங்கல் அல்ல; அடர்த்தியான முள் மரத்தை வெட்டிப் போட்டுக் கடக்க முடியாமல் அடைத்துவிட்டான். வீடுதிதான் முள்ளாக வந்து விழுந்தாள். இன்னும் கொஞ்சநாள் கழித்துப் பார்க்கலாம் என்றால் போக வேண்டியதுதானே. அவள் சொல்கிறபடி, அவள் வளவில் பெண் பார்த்துக் கட்டினால்தான் என்ன குறைந்துவிடப் போகிறது?

பாழாய்ப் போன இந்தக் கௌரவம் குறுக்கே நிற்கிறது. அவள் வளவுப் பெண்களுக்கு என்ன குறை? மூக்கும் முழியுமாகச் செக்கச் செவேல் என்றுதான் இருக்கிறார்கள். அப்படி ஒரு பெண்தான் குப்பன் மகனுக்கும் கிடைத்திருக்கும். பெண்ணுக்காக வளவு மாறினால் ஏற்றுக்கொள்வார்களா?

அடுத்தமுறை வீடுதியைப் பார்க்கும்போது 'அப்படித் தான் பாரேன்' என்று சொல்லி வைத்தால் என்ன செய்வாள்? 'எங்களுக்கும் உங்களுக்கும் ஒத்துவராது சாமி' என்று மறுத்து விடுவார்களா? ஓரம்பரைகளாகச் அவர்கள் வளவு முழுக்க இந்த வீட்டிற்கு முன்னால் வந்து நின்றால், அந்தக் காட்சி எப்படி யிருக்கும்? அவன் மனதில் விதவிதமான கற்பனைகள் ஓடின.

வயிற்றில் அடித்துக்கொண்டு அம்மா அழுகிறாள். பணப்பையைக் கட்டிக்கொண்டு அம்மாயி மகன் வீட்டுக்கு ஓடுகிறாள். மின்னக்காட்டு எலியாக அப்பன் எங்கிருக்கிறார் என்றே தெரியவில்லை. வீடெல்லாம் கொண்டாட்ட ஒலியாக இருக்கிறது. அது, கலியாணக் கொண்டாட்டமா, கருமாதிக்

கொண்டாட்டமா? அவனால் தெளிவாக்கிக்கொள்ள முடிய வில்லை. தூக்கம் சுத்தமாக அவனை விட்டுப் போயிற்று. அறையின் புழுக்கம் தாங்க முடியவில்லை.

எழுந்து பொடக்காலிப் பக்கம் போனான். மொடாத் தண்ணீரைப் பார்த்ததும் மொண்டு மொண்டு ஊற்றிக் கொண்டான். உடை மாற்றினான். இந்த இடத்தை விட்டு உடனே வெளியேறிவிட வேண்டும் என்னும் உந்துதல் கூடிற்று. திண்ணையிலிருந்து வண்டியைக் கீழிறக்கினான். மௌனமாகச் சுவரில் சாய்ந்தபடியே இருக்கும் அம்மாயி சட்டெனக் கண்ணில் பட்டாள். அவள் வெகுநேரமாக அப்படியே இருப்பது போலப் பட்டது. தான் பயன்படுத்திய சொற்கள் அவளை ஆழக் காயப் படுத்தியிருக்கும் என்பது நினைவுக்கு வந்தது.

வண்டியைப் பிடித்துக்கொண்டே நின்றான். அவளைக் கூப்பிட்டுச் சமாதானமாய் இரண்டு வார்த்தை பேசலாமா என நினைத்தான். முப்பதைக் கடந்தும் வீட்டில் ஒருவன் தவித்துக்கொண்டிருக்கையில் பன்னிரண்டு வயதில் புருசனோடு குலாவிய கதையைப் பேசினால் மனிதனுக்குக் கோபம் வராமல் இருக்குமா? வயதாகிறதே தவிர எதைப் பேசுவது, பேசக்கூடாது என்பதைப் பற்றிய தராதரம் தெரிவதில்லை. எல்லாவற்றையும் யோசிக்கிற மாதிரி இரண்டு வார்த்தை போய் மனசுக்குள் குத்தினால்தான் சரிப்பட்டுவரும்.

பொம்மை போல உட்கார்ந்திருக்கும் அம்மாயியைப் பார்த்த படியே வண்டியைக் கிளப்பினான் மாரிமுத்து.

●

25

செம்மண்காட்டு மண்ணைப் பொழுது தொட்டுப் பார்த்தது. எத்தனை காலம் மறுக்கப்பட்ட தொடுதல். வெட்டிப்போட்ட மரங்களுக்கிடையே மண் மலர்ச்சி முகம் காட்டிற்று. ஓரிடத்தில் காலால் எத்தி மண்ணை அள்ளிப் பார்த்தான் மாரிமுத்து. காவிச் சிவப்பில் கொழுகொழுவென்று குளிர்ச்சியாய்க் கைகளில் விரிந்தது மண். கிளறிப் பார்த்தான். சிறுகற்களும் அற்ற கொழிமண். பல வருசங்கள் தொடர்ந்து உழவில் மேலெழுந்து வரும் கற்களை கூட்டிக் கூட்டி அள்ளி எடுத்திருந்தால்தான் மண் இப்படி அருமையாக முகம் காட்டும். அது சாதாரண உழைப்பல்ல.

முன்னோர்களின் ஏராளமான கைகள் கற்களை அகற்றும் கடினமான பணியில் ஈடுபட்டிருக்கக் கூடும். வளம் கொழிக்கும் மண்ணை மட்டும் தலைமுறைகளுக்கு விட்டுச் சென்ற அந்த முகமறியா மனிதர்களைப் பற்றிய நினைவுகள் அவனுக்குள் ஓடின. அப்படிக் கைமாற்றிக் கொடுத்த மண்ணை ஒரு தலைமுறை வீணாக்கிவிட்டது. இனியேனும் விடிவு வரட்டும்.

ஐந்தாறு பேர் முள்மரங்களை வெட்டிக் கொண்டிருந்தனர். கிளைகளைத் தறித்து அடிமரத்தை மொட்டையாக்கினர். தடிமனான கிளைக்கட்டைகளை மட்டும் ஒருபக்கம் குட்டானாகப் போட்டிருந் தனர். அரக்கி எறிந்த முள் கோல்கள் அங்கங்கே விரிக்கப்பட்ட வலைகளைப் போலப் பின்னிக் கிடந்தன. வெட்டிய முட்களுக்கிடையே இரண்டு

வேம்புகள் சுதந்திரமாக நின்றன. அவையும் சில நாட்களில் வெட்டப்படும். வெட்டுத் தொடங்கிய ஒரே நாளில் பெரும் பகுதியைக் காலி செய்திருந்தனர். பொழுது இறங்குவதற்குள் வெட்டியவற்றை ஓரளவு ஒழுங்குக்குக் கொண்டு வந்துவிடுவர்.

இந்த முட்களை வெட்டுவது சாதாரண விஷயமல்ல. ஒன்றும் தெரியாதது போல முளைவிட்டு எழும். கொஞ்சம் கொஞ்சமாகப் பெருமிடத்தை ஆக்கிரமித்துக்கொள்ளும். வருசம் முழுக்க மழை பெய்யவில்லை என்றாலும் எந்தச் சுணக்கமும் காட்டாமல் அப்படியே நிற்கும். ஏராளமாக மழை பெய்து மாதக் கணக்காகத் தண்ணீர் தேங்கி நின்றாலும் சிறு அழுகலோ வாடலோ மேனியில் தோன்றுவதில்லை. முள்ளின் கூர்நுனி விஷத்தைத் தேக்கி வைத்திருக்கும். லேசாகப் பட்டுவிட்டாலும் வினையம் பண்ணிக்கொண்டு நெடுநாளுக்கு ஆறாது.

காலில் ஏறி உள்ளே முனை முறிந்து போனாலோ பெருங் கஷ்டம். அதை வெட்டியெடுத்து அகற்றும்போது ரொம்பக் கவனம் வேண்டும். முள்மரக் கிளைகளிலேயே வெட்டிச் செய்த நீண்ட சுவைக்கோல்களை ஆட்கள் வைத்திருந்தார்கள். உள்ளே போவதற்கான வழி விட்டு வேலை திருத்தமாக நடந்து கொண்டிருந்தது.

மாரிமுத்துவுக்கு ஆட்கள் கும்பிடு போட்டார்கள்.

'என்னடா தீத்தான், பத்து நாளுக்குள்ள வெட்டி முடிச்சிருவீங்களா' என்று கேட்டான். சீவிச் சீர்திருத்திய கரையைப் போன்ற உடம்புகொண்ட கிழவர் 'அதெல்லாம் எட்டு நாள்லயே முடிச்சிரலாம் சாமீ' என்றார்.

'அதுக்குள்ள கலியாணம் கூடுச்சுன்னா சொல்லுங்க. சமையலுக்கு வேணுங்கற அளவு வெறவு இதுலயே எடுத்து வெச்சுக்கலாம்.'

சொன்னவனைப் பார்த்தான். வீடுதியின் புருசன். விறகுக் கட்டையை எடுத்து எதிர்ப்பக்கம் போடுவது போலத் திரும்பிக் கொண்டான். அவன் முகத்தில் இப்போது பூரிப்பும் சிரிப்பும் பொங்கும். மற்றவர்கள் வாயைக் கட்டுப்படுத்திக்கொண்டு நிற்கிறார்கள். மாரிமுத்து தூரப்போன பின்னால், இதைச் சொல்லிச் சொல்லிச் சிரிக்கக்கூடும். அவர்களுக்கு முன் தன் மௌனம் கேலியை அதிகப்படுத்தும் என்பதை உணர்ந்து கொஞ்சம் கடுப்பாகச் சொன்னான்.

'கலியாணம் கூடுச்சுன்னா கேஸ் அடுப்பு வாங்கி வெச்சரலாம். இந்தக் கட்டைகள எவனயாச்சம் எரிக்கக் கொண்டோயிப் போடுங்கடா போதும்.'

அதற்குமேல் அங்கே இருக்க முடியவில்லை. அவர்கள் முகத்திலிருந்து விலகி நடந்தான். யாருடனும் சாதாரணமாகப் பேச முடியாத காலமாகிவிட்டது. எதிரிலிருப்பவர்கள் சந்தர்ப்பம் பார்த்துச் சொற்களை அம்பாக்கி எய்கிறார்கள். இல்லாவிட்டால் மாரிமுத்துவின் வாயிலிருந்து சொற்கள் நெருப்பாய்ப் புறப்படு கின்றன. மனதைப் பொசுக்கும் பேச்சுக்குத்தான் ஆகுமென்றால் சொற்கள் எதற்கு?

யாரும் யாருடனும் பேசாமல் இருந்துகொண்டால் ரொம்பவும் நல்லது. வீட்டிலிருப்பவர்களுடன் பேச்சைச் சுருக்கிக்கொண்டது போல இனி வெளியிலிருப்பவர்களுடனும் பேச்சை நிறுத்திக்கொள்ள வேண்டியதுதான். என்ன, ஏது என்று சௌக்கியம் விசாரித்தாலே நான்கு வார்த்தை பயன்படுத்த வேண்டியிருக்கிறது. அது எட்டாக, பத்தாக விரிந்து எங்கெங்கோ போய்க் கடைசியில் மௌனத்தில் நிலைகொள்கிறது.

மௌனம் மட்டுமா, உறவே முறிந்து போய்விடுகிறது. அம்மாயி அவன் நினைவுக்குள் வந்தாள். சுவரோடு சாய்ந்து கூரையையே வெறிக்க வெறிக்கப் பார்த்துக்கொண்டிருந்த அவளின் அந்தத் தோற்றமே கடைசியாகிவிட்டது. வீட்டில் அம்மாவிடம் பேச்சேயில்லை. அப்பனிடம் தேவை சார்ந்த அளவுக்கு மட்டும். அம்மாயிடம் மட்டும்தான் பேச்சு சகஜமாக இருந்தது. அதிலும் ஒரு கீறல். அது இத்தனை வலுவான பிளவாகிப்போகும் என்று நினைக்கவில்லை.

கொஞ்சநேரம் மௌனமாக இருப்பாள். அன்றைக்கெல்லாம் பேசமாட்டாள். அடுத்த நாளும் பேசாமல் இருக்கலாம். ஐந்தாறு நாட்களுக்குப் பேச்சேயில்லாமல் அவளும் மாரிமுத்துவைத் தண்டிக்கலாம் என்றுதான் எதிர்பார்த்தான். ஆனால் வீட்டை விட்டே அம்மாயி போய்விட்டாள். அவளுடைய துணிமணிகள், பாண்டு பத்திரங்கள் எல்லாம் வைத்திருந்த ஒற்றைத் தகரப் பெட்டியை இடுப்பில் வைத்துக்கொண்டு வேகாத வெயிலில் அவள் நடந்துபோனதாய் ஆள்காரன் சத்தி சொன்னான். அவனிடம் ஒரு வார்த்தை மட்டும் சொன்னாளாம். 'பண்ணாடிச்சி வந்தா, ஊருக்குப் போயிட்டன்னு சொல்லீரு.'

அடுத்தநாள் முழுதாகத் தகவல் தெரிந்தது. மொட்டை வெயிலில் மகன் வீட்டுக்குப் போனவள், வாசலிலிருந்த வேம்பின் அடியில் உட்கார்ந்துவிட்டாள். பேரன் பேத்திகள்தான் முதலில் பார்த்திருக்கிறார்கள். பாட்டி வீட்டை விட்டுப் போய் ஐந்தாறு வருசங்கள் ஆகிவிட்டதால், அருகில் வரப் பயந்துபோய் அப்பனுக்கும் அம்மாவுக்கும் சொல்லியிருக்கிறார்கள். மகனுக்கு அம்மாவைப் பார்த்ததும் எல்லாம் புரிந்துவிட்டது.

ஆறு வருசங்களாக அவள் முகத்திலேயே விழிக்கக்கூடாது என்றிருந்தவனுக்குத் தகரப்பெட்டி விஷயம் சொன்னது.

அவனுக்குள்ளிருந்த அன்பின் பக்கம் திறந்துகொண்டது. 'ஏம்மா இங்க உக்காந்துட்ட. ஊட்டுக்குள்ள வா' என்றான். உடனே அவனை அண்ணாந்து பார்த்தவள் அடக்க முடியாமல் பொங்கி அழுதிருக்கிறாள். அழுத்தமாகச் சொல்வதற்கு அழுகையைவிட வலுவானது என்ன இருக்கிறது? மகன் எதுவுமே கேட்கவில்லை. மருமகள் முகத்தைத் தூக்கி வைத்துக்கொண்டிருந்தாள். வார்த்தை எதுவும் சொல்லவில்லை. கிழவி வெறுங்கையோடு வந்திருந்தால் இந்தப் பாசக்காட்சிகள் நடந்திருக்குமா என்பது சந்தேகம்தான். ஒருலட்சத்தோடு போனவள் அதை அப்படியே திரும்பக் கொண்டு வந்திருக்கிறாள். வட்டிப்பணச் சேமிப்பும் இருக்கிறது.

சம்பந்தப்பட்டவர்கள் சும்மா இருந்தாலும் ஊர்வாய் சும்மாயிருக்குமா? டீக்கடைகளில் இதுதான் பேச்சு. தொலைக் காட்சி நாடகம் பார்த்துக்கொண்டிருந்த பெண்கள் ஒன்றுக்குப் பத்தாகச் சொல்லி வைத்திருப்பார்கள். 'இந்த வயசுல உனக்குப் புருசங் கேக்குதா' என்று மாரிமுத்து கேட்டதாக ஒரு பேச்சு அவன் காதுக்கே வந்தது. 'என்ன இருந்தாலும் ஊட்டுக்கு வந்திருக்கற ஒரம்பர அவ. வயசான காலத்துல இப்பிடி அவளக் கேக்கலாமா?' என்றார்கள்.

'நம்ம எடத்தத் தாண்டி ஊரரா மூட்ட காலு வெச்சமுனா என்னைக்கிருந்தாலும் ஒரு பேச்சு வரத்தான் செய்யும்.' 'வெளியில சிரிச்சுப் பேசுனாலும் மாரிமுத்து உள்ளுக்குள்ள வெனகாரந் தானப்பா.' 'அதான் அவனுக்குக் கலியாணம் தள்ளிப் போய்க் கிட்டேயிருக்குது.' 'இன்னமே கலியாணமாவுது, காட்சியாவுது. கெழவி சாபம் கேக்காத உடுமா.'

பணம் ஒருலட்சம் இனிமேல் மாரிமுத்துவுக்கு வராது என்னும் அற்ப சந்தோசம் எல்லாப் பேச்சுகளிலும் உள்ளோடுவ தாக அவனுக்குப் பட்டது. 'மாமன் மச்சனன் காசத் தின்னா ஒடம்புல ஒட்டுமா' என்னும் அபவாதம் இதனால் நீங்கிவிட்டதாக உள்ளூர நிம்மதி பிறந்தது. அம்மாயி போய் இரண்டு நாள் கழித்து மாரிமுத்துவின் மாமன் வண்டி போட்டுக்கொண்டு ஆள்காரவளவுக்கு வந்ததாகத் தெரிந்தது. அம்மாயி வட்டிக்குக் கொடுத்திருக்கும் ஆட்களிடம் விவரம் சொல்லிப் பணம் வசூலிக்க வந்திருக்கிறார்.

மகன் எவ்வளவோ தடுத்தும் கேட்காமல், அம்மாயி தனியாகச் சோறாக்கிக்கொண்டாள் என்னும் தகவல் வந்தது. மாமன் வீட்டுக்கு எதிரிலேயே கூம்பு வடிவத்தில் வேய்ந்த

தட்டூடு ஒன்று இருந்தது. அம்மாயி ரொம்ப வருசம் புருசனோடு வாழ்ந்த வீடு அதுதான். வெறும் தட்டுமுட்டுச் சாமான்கள் போடுவதற்கு வைத்திருந்த அந்த வீட்டை ஒழுங்குபடுத்தி அம்மாயி குடியேறிவிட்டாளாம். மகள் வயிற்றுப் பேரன் ஒரு சொல் சொன்னதற்காகக் கோபித்துக்கொண்டு சொல்லாமல் கொள்ளாமல் ஓட முடியும். மகனோ மருமகளோ ஏதேனும் சொல்லிவிட்டால் எங்கே போவது? அதைத் தவிர்க்கத்தான் தனி வீடு, தனிச்சோறு. அப்புறம் ஒருநாள் மகனோடு வண்டியேறிக் கொண்டு அம்மாயி நகரத்துப் பக்கம் போனாள் என்பதும் டீக்கடைச் சேதியாய் வந்தது. வட்டி வாங்கி இன்னும் மூன்று மாதமாகவில்லை. அதற்குள் போவதென்றால் வங்கியில் வாரிசுப் பெயர் மாற்றம் செய்யத்தானாக இருக்கும்.

அம்மாயியை அப்படி ஒரு வார்த்தை சொல்லிவிட்டோமே என்னும் வருத்தம் மாரிமுத்துவுக்குள் இருக்கத்தான் செய்தது. அந்தச் சமயத்தில் எப்படியோ நாக்கில் சனி உட்கார்ந்து கொண்டது. முப்பத்திரண்டு வயதில் தண்டுவனாக வீட்டில் ஒருவன் அலைக்கழிந்து கிடக்கும்போது பன்னிரண்டு வயதில் குடும்பம் நடத்திய கதையைப் பேசலாமா? வயதாகிறதே தவிர அறிவு கிடையாது. வீடுதி தன் பங்குக்குத் தூண்டிவிட்டுப் போய்விட்டாள்.

எல்லாம் சேர்ந்து அம்மாயியை விரட்டும் அந்தச் சொல் அவன் நாக்கிலேறிக் கொண்டது. அவன் என்ன செய்வான்? யாரும் அழைக்காமல் அவளாக வந்தாள். இப்போது யாரும் போகச் சொல்லவில்லை; போய்விட்டாள். அவ்வளவுதான். சுவரில் அடித்து வைத்த படம் போல அம்மாயி உட்கார்ந்திருந்தபோதே 'சொன்னது தப்பு' என்று ஒரு வார்த்தை அவள் காதுபட முனகியிருந்தால், போகாமல் இருந்திருக்கக் கூடுமோ? இப்படிச் செய்வாள் என்று யாருக்குத் தெரியும்? வந்து தங்கி ஆறு வருசமாகிறது. வீட்டில் ஒருத்தியாய் மாறிவிட்டாள் என்றிருந்தது தவறாகப் போயிற்று. ஆறு வருசமானாலும் மனத்தளவில் அவள் இங்கே ஒட்டவில்லை என்பது உறுதியாகிவிட்டது.

எத்தனையோ சண்டைகள், சச்சரவுகள் என்றாலும் மாரிமுத்து வீட்டை விட்டு எங்கே போக முடியும்? அம்மாவுக்குப் போக இடமேது? எங்கேனும் ஓடிவிடலாம் என அப்பனுக்குத் தோன்றவாவது செய்யுமா? அம்மாயி மாற்றிடம் என்றே நினைத்திருக்கிறாள். அவள் மனதில் தன் வீடு, தன் சொத்து, தன் சொந்தம் எல்லாம் மகனோடுதான் என்றிருந்திருக்கிறது. அது வெளிப்பட இது ஒரு சந்தர்ப்பமாகக் கிடைத்திருக்கிறது. இந்த எண்ணம் கொண்டவள், வேறு ஏதேனும் சந்தர்ப்பத்திலும்

இப்படி நடந்திருக்கலாம். இப்போதைக்குக் காரணம் மாரிமுத்து. எத்தனையோ செயல்கள் எதையாவதோ யாரையாவதோ சாக்காக வைத்துத்தான் நடக்கின்றன. அப்படிதான் இதுவும்.

எப்படித்தான் மனதைத் தேற்றிக்கொள்ள முயன்றாலும் அம்மா விடுவதாயில்லை. மாரிமுத்து வீட்டுக்குள் இருந்தால் போதும். தானாகக் கத்தத் தொடங்குகிறாள். அவள் வாயில் இப்படித்தான் வார்த்தை வரும் என்று சொல்ல முடிவதில்லை. 'கெழவி புருசன் தேடறான்னா, கொமரன் எத்தன பொண்டாட்டி தேடறான்னு யாருக்குத் தெரியும்' என்று ஒருமுறை குரூரத்துடன் கத்தினாள்.

அம்மாயி உடன் பணம் போய்விட்டது மட்டும் அம்மாவின் பிரச்சினையல்ல. அம்மாயி எவ்வளவோ வேலைகள் செய்து கொண்டிருந்தாள். அம்மாயி வந்தபின் அம்மா ஒருநாளும் பாத்திரம் துலக்கியதில்லை. அடுப்புப் பற்ற வைத்ததில்லை. வீடு கூட்டி அள்ளியதில்லை. நல்ல நாட்களில் வீடு சுண்ணாம்புக் கரைகட்டி வழித்ததில்லை. ஆள்காரப் பையனுக்குக் குண்டாவில் சோறூற்றியதில்லை. சும்மா சொல்லக்கூடாது, அம்மாயி பெரிய பொறுப்பைச் சாதாரணமாகச் சுமந்திருக்கிறாள்.

அத்தனையும் தன் தலைமேல் சட்டென ஏறியதும் அம்மாவால் சமாளிக்க முடியவில்லை. மாடு கன்றுகள், பால் வியாபாரம், காய்கறி தேங்காய் வியாபாரம் என்று நாள் முழுக்க அங்கங்கே ஊருக்குள் திரிந்துகொண்டிருந்தவளால் இப்போது வீடடங்கி இருக்க இயலவில்லை.

'எங்கம்மா யாருக்கு என்ன பாவம் பண்ணுனா? அவ செஞ்ச வேலயில சொகுசாத் தூங்கிக்கிட்டிருந்த நாய்வ, அவமேல குத்தஞ் சொல்லக் கௌம்பிட்டானுவ' என்று சாடை பேசினாள். சிறுவயதிலிருந்தே விரும்பிய நேரத்தில் சாப்பிட்டுத்தான் பழக்கம் மாரிமுத்துவுக்கு. அவனாகவே எடுத்துப் போட்டுச் சாப்பிடுவான். சமீப காலத்தில் அவன் எப்போது சாப்பிடுகிறான் என்பதே யாருக்கும் தெரியாது. சோறு குறையாமல் இருந்தால் அம்மாயி கேட்பாள். அவ்வளவுதான். அம்மாயி போன பின்னால், அவன் சாப்பிடும் நேரத்தைக் கண்கொத்திப் பாம்பாகப் பார்த்துக் கொண்டேயிருந்து அம்மா ஆரம்பித்துவிடுவாள்.

'நேரா நேரத்துக்குக் கொட்டிக்கறதுக்கு ஆரு வேல செய்வா? அவனவன் பொண்டாட்டி கையில போயிச் சாப்டறது. எனக்குனு வந்து வாச்சிருக்கறானுவ.'

பேசிக்கொண்டே 'த்தாய் த்தாய்' என்று நாயையோ எருமையையோ விரட்டப் போவாள். 'அட முண்ட எரும.

உனக்கெல்லாம் கூதி கொழுப்புடி. பருத்திக்கொட்டையக் கொறைக்கறன் இரு.' அம்மாவின் பேச்சுகள் தரும் அவஸ்தை பொறுக்க முடியவில்லை. எத்தனை நாளைக்குத்தான் வாய் மூடிக் கேட்டுக்கொண்டே இருப்பது? வாயை மூடிக்கொள்ள முடிவது போலக் காதையும் மூடிக்கொள்ள முடிந்தால் நன்றாக இருக்கும்.

எல்லாக் கருமாந்திரங்களையும் கேட்டே தொலைக்க வேண்டும் என்று காதுகளை விரித்து வைத்திருக்கிறான். மனிதப் பிறவிக்குக் கொடுத்திருக்கும் கடும் தண்டனை காதுதான். அம்மாவின் தொல்லை தாளாமல், அம்மாயியைப் போய்ப் பார்த்துக் கூட்டிவரலாமா என்றும் யோசித்தான். போய்க் கூப்பிட எதுவோ தடுத்தது. அப்படியானால் அம்மாவே போய்க் கூப்பிட்டிருப்பாள். அம்மாயி இங்கே வந்தபோது மாமனைப் பற்றிப் பேசிய பேச்செல்லாம் அதற்குள் மறந்திருக்குமா? வெட்கம், மானத்தை விட்டு அங்கே போகப் பிறந்த வீடென்றாலும் காலேறுமா? மாமன் விட்டாலும் அவன் பெண்டாட்டி விடுவாளா? தள்ளாடிக்கொண்டே வந்தேனும் சிண்டைப் பிடித்துக்கொள்வாள். அம்மாவே போகத் தயங்கும்போது மாரிமுத்து என்ன செய்ய முடியும்? அம்மாயி எங்காவது வெளியே வந்தால்கூட எதேச்சையாகப் பார்ப்பது போல இரண்டு வார்த்தை பேசிப் பார்க்கலாம். அங்கே தனியாகவும் சோறாக்கத் தொடங்கிய பிறகு என்ன கூப்பிட்டாலும் வருவது சந்தேகம்தான்.

மாமனோடு அம்மாயி வங்கிக்குப் போனாள் என்று தெரிந்ததும் மாரிமுத்து சாப்பிட்டுக்கொண்டிருந்தபோது அம்மா அழுகை பீரிடக் கத்தினாள். 'பொம்பள சாபத்த வாங்குனவன் நல்லாருப்பானா. புழுத்துத்தான் போவான்.' மாரிமுத்து சோற்றோடு வட்டிலை எடுத்துச் சுவரில் அடித்தான். கையைக் கழுவியவன்தான். அப்புறம் இரண்டு நாட்கள் வெளியேதான் சாப்பிட்டான். ஆக்கி வைத்த சோறு அப்படியே இருந்தது.

ஓட்டலில் சாப்பிடப் போவதென்றால் டவுனுக்குத் தான் போக வேண்டும். ஒவ்வொரு வேளைக்கும் போய் வரச் சங்கடம். போக ஆறு, வர ஆறு; பன்னிரண்டு கிலோமீட்டர். மூன்றுமுறை என்றால் தினம் ஒரு லிட்டர் பெட்ரோல் வேண்டும். உள்ளூர் டீக்கடை ஓட்டல்களிலேயே சாப்பிடலாம் என்றால், அங்கே இருப்பவர்களுக்குப் பதில் சொல்லி மீள முடியாது. அம்மாயி பிரச்சினை பற்றிக் கேட்பார்கள் என்பதால்தான் அந்தப் பக்கமாகப் போவதில்லை. சாப்பிடப் போனால், மாரிமுத்துவுக்கும் அம்மாவுக்கும் பிரச்சினை என்பதை அவனே ஊர் முழுக்கச் சொன்ன மாதிரி ஆகும்.

ஒன்றிரண்டுமுறை மின்னக்காட்டுக் கொட்டாயிக்குப் போய்ப் பாட்டி ஆக்கியதைச் சாப்பிட்டான். பாட்டி ஆக்கு கிறாளே தவிர, ஒன்றும் தெரியவில்லை. பாத்திரம் கழுவினால் பாதிப் பத்து அப்படியே இருக்கிறது. களிக் கிளறினால் அதில் கொஞ்சம் சாம்பல் கலந்து வருகிறது. குழம்பு மணக்க மணக்க வைக்கும் பாட்டியால், இப்போது ரசம்கூடச் சரியாக வைக்க முடியவில்லை. பாட்டியின் உணவுக்கே வேறு ஏற்பாடு ஏதாவது செய்ய வேண்டும் என்று யோசித்தான். அம்மாயி இருந்தால், வீட்டிலிருந்தே பாட்டிக்குச் சோறு கொண்டுபோய்த் தரலாம்.

அம்மா கையால் சாப்பிடத் தனக்கே பிடிக்கவில்லை. பாட்டிக்குக் கொண்டுபோகக் கேட்டால் அவ்வளவுதான். நிலமே நடுங்கக் குதித்தாடுவாள். அப்படியும் இப்படியுமாக இரண்டு நாளைக் கழித்தான். வீட்டுச் சாப்பாட்டைப் போல வயிறு நிரம்பும்படி ஓட்டலில் சாப்பிட முடியவில்லை. எப்போதும் பசி கூடவே இருப்பது போல உணர்ந்தான். விதவிதமாகச் சாப்பிட மனம் வரவில்லை. எப்போதாவது ஒருவேளை என்றால் பரவாயில்லை. எப்போதுமென்றால், இது காசுக்குக் கேடுதான் என்று நினைத்தான்.

அவன் சாப்பிடாமல் விட்டதும் அம்மா கொஞ்சம் அரண்டு போயிருக்க வேண்டும். அப்பன் மூலமாகச் சமாதானத்துக்கு வந்தாள். இரவுச் சாப்பாட்டின்போது, வாசலில் கட்டில் போட்டுப் படுத்திருந்தவனிடம் அப்பன் கேட்டார்.

'ஊட்டுல சாப்படறதில்லயா?'

யாரையோ கேட்பது மாதிரியான பாவனை. அவன் 'ம்' என்றான்.

'எந்தச் சலுப்பு வந்தாலும் ஊட்டுல சாப்படாத மட்டும் இருக்கக்கூடாது.'

'செருப்புல அடிச்சுச் சோறு வெச்சாத் திங்கறதுக்கு நானென்ன நாயா.'

கட்டிலிலிருந்து எழுந்து உட்கார்ந்தான். அப்பன் திண்ணை யில் உட்கார்ந்து தயிர்ச்சோற்றை உறிஞ்சும் சத்தம் கேட்டது. கையை வழித்து நக்கினார். வட்டிலிலேயே கையைக் கழுவினார். ஒரு சொம்புத் தண்ணீரையும் அண்ணாந்து குடித்தார். பேரேப்பம் விட்டார். துண்டை எடுத்துத் தோளில் போட்டுக்கொண்டார். வாசலில் கிடந்த செருப்பு காலேறும்போது சத்தமாகச் சொன்னார்.

'இன்னமே ஒன்னுஞ் சொல்லமாட்டா. சாப்புடு.'

சொற்களை மட்டும் விட்டுவிட்டு இருளில் போய்விட்டார். இருந்தாலும் அவன் உடனடியாகச் சாப்பிடப் போகவில்லை. காலையில் பார்த்துக்கொள்ளலாம் என்றிருந்தான். அடுத்தநாள் காலையிலிருந்து வீட்டில் சாப்பிட்டான். அவன் சாப்பிடும்போது அம்மா வீட்டுக்குள் இருப்பதில்லை. வீடெங்கும் காற்று அப்படியே உறைந்து நின்றுவிட்ட மாதிரியிருந்தது. பாத்திரச் சத்தம் கேட்டாலும் பெரிய பாறை உருள்வதாய் அச்சம் ஊட்டிற்று. பகல் பொழுதில் வீட்டைப் போல அச்சம் தரும் இடம் வேறில்லை என்று அவனுக்குத் தோன்றியது.

அம்மா பேசவில்லை. முனகவில்லை. வீட்டில் நாய் குரைப்பதும் மாடுகள் கத்துவதும்தான் உயிர்ச் சத்தம். அவன் தோப்புக்குள் இருந்த சின்ன ஓலைக்கொட்டகையைச் சீர் செய்ய முனைந்தான். தேங்காய் கொட்டி வைக்கவென்று எப்போதோ போட்ட கொட்டகை. சுவர் வைக்கவில்லை. நான்கு புறமும் கால்களை நட்டு, நடுவில் தூண்களாக இரண்டு வேம்புகளை நிறுத்தி உருவாக்கியது. தேங்காய்களை வீட்டுக்குக் கொண்டுவந்துவிடுவதால் கொட்டகை பராமரிப்பற்றுக் கிடந்தது.

வத்தனை வரச்சொல்லிக் குப்பனும் சத்தியும் உடன் இருக்கக் கொட்டகையை வேய்ந்தான். சின்னக் கொட்டகைதான். ஏழே கத்தை ஓலைகள் பிடித்தது. தென்னோலைகளைப் போட்டுக் கட்டியதும் பெரியவளான பெண்ணுக்குக் கட்டிய பசும்பச்சை ஓலைக் குடிசை போல அத்தனை பாந்தமாக அமைந்துவிட்டது. உள்ளே கட்டில் ஒன்றையும் போட்டுவிட்டான். வீட்டிலிருந்து தப்பிக்கப் பகலில் அந்தக் கொட்டகைதான் உதவிற்று.

●

26

கிணற்றுக்கு அருகே இருந்த பூவரச மரத்தடிக்கு வந்தான் மாரிமுத்து. மரத்தை அண்ணாந்து பார்த்தான். ஆலமரம் போல விரிந்து வெளியின் பெருமிடத்தை ஆக்கிரமித்துக்கொண்டிருந்தது. மரத்தில் வெட்டுப்பட்ட வடுவே கிடையாது. இலைகளும் பூக்களும் விழுந்து மண்பரப்பு முழுவதையும் மூடியிருந்தன. அங்கிருந்து பார்க்க முள்மரங்களை வெட்டிய பகுதி மட்டும் தனியாகத் தெரிந்தது. பூவரசை வெட்டிய பின்னால் இந்த இடமும் அப்படித்தான் ஆகும். பூவரசை மட்டும் எப்படியாவது காப்பாற்றிவிடலாம் என்று நினைத் தான். அதற்கு வாய்ப்பில்லை.

மரங்களை எல்லாம் விற்பது என்னும் முடிவைச் சொன்னதுமே, பாட்டி 'வாரி ஓரத்துல பூவரசு ஒன்னு இருக்கும் பாரு. அத வெட்டீராதீங்கடா. கலியாணமாயி இந்த ஊட்டுக்கு நான் வந்தப்ப அந்த மரமும் என்னோட வந்துச்சு பாத்துக்க. பொண்ணுக் கூட்டிக்கிட்டுப் போவ வந்த எங்க பெரியண்ணன். . . வாரி ஓரத்துல ஒரு மரமிருந்தா நல்லதுன்னு சொல்லி எங்கூட்டுல இருந்து கொம்பு வெட்டிக் கொண்டாந்து வெச்சாரு. அது தழஞ்சு கொடியாட்டம் படந்து போச்சு. வடக்கவுறு, சேந்து கவுறு பறி கிறியெல்லாம் அந்த மரத்துலதான் மாட்டி வெப்பாங்க. ஆட்டுக்குன்னு ஒரு கொத்துக்கூட அதுல ஒடிச்சதில்ல தெரிஞ்சுக்கோ. அத வெட்டாத பாத்துக்கடா' என்று ரொம்பவும் வற்புறுத்திச் சொன்னாள்.

மரத்தைப் பார்க்கும்போது மாரிமுத்துவுக்கும் ஆசையாகத் தானிருந்தது. மேல்பகுதி முழுவதையும் வெட்டிவிட்டால்கூட அடிமரம் ஜோராகத் தளிர்த்து வளர்ந்துவிடும். மரம் வெட்டப் பேசும்போது பூவரசு பற்றி எதுவும் வாய் திறக்க முடியாதபடி யாயிற்று. இரண்டு பக்கமும் காட்டைப் பிரித்துக் கறார் செய்ய ஒத்துக்கொண்டதும் அடுத்த நடவடிக்கைகளைத் தொடங்கினார் தானாவதித் தாத்தா. மரங்களை வெட்டிச் சுத்தப்படுத்தி அளவு போட்ட பிறகுதான் பிரிவினை பற்றிப் பேச முடியும்.

யாருக்கும் பொல்லாப்பு வரக்கூடாது என்பதில் தாத்தா மிகக் கவனமாக இருந்தார். இரண்டு வீட்டாரையும் காட்டுக்கு வரச் சொல்லியிருந்தார். மரம் வெட்டப் பேசுவதற்கு குன்னாங்காட்டுத் கட்டையனையும் கூடவே கூட்டிவந்தார். முதல்நாளே அவர் காடு முழுவதையும் சுற்றிப் பார்த்துக் கணக்கிட்டு வைத்திருந்தார். தொகையைச் சொல்வதற்கு முன் தாத்தா, மாரிமுத்துவையும் சித்தப்பன் மகன்களையும் கலந்து பேசிக்கொண்டார்.

‘பனன்டாயரம் கொடுத்தரப்பா. பத்துப் பாஞ்சு நாள்ல காட்டச் சுத்தம் பண்ணிக் குடுத்தரோணும்.’

அவர் பேச்சை இப்படித் தொடங்கியதும் கட்டையன் உதட்டைக் கோணிச் சிரித்துக்கொண்டு சொன்னார்.

‘என்ன தானாவதியாரு காட்டுக்கு வெலச் சொல்றாரா?’

‘காட்டுக்கு வெலச் சொன்னாப் பேசி வாங்கிருவீங்களா. அடேங்கப்பா அந்தளவுக்கு ஏவாரத்துல சம்பாதிச்சிட்டாரு மாமன்.’

சித்தப்பா பையன் மூத்தவன் நடேசன் சொன்னதில் கொஞ்சம் எகத்தாளத் தொனியும் இருந்தது. அவரைச் சுருக்கென்று குத்தித் தூண்டிவிட்டது.

‘என்னடா உங்காட்டுக்கு வெல? அதக்கூடவா சம்பாரிக்க முடியாத போயிட்டன் நானு. சொல்லுடா இப்பப் பேசலாம்.’

‘அவன் வெளையாட்டுக்குச் சொல்றானப்பா. அதுக்கு இந்தக் கோபம் வரலாமா. வந்த வேல என்னமோ அதப் பாருங்கப்பா.’

‘எது வெளையாட்டு? அவங்கிட்டக் காசிருந்தா அது அவனோட. நானென்ன இவனூட்டயா வந்து ஆசுவம் கேட்டுக் கிட்டு இருக்கறன்.’

பேச்சின் தொடக்கமே சரியில்லாமல் போய்விட்டது. எத்தனையோ இடங்களில் பொது ஆளாக இருந்த அனுபவசாலி தான் தாத்தா. அடுத்துத் திட்டமாகச் சொல்லிவிட்டார்.

'இங்க பாரு பொன்னு. பொதுவு மனுசன்னு நானெதுக்கு வந்திருக்கறன். பேசறவங்க எங்கிட்டப் பேசுங்கப்பா. உங்களுக்குள்ள எத்தனையோ சங்கடமெல்லாம் இருக்கும். அதையெல்லாங் காட்ட இது எடமில்ல தெரிஞ்சுக்கங்க.'

நடேசன் வாய்க்குள் முனகிக்கொண்டே ஒருபக்கம் கிடந்த கல்மேல் உட்கார்ந்துகொண்டான்.

'கட்டையா. . . நீ கேளப்பா. உனக்குக் கட்டுபடியாகற அளவு கேளு. எங்களுக்குஞ் சரின்னாப் பாக்கலாம். இல்லீனா வேற ஆளப் பாத்துக்கறம்.'

இதற்கப்புறம் தாத்தாவையும் கட்டையனையும் தவிர யாரும் பேசவில்லை.

'காடு முழுக்கச் சீமக்கருவேல முள்ளுத்தான். அத வெட்டற கூலிக்கே கட்ட போவாது. அப்பறம் எனத்தக் கேக்கறது. பூவரசம் மரமொன்னு இருக்குது. அஞ்சாறு வேப்பமரம் இருக்குது. அதுவளப் பாத்துத்தான் வெலக் கேக்கோணும்.'

'உள்ளதுதானப்பா. பாத்துட்டுத்தான வந்த. எங்களோட வெலயச் சொல்லீட்டன். உன்னோட நோக்கத்தச் சொல்லு.'

வரத்தாடியைச் சொறிந்துகொண்டே திரும்பக் காட்டை நோட்டமிடுவது போலப் பார்த்தார். பூவரசின் அடியில் ஒவ்வொருவராக உட்கார்ந்தார்கள். தாத்தாவுக்குப் பெரிய கல் ஒன்றைக் கொண்டுவந்து போட்டான் மாரிமுத்து. வேட்டியைத் தூக்கிவிட்டுக் கொண்டு கோவணம் தெரியக் கல்மேல் உட்கார்ந்தார் அவர்.

'அய்யாயரம்னா வெட்டிக்கறன் தாத்தா.'

அது அநியாய விலை என்று மாரிமுத்துவுக்கும் பட்டது. இருந்தாலும் செல்வராசுதான் சொன்னான்.

'இந்த வெலைன்னா நானே ஆளு உட்டு வெட்டிக்கறன்.'

'எடையில பேசக் கூடாதுன்னு சொன்னன்ல. அந்தந்த வேலயில அனுபவம் உள்ள ஆளுங்களக் கூப்படறது எதுக்கு? வேல சீக்கரம் முடியோனுங்கறதுக்குத்தான். காடு பிரிக்கறது நம்ம வேலயா, மரம் வெட்டறதா. கட்டையா. . . வெலயக் கூட்டிக் கேளப்பா.'

'நீங்க பனன்டாயரம் சொல்றீங்க. அவ்வளவுக்கெல்லாம் போவாதுங்க. இன்னொரு ஆயரம் சேத்திக் குடுக்கலாம்.'

பேச்சு இழுத்துக்கொண்டே போய் எட்டாயிரத்தில் முடிந்தது. பூவரசையும் கரைமேல் இருக்கும் வேம்புகளையும் காப்பாற்றிவிடலாம் என்று நினைத்த மாரிமுத்துவால் ஒன்றும் சொல்ல முடியவில்லை. கட்டையனின் கவனம் முழுவதும் அந்த மரங்களின் மீதே இருந்தது. சித்தப்பனும் சித்தியும் பனைமரங்களையும் வெட்டிவிடலாம் என்று சொன்னதாகவும் பையன்கள் வேண்டாம் என்று தடுத்துவிட்டதாகவும் தாத்தா சொன்னார். நல்ல வேளை, பனைமரங்கள் தப்பித்தன.

எல்லாவற்றையும் வெட்டி மழுங்கச் சிரைத்த முகம் போலக் காட்டை மொட்டையாக்காமல் பனைகள் காப்பாற்றிவிடும். பாட்டி கேட்டால் என்ன பதில் சொல்வதென்று தெரியவில்லை. காடு எந்தப்பக்கம் பிரிந்தாலும் அந்தப் பூவசரங்கொம்பில் ஒன்றை எடுத்து வைத்திருந்து நட்டுக் காப்பாற்றிவிடலாம். பாட்டியின் பிறந்த வீட்டு நினைவை அந்தக் கொம்பு தழைந்து மரமாகி நிலைநிறுத்தட்டும்.

பூவரசில் ஏறிச் செல்லும் கட்டெறும்புக் கூட்டத்தையே மாரிமுத்து பார்த்தான். அடிப் பெருத்துத் திரண்ட மரம்தான். கிளைகள்கூட கதவு ஜன்னல்களுக்கு ஆகக்கூடும். பூவரசு கட்டையனுக்கு எப்படியும் லாபம் சம்பாதித்துக் கொடுத்துவிடும். இன்னும் ஒருவாரத்தில் எறும்புகள் வேறு மரங்களைத் தேடிப்போக நேரும். எல்லாவற்றுக்கும் எப்போதேனும் ஒரு முடிவு வரத்தான் செய்கிறது. பூவரசு வீழ்ந்த உடன் எறும்புகளும் உயிர்விடப் போவதில்லை. அவற்றுக்கு உடனடியாக மாற்று கிடைத்துவிடும். எதுவும் எதை நம்பியும் இல்லை.

பொழுது மஞ்சள் வெயிலைப் பரப்பத் தொடங்கிற்று. அதுவே ஊசிமுனை போல உடம்பில் குத்திற்று. பூவரசை விட்டு வெளியே வந்து தடத்தை நோக்கி நடந்தான். மரம் வெட்டுவோர் வேலையை முடித்துப் புறப்படும் எத்தனிப்பில் தெரிந்தார்கள். அவர்கள் பக்கம் திரும்பிப் பேச்சுக் கொடுக்க விரும்பாமல் நடந்தான். தடத்தில் மாரிமுத்து வண்டி நிறுத்தியிருந்த இடத்திற்கு அருகில் இன்னொரு வண்டி நிற்பதைப் பார்த்தான். கட்டையன் வேலையைப் பார்க்க வந்திருக்கக்கூடும்.

மாரிமுத்துவைக் கண்டதும் 'வாடா மாப்ள' என்றபடியே அவனை நோக்கி வந்தார். அவனும் 'வாங்க மாமா' என்று கையெடுத்தான். 'வேல எப்பிடி நடக்குதுன்னு பாக்க வந்தீங்களா' என்றதற்கு 'ம்' என்று தலையாட்டினான்.

'அன்னைக்குப் பாத்தீயாடா மாப்ள. . . நீயெல்லாம் பேசாத இருக்கற. உங்க சித்தப்பன் பையன் அந்தத் துள்ளுத் துள்ளறான்.'

காடு குறை தீர்ந்து கறார் ஆகும்போது தொலவு சேர்ந்து இரண்டு குடும்பங்களும் ஒன்றாகிவிடுமோ என்னும் கவலை இப்போதே பலபேருக்கு வந்துவிட்டது. சண்டை என்றால்தான் எல்லோருக்கும் சந்தோசமாக இருக்கிறது. சித்தப்பன் வீட்டோடு பிணைப்பு ஏற்படாமல் இருக்க யார்யாரோ முயற்சி செய்கிறார்கள் என்பது தெரிந்தது. இவருக்கும் அதில் பெரும் அக்கறை. அதை உணர்ந்தவனாய் மாரிமுத்து பட்டும் படாமல் பேசினான்.

'நீங்க பேசுனீங்க. அவனும் பேசுனான். தானிக்கும் தீனிக்கும் செரியாப் போச்சு.'

'அதெப்படீடா. அவன் பேசற மொற எப்பவும் செரியில்லீடா. என்னருந்தாலும் உன்னோட தன்ம அவனுக்குக்கெல்லாம் வராதுடா.'

பெருமைப்படுகிற முகத்தை வைத்துக்கொண்டு சிரித்தான்.

'காடு பிரிக்கறப்ப ஏமாந்தராத. மூணு பேரு இருக்கறமுன்னு எச்சுமுச்சாக் கேப்பானுங்க. அதுக்கெல்லாம் ஒத்துக்காத. நாலு பேரக் கலந்துக்கிட்டு எந்தப்பக்கம்னு பாத்து நில்லு.'

'செரீங்க மாமா.'

சமீபகாலமாக இப்படி அறிவுரை சொல்பவர்களும் அதிகரித்துவிட்டார்கள். மாரிமுத்துவுக்கு ஏமாளி என்னும் முகமூடியை கனகச்சிதமாக மாட்டிவிட்டு எதிரில் நின்று அவரவர் பாட்டுக்குப் பேசுகிறார்கள். எதுவும் தெரியாதவனாய் அவனும் தலையாட்டிக் கேட்டுக்கொள்கிறான். அவரின் பேச்சை மாற்றும் விதத்தில் கேட்டான்.

'மரத்துல எப்படியும் உங்க கைக்கு அஞ்சு நிக்குமா? நீங்க தான் ஏமாத்திச் சலுசா அடிச்சிட்டீங்க.'

'அட வக்காலி. . . ஒரெடத்துல வாங்கறதுல அஞ்சாயரம் வந்தா, இந்நேரத்துக்கு நான் கோடீஸ்வரனா இருக்க மாட்டன்?'

'இப்ப மட்டும் என்னமாம். ஒரு டீக் குடிக்கக்கூடக் கணக்குப் பாக்கறீங்க. பணமெல்லாம் அப்படியே பேங்குக்குப் போயிருது.'

'அப்பிடித்தாஞ் சொல்றாங்க. உன்னாட்டம் பணத்த அழுத்தி வெச்சுக்கிட்டு அதுமேல ஏறிக் கமுக்கமா உக்கோந்துக்கிட்டா இருக்கறன் சொல்லு. ஆமா, ஒருலட்சத்த இப்பிடி அனாமத்தா

உட்டுட்ட. அந்தக் கெழவி அஞ்சாறு வருசமா இங்கதான இருந்தா. நைசாப் பேசிக்கீது பணத்த உம்பேருக்கு மாத்தி எழுதிருக்கலாமுல்ல.'

'போவுதுங்க மாமா. ஊராமூட்டுக் காசு நம்மளுக்கு எதுக்கு?'

'அடப்போடா. கருவாடு வித்த காசு நாறுமா என்ன?'

'நம்ம காசு நம்மளுக்கு ஒட்டுனாப் போதும் மாமா. ஒருத்தரு காசத் திங்க நானா பிள்ளயாப் பொறந்திருக்கறன்.'

'செரி மாப்ள. அப்பிடி ஊட்ட உட்டுச் சொல்லாத போற அளவுக்கு அந்தக் கெழவிய என்னதாஞ் சொன்ன?'

மாரிமுத்துவின் வாயைப் பிடுங்கி ஊரெல்லாம் பரப்ப நோகாமல் போட்டு வாங்குகிறார். மாரிமுத்து லேசாகச் சிரித்தான். விரிவாகச் சொல்லாமல் பொத்தாம் பொதுவாகப் பேசினான்.

'நேரங்காலம்னு வந்துட்டா எந்த வார்த்தைக்கும் எப்பிடி வேண்ணாலும் அர்த்தம் எடுத்துக்கலாம் மாமா.'

'அது செரி மாப்ள. நீ வெச்சிருக்கற காசே உனக்குக் கொள்ளையாக் கெடக்குது. மத்தவங்க காச நீயென்ன பண்ணப் போற. கலியாணம் பண்ணுனா பொண்ணு வேற கொண்டாந்து கொட்டுவா.'

இந்தப் பேச்சு வாயிலிருக்கும்போதே மரம் வெட்டுபவர்கள் வந்துவிட்டார்கள். அவர் அன்றைய வேலையைப் பற்றி அவர்களிடம் விசாரிக்க ஆரம்பித்தார். அன்றன்றைய மரங்களை அன்றன்றே விறகு மண்டிக்கோ மரக்கடைக்கோ கொண்டு போய்விடுவார். முள்கட்டைகள் கரிமூட்டம் போடவோ செங்கல் சூளைக்கோதான் ஆகும். வேம்பும் பூவரசும் மரக்கடைக்குப் போகும். இனி அந்த இடத்தில் தனக்கு வேலையில்லை என்பதாலும் அவரிடமிருந்து தப்பித்துப் போனால் போதும் என்பதாலும் 'செரி. பாக்கலாம் மாமா' என்று சொல்லி வண்டியைத் தள்ளினான்.

'செரி மாப்ள. சீக்கரமா எங்களுக்கெல்லாம் நல்ல சோறு போடு.'

அந்த வார்த்தைகள் காதுகளில் விழுந்த மாதிரியே காட்டிக்கொள்ளாமல் வண்டியை எடுத்துப் புறப்பட்டான். அவன் நெஞ்சம் புகைவது போல வண்டி புகைவிட்டு ஓடியது. கட்டையன்மேல் எரிச்சலாய் வந்தது. நல்ல சோறு வேண்டுமாம்; நல்ல சோறு. காலமெல்லாம் களியையும் கம்பையும் உருண்டை

உருண்டையாய்த் தின்னும் நாக்கு எங்காவது கல்யாணச் சோறு போடுவார்களா என்று ஏங்கும். இலை நிறைய நெல்லஞ்சோற்றைக் கொட்டிப் பரப்பிக் கெட்டிப் பருப்பை ஊற்றிப் பிசைந்து தின்ன எங்காவது கல்யாணம் வருமா என்று எதிர்பார்த்துக் கிடக்கும்.

கை நிறையக் காசைப் பார்த்த பின்னும் ஒரு பைசா வெளியே எடுத்துச் செலவு பண்ண மனம் வராமல் வாழும் போன தலைமுறை ஆள் அவர். காலையில் டீக்கடைக்குப் பால் கொண்டுபோவார். இவர் பாலில்தான் முதல் டீயே போடுவார்கள். ஆனால் அவர் குடிக்கமாட்டார். 'ஊட்டுல இப்பத்தான் குடிச்சுட்டு வந்தன்' என்பார். ஆனால் கடையை விட்டுப் போகாமல் வருகிறவர்களிடம் எல்லாம் எதையாவது பேசிக்கொண்டேயிருப்பார். யாராவது ஒருவர் 'டீ சாப்பிடுங்க' என்றால் கொஞ்சம் பிகு பண்ணிவிட்டு ஒத்துக்கொள்வார். இதுவரைக்கும் யாருக்காவது அவர் டீ வாங்கிக் கொடுத்ததாகப் பேர் இல்லை. ஓசி டீக் குடிப்பதில் சரித்திரம் உருவாக்கியவர். கல்யாணம் என்றால் அவருக்குச் சோறுதான் நினைவுக்கு வருகிறது.

அவருக்கு இரண்டே பெண்கள்தான். இருவரையும் கட்டிக் கொடுத்துவிட்டார். சேர்த்து வைக்கிற சொத்துப் பூராவும் இரண்டு பெண்களுக்கும் போகும். மூன்றாவதாக அவருக்கு ஒரு பெண் குழந்தை பிறந்தது மாரிமுத்துவுக்கு நன்றாக நினைவில் இருக்கிறது. அப்போது மாரிமுத்து ஒன்றாவதோ இரண்டாவதோ படித்துக்கொண்டிருந்தான். அவர் நகரத்து மருத்துவமனையில் அந்தக் குழந்தையைப் பெற்றெடுத்தாள். ஏற்கனவே இரண்டு பெண்கள். மூன்றாவதும் பெண் என்றதும் வீட்டில் இழவு விழுந்தது போல அத்தனை வருத்தம்.

குழந்தையைப் பார்க்க யாரும் வராமல் இருந்தால் நல்லது என்று நினைத்தார்கள். ஆனால் முதலிரண்டு குழந்தைகளைப் பார்க்க வராதவர்கள்கூட இந்தக் குழந்தையைப் பார்க்க வந்தார் கள். 'என்ன பண்றது, மூனும் பொண்ணுன்னு அவன் எழுதி வெச்சுட்டான்.' 'பையன்தான் தோண்டறானா. பிள்ளைகனா தோண்டாத போயிருதா. காசிருந்தாத்தான் பிள்ள பையன் எல்லாம்.' 'பையன்னு ஒருத்தன் இருந்தானா நம்ம கையக் காத்துக்கிட்டுக் கெடப்பான்.' விதவிதமாக விசாரிப்புகள் இருந்தன. எல்லோரின் விசாரிப்புகளிலும் உள்ளூரச் சந்தோசம் ஒன் று மிதந்தோடியது.

எல்லாம் மூன்று நாட்களோடு சரி. அடுத்தநாள் குழந்தை இறந்துவிட்டது. குழந்தையைப் பார்க்க வந்ததைவிட இறப்புக்கு வந்த கூட்டம்தான் அதிகம். 'ரண்டு வேள பாலுக் குடிக்கவே

இல்ல. கத்திக்கிட்டே இருந்துச்சு. திடீர்னு பாத்தாத் தூங்கற மாதிரி சத்தமில்லாத ஆயிருச்சு. தூங்குதுன்னு உட்டுட்டம். ஒரு மணிநேரம் இருக்கும். கொழந்தக்கி மூச்சில்ல' என்பதையே எல்லோரும் விதவிதமாகச் சொன்னார்கள். கட்டையனின் மாமியார் வேலைதான் அது என்பது எல்லோருக்கும் தெரியும். இழவுக்குப் போய்வந்த பாட்டி சிரித்துக்கொண்டே சொன்னாள்.

'எல்லாம் அந்த அட்டூர்க்காரி வேலதான். பூங்கொழந்தையக் கவுத்துப் போட்டுட்டா. மூச்சு முட்டிச் செத்துப் போயிருச்சு.'

பாட்டி அதைப் பற்றி எத்தனையோ முறை சொல்வதுண்டு.

'அந்தக் காலத்துல இப்ப மாதிரி கொழந்த பொறக்காத இருக்கக் கொடலத் திருப்பிப் போடற பண்டிதமெல்லாம் வர்லடா. அதனால அடுத்தடுத்துப் பொறக்கற கொழைந்தைவள எத்தனைன்னு வளக்கறது? பூங்கொழந்தயக் கவுத்துப் போட்டுட்டா அதும்பாட்டுக்குப் போயிரும். உள்ள இருந்து பாத்தாத்தான் கஷ்டம். வெளியில வந்தர வேண்டீதுதான்.'

'இப்பிடிச் செய்யறது அந்தக் காலத்துலயே உண்டா ஆயா?'

'பின்ன... இல்லாதயா. நம்ம வைராவல பாரு. ரண்டு மூனுக்கு மேல எப்பவும் பிள்ளைங்க இருக்காது. பலவட்டரயெல்லாம் பத்துப் பதினஞ்சுன்னுகூட வெச்சிருப்பாங்க. நாம அப்பிடி வெச்சிருந்தா ஒவ்வொருத்தனுக்கும் காடு ஒரு வெலாகூட வராது பாத்துக்க.'

'அது செரி.'

'எங்கம்மாகூட எனக்கொரு கடசிக் கொழந்த பிள்ளயாப் பொறந்தப்ப, பால்ல நாலு நெல்லப் போட்டு ஊத்துனா. நெல்லு தொண்டையில அடச்சுக் கொஞ்சநேரத்துல போயிருச்சு. அது இருந்திருந்தா இப்ப என்ன சீப்பட்டுச் சீரழியப் போவுதோ.'

கட்டையன் அந்தக் குழந்தையைச் சாகடிக்காமல் இருந்திருந்தால் மாரிமுத்துவுக்கு ஒரு பெண் கிடைத்திருக்கக்கூடும். கொலைகாரப் பாவிகளுக்கு 'நல்ல சோறு' எங்கிருந்து கிடைக்கும்? மாரிமுத்து வண்டியை வேகமாய் ஓட்டிப்போய் வாசலில் நிறுத்தினான்.

•

27

திண்ணையில் உட்கார்ந்து தலைகோதிக் கொண்டிருந்தாள் பாட்டி. தினந்தோறும் தேங்காய் ஆட்டித் தேய்த்துக் குளித்தாலும் தலைப் பிசுபிசுப்பு மாறுவதேயில்லை. இராத்திரிக்கெல்லாம் மயிருக்குள் பெரும் பெரும் கொப்புளங்கள் எழும்பி அரிக்கின்றன. மொண்ணை நகங்களால் வறட்வறட்டென்று சொறிந்தால் கொப்புளங்கள் உடைந்து கருகும் நாற்றமும் தீநீர் பரவும் நசநசப்பும் சேர்ந்து தூக்கத்தை விரட்டி விடுகின்றன. இத்தனைக்கும் முந்தி மாதிரி நீளக் கூந்தல் துவளவில்லை.

காட்டு வேலை மும்முரமாக இருக்கும் பருவத்தில் அப்படியே சுருட்டிக் கட்டிக் கட்டி முடியெல்லாம் பஞ்சடைந்து உதிர்ந்துவிட்டன. பாட்டி சின்னப்பெண்ணாக இருந்தபோது அவள் அம்மா இந்த நீள்கூந்தலைச் சீவிப் பின்னவே சில மணி நேரங்கள் செலவிடுவாள்.

‘ஆயாளும் மவளும் குடியானச்சியாட்டவா பண்ணறாங்க. தேவிடியாத் தெருவுலதான் இப்பிடிக் கூந்தல அள்ளறதும் நீவறதும் சிங்காரிக்கறதும் நடக்கும்’ என்று அவள் அப்பன் திட்டுவார்.

‘உம்மவளுக்கு அப்பிடி வளந்து கெடக்குது. நானென்ன பண்ணுவன்’ எனச் சிரித்தபடியே அவள் அம்மா பதில் சொல்வாள். சிறுவயதில் அவள் இருந்த செல்வாக்கு என்ன, இந்த நாறவாயனுக்கு வாழ்க்கைப்பட்டு வந்து எல்லாவற்றையும் இழந்தது என்ன. அந்தக் கதையைத் தலைமுடியே சொல்லும் என்று தோன்றியது.

தலையை ஒரு ஒழுங்குக்குக் கொண்டுவந்தபின் மெல்லமாய்ப் புறப்பட்டுப் போய்ச் செம்மண்காட்டை ஒருமுறை பார்த்துவிட்டு வரலாம் என்று நினைத்தாள். அந்தப் பக்கம் போகலாம், போகலாம் என்று நினைப்பதுதான். ஆனால் சீமைக்குக்கூடப் போய்விடலாம் போல. இந்தா இருக்கிற செம்மண்காட்டை எட்டிப் பார்க்க முடியவில்லை. அந்தப் பாழாப்போன நாயி, ஒருபக்கமாக ஒரே இனமாகவா காட்டை வைத்திருக்கிறான்?

வீடும் தொண்டுப்பட்டியும் ஒருகாட்டில். தோப்பும் கிணறும் ஒருபக்கம். பாட்டி இருக்கிற இந்த மேட்டுக் காடு ஒரு பக்கம். ஆட்டுப்பட்டி போட்டிருப்பது ஓரிடம். செம்மண்காடு எங்கோ ஒரு பக்கம் குறையாய்க் கிடக்கிறது. குடும்பத்தில் இருக்கும் ஆட்கள் ஒவ்வொருவரும் ஒவ்வொரு பக்கமாய் மூஞ்சியை இழுத்துக்கொண்டு கிடக்கட்டும் எனத் திட்டமிட்டுத் திக்காலுக்கொரு காட்டை இந்தக் குடும்பத்திற்கு ஒதுக்கியிருப்பான் போல. இப்படிப் படைத்துக் கொடுத்த அந்த மேலதிகாரி, கையில் கிடைத்தால், 'அய்யா ராசாவே. . . என்னய்யா உங்கணக்கு' என்று இழுத்து வைத்துக் கேட்டுவிடலாம். அந்த ராசாவைப் பார்க்க எப்போது நேரம்காலம் வாய்க்கப் போகிறதோ.

மயிரை விரலால் கோதியபின் மைகோதியால் பிரித்துத் தட்டினாள். பொழுது நெற்றிக்கட்டுக்கு வந்திருந்தது. இராத்திரிச் சோறே இருந்ததால் இப்போது எதுவும் ஆக்கவில்லை. வாசல் கூட்டித் தெளித்து நான்கு குடம் தண்ணீர் கொண்டுவந்து வைத்துத் தேங்காய் ஆட்டிக் குளித்ததுதான். அதற்குள் நேரம் பறந்துவிட்டது.

பொழுது கிளம்பக் கிளம்பப் போய்க் காட்டுக்குள் இறங்கி யிருந்தாலும் இந்நேரம் ஒருசெரவு களை வெட்டியிருக்கலாம். வேலை செய்பவருக்கும் பொழுது போகிறது. செய்யாமல் திண்ணையில் சும்மா உட்கார்ந்திருப்பவருக்கும் பொழுது போகத் தான் போகிறது. தலையை முடிந்துகொள்ளும் எண்ணமே இல்லாதவளாய்க் கோதிக் கோதிச் சீவினாள். பேன்சீப்பும் சிக்குச்சீப்பும் மாறி மாறி மயிருக்குள் போய் வந்தன. மனம் திருப்திப்படவே இல்லை.

'ஆயா. . . ஆயா' என்று யாரோ கூப்பிடும் குரல் கேட்டது. இந்த அனாதிக் காட்டில், அதுவும் இந்த நேரத்தில் யார் வந்து கூப்பிடப் போகிறார்கள். செத்துக் கிடந்தால்கூட உடல் விறைத்துப் போனபின்தான் யாராவது வந்து பார்ப்பார்கள். அப்படிப்பட்ட ஆளில்லாக் காடு. மாரிமுத்து வந்தால் உண்டு. அவனும் இந்நேரத்திற்கு வருவதில்லை. வேலைக்குக் கூப்பிடு

பவர்கள் அங்கங்கே வேலை செய்யும் இடங்களிலேயே சொல்லி விடுவார்கள். வேறு என்னத்திற்காக இந்தக் கூப்பாடு. ‘ஆரது’ என்றபடி தலையை அவசரமாய் முடிந்துகொண்டு எழுந்து வாசலுக்கு வந்தாள். யாரோ ஒரு பெண், சின்னப் பையனைக் கையில் பிடித்துக்கொண்டு நின்றாள்.

‘நேத்துச் சாயந்தரம் வெளையாடிக்கிட்டு இருந்தப்பப் பையங் கண்ணுல எதோ தூசி உழுந்திருச்சு ஆயா. ராத்திரியெல்லாம் பையன் துடிச்சுப் போயிட்டான். நாங்களும் பனம்பட்டச் சாறு அதுஇதுன்னு ஊத்திப் பாத்துட்டம். கண்ணு முழியில போயி ஒட்டீருக்குமாட்டம் தெரீது. வரவே மாட்டீங்குது’ என்று அந்தப் பெண் சொல்லிக்கொண்டிருந்தாள்.

அதற்குள் பாட்டி, பையனின் முகத்தை அண்ணாத்திக் கண்களைப் பார்த்தாள். இடப்பக்கக் கண் திறக்கவே முடியாமல் மூடிக் கிடந்தது. சூடுகள் பம்மென வீங்கியிருந்தன. பையனுக்கு இரவெல்லாம் பொட்டுத்தூக்கம் இருந்திருக்காது. கண்ணீர் வழிந்தபடியே இருந்தது. அழுகை நின்றுபோய் அவ்வப்போது தேம்பல் மட்டும் வந்தது. பையனுக்குப் பன்னிரண்டு பதிமூன்று வயதிருக்கும். அடடா, இந்த வயதில் கண்ணில் ஒரு பிரச்சினை என்றால், காலகாலத்துக்கும் பையன் கஷ்டப்படுகிற மாதிரி ஆகிவிடும். பாட்டியின் மனத்தில் பையன்மேல் பிரியம் சுரந்தது.

‘இந்த நாயெல்லாம் எங்க சொல் பேச்சுக் கேக்குது. கண்ட பக்கம் போயிக் குதிக்க வேண்டீது. அப்பறம் அது இதுன்னு வந்து நம்மளச் சீரழிய வைக்க வேண்டீது. கைவேலய எடுத்துச் செய்யப் பசவ பொறக்கும்பாங்க. இதுங்க இருக்கற வேலயவும் புடுங்கிக்குமாட்டம் இருக்குது.’

அந்தப் பெண் தன்னப்பால புலம்பிக்கொண்டே இருந்தாள். ஒருவர் வலியை ஒருவர் வாங்கிக்கொள்ளவா முடியும்? வேதனையைப் புலம்பித் தணித்துக்கொள்ள முயல்கிறாள். பையன் எதுவும் பேசாமல் அப்படியே நிற்கிறான்.

‘நீங்க எந்த ஊரு கண்ணு.’

அந்தப் பையனைப் பார்த்துப் பாட்டி கேட்டாள். ஆனால் அவன் அம்மாதான் பதில் சொன்னாள்.

‘நாங்க நல்லூர்லருந்து வர்றமாயா. வெளுத்தான் ஊடுங்க. எத்தனையோ பக்கம் விசாரிச்சமுங்க. எல்லாரும் உங்களத்தான் கைகாட்டுனாங்க.’

‘அந்தூர்ல வரதன்தான வெளுத்தான். நீ புதுசா இருக்குதே.’

'வரதன் சம்சாரந்தானுங்க நானு. எம் புருசன் மிந்தியே செத்துப் போயிட்டாருங்க. இந்தப் பையன் ஒருத்தன்தானுங்க. ஆத்துக்குத் துணி தொவைக்க வரயில வரதனோட பழக்கம் ஆயிருச்சுங்க. அப்பறம் அவரோடவே வந்துட்டனுங்க. வந்தும் அதாயிப் போச்சுங்க மூனு வருசம்.'

'நானு முன்ன மாதிரி அந்தப்பக்கமெல்லாம் இப்ப வர்றதில்ல. அதான் சேதி தெரியல. வரதனோட அப்பன்லருந்து எல்லாத்தயும் எனக்குத் தெரியும். அப்ப நீ அவனுக்கு எளயபுடிச்சீனு சொல்லு.'

'கலியாணமெல்லாம் பண்ணுலீங்க. வர்றயான்னு கூப்புட்டுச்சு. வர்ரமின்னு வந்துட்டன். எப்பவாச்சும் போன்னு சொன்னாப் போயர்றதுதானுங்க. எங்க போனாலும் நாலு துணியத் தப்பிச் சோறுனுட்டுப் போறன்.'

பாட்டி பெருமூச்சு விட்டாள். கிழக்கு முகமாகத் திரும்பி நின்றாள். வெயில் ஒளியில் கரட்டுப்பாறை இரத்தம் உறைந்து நிற்பது போலத் தெரிந்தது.

'அய்யா எஞ்சாமீ. . . பையன் சின்னஞ்சிறுசு சாமீ. . . அவங்கொறையத் தீத்துடோனும். எள்ளுப் போலருந்தாலும் முள்ளுப் போலருந்தாலும் என் நாக்கு நுனியில எடுத்துக் கொண்டாந்தரோனும் சாமீ. . .'

மனதுக்குள் வேண்டிக்கொண்டு நாக்கை வெளியே நீட்டிப் பார்த்தாள். வெயில் பட்டுப் பாம்பின் நாக்குப்போல் காற்றில் அலைந்தது. கூர்நாக்கு. ஒரு சின்னத் தூக்கலில் மூக்கின் நுனிமேல் போய் உட்கார்ந்துகொள்ளும் இந்த நாக்கு. அவள் அம்மாவுக்கும் நாக்கு இப்படித்தான். எங்கெங்கோ வெகுதூரத்தில் இருந்தெல்லாம் தேடி வருவார்கள். கண்ணுக்குள் நாக்கை விட்டு ஒருமுறை கழற்றினால் போதும். எத்தனை சின்னஞ்சிறிய தூசும் நாக்கு நுனியில் வந்து நின்றுகொள்ளும். அம்மாவிடம் இருந்து கற்றுக்கொண்டதுதான்.

'பூவு... எல்லார்த்து மாதிரியும் இல்லாத நம்புளுக்கு மட்டும் நாக்க ஏன் நீட்டி வெச்சிருக்கறான் ஆண்டவன்? அதுக்கொரு பிரயோசனம் வேணுமில்ல. கண்ணுத் தூசியக் கலங்காத எடுத்துடாயா' என்று அம்மா சொன்ன சொல் பாட்டியின் காதில் அப்படியே இருக்கிறது. வெறுங்கண்ணில் நாக்கை விட்டுத் துழாவலை முதலில் கற்றுக்கொண்டாள். அப்படியே படிப்படியாக, ஒட்டிக்கொண்டிருக்கும் பலே தூசுகளை எல்லாம் சுரண்டி எடுத்துவிடும் வல்லமை பெற்றாள். அவள் ஆயுளில் ஏராளமான பேருக்கு வலி நிவர்த்தி செய்திருக்கிறாள். இந்தச்

சின்ன விசயம் எங்கெங்கிருந்தோ எவ்வளவோ பேரைத் தேடிவர வைத்திருக்கிறது.

பையன் கண்ணைத் துளிகூடத் திறக்கவில்லை. பாட்டியின் நாக்கு மூடிய இமைகளில் மோதி மோதித் திரும்பியது. 'கொஞ்சம் கண்ணத் தொறக்கோணும் சாமி' என்று அவனிடம் வாஞ் சையாகப் பேசியபடி விரலால் பையன் இமைகளை விரித்து நாக்கை நுழைத்தாள். நாக்கு நத்தையின் கொம்புகள்போல் நீண்டு கண்ணுக்குள் துழாவிற்று. பையன் வலியால் துடித்தான். நாக்கு எதிலோ படுவதுபோல் தெரிந்தது. ஆனால் வெறுமனே திரும்பியது. கண்ணுக்குள் எதுவோ இருப்பது உறுதியாயிற்று. நாக்குநுனி போதுமான அளவு வளைந்து கொடுக்கவில்லையா. நடுங்காமல் நாக்கைத் திருப்பும் லாவகம் தப்பிவிட்டதா. பையனின் கண்ணை முழுதாகப் பார்க்க முடியாத அளவு பார்வை மங்கிற்றா.

பாட்டியின் உடலில் பதற்றம் கூடிற்று. மீண்டும் மீண்டும் முயன்றும் எதுவும் கொண்டுவர முடியவில்லை. நாக்கு எதுவும் தட்டுப்படாத வெற்றுப் பாதாளசோதியாய்த் திரும்பியது. பாட்டி சோர்ந்துபோனாள். தன்னிடம் இருந்த சக்தி முழுவதும் வடிந்துவிட்டதாய்த் தோன்றியது. பையனைக் கஷ்டத்திலிருந்து விடுவிக்க முடியவில்லை என்றாலும் மேற்கொண்டு அவனுக்குக் கஷ்டம் கொடுக்காமலாவது இருக்கலாம் என்னும் முடிவில் அவனை விட்டாள்.

'என்னால முடியலம்மா. எதோ ஈக்கி மாதிரி குத்திக்கிட்டு இருக்குது. வேற ஆரைன்னாப் பாருங்க. இல்லைன்னா டவுனாஸ்பத்திரிக்குக் கூட்டிக்கிட்டுப் போங்க.'

'ஆயா ஆயா. . . இன்னொரு முற பாருங்காயா. அவ்வளவு தூரம் ஆஸ்பத்திரிக்கிப் போயிப் பாக்கச் சமுத்து இல்லையாயா. என்னமோ வெளுத்தி முண்ட. . . ஏழ பாழ. . . கொஞ்சம் எரக்கப்பட்டு எடுத்துடோனுமாயா.'

சொல்லியும் கேட்காமல் அந்தப் பெண் கெஞ்சுவதைப் பார்த்து எரிச்சல்பட்டாள் பாட்டி. பையன் நீரில் விழுந்த கோழிக் குஞ்சைப் போல நடுங்கி நின்றுகொண்டிருந்தான். 'அதுக்கு மேல என்னால முடியாது. போங்கறனில்ல' என்று அதட்டினாள் பாட்டி. அந்தப் பெண் அழுதபடி பையனைக் கூட்டிக்கொண்டு கொடித்தடத்தில் நடந்து மறைந்தாள். ஆனால் வெகுநேரம் பாட்டியின் கண்களில் அவ்வுருவங்கள் நின்றிருந்தன.

வித்தை பலிக்காமல் போன முதல்முறை இது. பதினைந்தாவது வயதில் இதில் ஈடுபட்டாள் என்று வைத்துக்கொண்டாலும்,

இப்போது எண்பதுக்கு மேலிருக்கும், கிட்டத்தட்ட அறுபத்தைந்து வருசங்களாகச் சுழன்று தூசி தேடிய நாக்கு மரத்துவிட்டது. எத்தனையோ கண்களின் ஈரக்குளிர்ச்சியை உணர்ந்த நாக்கு. இப்போது அவ்வளவுதான் என்றாகிவிட்டது. தன் வாழ்வே முடிந்துபோனதான உணர்வில் தத்தளித்தாள் பாட்டி. மாரிமுத்து, உனக்குக் கண் தெரியவில்லை, கை நிதானமில்லை, வயதாகிவிட்டது என்றெல்லாம் சொன்னது உண்மைதான் என்பதாய் உணர்ந்தாள். சின்னப் பாலகன், கண் திறக்க முடியாமல் படும் கஷ்டம் போக்கக் கையாலாகாதவள், இனி எதற்குப் பயன்படப் போகிறாள்? பாட்டி திண்ணைமேல் சுருண்டு படுத்தாள். நேரம் ஆகியும் அசைவும் இல்லாமல் அப்படியே கிடந்தாள்.

●

28

மொட்டை வெயில் தகிப்பாக ஓலைக் கூரையையும் துளைத்துக்கொண்டு கொட்டகைக்குள் இறங்கியது. திண்ணையில் படுத்திருந்த பாட்டியின் மேல் அனலாய்ப் பாய்ந்து உருக்கியது. வேர்வை திண்ணையை நனைக்க நசநசப்புத் தாங்க முடியாமல் பாட்டி எழுந்தாள். பொழுது உச்சியிலிருந்தது. எவ்வளவு நேரம் தூங்கினோம் என்றே தெரியாமல் பிதுமாறு கெட்ட மாதிரி கொஞ்சநேரம் விழித்தாள். எழுந்து வாசல் வெயிலைக் கடந்துபோய்ப் பானையி லிருந்து நீரை அள்ளி முகத்தில் அடித்தாள்.

மேல்பகுதி நீர் வெதுவெதுப்புடன் இருந்தது. இரண்டுகை அள்ளலுக்குப்பின் பானைக்குளிர்ச்சி யைத் தேக்கிய தண்ணீர் முகத்தில் பட்டதும் தெளிச்சி வந்தது. கண்கள் பசும்பூளை கட்டியிருந்தன. துடைத்தெடுத்து முகத்தைச் சுத்தமாக்கியதும் எல்லாம் புரிகிற மாதிரி இருந்தது. வெகுநேரம் அனைத்தையும் மறந்து தூங்கியிருக்கிறாள். ஒரு போதும் பகலில் தூங்கியறியாதவள் பாட்டி.

எப்போதாவது சோர்வு பிடித்து லேசாகக் கண்களைக் கட்டுகிற மாதிரியிருந்தால், சுவரோடு சாய்ந்து கண்களை மூடிக்கொண்டிருப்பாள். ஐந்து நிமிட நேரத்துக்குள் பழையபடி எழுந்துகொள்வாள். உடம்பிலிருந்து வடிந்த சக்தி எல்லாம் திரண்டு தெளிச்சி வந்திருக்கும். என்றைக்கும் இல்லாதபடி மட்ட மத்தியானம்வரை திண்ணயிலேயே படுத்துக் கிடப்பதென்றால், இந்த உடம்பை ஏதோ கேடு சூழ்ந்துவிட்டது என்றுதான் அர்த்தம்.

வயிறு சுண்டி இழுத்தது. காலையிலிருந்து வயிற்றுக்குள் எதுவும் போகவில்லை என்னும் ஞாபகம் வந்தது. அந்தப் பையன் முகம் மனதுக்குள் அப்படியே உறைந்திருந்தது. பாவம், எங்கே போய் அவன் வலி தீர்ந்ததோ. இன்னும் அவஸ்தைப்பட்டுக் கொண்டிருக்கிறானோ தெரியவில்லை. கண் அவிந்து, நாக்கு நுனி பிளந்து உடல் முழுவதுமாய்க் கெட்டுவிட்டதோ? பெருமூச்சோடு பாட்டி உள்ளே போய்ச் சட்டியை உருட்டினாள். ராத்திரி தண்ணீர் ஊற்றி வைத்த சோற்றுச்சட்டியைத் திறந்தாள்.

நீத்தண்ணி பன்னீர் போலத் தெளிந்து கிடந்தது. கை விட்டுக் கலக்கிச் சோற்றை அள்ளினாள். நெத்துத் தேங்காயைக் கையில் வைத்திருப்பதாய்ப் பட்டது. மாரிமுத்து அதிக விலை கொடுத்து அரிசி வாங்கி வருகிறான். இல்லாவிட்டால் இந்த வேனல் காலத்தில் சோறு இப்படியிருக்காது. ஆனாலும் குண்டா ஒன்றில் நீத்தண்ணியை ஊற்றி ஒருவாய் குடித்தாள். சோற்று ருசி முழுக்க இறங்கியிருந்த நீத்தண்ணி. கரும்புச் சாறுதான். சுண்டி இழுத்திருந்த வயிற்றை மெல்ல இளக்கும்படி கொஞ்சம் கொஞ்சமாய்க் குடித்தாள். ஒரு துளி உப்புக்கூடப் போடாமல், தொட்டுக்கொள்ள வெங்காயம்கூட இல்லாமல் நீத்தண்ணி வயிற்றுக்குள் இறங்கியது.

மீண்டும் திண்ணையில் வந்து உட்கார்ந்தாள். எதிரே கானல் அலை பாய்ந்துகொண்டிருந்தது. வாசல் கடந்ததும் கருவேலமரம் பரந்து விரிந்திருந்தது. கருவேலின் குச்சிக் கிளைகளை இணைத்து நடுவில் சின்னச்சொம்பை வைத்தது போலக் கூடு கட்டியிருந்த தேன்சிட்டுகள் கூட்டுக்குள் போவதும் வருவதுமாய் இருந்தன. எல்லாம் துலக்கமாகத் தெரிகிறது. ஆனாலும் கண் தெரியவில்லை என்கிறார்கள். இன்று அந்தப் பையன் கண் தூசியை நாக்கு எடுத்து வந்திருந்தால் கண் தெரிகிறது என்பது நிரூபணம் ஆகி யிருக்கும். பல காலத்துப் பழக்கம். அதுவே, கைவிட்டுப் போயிற்று. கண் தூசி எடுப்பதற்காக இதுவரை கைநீட்டி ஒரு பைசா வாங்கியதில்லை. ஆனாலும் யார்யாரோ என்னென்னவோ கொடுக்க முன்வந்திருக்கிறார்கள்.

கொட்டக்காட்டுக் கருவாயன் எருமைக்கன்று ஒன்றைக் கொண்டுவந்து, என்ன சொல்லியும் கேட்காமல், பாட்டியின் கட்டுத்தரையில் கட்டிப்போனான். அவளுக்கு மனம் ஒப்பவில்லை. அவனுக்குப் பின்னாலேயே கன்றைக் கொண்டுபோய் அவன் கட்டுத்தரையில் விட்டு வந்தாள். ஒரு பட்டி ஆடுகளை எப்போதும் மேய்த்துக்கொண்டிருக்கும் மின்னலூர் வேலான், கம்மம்பூட்டைக் கொம்பை கண்ணில் குத்திச் சிரமப்பட்டபோது ஒரே துழாவலில் அதை எடுத்து நாக்குநுனியில் நிறுத்திக் கண்காட்சி ஆக்கினாள்.

அவர் நல்ல செம்மறிக்குட்டி ஒன்றைப் பாட்டிக்குக் கொடுத்தார். அதைப் பெற்றுக்கொள்ளப் பாட்டி சம்மதிக்கவில்லை.

'குடுத்தே ஆவோனுமின்னா. . . எங்க சாமி கூளியாயித் தாயி கோயிலுக்குக் கொண்டோயி வேண்டி அவ வாசல்ல உட்டுட்டு வந்திரு போதுமய்யா' என்று சொல்விவிட்டாள். அதே மாதிரி அவரும் கோயிலுக்குக் கொண்டுபோய் விட்டு வந்தார். அவருக்கும் ஒரு திருப்தி. அதிலிருந்து யாராவது பணம் தர முன்வந்து தொந்தரவு பண்ணினாலும் கூளியாயைக் கைகாட்டி விடுவாள். ஏழைபாழைகள் என்றால் 'மஞ்சத்துணியில ஒத்த ருவா முடிஞ்சு வெச்சுரு. எப்ப உன்னால முடியுதோ அப்பப் போயி அந்தக் கூளியாயித் தாயி உண்டியல்ல போட்டுட்டு வா' என்று எளிதாக வழி சொல்வாள்.

நாக்கை வெளியே தள்ளியபடி எந்நேரமும் காட்சி தரும் கூளி கண்பார்த்துத்தான் இந்த நாக்கை இப்படி நீட்டி வைத்திருக்கிறாள். வெகு சிலருக்குத்தானே நாக்கு நீண்டிருக் கிறது. அப்படிப்பட்டவர்களும் நாக்கால் மூக்கைத் தொட்டு வித்தை காட்டுகிறார்களே தவிர, பயன்படுத்துபவர்கள் இல்லை. சுற்றுவட்டாரத்தில், 'பூவாத்தா' என்றால் போதும். தெரியாதவர்கள் யாரிருக்கிறார்கள்? 'தூசி எடுக்கற பூவாத்தா தான' என்பார்கள். இந்த வேலையினால் வர இருந்த பணம், பொருள்கள் எல்லாவற்றையும் பாட்டி மறுத்திருக்கிறாள். ஆனால் பேரனுக்கு ஒரு பெண் வந்தபோது அதை மறுத்துச் சொல்ல மனம் வரவில்லை.

பாட்டியின் அம்மா ஊர்க்காரி பூவாத்தா. இரண்டு பூவாத்தாக்களும் சின்னஞ்சிறிசிலிருந்து பிரியாத தோழிகள். தொண்டைக்குள் போனதைக் கக்கிக் கொடுக்கும் அளவுக்குச் சினேகம். தாவணி போடும்வரை, இரண்டு பேரும் காடுமேடெல் லாம் திரிந்தார்கள். அந்தப் பூவாத்தாளை அதே ஊரில் கட்டிக் கொடுத்தார்கள். சொந்தத்தில்தான். மீறிய சொத்து. எல்லாம் தோட்டம் துரவுகள். பயிர் செய்ய முடியாமல் சில காடுகளை மேட்டாங்காடுகள் மாதிரி வைத்திருப்பார்கள்.

அப்படியிருந்தாலும் அந்தப் பூவாத்தா இந்தப் பூவாத்தாவைக் கண்டுவிட்டால் உயிரை விடுகிற மாதிரி பேசுவாள். அவளுடைய பேத்திக்குக் கண்ணில் தூசி விழுந்து விட்டது. ஒத்தைக்கு ஒரே பேத்தி. அப்போது பேத்திக்கு எட்டு, ஒன்பது வயதிருக்கும். நாளெல்லாம் நீர் பாய்ந்து மண்ணெங்கும் ஈரம் நொதித்துக் கிடக்கும் அந்தத் தோட்டத்திற்குள் எங்கிருந்து சூலவேரிக் காற்று புகுந்ததோ தெரியவில்லை. ஆளையே சுழற்றி எடுத்து

கரட்டு உச்சிக்குக் கொண்டுபோய் வீசிவிடும் அளவுக்குச் சுழன்றடித்திருக்கிறது காற்று.

இது ஒரு ஊளைக் காற்று. திடுமென ஓரிடத்தில் உருவாகி அதே இடத்தில் சுழன்று ஓயும். அப்படிப் போனாலும் சும்மா கொஞ்சநேரம் நகர்ந்து போய் அடங்கும். அதற்குள் இலைதழை, சருகுசெத்தை, ஓலைகீலை ஒன்றை விடாது. எல்லாவற்றையும் சுருட்டி உருளை போலாக்கிச் சுழலும். பேய்தான் அப்படிக் காற்றாக வடிவம் எடுக்கும் என்பார்கள். ஒண்டி சண்டியாய் மாட்டிக்கொண்டால் அது படாதபாடு படுத்திவிடும். 'த்தூ த்தூ' என்று இடைவிடாமல் காறித் துப்பினால் கொஞ்சம் பயந்துபோகும். எப்படியோ அந்தப் பூவாத்தாளின் பேத்தி, சூலவேரிக் காற்றில் சிக்கிக்கொண்டாள்.

அப்படிப்பட்ட காற்றை அவள் பார்த்ததில்லை என்பதால் ரொம்பவும் பயந்துபோனாள். ஒரு கண்ணில் விழுந்த தூசி என்ன தேய்த்தும் வராமல் கண் சிவந்து வீங்கியதும் குழந்தையின் பயம் பெருகிவிட்டது. அங்கிருந்து வண்டி வைத்துக் கூட்டி வந்தார்கள். அந்தப் பூவாத்தா அழுதபடி ஓடிவந்து இந்தப் பூவாத்தாவைக் கட்டிக்கொண்டாள்.

அந்த வருசம் காட்டில் குத்துக்கடலை போட்டிருந்தது. செடிகள் மணிமணியாய்க் காய்த்திருந்தன. காடு முழுக்கக் கடலை பிடுங்கிப்போட்டிருந்தார்கள். குவியல்களுக்கு முன் ஆட்கள் கூட்டம் கூட்டமாய் உட்கார்ந்து பறித்துக்கொண்டிருந்தார்கள். வண்டியில் ஒரு சிறுகுழந்தையை எடுத்துக்கொண்டு ஐந்தாறு பேர் வரவும் என்னமோ ஏதோவென்று கூட்டம் கூடிவிட்டது. இப்படிப்பட்ட சமயத்தில் என்ன செய்ய வேண்டும் என்று இந்தப் பூவாத்தா அறிவாள்.

அந்தப் பூவாத்தாவின் அழுகையை நிறுத்தச் சொன்னாள். கூட்டத்தை ஒதுக்கிவிட்டு நல்ல வெளிச்சத்தில் பிள்ளையை நிறுத்திக் கண்ணைப் பார்த்தாள். தட்டுத்தோகையின் சிறு இணுங்கு ஒன்று அடியிமைப் பகுதிக்குள் போய்ச் செருகி நின்றது தெரிந்தது. சின்னப்பிள்ளை என்றாலும் வாகாகக் கண்ணைத் திறந்து கொடுத்தாள். பெரியவர்களே சிலபேர் அப்படி ஆடி இப்படி ஆடிப் படாதபாடு படுத்திவிடுவார்கள். அந்தப் பெண்ணின் நிதானம் பூவாத்தாவுக்குப் பிடித்திருந்தது.

முதல் துழாவலில் தோகையின் குத்தலை அசைத்துவிட்டு நாக்கை வெளியெடுத்தாள். அடுத்த துழாவலில் தூசி நாக்கு நுனி மடிப்பில் நல்லபிள்ளையாய் ஒட்டிக்கொண்டு வெளிவந்துவிட்டது. தூசி குத்திய காயம் ஆறப் பனம்பட்டைச் சாறு ஊற்றினாள்.

மாரிமுத்துதான் பனங்கன்றில் குருத்தோலையின் பட்டையை வெட்டி வந்தான். கொஞ்சநேரத்தில் பிள்ளை தேக்கம் தேறிச் சிரித்தாள். அந்தப் பூவாத்தாவுக்கு உயிர் வந்து முகம் களை கட்டியது. சிறுவயதுச் சினேகம் என்றாலும் அதுவரைக்கும் அப்படி நெகிழ்ந்ததில்லை அந்தப் பூவாத்தா. இந்தப் பூவாதாத்தாவின் கைகளைக் கெட்டியாகப் பிடித்துக்கொண்டாள்.

'பூவு. . . இதாரு உம்பேரனா' என்று மாரிமுத்துவைக் காட்டிக் கேட்டாள். ஓடிப்போய்ப் பட்டை வெட்டி வந்தது, அதைத் தட்டிச் சாறு பிழிந்தது, டம்ளரில் தண்ணீர் கொண்டு வந்தது எல்லாம் மாரிமுத்துதான். அவனையே கவனித்திருப்பாள் போல. அந்தப் பூவாத்தா பரவசமாய்ச் சொன்னாள்.

'தூசெடுக்கற நீ யாருகிட்டயும் ஒத்தக்காசு வாங்க மாட்டீனு எனக்குத் தெரியும். அதனால உனக்கு என்ன செய்யட்டும். என்னோட பேத்திய உன்னோட பேரனுக்குக் கட்டிக் குடத்தர்ரனாயா.'

'அதென்ன பூவு. அது நம்ம கையிலயா இருக்குது. ஆராருக்கு எப்பிடி முடிச்ச அந்த ஆண்டவன் போட்டிருக்கறானோ? இப்பவே நாம எப்பிடிச் சொல்றது பூவு.'

அந்தப் பூவாத்தா உணர்ச்சிவசமாக இருந்தாள்.

'அப்பிடியில்ல பூவு. எம் பேத்திக்கு எத்தனதான் சொத்திருந் தாலும் ஒரு கண்ணில்லைனா நல்ல மாப்ள வருவானா. கண்ணயே தொறக்க முடியாத எம்பேத்தி துடிச்சுக் கெடந்தா. ஒரு நிமிசத்துல நல்லது பண்ணி உட்டியே. உன்னோட இத்தன வருசம் பழகியும் இன்னக்கித்தான உன்னோட அரும தெரிஞ்சுது.'

'செரி பூவு. சாவாத பொழச்சுக் கெடந்தம்னா உன்னோட ஆசப்படியே நடத்திருவோம் உடு' என்று இந்தப் பூவாத்தாவும் ஆமோதிப்பது போலச் சொன்னதுதான் அந்தப் பூவாத்தாவுக்குக் கொஞ்சம் மனசாறியது. அந்தந்தச் சமயத்து உணர்ச்சியில் சொல்வதெல்லாம் நீர்மேல் எழுத்துத்தான். அத்தோடு பூவாத்தா வுக்கும் எல்லாம் மறந்துபோனது. ஆனால் அந்தப் பூவாத்தா மறக்கவில்லை.

பேத்தியின் பிறப்புக் குறிப்பை எடுத்துக்கொண்டு வந்து விட்டாள். ஒரு பதினைந்து வருசத்துக்கு முந்தி ஏதோ ஒரு சூழ்நிலையில் சொன்ன சொல். அதைக் காப்பாற்ற அந்தப் பூவாத்தா முயற்சி எடுத்தது பெருமையாக இருந்தது. ஆனால் கண் தூசி எடுத்ததற்கான பிரதி உபகாரமாக இந்தத் திருமணம்

என்பது என்னவோ போலிருந்தது. அந்தப் பூவாத்தா பின்வாங்க வில்லை.

'எம்பேத்திக்கு எங்கயோ ஒருத்தனப் பாத்துக் கட்டத்தான வேணும். அது உம்பேரனா இருந்துட்டுப் போறான். இவனும் காட்டுவேலயில கெட்டிக்காரனா இருக்கறான். அத்தன நெலத்த யும் பாத்துக்கறதுக்கு இவன மாதிரி ஒராளுதான் பரவால்ல' என்று அந்தப் பூவாத்தா சொன்னதும் நியாயமாகத்தானிருந்தது. முப்பது ஏக்கர் தோட்டத்தோடு தன் பேரனுக்குப் பெண் வருகிறாள் என்பதைத் தவிர்க்க யாருக்கு மனம் வரும். பத்துப் பதினைந்து பெண்கள் பார்த்து எல்லாம் ஏதோ காரணமாகத் தட்டிப் போயிருந்த சமயம் அது. பூவாத்தா, தானாகத் தேடிவந்த சம்பந்தத்தை விட விரும்பவில்லை.

அந்தப் பெண்ணின் ஜாதகமும் மாரிமுத்துவின் ஜாதகமும் போதுமான அளவு பொருந்திப்போயின. இடையில் கூத்தில் கோமாளி போல ஒருவன் முளைத்துவிட்டான். அந்தப் பெண்ணுடைய பெரியம்மா மகன், எனக்குத்தான் பெண் கொடுக்க வேண்டும் என்று கேட்டு வந்துவிட்டான். ஊரே பேச்சாகப் போயிற்று. பெரியம்மா மகன், சின்னம்மா மகள் இரண்டு பேருக்கும் எப்படிக் கட்டுகிற முறை? அண்ணன் தங்கை உறவுமுறைதானே. இந்தக் கொடுமையை எங்கேனும் கண்டிருப்போமா என்று எல்லோரும் பதறினார்கள். ஆனால் அந்தப் பெரியம்மா மகன் சொன்னான், 'எங்கம்மாவும் சின்னம்மா வும் அக்கா தங்கச்சிதான். ஆனா எங்கப்பனும் சித்தப்பனும் வேறவேற ஆளுக. மாமன் மச்சான் மொற. அப்பன் வகையில ஒறவு பாக்கறதா. அம்மா வகையில ஒறவு பாக்கறதா?'

அவன் கேள்விக்கு யாரால் பதில் சொல்ல முடியும்? இந்தக் காலத்தில் பெண் கிடைப்பது கடினம். அதுவும் பெருத்த சொத்தோடு ஒரு பெண். எங்கோ இருப்பவன் அனுபவிப்பதா? இரவோடு இரவாகப் பெண்ணைத் தூக்கிக் கொண்டுபோய் கரட்டடிவார மஞ்சாமி கோயிலில் தாலி கட்டிவிட்டான். இந்தக் கல்யாணத்திற்கு அக்கா தங்கை இரண்டு பேருமே மறைமுக உடந்தை என்று பேச்சு நிலவியது. இரண்டு சொத்தும் சேர்ந்தால் ஒரே குடும்பம் அனுபவிக்கலாம் என்று திட்டமிட்டு ஊருக்கு ஒருமாதிரி போக்குக் காட்டிவிட்டுக் குடும்ப சம்மதத்தோடு கல்யாணம் நடைபெற்றுவிட்டது. அந்தப் பூவாத்தா அதற்கப்புறம் இந்தப் பூவாத்தாவைப் பார்க்கவே இல்லை. அந்தப் பக்கத்து ஊர்களில் அப்போது இதுதான் பேச்சாக இருந்தது.

'நம் மூட்டுக்கு வந்த மொடையப் பாரப்பா. அண்ணனும் தங்கச்சியும் கலியாணம் பண்ணிக் குடும்பம் நடத்தற கங்காட்சி வேற எங்க நடக்கும்.'

‘அட அதென்னப்பா. அந்தப் பையன் கேக்கறதும் நாயந்தான. ஆம்பள என்ன ஆளுன்னு பாத்துத்தான் நம்ம கலியாணம் பண்றம். பொம்பளைங்க அக்கா தங்கச்சியான்னு பாக்கிறதேது.’

‘இவங்க ரண்டு பேரும் சொந்த அக்கா தங்கச்சிங்கறதுனால நாமளும் பேசறம். என்னோட அம்மாவையும் அவுங்க பெரீப்பமூட்டு அக்காளையும் வேற வேற ஆளுகளுக்குக் குடுத்தாங்க. பொம்பளைங்கள வெச்சுப் பாத்தா அண்ணன் தங்கச்சிதான் ஆவுது. என்ன செய்யறது.’

‘அட சும்மாவா செலவாந்தரம் சொல்லுச்சு. கொழக் கட்டைக்குத் தலையில்ல, குடியானவனுக்கு மொறையில்லைன்னு.’

இப்படிக் கொஞ்சநாள் பேச்சுப் பரவி உலவியது. கல்யாணம் ஆனவர்கள் குடும்பம் நடத்திப் பிள்ளையும் பெற்றுக் கொண்டார்கள். சொத்தோடு சொத்து சேர்ந்து விவசாயம் மும்முரமாக நடக்கிறது. ஊராரும் வேறு விஷயத்தைப் பேசப் போய்விட்டார்கள். புதுப்புது விஷயங்களைத்தானே பேச முடியும். அந்தப் பெண்ணைப் பார்க்கவில்லை என்பதால் மாரிமுத்துவுக்குப் பெரிதாகக் கஷ்டம் தெரியவில்லை. பாட்டிதான் மனம் உடைந்துபோனாள். கண்தூசி எடுப்பதற்குப் பலன் பார்த்ததால் வந்த வினை இது என்று நொந்துகொண்டாள்.

யோசித்தபடி திண்ணையில் உட்கார்ந்திருந்த பாட்டி, பொழுது கொஞ்சம் தாழ்ந்ததும் செம்மண்காட்டை நோக்கி நடந்தாள். ஏனோ இன்றைக்கே அந்தக் காட்டைப் போய்ப் பார்த்துவிட வேண்டும் என்று வேகம் வந்தது. இனிமேல் தனக்கு வாய்க்காமல் போய்விடும் என்பதான பயம் மனதிற்குள் எப்படியோ தோன்றிவிட்டது. குறுக்குத்தடத்தில் நடந்தாள்.

மேட்டுக்காட்டின் அனாதிக் கொட்டகைக்கு வந்த பிறகு ஊரிலிருந்து கரட்டூரை நோக்கிப் போகும் அந்த மண்தடத்தில் நடக்க வேண்டிய அவசியமே பாட்டிக்கு அதிகம் நேர்ந்ததில்லை. நேர்ந்த சமயங்களிலும் தனக்குச் சம்பந்தம் இல்லாத இடத்தைப் பார்ப்பது போலப் பார்வை கடந்துவிடும். முழுக்க முள் மூடிக் கிடக்கும் நிலத்தில் எந்த அடையாளத்தைத் தேடுவது? முள், மரங்கள் எல்லாம் வெட்டப்பட்டு மண்ணாகத் தெரியும் நிலத்தைப் பார்ப்பதில் ஆவல் கொண்டாள்.

பாட்டி போய்ச் சேர்ந்தபோது பெரிய பாறாங்கல்லால் அடைத்திருந்த குகையைத் திறந்துகொண்டு வெளியே வந்தது போல உணர்ந்தாள். மாட்டு வண்டிகள் ஐந்தாறு காட்டுக்குள் நின்றன. துண்டு போடப்பட்ட மரங்களை வண்டிகளில் ஏற்றிக்கொண்டிருந்தனர். அங்கங்கே குவியலாகக் கிடந்த

முட்களில் வைக்கப்பட்ட தீ எரிந்தும் புகைந்தும் தெரிந்தது. மரம் வெட்டுபவர்கள் நடந்து விழுந்திருந்த தடம் ஒன்றில் உள்ளே புகுந்தாள். மரவேர்கள் பிடுங்கப்பட்டதில் உழவு செய்தது போல மண் எழும்பிக் குவிந்திருந்தது. குளிர்ச்சியான செம்மண்ணில் கால் வைத்து நடப்பதே சுகம் என்று தோன்றியது.

‘என்ன பெரீய சாமீ இந்தப் பக்கம் வந்தீட்டீங்க.’

யாரெனச் சரியாக அடையாளம் கண்டுபிடிக்க இயலவில்லை என்றாலும் சமாளித்துக்கொண்டாள் பாட்டி.

‘எங்காட்டுக்குள்ள வர்றதுக்குக் கேக்கறவன் எவன்டா.’

‘சாமிக்குக் கோவத்தப் பாரப்போய். நாந்தானுங்க பரதன் பையன் சுப்பன். அடையாளம் தெரீலீங்களா. வராதவுங்க வந்திருக்கறீங்கன்னு கேட்டன்.’

‘அடே சுப்பா. நீயா. ஆளப் பாத்தே பல மாசமாச்சா. அதான் நெகாச் சிக்குல. மரத்து வேலயெல்லாம் முடிஞ்சிருச்சா?’

‘ஆச்சுங்க ஆச்சுங்க. இன்னம் ரண்டொரு நாளுல ஆயிரும். பொதங்கெழம பேச்சு வார்த்தைங்கலாமா. அதுக்குள்ள முடிக்கோனுமின்னு எங்களுக்கு உத்தரவுங்க.’

‘ஓகோ.’

பேச்சுக் கொடுத்துக்கொண்டே பாட்டி கிணற்று மேட்டுக்குப் போனாள். அருகே போகப் போகத்தான் பெரிய பூவரசமரத்தைத் காணவில்லை என்பது பட்டது. அத்தனை தூரம் படித்துப் படித்துச் சொல்லியும் மாரிமுத்து பூவரசமரத்தை வெட்ட விட்டு விட்டானே. இதோ அதனுடைய அடிமரம் பறிக்கப்பட்டுத் திண்டு போலக் கிடக்கிறது. மரத்தைத் தொட்டுப் பார்த்தாள் பாட்டி. இந்த வீட்டுக்கு மருமகளாக வந்தபோது கொண்டுவந்த மரம். அடியோடு விழுந்து கிடக்கிறது. இந்த வீட்டோடான வாழ்க்கையும் அவ்வளவுதான் என்பதால் மரம் வீழ்ந்துவிட்டதா? இன்று காலையிலிருந்து நடக்கும் எதுவும் சரியாக இல்லை என்று தோன்றியது. ஒருமாதிரியான கிறுகிறுப்பு வந்து தலை சுற்றியது. மரக்கட்டை மேல் அப்படியே சாய்ந்தாள் பாட்டி. ‘ஆயா ஆயா’ என்று கத்திக்கொண்டு வரும் மாரிமுத்துவின் குரல் மங்கலாகக் காதில் விழுந்தது.

●

29

ஆடி அமாவாசை என்பதால் கோயிலில் நல்ல கூட்டம் இருந்தது. கரட்டில் இன்னும் கூட்டம் அதிகமாக இருக்கும். வெளியூர்க்காரர்கள் பெரும்பாலும் கரடேறி உயரத்தில் இருக்கும் கடவுளைக் கும்பிடவே விரும்புவர். உள்ளூர்க்காரர்களுக்கு கரடு எப்போதும் காட்சியாகிக்கொண்டே இருப்பதால் போய்க்கொள்ளலாம் என்று மெத்தனம். கீழே ஊர் நடுவில் நிலத்தில் அமர்ந்திருக்கும் கோயிலுக்கு வந்து கும்பிட்டால் போதும். எங்கிருந்தாலும் கடவுள்தானே. கீழ்க் கோயிலுக்கு வருவது மாரிமுத்துவுக்கு ரொம்பவும் பிடித்தமான விஷயம். விஸ்தாரமான சுற்றுப் பிரகாரம் கொண்ட கோயிலில் ஒருபுறம் உட்கார்ந்துகொள்வான். அவனுக்குத் தெரிந்தவர்கள் பெரும்பாலும் அந்தக் கோயிலுக்கு வருவதில்லை. எல்லாம் நகரவாசிகள். அது அவனுக்குச் சாதகம். தொந்தரவில்லாமல் கூட்டத்தைப் பார்த்துக்கொண்டிருக்கலாம். பலவித அலங்காரங்களில் பெண்கள். மேட்டுக்காட்டு மண்ணில் புரண்டு துள்ளும் ஆட்டுக்குட்டிகள் போல ஓடி விளையாடும் குழந்தைகள். கோயிலுக்குள் வரும் ஆண்களின் எண்ணிக்கை வெகுகுறைவுதான். ஆனால் வருவோரெல்லாம் ரொம்ப பக்தி கொண்டவர்கள்.

நெற்றி முழுக்க நீறணிவோர் ஆண்கள்தான். கோயிலின் பல இடங்களில் நெடுஞ்சாண் கிடையாக விழுந்து கும்பிடுவதும் ஆண்கள்தான். சில ஆண்களின் முகத்தில் தென்படும் பரவசம்

பார்க்க நன்றாயிருக்கும். இறுக்கம் சூழ்ந்த மௌன முகங்கள். பெண்கள் அப்படியல்ல. உற்சாகமாகச் சிரித்துக்கொண்டு, குழந்தைகளை அதட்டிக்கொண்டு, பாடுபழமைகள் பேசியபடி கோயிலை வலம் வருவார்கள். சந்தோசமான இடமாகக் கோயிலை அனுபவிப்பவர்கள் பெண்கள். இப்படித்தான் இருக்க வேண்டும் என்று மாரிமுத்துவுக்குத் தோன்றும்.

சுற்றிலும் ஆட்களின் நடமாட்டம் இருந்துகொண்டிருக்கும். ஆனால் மாரிமுத்து தனிமையில் இருப்பான். அவன் யோசனைகளைக் கட்டுப்படுத்துவோர் யாருமில்லை. அவன் மௌனத்தைக் கலைப்பவரும் இல்லை. மாலை நான்கு மணி நடைதிறப்பின்போது உள்ளே நுழைந்தால் ஏழு மணி வரைக்குமாவது உட்கார்ந்திருப்பான். சில விசேஷ நாட்களில் யாராவது பெரிய போவனியில் சுண்டலோ பொங்கலோ கொண்டுவந்து வைத்துத் தருவார்கள். கூட்டத்தில் நின்று வாங்கிச் சாப்பிட ருசியாயிருக்கும். அவன் இந்தக் கோயிலுக்கு வரத் தொடங்கியதே ஒரு ஜோசியகாரனின் அறிவுரையால்தான்.

பார்க்கும் பெண்கள் எல்லாம் தட்டிப் போவதற்குப் பரிகாரமாக ஏழு வாரம் கோயிலுக்குப் போக வேண்டும் என்று அவன் சொன்னான். சாமிகள் எல்லாம் ஒருங்கே பாலிக்கும் இந்தக் கோயிலை அந்த ஜோசியனே பரிந்துரைத்தான். அதற்குமுன், சின்னப் பையனாகப் பள்ளிக்கூடம் போய்க்கொண்டிருந்த சமயத்தில் அந்தக் கோயிலுக்குள் வந்திருக்கிறான்.

அப்போது கோயிலுக்குள் அழகான நந்தவனம் இருந்தது. அதில் நந்தியாவட்டைச் செடிகள் ஏராளம் இருக்கும். தூய வெள்ளையில் பூத்துக் கிடக்கும் அதன் பூக்கள் கண்ணுக்கு நல்லதென்று பாட்டி பறித்துவரச் சொல்வாள். அந்தப் பூவைக் கசக்கிக் கண்ணில் விட்டுக்கொள்ளும் பழக்கம் பாட்டிக்கிருந்தது. கண்ணின் அழுக்கைப் போக்கிக் குளிர்ச்சி தரும் என்பாள். பாட்டிக்காகப் பூப்பறிக்க வந்தபோது இத்தனை கூட்டத்தைப் பார்த்ததாக நினைவே இல்லை. பூப்பறித்தால் யாரும் எதுவும் சொல்வார்களோ என்று பயந்திருந்ததால் கூட்டம் சரியாகக் கண்ணுக்குத் தெரியவில்லையோ என்னவோ.

ஜோசியகாரன் சொன்னபடி ஏழு வாரமும் தவறாமல் கோயிலுக்கு வந்தான். எல்லாச் சாமிகளுக்கும் அர்ச்சனை செய்தான். தட்டத்தில் தாராளமாகக் காசு போட்டான். ஜோசியத்திற்கும் இதுவரை எவ்வளவோ செலவழித்திருக்கிறான். அவன் ஜாதகத்தில் பெரிதாகக் குறை சொல்லியவன் எவனு மில்லை. சின்னச் சின்னக் குறை சொல்லி அதற்குப் பரிகாரமும்

சொல்வார்கள். இதோ தை பிறந்தால் உனக்கு யோகம் என்பார்கள். தை மாதம் பார்த்தால், வைகாசி பிறந்தால் எல்லாம் சரியாகிவிடும் என்பார்கள். எல்லாப் பரிகாரங்களும் செய்தான்.

குலதெய்வக் கோயிலில் ஒரு மண்டலம் தினம் பூசை நேரத்தில் போய்க் கும்பிட வேண்டும் என்று ஒருவன் சொன்னான். விடிகாலையில் எழுந்து அவன் ஊரிலிருந்து ஏழெட்டு மைல் தொலைவில் இருக்கும் கூளியாயி கோயிலுக்குத் தினம் போய் வணங்கினான். ஒருமுறை திருமணஞ்சேரி போய்வா என்று ஒருவன் சொன்னபோது, தட்டாமல் அங்கும் போய் வந்தான். எல்லாம் வெறுத்துக் கடைசியாகத் திருமணப் பொருத்தம் பார்க்க மட்டும் ஜோசியகாரனை அணுகுவது என்று நிறுத்திக்கொண்டான்.

அந்தக் கோயிலுக்குச் சாதாரணமாக வரும் வழக்கம் ஏற்பட்டுப்போயிற்று. இங்கே வந்து உட்கார்ந்தால் எங்கிருந்தோ ஒரு மனநிறைவு வந்து கூடுவதாக உணர்ந்தான். எல்லா அழுக்குகளும் உதிர்ந்து புதுமனிதனாக மாறுவது போலவும் தோன்றிற்று. அப்படி மனம் கற்பனை செய்துகொள்கிறதோ என்று சிலசமயம் சந்தேகம் உண்டாகும். இருக்கட்டுமே. நிம்மதியைக் கொடுக்கும் கற்பனை தேவைதான் என்று சமாதானம் சொல்லிக்கொள்வான். கோயில் மூலஸ்தானம் போனால் சிறிது நேரம் சாமிமுன் கண்மூடி நிற்பான். திறக்கையில் உருவம் அவன் முன் பிரம்மாண்டமாய்த் தோன்றும். எந்த வேண்டுதலும் இல்லை. மௌனமாக வெளியே வந்துவிடுவான்.

பெரும்பாலான சமயங்களில் வாசலில் நின்று கும்பிடு போட்டுவிட்டுப் பிரகாரத்தில் உட்கார்ந்துகொள்வதோடு சரி. இந்த நாள் என்று பார்த்து வருவதில்லை. தோன்றும்போது வருவான். எதேச்சையாக இன்று ஆடி அமாவாசையாகப் போயிற்று. நான்கு மணி வெயில் பிரகாரத்தின் பாதியை இன்னும் ஆக்கிரமித்துக்கொண்டிருந்தது. பொழுது போகப் போகக் கூட்டம் மிகும்.

பதினேழு பதினெட்டு வயதிருக்கும் சின்னப் பையன் ஒருவன், கதவைத் தாண்டி வாசலில் நின்றுகொண்டு கைவிரித்தும் குவித்தும் ஏதேதோ வேண்டிக்கொண்டிருப்பதைப் பார்த்தான். இந்த வயதில் இத்தனை தீவிரமாக இவனுக்கு என்ன வேண்டுதல் இருக்கும் என்று ஆச்சர்யப்பட்டான். அவனையே பார்த்துக் கொண்டிருந்தபோது, 'என்னண்ணா இங்க உக்கோந்துக்கீட்டீங்க' என்று குரல் கேட்டது. இந்தக் கோயிலில் இதுவரை அவன் கவனத்தைக் கலைத்து வந்து பேசியவர் யாருமில்லை. ஆனாலும் திரும்பிப் பார்த்தான். அவனைத்தான். செல்வராசு.

கங்கணம்

பக்கத்தில் வந்து குனிந்தபடி, 'அமாவாசைன்னு வந்தீங்களா. நானும் உங்களப் பாக்கோனுமின்னு நெனச்சன். நல்லவேள, இங்கயே பாத்துட்டன். இங்கயே இருங்க. ஒரு நிமிசத்துல வந்தர்றன்' எனப் படபடவென்று பேசிவிட்டு நகர்ந்தான் அவன். கொஞ்சதூரத்தில் அவனை ஒட்டி ஒருபெண் போவது தெரிந்தது. அவனோடு வந்தவளா, வேறு யாரோவா? இருவரும் பேசியபடி போவது போலத்தான் தோன்றியது. ஆனால் உறுதிப்படுத்த முடியவில்லை. பெண் முகம் திருப்பவுமில்லை.

இந்தச் செல்வராசுவோடு ரோதனையாகப் போய்விட்டது. என்ன நடந்தாலும் எதுவுமே அவனைப் பாதிக்காத மாதிரி காட்டிக்கொள்கிறான். தானாக வந்து பேசிப் பொரிகிறான். ஆளைப் புரிந்துகொள்ளவே முடியவில்லை. பத்து நாட்களுக்குமுன் செம்மண்காடு பிரிவினைப் பேச்சின்போது தனக்கும் நடக்கும் பிரச்சினைக்கும் எந்தச் சம்பந்தமும் இல்லை என்பதாக நின்று கொண்டிருந்தான். ஒரு சத்தம் போட்டு அவன் அம்மாவை அடக்கியிருக்கலாம். பேச்சு பாதியில் முறிந்து போயிருக்காது.

செம்மண்காட்டுப் பிரிவினை இப்போதைக்கு முடியாது போலிருக்கிறது. பாட்டி மயக்கம் போட்ட நேரமோ என்னவோ, இழுத்துக்கொண்டே போகிறது. பூவரசமரம் வெட்டியதைப் பாட்டி அபசகுனமாக எடுத்துக்கொண்டாள். எத்தனை சொல்லி யும் அவள் கேட்பதாயில்லை. அந்த மரத்தில் வெட்டிய பெரிய வாது ஒன்றைப் பத்திரமாக வைக்கோல் புரி சுற்றி வைத்திருப்ப தாகச் சொல்லியும் அவள் நம்பவில்லை.

அந்த வாதையே எடுத்துக்கொண்டு வந்து காட்டினான். ஒரு மாதம் இருந்தாலும் பச்சை காயாது என்றும் நமக்கு எந்தப் பக்கத்து நிலம் என்று முடிவானதும் முதல் வேலை பூவரச மரம் நடுவதுதான் என்றும் சொன்னான். வைக்கோல் புரி சுற்றி நட்டுத் தினமும் காலை மாலை இரண்டு வேளையும் தண்ணீர் அடித்தால் நான்கே நாட்களில் மரம் தழைத்துவிடும். ஆனால் ஒருசமயம் சொல்வதைக் கேட்பதுபோல் தோன்றுகிறது. வேறொரு சமயம் தானாகப் புலம்பிக்கொண்டிருக்கிறாள். பாட்டி பேசுவதைப் புரிந்துகொள்ள முடியவில்லை.

இத்தனை வருசங்களாக இல்லாத பிரியமும் பாசமும் அந்த மரத்தின்மேல் திடீரென்று எங்கிருந்து முளைத்தது? தன் பிறந்த வீட்டையே பெயர்த்து எடுத்து வந்து இங்கே நட்டுத் தழைய வைத்திருப்பதாக நினைத்துக்கொண்டிருந்தாளோ. வயதாகிப் போனால் எதற்கும் எந்தச் சமாதானமும் சொல்லக் கேட்பதில்லை. வறட்டுப் பிடிவாதம். வேண்டாத பயம். புத்தி கெட்டுப் போவதை எப்படித் தடுப்பது. ஓரளவுவரை

பார்க்கலாம். அப்புறம் நடக்கிறபடி நடக்கட்டும் என்று விட்டுவிட வேண்டியதுதான்.

காட்டை வெகுசீக்கிரம் பிரித்தாலாவது பரவாயில்லை. எல்லாம் பெண்கள் பன்னாட்டாக இருக்கிறது. முக்கியமான ஆட்களை எல்லாம் கூப்பிட்டு அவர்களை மூக்கறுத்து அனுப்ப வேண்டியானது. மரங்கள் வெட்டுப்பட்ட பின் காடே பார்க்கப் புதுமழை பெய்து சேற்றோடு நீர் அலையாடுவது போல அவ்வளவு அழகாகத் தெரிந்தது. மரம் விற்ற காசில் அளவை போடும் முன் காட்டின் எந்தப் பக்கம் யார் நிற்பது என்று பேசி முடித்து விட்டால் கறார் செய்துகொள்ளலாம்.

பொது மனிதர்கள் பத்துப் பேரைக் கூப்பிட்டிருந்தார்கள். தானாவதித் தாத்தா முன்னின்றார். ஊர் பண்ணைக்காரர், கோயில் தர்மகர்த்தா, பங்காளிகள் என்று எல்லோரும் வந்திருந்தார்கள். வேடிக்கை பார்க்கவும் ஒரு கூட்டம் இருந்தது. தானாவதித் தாத்தாவோடு காட்டை ஒரு சுற்றுச் சுற்றி வந்தபின் எல்லோரும் கிணற்றுமேட்டில் நின்றார்கள். வருசங்கள் போயிருந் தாலும் ஏற்றத்தை இழுத்துக்கொண்டு மாடுகள் ஓடியிருந்த வாரித்தடம் சரிவாக அப்படியே தெரிந்தது.

கடைவாரியில் மண் சேர்ந்து மேடிட்டிருந்தது தவிர மாற்றம் இல்லை. ஒரு மணிநேரம் மம்மட்டி பிடித்து நான்கு ஆள் வேலை செய்தால் போதும். வாரி பழையபடி ஆகிவிடும். ஆனால் கட்டி ஓட்ட மாடுகள்தான் இல்லை. கிணறும்கூட படுமோச மாக இல்லை. கல்லுக்கட்டு அங்கங்கே சரிந்திருந்தது. அதை எடுத்துக் கட்டிச் சேறெடுத்தால் சுத்தமாகிவிடும். மனதுக்குள் கிணற்றை நினைத்துக்கொண்டாலும் மாரிமுத்து யாரிடமும் வெளிப்படுத்தவில்லை.

கிணற்றுமேட்டில் காலை இளம்வெயில் சுரீரென்று அடித்தது. தானாவதித் தாத்தா கழுத்துத் துண்டைத் தலைக்கு உருமாலாக்கிக் கொண்டார்.

‘ஏப்பா. . . இவத்த இருந்த பூவரசமரத்தயாவது உட்டிருக்கக் கூடாதா. பாரு. . . இப்ப நாலு பேரு நிக்கக்கூட ஒரு நெவுலில்ல. நம்மாளுங்களுக்குப் புத்தி இப்பிடித்தாம்பா போவுது. ஒரு மரம் இருந்தா அது அவம்பக்கம் போயிட்டா என்ன பண்றதுன்னு யோசிச்சா எப்படி. அந்தக் காலத்துல இருந்து நாம இப்பிடித்தாம்பா. . .’

‘இங்க பொறந்த ஆளுதானே தாத்தா நீங்களும். அப்பறம் என்ன யோக்கிதப் பேச்சு.’

பண்ணைக்காரர் சொல்லப் பேச்சு அப்படியே போயிற்று. பாட்டி நினைத்ததைத் தானாவதித் தாத்தா அப்படியே பேசுவ தாக மாரிமுத்துவுக்குத் தோன்றியது. அந்த ஒருமரத்தை விடச் சொல்லி முதலிலேயே சொல்லியிருந்தால் ஆகுமோ என்று நினைத்தான். பிரிவினையில் மரம் அவர்கள் பக்கம் போய்விட்டால் அதற்கும் பாட்டியைச் சமாதானப்படுத்த முடியாது. அப்புறம், மரத்தை முன்வைத்து எந்தப் பக்கம் நிற்பது என்று தீர்மானிக்க வேண்டியதாகியிருக்கும்.

‘செரி செரி. . . காலங்காத்தால வெட்டி ஞாயம் எதுக்கு வேலயப் பாப்பம்’ என்றார் தாத்தா.

‘வெட்டி நாயத்தத் தொடங்குனதே நீங்கதானே’ என்று ஒருவர் சொல்ல எல்லோரும் சிரித்தார்கள்.

‘செரி உடு. இப்ப எப்பிடி நின்னுக்கறீங்க. ராமசாமி சொல்லுப்பா. . . நீதான் மூத்தவன்.’

மாரிமுத்துவின் அப்பனைப் பார்த்துத் தாத்தா கேட்டார்.

‘எனக்கென்னங்க இன்னமேலு. மாரிமுத்தக் கேளுங்க. பாடுபடப் போறவன் அவன். ஞாயத்துக்கு நானா? என்னமோ வரச்சொன்னான்னு இப்பிடி ஒரு ஓரமா வந்து நிக்கறன். அவ்வளவுதான்.’

அப்பன் சொன்னது எரிச்சலைக் கொடுத்தது மாரிமுத்துவுக்கு.

‘பெரீவங்க நீங்களாப் பாத்து ஒருவழி சொல்லுங்க. அப்பறம் அது ஒத்துவருதா இல்லையானு பேசிக்கலாம்’ என்று பொதுவாகச் சொன்னான் மாரிமுத்து. சித்தப்பாவைத் பார்த்துத் தாத்தா கேட்டார்.

‘நீயென்னப்பா சொல்ற. . . பொன்னுச்சாமி?’

‘சொல்லுங்க நீங்களே, பசவ எல்லாம் இருக்கறாங்க. கலந்துக் கிட்டுச் சொல்றன்’ என்றார் அவர்.

‘அந்தக் காலத்துலயா இருந்தா பயிர் பண்ணுவம். அதுக்கு மூனு வருசம் எனக்கு இந்தப் பக்கம், உனக்கு அந்தப் பக்கமுன்னும் அடுத்து மூனு வருசம் உனக்கு இந்தப் பக்கம் எனக்கு அந்தப் பக்கமுன்னும் நிக்கறது வழக்கம். இப்ப அப்பிடி முடியாது. ஒருத்தன் காட்ட விக்கறம்பா. மன போடற ஏவாரிவ ஒருபக்கமாக் காடிருந்தாத்தான் வாங்குவம்பாங்க.’

‘பின்ன. . . அந்தக் காலத்த நெனச்சுக்கிட்டு இப்ப இருக்க முடியுங்களா. அது மசக்காலம். களியும் கம்பும் தின்னுக்கிட்டுக் காட்ட ஓட்டிக்கிட்டுக் கெடந்த காலம். இப்ப அப்படியா.

நெனச்சா வண்டியப் புடுபுடுன்னு எடுக்கறாங்க. டவுனுக்குப் போயி நிக்கறானுங்க. ஒருத்தனுக்காச்சும் காட்டுல கால் நிக்குதா.'

தர்மகர்த்தா ஆதங்கப்பட்டார்.

'தாத்தா. . . நீங்களுந்தான் ஒரு புடுபுடு மோட்டாரு வாங்கிக்குங்களே, டவுனுக்குப் போலாம்.'

'ஆமான்டா. . . தாத்தா இன்னமே வண்டியேறிக்கிட்டுப் புடுபுடுன்னு பொண்ணுப் பாக்கப் போறன்.'

பேச்சு இப்பிடிப் போக எல்லோரும் கலகலப்பானார்கள். தாத்தா மறுபடியும் பேச்சை இழுத்து வந்தார்.

'ம். . . அப்ப ஆளுக்கு ஒரு பக்கம்னு வெச்சு நின்னுக்கலாம். செரி. அந்தக் கால மொறைன்னா அண்ணன் மேபக்கம் நின்னுக்கோனும். தம்பி கீபக்கம் நின்னுக்கோனும். அந்தப்படியே வெச்சு மாரிமுத்த மேலயும் பொன்னுச்சாமி ஊட்டக் கீழயும் நிக்கச் சொல்லீர்லாமா?'

யாரும் பேசவில்லை. கொஞ்ச நேரம் மௌனமாகக் கழிந்தது.

'இப்படிப் பேசாத இருந்தா எப்படி? எதுனா வெளிப்படையாச் சொல்லுங்க.'

'ஆளுக்கொரு பக்கம் நின்னுக்கறதுல மட்டும் அந்தக்கால மொற வேண்டாம்னா. . . இதுல மட்டும் எதுக்கு அந்தக் கால மொற.'

'செரி. வேண்டாம். மாத்திருவம். பொன்னுசாமியூடு மேல நின்னுக்கட்டும். மாரிமுத்து கீழ நிக்கட்டும்.'

மாரிமுத்து காடு முழுவதையும் கண்ணால் அளந்தான். மேல்பக்கம் நல்ல மேடு. கீழே குழி. செங்கல் அறுத்த பள்ளம். மேல் கீழ் எனப் பிரித்தாலும் சரிசமமாகக் கொள்ள முடியாது. ஆனால் அதைப் பற்றித் தான் பேசக்கூடாது என்று நினைத்துப் பாட்டி சொன்ன தந்திரத்தைக் கையாண்டான்.

'அதெல்லாம் வேண்டாங்க. நா மேலயே நின்னுக்கறன்.'

உடனே கூட்டத்திற்குள்ளிலிருந்து முன்னால் வந்த சித்தி, 'எவனாச்சும் ஏமாந்தவன், ஏப்ப சாப்பையா இருப்பான். அவங் கிட்டப் போயிச் சொல்லு. இவன் மேல நிப்பானாமா. நாங்க கீழ நிக்கோணுமாமா' என்று கத்தினாள்.

'ஆமான்டி. . . மொதப் பொறந்தவனும் காணப் பொறந்தவனும் ஒன்னாயிர முடியுமா? மேபக்கம் எங்களுக்குத்தான்.'

அம்மா கத்திக்கொண்டு வந்தாள். அவளை இந்தப் பிரிவினைப் பேச்சுக்கு வரச்சொல்லியே மாரிமுத்து சொல்ல வில்லை. எதற்கு வந்தாள்?

'ஆமாண்டி. மொதப் பொறந்தவனுக்கு முதுவுப்பக்கம் ஒன்னு எச்சா மொளச்சிருக்குது. எளையவனுக்கு அது இல்லாத போயிருச்சு.'

'எச்சப்பால் குடிச்சு வளந்தவனுக்கு இந்த ஏத்தமிருந்தா எங்களுக்கு எவ்வளவு இருக்கும்.'

'ஆருடி... எச்சப்பால் குடிச்சு வளந்தா?'

இரண்டு பெண்களும் வாய் சளைக்காமல் வார்த்தை பேசினார்கள். 'ஆம்பளைங்க ஞாயம் பேசற எடத்துல பொம்பளைங்க பேசாத இருங்க' என்று தானாவதித் தாத்தா சத்தம் போட்டார். அது ஒன்றும் எடுபடவில்லை. இரண்டு பேரும் மயிர் அவிழக் கைவீசித் திட்டிக்கொண்டார்கள். விட்டால் ஒருவரை ஒருவர் அடித்துக்கொள்வார்கள் போலிருந்தது. கொஞ்ச நேரம் யார் என்ன பேசுகிறார்கள் என்பதே தெரியாமல் சண்டைக்காடாகக் கிடந்தது. மாரிமுத்து ஓடி அம்மாவின் தலைமுடியைப் பிடித்து இழுத்து வீசினான். மண்ணில் தலைகுப்புற விழுந்தாள். பல்லைக் கடித்துக்கொண்டு 'பேசாத போ' என்றான்.

'ஆமாண்டா. நான் பேசாத போறன். எச்சக்கலயனுங்க. ரண்டு பேரும் ஊமயாட்டம் நின்னுட்டு ஏமாந்து வாங்க' என்று எழுந்தாள். மேலெல்லாம் மண் படிய தலைவிரிகோலமாக நின்றாள். மாரிமுத்துவின் அப்பனைப் போய்க் கைப்பிடித்து இழுத்தாள்.

'எம்பேச்சக் கேக்காத ஊர் நாய்வ பேச்சக் கேட்டுக்கிட்டு ஆடறான். நீ வா. போலாம். நீயில்லாத எந்தப் பக்கம் நின்னு பிரிப்பாங்கன்னு பாத்தரலாம். நானா பொச்சிருக்காத ஒன்னுக்கு மூனப் பெத்து வெச்சிருக்கறன்? ஓட்டறதுக்குக் காடில்லாத போறதுக்கு. இத்தன வருசம் கெடந்தாப்பல இன்னமேலும் கெடக்கட்டும் வா.'

அம்மாவின் இழுப்பை உதற முடியாமல் 'உடுடி உடுடி' என்று அவள் பின்னாலேயே அப்பன் போனார். அவள் ஆவேசம் வந்தவளாய்ப் புருசனை இழுத்துக்கொண்டு மண்தடத்துக்கே போய்விட்டாள்.

'ஆருடி பொச்சிருக்காதவ? நா எம் புருசனுக்கு முந்தான விரிச்சு மூணப் பெத்தன். நீ எவனெவனுக்கு விரிச்சயோ.'

ஆங்காரத்தோடு சித்தி முழங்கினாள்.

'பொம்பளைங்க பன்னாட்டு இருக்கற எடத்துல பொதுவு மனுசருக்கு என்ன வேலயப்பா. வாங்க போவலாம்.'

தாத்தா சொல்லக் கூட்டம் கலைந்தது. அப்பன் இல்லாமல் பேச்சு நடத்த முடியாது என்பது மாரிமுத்துவுக்கும் தெரிந்தது. சண்டையின்போது செல்வராசு தன் அம்மாவைக் கட்டுப்படுத்த எந்த முயற்சியும் செய்யவில்லை என்பது மாரிமுத்துவுக்குக் குறையாக உறுத்தியது. 'இன்று பிரிவினை, நீயும் வாம்மா' என்று ஒரு பேச்சு அம்மாவிடம் சொல்லி அழைத்திருந்தால் இந்த அவமானம் வந்திருக்காதோ. எனக்குத் தெரியாமல் பேச்சு நடத்திவிடுவாயா என்னும் ஆங்காரத்தில் வந்து, வேண்டும் என்றே எல்லாவற்றையும் கலைத்தெறிந்துவிட்டாளோ அம்மா. அவளை மதிக்கவில்லை என்கிற கோபம். திமிர் காட்டிக் காரியத்தைச் சிதைத்துவிட்டாள். இனிக் கூடி வருமா?

●

30

பிரசாதம் விற்கும் கடைமுன் அந்தப் பெண்ணோடு பேசிக்கொண்டு செல்வராசு நிற்பது தெரிந்தது. பெரும் முன்மண்டபத் தூண்களும் வருவோர் போவோரும் மறைத்துக்கொள்ளச் சரியாகப் பார்க்க முடியவில்லை. யாராவது சொந்தக்காரப் பெண்ணாக இருக்கக்கூடும். செல்வராசுவின் அண்ணி வகைச் சொந்தங்கள் எதுவும் மாரிமுத்துவுக்குத் தெரியாது. அப்படி யாரோ. வாசல்வரைக்கும் போய் வழியனுப்பும்போது மாரிமுத்துவின் பக்கமாகச் செல்வராசு இருந்ததால் அந்தப் பெண்ணை அப்போதும் பார்க்க முடிய வில்லை.

இருந்த இடத்தை விட்டு எழுந்துபோய்ப் பார்க்கச் சங்கடம். இதில் அத்தனை ஆர்வம் காட்டுவதாகச் செல்வராசு நினைத்துவிடக் கூடாது. கோபுர வாசலில் இருவரும் மறைந்தனர். செல்வராசு என்ன பேசப் போகிறான்? அவன் அம்மாவை அன்று கட்டுப்படுத்த முடியாமல் போனதற்கு என்ன சொல்வான்? எப்படியாவது செம்மண்காட்டைப் பிரித்துக் கொடுத்துவிடுங்கள் என்று கெஞ்சுவானோ. இவன் காரியம் சாதித்துக்கொள்கிற கில்லாடி. பார்த்தால் வெகுளி போலத் தோற்றம். கள்ளமில்லாத பேச்சு. எல்லாம் காரியத்திற்காகத்தானோ என்று சந்தேகம் வந்தது.

யோசனைக்குள் ஆழந்திருந்தவனை 'அண்ணா' என்ற குரல் மீட்டது. அந்தப் பெண்ணை அனுப்பி விட்டான் போல. மாரிமுத்துவுக்கு அருகில் உட்கார்ந் தான். பேன்ட் சட்டையில் ஆள் நன்காற ஜம்மென்று

இருந்தான். மாரிமுத்து எப்போதும் வேட்டி கட்டுவான். காட்டில் கிடப்பவனுக்கு பேன்ட் போடச் சந்தர்ப்பம் வரவில்லை. செல்வராசு அவ்வப்போது ரிக் சர்வீஸ் வேலையாக வட மாநிலங்களுக்கும் போவான்.

'இந்தக் கோயிலுக்கு அடிக்கடி வருவீங்களாண்ணா?'

'அப்பப்ப வருவன்.'

'செரிண்ணா, இன்னக்கி அமாவாச. கரட்டுக்குப் போய்ட்டு வருவமா.'

மாரிமுத்து தயக்கமாகப் பார்த்தான். பொழுதிறங்கி நேரம். இனிமேல் மேலே போய்ச் சாமி கும்பிட்டு இறங்க இருட்டுக் கட்டிவிடாதா.

'வண்டீல போனா அஞ்சு நிமிசந்தாண்ணா. இன்னும் பொழுதெறங்கக் கொள்ள நேரம் இருக்குது.'

மாரிமுத்துவின் மனதைப் படித்தவனாய்ச் செல்வராசு சொன்னான். கையிலிருந்த பிரசாதப் பொட்டலத்தைப் பிரித்தான். 'மேல போயிச் சாப்புட்டுக்கலாம்' என்றான் மாரிமுத்து. 'இதுக்குத்தான் அண்ணன் வேணுங்கறது' என்று சிரித்துக்கொண்டு பொட்டலத்தைப் பாலிதீன் பைக்குள்ளேயே மீண்டும் வைத்துக்கொண்டான் செல்வராசு.

இருவரும் வெளியே வந்து செல்வராசுவின் வண்டியிலேயே போனார்கள். கரட்டுப்பேருந்து மிகுந்த கூட்டத்தோடு புறப்படு வதற்குத் தயாராக நின்றது. சாலை அமைத்துப் பேருந்து விட்டது தான் கரட்டுக்குப் போகும் கூட்டம் அதிகரிக்கக் காரணம் என்று தோன்றியது. மொட்டைப் பாறையான இந்த கரட்டில் சாலையை உருவாக்கியது மனித மூளையின் அசாத்தியத் தன்மை. பாறையின் ஒழுங்கற்ற பகுதிகள் ஒழுங்கான சாலை அமைப்புக்கு உதவியிருக்கின்றன. நெட்டுக்குத்தான படிகளில் ஏறி இறங்க வெகு பாடுபட வேண்டும். கிழடு கட்டைகள் கரடேறிச் சாமியைத் தரிசிப்பது அத்தனை சுலபமல்ல. இப்போது எல்லாம் சுலபமாகிவிட்டன. சாமியின் காலடி வரைக்கும் வண்டி போகிறது. கோயிலுக்குள் மட்டும்தான் நடக்க வேண்டும்.

செல்வராசுவின் வண்டி நிதானமாகப் போயிற்று. எதிர் வரும் வண்டிகளும் முந்தி மேலேறும் வண்டிகளும் நிறையவே இருந்தன. வண்டி மேலேற ஏறச் சுற்றிலும் தென்படும் காட்சிகள் விதவித அழகுகளோடு இருந்தன. வானம் ரொம்பக் கிட்ட வந்துவிட்டது போலத் தோன்றியது. செல்வராசு வண்டி ஓட்டு வதில் கவனம் கொண்டிருந்ததால் பேச்சில்லை. அடிக்கடி

இப்படி வரலாம் என்று நினைத்தான். கோயிலுக்குள் கொள்ளாத கூட்டம்.

முடிந்த அளவு கோயிலுக்குள் விஸ்தாரமான இடவசதி ஏற்படுத்தி இருந்தாலும் விசேஷ நாட்களில் நெருக்கடிதான். மாரிமுத்து சின்னப் பையனாக இருந்தபோது நிறையமுறை இங்கு வந்திருக்கிறான். அப்போதெல்லாம் ஆள் நடமாட்டம் என்றால் அமாவாசைக்குத்தான். மற்ற நாட்களில் புது மணமக்கள் முதலில் இந்தக் கோயிலுக்கு வந்து வழிபட வேண்டும் என்னும் வழக்கத்தால் சிலர் வந்து போவார்கள். அவ்வளவுதான். இப்போது எல்லா நாட்களிலும் கூட்டம். அமாவாசை நாளில் அபரிமிதம். பௌர்ணமியில் கிரிவலம் நடக்கிறது.

கோயிலுக்குள் நுழைந்து கும்பிட்டுக்கொண்டே வெளியே வந்தார்கள். மின்விளக்கு வெளிச்சத்திலும்கூடச் சாமி முகம் தெளிவாகத் தெரியவில்லை. சாமியைப் பார்க்கவே முடியவில்லை. நகர்ந்துகொண்டே வந்துவிட்டார்கள்.

கோயிலுக்குள் இருந்து வடக்கே பத்திருபது படி ஏறினால் பெரிய கிணறு. பாறையைக் குடைந்து பாதாளம் வரை செல்வது போல ஆழம். எல்லாக் காலத்திலும் நீர் மிதந்து ததும்பும். ஆவலாய் எட்டிப் பார்த்தான் மாரிமுத்து. பிளாஸ்டிக் காகிதங்கள் புடைத்துக் கிடந்தன. பச்சை நிற நீர். ஏன் கிணற்றை இப்படி விட்டார்கள்? கிணற்றின் தேவை யாருக்கும் தெரியவில்லை. சுத்தம் செய்தால் அற்புதமாகும். அமிழ்ந்து நீராடலாம். துருவேறிய ராட்டினத்தைச் சுற்றினான். அதன் கிரீச்சொலியில் அவன் பெருமூச்சு கரைந்தது.

கோயிலைக் கடந்து உச்சிக்கு ஏறும் பாதையில் செல்வராசு நடந்தான். அங்கே போகலாமா வேண்டாமா என்று தயங்கினான் மாரிமுத்து. வழிகாட்டியைப் போலச் செல்வராசு செயல்பட்டான். அவனுக்குப் பின்னால் போய்க்கொண்டேயிருக்க வேண்டியதுதான். நாமாகத் தீர்மானிக்கிற அவஸ்தை இல்லாமல் யாரோ தீர்மானிக்கிற விதத்தில் நடப்பது தொந்தரவில்லாத விஷயம். தன் எண்ணத்தை மாற்றிக்கொண்டு செல்வராசுவின் பின்னால் நடந்தான். உச்கிக்குப் போகிற பாதையில் அவ்வளவு ஆட்களில்லை. படியற்ற பாறை வழியில் ஏறப் பலமுள்ள ஆட்களே போகவும் வரவும் இருந்தார்கள். சரிவான பாறைக்குன்றில் ஏறியதும் பெருங்காற்று உடலில் வந்து மோதியது. அங்கேயே நின்று காற்றை உறிஞ்ச விரும்பினான். ஆனால் 'வாண்ணா மேல போயிட்டு வந்தர்லாம்' என்று அடுத்த சரிவுக்குள் இறங்கினான் செல்வராசு.

அவனைப் பின்தொடர வேண்டியாயிற்று. சரிவில் இறங்கி அங்கிருந்த வற்றாத தீர்த்தத்தில் முகம் கழுவிக்கொண்டு அதைத் துடைக்காமல் அப்படியே மேலேறினான் செல்வராசு. எதற்கு இத்தனை அவசரப்படுகிறான் என்று புரியவில்லை. உச்சிக்குப் போகும் வழி ஆபத்தானது. அனாயாசமாக செல்வராசு மேலேறினான். அடிக்கடி வந்து பழக்கமாகி இருப்பது தெரிந்தது. மாரிமுத்து வந்து வருசக் கணக்கிருக்கும். கரட்டுக்கு வந்த சில சமயங்களிலும் மேலேறி வரத் தோன்றியதில்லை. மாரிமுத்துவுக்குக் கால்கள் லேசாக நடுங்கின. அதனால் நிதானமாகவே ஏறினான்.

மேலே அந்தர உச்சியில் சின்னதாகக் கோயில். அங்கிருந்த பூசாரி, ‘சாமிக்குக் காணிக்க செலுத்தி வேண்டுதல் வெச்சீங்கன்னா கலியாண காரியம் சீக்கிரம் முடியும். கொழந்தை இல்லாதவங் களுக்குக் கொழந்த பொறக்கும்’ என்று விட்டு விட்டுச் சொல்லிக் கொண்டிருந்தார்.

ஐம்பது ரூபாய்த் தாளை எடுத்துப் பூசாரியிடம் நீட்டி இரண்டு பேர் பெயர்களையும் சொன்னான் செல்வராசு. ஒவ்வொருவர் பெயருக்கும் தனித்தனியாக வாழ்த்திக் கல்யாணம் விரைவில் முடிய வேண்டும் என்னும் வேண்டுதலைக் கடவுளின் காதில் போட்டுப் பிரசாதம் கொடுத்தார் பூசாரி. கருத்த உருவமும் ஆரோக்கியமான உடம்புமாய் மிக இளைஞனாக இருந்தார் பூசாரி. இந்தப் பூசாரிக்குக் கல்யாணம் நடந்திருக்குமா என்று சந்தேகம் வந்தது மாரிமுத்துவுக்கு. ‘கலியாணம் முடிஞ்சதும் வந்து சாமிக்குப் பூச வைக்கறம்னு வேண்டிக்குங்க’ என்றார் பூசாரி.

‘சாமி. . . அப்பா. . . நான் எதுனா தப்பா நெனச்சிருந்தா மன்னிச்சிரு. கலியாண காரியத்த ஆவணிக்குள்ள முடிச்சுக் குடுத்திரு. உனக்கு முழுப்பூச போட்றனப்பா’ என்று மனதார வேண்டிக்கொண்டான் மாரிமுத்து. ‘இங்க வந்து வேண்டுனவங் களுக்கு வேண்டுனபடியே நடக்கும். கலியாண காரியத்துக்கு இந்தச் சாமிதான்’ என்று விளக்கம் சொன்னார் பூசாரி. இப்படிப் பட்ட இடங்களை எல்லாம் செல்வராசு நன்றாக அறிந்து வைத்திருக்கிறானே என்று ஆச்சர்யப்பட்டான் மாரிமுத்து.

தன்னைவிடப் பரவலான அறிவும் பழக்கமும் செல்வராசு வுக்கு இருக்கிறது என்றும் தோன்றியது. எந்தத் தயக்கமும் இல்லாமல் ஐம்பது ரூபாய்த் தாளை எடுத்து நீட்ட மனம் வருவதும் சந்தோசமான விசயம். கடவுள் காரியமாக இருந்தாலும் கொஞ்சம் யோசனை வந்திருக்கும் மாரிமுத்துவுக்கு. அப்புறம் இப்படி யோசித்ததற்கு மன்னிப்புக் கொடு என்று கேட்டுப் பணம்

தருவான். ஆனால் செல்வராசுக்கு இயல்பிலேயே இத்தகைய குணம்.

அந்த உச்சியிலிருந்து பார்க்க நகரம் முழுவதும் தெரிந்தது. அங்கிலிருந்து பிரிந்து செல்லும் சாலைகள் வெகுதூரம்வரை தெரிந்தன. எல்லாச் சாலைகளின் புறங்களிலும் வீடுகள். நிலங்களின் இருப்பை வீடுகள் மறைத்துக்கொண்டன. எங்கெங்கும் பனைகள் நின்றன. தென்னைக்கூட்டம் சிற்சில இடங்களில் மட்டும். வீசியடித்துத் தள்ளும் காற்றைச் சமாளித்துக் கொண்டு சுற்றிலும் பார்வையை ஓட்டினான்.

'அண்ணா போலாம் வாங்க' செல்வராசு அழைத்தான். பூசாரி கொடுத்த தேங்காய் மூடிகள், பழம், பூ எல்லாம் சின்னப் பாலித்தீன் பைக்குள் அடைந்தன. முன்பு போலவே செல்வராசு முன்னிறங்க அவனைத் தொடர்ந்தான். மேற்குத் திசை வானில் பொழுது செங்கோலம் கட்ட ஆரம்பித்துவிட்டது. பறவைக் கூட்டம் சூரியனை நோக்கிப் பறந்துகொண்டிருந்தது. சுனையில் மீண்டும் ஒருமுறை முகம் கழுவினான் மாரிமுத்து. ஜில்லென்று மிக இதமாகக் குளிர்ச்சி பரவிற்று. கொஞ்சநேரம் நின்று அனுபவிக்கக்கூட விடவில்லை செல்வராசு. ஏறியடிக்கும் காற்றோடு போட்டி போட்டுக்கொண்டு வேகமாகப் போகிறான்.

தனித்து நின்ற பெரும்பாறை மறைவில் போய் உட்கார்ந்தான் செல்வராசு. அவனுக்கு இந்த இடங்கள் எல்லாம் மிக நன்றாகப் பரிச்சயமானவை என்பது புரிந்தது. மாரிமுத்து போவதற்குள் பிரசாதத்தைப் பிரித்துத் தேங்காய் மூடிகளை உடைத்துப் பங்கு வைத்துவிட்டான்.

'என்னண்ணா... அண்ணனுக்கே பங்கு வெக்கறான்னு பாக்கறீங்களா' என்று சிரித்தான்.

குசும்பிலும் செல்வராசு கெட்டிக்காரன்தான். மாரிமுத்து லேசாகச் சிரித்தபடி உட்கார்ந்தான். பங்கை அண்ணன் பக்கம் நகர்த்திக்கொண்டே பேசினான்.

'வேகமாக ஓடறன்னு யோசிச்சீங்களா. பொழுதாகிப் போயிரும். கொஞ்சநேரம் இப்பிடி உக்கோந்து மெதுவாப் பேச முடியாது. அதான்.'

'என்னத்த நாம அப்படிப் பேசப் போறம்? என்னமோ காதல் பண்ற பொண்ணுகிட்டப் பேசத் துடிக்கறாப்பல இருக்கற.'

மாரிமுத்துவின் பேச்சு அவனுக்கு வெட்கம் தந்தது. தலையைக் குனிந்தபடி தேங்காயைக் கடிப்பது போல மௌனமாக இருந்தான். தலை நிமிராமலேயே சொன்னான்.

'காதலிக்கற பொண்ணுகிட்டக்கூட சகஜமாப் பேசீறலாம்னா. ஆனா இப்பிடிக் காதல் பண்றன்னு பெத்த தாய் தகப்பன் கிட்டயோ சொந்த அண்ணந்தம்பிகிட்டயோ பேசீற முடியுமா சொல்லுங்க.'

'அது செரி. நாந்தான் சொந்த அண்ணனில்லயே. எங்கிட்டத் தாராளமாப் பேசலாம்.'

இரண்டு பேருமே சிரித்தார்கள். பேச்சுக்கான திறப்பை எளிதாக்கிக்கொள்ளும் வித்தை தெரிந்தவன் செல்வராசு. எதையுமே அடைக்க முயல்வதில்லை அவன். மாரிமுத்துவின் வரவேற்பு மேற்கொண்டு பேச ஏதுவாக இருந்தது. ஆகவே நேரடியாக விஷயத்தைத் தொட்டான் செல்வராசு.

'கீழ கோயில்ல அந்தப் பொண்ணப் பாத்திருப்பீங் களே. அதத்தான் கலியாணம் பண்ணிக்கலாம்னு இருக்கறன்.'

'அதாரு. உங்க அண்ணியோட சொந்தமா?'

'இல்லீண்ணா. அது வேற.'

காட்டில் கிடப்பவன், விட்டால் ரிக் வண்டி பின்னால் வேறுமொழி பேசுகிற மாநிலங்களுக்குச் செல்பவன். இவன் உள்ளூரில் அதுவும் டவுனில் வேறு பெண்ணை எப்படிப் பிடித்தான்? பெண்கள் பழக்கமாக எத்தனையோ வழிகள் இருக்கின்றன. அதைப் பற்றிக் கேட்டுச் சங்கடப்படுத்த வேண்டாம். யாரிடமும் சொல்லாமல் ஏதோ ஒரு நம்பிக்கை வைத்து இவ்வளவு தூரம் கூட்டிவந்து தன் மனதைத் திறக்கிறான். அவனை எவ்விதத்திலும் காயப்படும்படி வார்த்தை சொல்லிவிடக் கூடாது என்று நினைத்தான். மாரிமுத்து எதுவும் பேசாமல் அவனையே பார்த்தான். இடைவெளி விட்டுத் தலைநிமிராமல் அவனே தொடர்ந்தான்.

'ரண்டு வருசத்திக்கி முன்ன கொஞ்ச நாளு மில்லு வேலக்கிப் போயிக்கிட்டு இருந்தன். அப்ப எங்கூட அந்தப் பிள்ள வேல செஞ்சா. ரண்டு பேருத்துக்கும் ஒரே ஷிப்டுதான். அதனால பழக்கம். அந்த வேல கூலிக்காரனுக்குத்தான் ஆவும்னு நின்னுட்டன். ஆனாலும் அவள இங்க டவுனுல அப்பப்பப் பாத்துப் பேசுவன். அதுலதான் வந்துது. . .'

'வெனையா?' மாரிமுத்து இன்பமாகச் சிரித்தான். அப்புறம் மிகவும் அக்கறையாகச் 'செரி. அவ என்ன ஆளு?' என்று மெதுவான குரலில் கேட்டான். ஒரு மாதிரி சங்கோஜப்பட்டுக்கொண்டு 'அவிய மண்ணாருண்ணா' என்றான். மாரிமுத்துவுக்கு மனதுக்குள் ஒரே குரூரச் சந்தோசம் மூண்டது. இளப்பமான இடத்தில் தன்

மகன் பெண்ணெடுத்தால் சித்தப்பனும் சித்தியும் ஊரில் முந்தி மாதிரி தலை கிறுகிறுக்க நடக்க முடியுமா?

'எனக்குப் பொறக்கறதும் பசவதான். எம்மாடு போடறதும் காளதான்' என்று பெருமை பொங்க அடித்த தம்பட்டங்களின் கதி என்னவாகும்? 'பையனுக்கு எத்தன பன்னிக்குட்டி சீராக் குடுத்திருக்கறாங்க' என்று யாராவது விசாரிக்காமலா போய்விடுவார்கள்? சித்தப்பன் சித்தியைப் பார்த்துக் 'காட்டுல வெள்ளாம இல்லீன்னா சம்மந்தி ஊட்டுக்குப் பன்னி மேக்கப் போயிர்லாம்' என்று ஜாடையாகவேனும் ஓரிருவர் பேசுவார்கள். மாரிமுத்துவின் யோசனைகளில் குதூகலம் கூடியது.

'எங்கடா பன்னி மேய்க்கரவக்கிட்டப்போய் மாட்டுன.'

செல்வராசுவைக் காயப்படுத்தக்கூடாது என்று எண்ணினாலும் அவனையறியாமல் வார்த்தைகள் வந்தன. இகழ்ச்சியும் கேவலமும் கலந்த மாரிமுத்துவின் தொனி செல்வராசுவைச் சற்றே வருத்தப்பட வைத்திருக்கும். ஆனால் அவன் எதையும் வெளிக்காட்டிக் கொள்ளவில்லை.

'அதுக்கென்னண்ணா. பக்கத்துல இருக்கறதால யாருன்னு தெரீது. பொண்ணு கெடைக்காத எத்தன பேரு வேற பக்கம் போயிக் கட்டிக்கிட்டு வர்றாங்க. அதெல்லாம் என்ன ஆருக்குத் தெரியும்? கேட்டா நம்மாளுன்னுதான் சொல்றாங்க.'

'அது செரீடா. என்னருந்தாலும் நம்ம பழக்கவழக்கத்துக்கும் அவிங்க பழக்கவழக்கத்துக்கும் ஒத்து வருமாடா.'

'என்னண்ணா பெரீய பழக்கவழக்கம். அவிங்க பன்னி வளக்க றாங்க. நாம பன்னிய வாங்கியாந்து கறி போட்டுத் திங்கறம். அதும் கூறுக்கறிக்கு நாம அடிச்சிக்கற அடியப் பாத்தா அவுங்களே தேவலைன்னு படுல?'

'அது செரீடா. ஆனாலும்...'

'என்னண்ணா நீங்களே இப்பிடிப் பேசறீங்க. எதுனாலும் புரிஞ்சிக்கிற ஆளு நீங்கன்னு நெனச்சித்தான் உங்ககிட்டச் சொல்றன். எங்கூட்ல இருக்கற ஆருகிட்டயும் இதச் சொல்லவே முடியாது. என்னமோ அவுங்களுக்குத் தோல்ல செஞ்சிருக்கறாப்பலயும் நம்மளுக்குத் தங்கத்துல அடிச்சி வெச்சிருக்கறாப்பலயும் நெனச்சிக்கிட்டுக் குதிப்பாங்க.'

மாரிமுத்துவின்மேல் வைத்திருக்கும் நம்பிக்கை குலைவு பட்டதில் சோர்வு தட்டியவாறு சொன்னான் செல்வராசு. அற்பமான மகிழ்ச்சி உண்டாகிச் செல்வராசுவின் நெஞ்சில் போய்க்

குத்தும்படி பேசிவிட்டதை உடனே உணர்ந்தான் மாரிமுத்து. அவன் குடும்ப மானம் ஊரில் நாறப் போகிறது என்பதாலா, தன்னைவிடச் சின்னவனுக்குப் பெண் கிடைத்துவிட்டதே என்னும் ஆற்றாமையினாலா, எதனால் வந்தது இந்தக் குரூரம்? தன் குணத்திற்காக வெட்கியபடி தலைகவிழ்ந்த மாரிமுத்துவின் கண்கள் கலங்கின. சட்டென அதை மறைத்துக்கொண்டு நிதான மாகப் பேச்சைத் தொடர்ந்தான்.

'ராசு. . . நானொன்னும் உன்னத் தப்பாச் சொல்லலீடா. நாலு பேரு கேக்கற கேள்விக்கு என்ன பதில் சொல்வீன்னு தெரிஞ்சுக்கத்தான் கேட்டன். செரி, எப்பக் கலியாணம், எப்படிக் கலியாணம் பண்ணப் போற.'

'அந்தப் பிள்ளையோட அப்பன் சைசிங்கில வாட்சுமேன் வேல செய்றாரு. கூடப்பொறந்த அண்ணன் தம்பிங்கெல்லாம் அங்க இங்கன்னு கெவுருத்தான வேலதான் செய்றாங்க. இவளுக்குக் கலியாணத்துக்கு மாப்ள பாக்கறாங்க. சொந்தம்பந்தம்னு எல்லாம் கேட்டு வருவாங்களாட்டம் இருக்குது. அவுங்கெல்லாம் சின்ன வயசுலயே கலியாணம் பண்ணீருவாங்க. இவளுக்கு இரவது வயசாவுது. இதே அதிகம். அதான் அவசரப்படறாங்க. அவளோட அண்ணன் ஒருத்தன் எனக்குப் பழக்கமானவன். அவனுக்கு இது தெரியும். அவங்கிட்டச் சொல்லித்தான் நிறுத்தி வெச்சிருக்கறன். அவனும் எத்தன நாளைக்குப் பொறுப்பான். அதும் நான் வந்து அந்தப்பிள்ளயக் கட்டிக் குடும்பம் நடத்துவன்னு நம்பிக்கையே அவனுக்கு இல்ல.'

'எதும் பிரச்சனைன்னா சமாளிப்பயா சொல்லு. டவுன்ல இருக்கறவங்க மாறிக் கட்டிக்கிட்டா எப்பிடியோ பொழச்சிக்கு வாங்க. நாம பட்டிக்காட்டுல இருக்கறவங்க. அத யோசிச்சிக்க.'

'அதெல்லாம் பாத்துக்கலாமிண்ணா. என்ன, நாலு நாய்வ கொஞ்ச நாளைக்குக் கொரைக்கும். அதுங்க வாயக் கட்டற மந்தரம் எனக்குத் தெரியும். பாத்துக்கலாம். இப்ப டவுனு பட்டிக்காட்டுக்கெல்லாம் பெரிசா வித்தியாசம் ஒன்னு மில்லீண்ணா. அந்தக்காலம் மாதிரி கட்டுப்பாடெல்லாம் போட முடியாது.'

'அது செரி. ஆனா ஊட்ல இருக்கறவங்க ஒத்துக்கோணும். சொத்துப்பத்துன்னு உனக்கும் குடுக்கோணும்ல.'

'அதுக்குத்தாண்ணா உங்கிட்ட யோசன கேக்கறன். அன்னைக்குப் பொம்பளைங்க சண்டயில பிரிவின நின்னுபோச்சு. எங்கப்பன் எங்கண்ணன் எல்லாம் பேசாத இருக்கறப்ப, நான் என்ன செய்ய முடியும்? சொல்லுங்க. நீங்க ஒத்தையாளு. எதுனா

நீங்களே முடிவெடுக்கலாம். நான் எல்லாருக்கிட்டயும் கலந்து பேசித்தான முடிவு செய்யோணும்.'

செல்வராசுவின் நியாயம் சரியாக இருப்பதாகவே பட்டது. ஒற்றையாள் இருந்தே அம்மாவை அடக்க முடியவில்லை. செல்வராசு பாவம் என்ன செய்வான்?

'செரிடா. பொழுதாவுது? நானென்ன செய்யோணும் சொல்லு' என்றான் மாரிமுத்து.

'நானிப்ப இந்தப் பிள்ளயக் கலியாணம் பண்ணிக் கூட்டியாந் தனா சொத்துமில்ல மயிருமில்ல போடான்னு சொல்லீருவாங்க. பாசம் கீசமெல்லாம் ஒன்னும் பாக்கமாட்டாங்க. அது எனக்குத் தெரியும். அதான் சொத்தப் பிரிச்சுக் கறார் பண்ணிக்கிட்டா அப்புறம் கலியாணம் பண்ணலாம். யாரும் ஒன்னும் மயத்தப் புடுங்க முடியாது.'

'உங்கண்ணன் ஒருத்தன் கலியாணம் ஆவாத இருக்கறானே, அத யோசிச்சயா.'

'அதுக்கு நானென்ன செய்வன்? உங்களுக்காட்டத்தான் அவனுக்கும் பாக்கறாங்க பாக்கறாங்க பாத்துக்கிட்டே இருக்க றாங்க. பொண்ணு கெடைக்கறதே கஷ்டம். அதுல இது நொட்ட அது நொள்ளைன்னு சொல்லிக்கிட்டு இருந்தா ஆவுமா. அவனுக்கு இந்த ஜன்மத்துல கலியாணம் கெடையாது. அவன் பண்ணட்டும் பண்ணட்டும்னு பாத்தா நானும் கவுந்தடிச்சுப் படுத்துக்கிட்டுத் தண்டுவனாத்தான் திரியோணும்.'

தன்னையே குறிபார்த்துச் சொல்வதாகப் பட்டது மாரிமுத்து வுக்கு. எதுவும் பேசாமல் தலைகுனிந்து கொண்டான். இந்தக் கல்யாணம் என்கிற விஷயத்தைக் கண்டுபிடித்தவன் யாராக இருக்கும்? அவனுக்கு இதற்குள் இத்தனை பிரச்சினைகள் வரும் என்று தெரிந்திருக்குமா? மனித வம்சத்தின்மீது கொலைவெறி கொண்ட ஒருவன், பழிவாங்கும் வகையில் கல்யாண முறையை உருவாக்கியிருப்பான்.

பொழுது செவ்வட்டமாய்க் காட்சி தந்தது. அதன் கிரணங்கள் முழுதாய் உதிர்ந்துவிட்டன. வானில் லேசாக இருள் மூள்வது புகைப்படலமாய்த் தோன்றிற்று. இன்னும் கொஞ்சநேரத்தில் பாறை இடுக்குகளில் தங்கியிருக்கும் இருள் பரவி கரடு முழுக்கச் சூழ்ந்துவிடும். மனித முகங்களிடமிருந்து இருள் பாதுகாக்கும். யாருடைய பேச்சும் கேட்காது. மனிதர்கள் துலங்காத இரவில் நினைவுகள் ஒலிவிடத் தொடங்குகின்றன. கல்யாணம் ஆகாதவனுக்குப் பகலும் இல்லை. இரவும் இல்லை.

மாரிமுத்துவைச் செல்வராசுவின் குரல் கலைத்தது.

'பிரசாதத்த அப்பிடியே வெச்சிருக்கறீங்க. சாப்பிடுங்கண்ணா.'

துளி போல விரலில் பிட்டு வாயில் போட்டான். அதன் ருசி எதுவும் தெரியவில்லை. செல்வராசு மேற்கொண்டு சொன்னான்.

'அண்ணா. . . நீங்க நாலு பேரக் கூட்டியாங்க. நாங்களும் வர்றம். என்ன ஏதுன்னு தானாவதித் தாத்தாவ வெச்சு அவரூட்டுலயே பேசிக்கலாம். இப்படியே இழுத்துக்கிட்டே போனா எங்கலியாணமும் நடக்காது. செம்மண்காட்டப் பிரிச்சாத்தான் நாங்க மூனு பேரும் எந்தெந்தக் காட்ட ஆராரு வெச்சுக்கறதுன்னு பேசி எங்களுக்குள்ள கறார் பண்ணிக்க முடியும். இப்பவே வண்டி மாடுவ தண்ணிக்கொன்னும் வேலிக்கொன்னும் இழுத்துக்கிட்டு நிக்குதுவ. பங்காளிவ எத்தன நாளைக்குச் சேந்திருக்க முடியும்? சொல்லுங்க.'

'செரீடா தம்பி. . . எம்பக்கம் எதும் வராத பாத்துக்கறன். அந்த நெலம் பிரிஞ்சு எங்கைக்கு வந்தாத்தான் எனக்கும் கலியாணம் ஆவும்னு பாட்டி சொல்லுது. அது ஒருவேள செரியாக்கூட இருக்கலாம். அளக்கறது, கறார் பத்தரம் எழுதறது எல்லாம் ஆவணியில வெச்சுக்கலாம். பேச்சு ஆடியிலயே நடத்தலாம். அதான் இப்ப ஆடி பதனெட்டு முடிஞ்சு போச்சு. போர்க்களம் போயிருச்சுனா பேசறதுக்கு ஆரும் குறுக்க நிக்கமாட்டாங்க.'

'செரீண்ணா. தானாவதித் தாத்தாகிட்டப் பேசீட்டு நாள் சொல்றன். கறாராயிச் சொத்து எங்கைக்கு வந்தாத்தான் கலியாணம். நெனப்புல வெச்சுக்கங்க.'

மங்கலான வெளிச்சத்திலும் செல்வராசுவின் முகம் நெகிழ்வதும் குரலில் தளுதளுப்பு இருப்பதும் புரிந்தன. மாரிமுத்துவும் இளகினான். இவன் எனக்குத் தம்பியாய் வந்து பிறந்திருக்கக் கூடாதா என நினைத்தான்.

'தம்பி. . . உங்கலியாணம் எப்பிடி நடந்தாலும் நான் கூட இருப்பண்டா' என்று மனதாரச் சொல்லி எழுந்தான். பாறையில் இவர்களையே பார்த்து உட்கார்ந்திருந்த குட்டிக் குரங்கை நோக்கிப் பிரசாதத்தை வீசினான். அது கப்பென்று பிடித்துக் கொண்டது.

31

பாதை எங்கும் இருட்டு. அவ்வப்போது எதிரும் புதிருமாய் வரும் வண்டிகளின் விளக்கொளி வளைவுகளில் திடுமென மறைந்து முந்தையதைவிட அடர் இருள் சட்டெனச் சூழ்கிறது. வெகுதூரம்வரை வீடுகள் விளக்கொளியால் அடையாளப்படுகின்றன. செல்வராசு வண்டியை மெல்ல நகர்த்துகின்றான். விளக்கு எரிவதற்காக மட்டும் வண்டி ஓட்டத்தில் இருக்கிறது. பின்னால் நினைவுகளோடு உட்கார்ந் திருந்தான் மாரிமுத்து.

சின்ன வயதிலிருந்து பேசாமல் இருந்ததற்கெல் லாம் சேர்த்து இன்று ஒருநாளே பேசிவிட்டதாகத் தோன்றியது. செல்வராசுவின் அண்ணன்களோடு இதுவரை ஒரு வார்த்தைகூடப் பேசியதில்லை. இவனுடன் இப்போது பேசுகிற மாதிரி அவர்களோடு ஏதாவது சந்தர்ப்பத்தில் பேச முடியலாம். பேச்சுத் தான் ஒரு காலத்தில் இரண்டு குடும்பங்களுக்கும் பகை உண்டாக்கியது. அதே பேச்சுத்தான் இப்போது அன்பைக் கொட்டுகிறது.

இது ரத்த உறவு என்று இல்லாத பட்சத்தில் இந்தத் திடீர் இணக்கம் சாத்தியமாகி இருக்குமா. ரத்த உறவு இன்று அடித்துக்கொள்ளும். நாளைக்குச் சேர்ந்துகொள்ளும்.

இப்படி மனம் இளகிப் பேசி ரொம்ப காலம் ஆகிவிட்டது என்று நினைத்தான். அவனுடைய தங்கச்சி, வீட்டில் இருந்தபோது சிரிப்பும் பேச்சும் விளையாட்டும் என வீடு கலகலத்திருந்தது. அவனுக்கு எசிறியாய்த்தான் எதையும் செய்வாள்.

சில சமயம் கோபம் வந்து அவளை அடித்தும் இருக்கிறான். ஆனால் கல்யாணமாகி அவள் போகும்போது அவனையும் அறியாமல் கண் கலங்கிவிட்டது. அவளோ கட்டிப்பிடித்து அழ ஆரம்பித்தாள்.

அதற்குப் பின் இப்போது செல்வராசுதான் அந்த நிலைக்குக் கொண்டுவந்துவிட்டான். நிதானத்தோடு ஆழமாகவும் மனதில் தைக்கும்படியான வார்த்தைகளில் பிரியத்தைத் தடவியும் நுழைத்து விடுகிறான். எல்லோரையும் எந்தெந்த இடத்தில் நிறுத்துவது எனத் தெளிவாகப் புரிந்திருக்கிறான். தன் வாழ்க்கையைத் தானே தீர்மானித்துக்கொள்ளும் பக்குவத்தை எப்படியோ அடைந்திருக்கிறான்.

வேறு பெண்ணைக் கல்யாணம் செய்வதென்றால் சாதாரணமில்லை. அதற்குப் பெரிய மனவலு வேண்டும். ஆனால் அதைச் சாதாரணமாகச் செய்கிறான் செல்வராசு. அவனுக்கு இருக்கும் திட்டம் தனக்கும் இருந்திருந்தால், எப்போதோ கல்யாணமாகி இன்று குழந்தை குட்டிகளுடன் குடும்பஸ்தனாகக் கௌரவம் பெற்றிருக்கலாம்.

வளைவில் இருந்து பார்த்தால் வெகுதூரத்தில் மினுங்கும் விளக்கொன்றின் சிற்றொளி போல மூக்குத்தி அணிந்த சரோஜா அவன் மனதில் துலங்கினாள். பத்து வருடங்களுக்கும் முன்னிருக்கும். அப்போது வாலிபத்தின் முறுக்கம் கொண்டவனாய் இருந்தான் மாரிமுத்து. ஊர்ப் பையன்களில் பெரும்பாலானவர்கள் போர்வல் போடும் ரிக் வண்டி வாங்கித் தொழில் செய்வதில் மும்முரமாயிருந்தார்கள்.

இரண்டு மூன்று பேர் கூட்டுச் சேர்ந்து ஒரு வண்டி வாங்குவது. ஆளுக்கொரு தொகை கையிலிருந்தும் மீதத்தை எங்காவது வங்கியில் கடன் வாங்கிப் போடுவதும் என அந்தத் திசைக் கவனம் எல்லோரையும் பேயாய்ப் பிடித்து ஆட்டிக்கொண்டிருந்த சமயம். வாலிபப் பையன்கள் எல்லாம் ஊரை விட்டுப் போய்க் கண்காணாத சீமையில், வடமாநிலங்களில் மாதக்கணக்காய்த் தங்கிக்கொண்டார்கள். நிலத்தில் ஒவ்வொரு அங்குலத்திலும் துளை போடாமல் விடுவதில்லை என்று கங்கணம் கட்டிக்கொண்ட மாதிரி.

ஏற்கெனவே பல வருசங்களாய் லாரியில் கிளீனராக, டிரைவராகப் போய் வந்தவர்கள் இந்தப் பகுதிக்காரர்கள். அதனால் புதுத்தொழிலில் வெகுசீக்கிரம் ஒன்றினார்கள். பத்துப் பதினைந்து என்று வீட்டை விட்டுப் பிரிந்திருந்த ஆண்கள் இப்போது மாதக்கணக்கில். குடும்பக் காரியங்களைப் பெண்கள் எப்போதும்போல் தங்கள் பொறுப்பில் பார்த்தார்கள்.

கைவசம் கொஞ்சம் பணமிருப்பவர்கள், நிலத்தில் ஒரு பகுதியை விற்றுவிட்டு வருபவர்கள் எனப் பலருக்கும் அப்போது கிராக்கி இருந்தது. மாரிமுத்துவுக்கும் இந்த யோசனையைச் சொன்னவர்கள் அனேகம். தங்களோடு கூட்டுச் சேரச் சொல்லி வற்புறுத்தித் தினமும் வீட்டுக்கு வந்து தொந்தரவு செய்தார்கள். நிலத்தைக் கட்டிக்கொண்டு அழுது என்ன வருகிறது?

வருசம் முழுக்கக் காடே கதி என்று இரவும் பகலும் கிடந்தாலும் பெரிய வருமானம் இல்லை. ஒரு வருசம் மழை பெய்து கெடுக்கிறது. இன்னொரு வருசம் பெய்யாமல் கெடுக்கிறது. ரிக் வண்டி போட்டால் வருசத்தில் இரண்டு மூன்று லட்சங்களைக் கையில் பார்த்துவிடலாம். பாஷை தெரியாத வெளியூர் போய் மாதக்கணக்கில் கிடக்க வேண்டுமே. பெரிய பாஷை. போனால் நான்கைந்து மாதங்களில் தன்னால் வந்துவிடுகிறது. அப்புறம், அந்தக் காலம் போல மண்ணையே கட்டிக்கொண்டு சந்தைசாரிகூடத் தெரியாமல் அப்பிராணியாக வாழ விதியா? எத்தனையோ விதமான நியாயங்கள். மாரிமுத்துவுக்கும் அதில் பெரிய ஈர்ப்பு இருந்தது.

அவன் விருப்பத்திற்கு யாரும் இசையவில்லை. அப்போது பணப்பிடியும் அவன் கையில் இல்லை. ‘மண்ண வித்துக் கொண்டுபோயிப் போடற. மண்ணாப் போயிரும்’ என்று எங்கோ சாமி வாக்குச் சொன்னதாக அம்மா சொல்லி மறுத்துவிட்டாள். ஒன்றிரண்டு நாட்கள் சரியாகச் சாப்பிடாமல் உர்ரென்று வீடே கதியாகக் கிடந்தான்.

அப்பனும் அம்மாளும் யார்யாரிடம் ஆலோசனை கலந்தார்களோ தெரியவில்லை. அவனைச் சமாதானப்படுத்த டிராக்டர் ஒன்று வாங்கிக் கொடுப்பதாகவும் உள்ளூரிலேயே ஓட்டிக்கொண்டிருக்கலாம் எனவும் சொன்னார்கள். இதுவாவது கிடைக்கிறதே என்று ஒத்துக்கொண்டான். டிராக்டருக்கும் உள்ளூரிலும் பக்கத்து ஊர்களிலும் நிறையத் தேவை இருந்தது. உழவுக் காலங்களில் உழவோட்டவும் மற்ற சமயங்களில் குப்பை அள்ள, மண், ஜல்லி, செங்கல் அடிக்க என்று ஒரு வருசகாலம் அதில் ரொம்பவும் முசுவாக இருந்தான். அப்போதுதான் சரோஜா பழக்கமானாள்.

காண்ட்ராக்டர் ஒருவருக்காகத் தினமும் நான்கு வண்டி என மண் ஓட்டிய சமயம். சரோஜா மண் அள்ள வந்தாள். வெடவெடவென்று ஒல்லியாக இருப்பாள். மண் புழுதி முகமெல்லாம் படியத் தரையிலிருந்து நிழல் எழுந்து நிற்பது போலத் தோன்றுவாள். வேலை முடிந்து கைகால் முகம் கழுவி வந்தால், தென்னங்கீற்றுகளின் இடையே புகுந்து வரும்

கதிரொளியாய்த் துலங்குவாள். பதினாறு, பதினேழு வயதில் பெண்ணுக்குக் கூடிவரும் அழகுகளின் திரட்சியாக இருந்தாள்.

ஆட்கள் மண் அள்ளும்போது, டிரைவரான மாரிமுத்துவுக்கு எந்த வேலையும் இல்லை. அவர்களைப் பராக்குப் பார்த்துக் கொண்டு ஏதாவது தமாஷாகப் பேசிக்கொண்டிருப்பான். அவன் பார்வை சரோஜாவின் போக்குப்படி அலையும். அவள் நடந்தால் நடக்கவும் நின்றால் நிற்கவும் குனிந்தால் குனியவும் என அவன் பார்வையும் பழகிவிட்டிருந்தது. அவள் அதிகம் பேசமாட்டாள். கூட வேலை செய்யும் பொரசக்கா பெரிய தொணதொணப்பு. பேசுவதற்கு எங்கிருந்துதான் விஷயம் கிடைக்குமோ. எதையாவது இட்டுக் கட்டிப் பேசிக்கொண்டேயிருக்கும். அதுவும் நல்லதாயிற்று.

வாய் பொரசக்காவிடம். கண் சரோஜாவிடம். பொரசக்கா எதையாவது இழுத்து வைத்து நூணாயம் பேசி நொடிக்கும். அப்படிப்பட்ட சமயங்களில் சரோஜா சிரிப்பாள். வாய் லேசாக விரியும். உதடுகள் பூக்கும். முகம் முழுக்கப் பிரகாசிக்கும். ஒரு நாளைக்கு ஒருமுறை இரண்டு முறை அந்தச் சிரிப்பை வரவழைத்துவிட்டால் போதும். மாரிமுத்து மிக உற்சாகமாகி விடுவான்.

உடம்பில் மூக்குத்தியைத் தவிரப் பொட்டுத் தங்கமில்லை. காதுகளில் பித்தளைத் தோடு. கழுத்தில் ஒரு பாசிமாலை. கைகளில் ரப்பர் வளையல். ஆனால் எப்பேர்ப்பட்ட அழகு. அப்படியே வடித்தெடுத்து நிறுத்திவிட்டால் காலகாலத்திற்கும் அழகெனக் காட்டலாம். தங்கமா அழகு? கல்யாணத்தையும் தங்கத்தையும் சம்பந்தப்படுத்துபவர்களை அவனுக்குப் பிடிக்கவேயில்லை. அவர்களை எல்லாம் சரோஜாவுக்கு முன்னால் நிறுத்திப் பார்க்க வேண்டும். கண்ணென்று இருக்கும் பிறவிகள் சரோஜாவைத் தவிர வேறொன்றையும் கேட்க மாட்டார்கள்.

அந்த வருசம் நல்ல மழை பெய்தது. பூமி எங்கும் வெள்ளாமை யாய் நிறைந்திருந்தது. மண் அள்ளும் வேலை நடக்காத சமயங்களில் எப்படியாவது சரோஜாவை ஒருமுறையாவது பார்த்துவிடுவான். 'இன்னைக்கு வேல இல்ல சரோஜா', 'ரண்டு நாள் ஆவும். எதுக்கும் நாளைக்கு வந்து சொல்றன்.' இப்படி ஒற்றை வாக்கியம் பேசுவதற்காக வண்டியை எடுத்துக்கொண்டு அவள் ஊருக்குப் போவான்.

நான்கு மைல் தொலைவில் பெரிய பாறையொன்றின் மீது அவள் வீடு. ஓலை வேய்ந்து தடுக்குக் கதவு போட்ட சின்னக் குடிசை. பாறை வெகுதூரம் விரிந்து கிடக்கக் குடிசை மட்டும் அனாதியாய் உட்கார்ந்திருக்கும். அவள் அப்பன், அம்மா, தம்பி,

தங்கச்சி எல்லோரும் பாறையின் ஒரு பகுதியில் ஜல்லி உடைத்துக் கொண்டிருப்பார்கள். ஒரு பாறை முடிந்தால் இன்னொரு பாறை எங்கே கிடைக்கிறதோ அங்கே போய்விடுவார்கள். டிராக்டர் வேலை இல்லாத நாட்களில் சரோஜா குடிசைக்குமுன் உட்கார்ந்து பாத்திரங்கள் துலக்கிக்கொண்டோ அடுப்பில் ஏதாவது சமையல் செய்துகொண்டோ இருப்பாள். சில சமயம் அவளும் கல் உடைப்பாள்.

போனதும் மாரிமுத்து அந்தப் பாறைமேல் உட்கார்ந்து கொள்வான். குடிசை என்பது பேருக்குத்தான். அவர்கள் இருப்பெல்லாம் எப்போதும் பாறையின் ஏதோ ஒரு பகுதியில். பாறை அவர்களோடு ஒன்றிப்போயிருந்தது. இரவில் விரிந்த வானத்தைப் பார்த்துக்கொண்டு பாறையில் படுத்திருப்பார்கள். அதை நினைக்கவே சந்தோசமாயிருக்கும் மாரிமுத்துவுக்கு. எத்தனையோ சொத்துக்கள் வைத்திருப்போருக்கு இப்படியான ஏகாந்த மகிழ்ச்சி கிடைக்குமா?

சுவர்கள் சூழ்ந்த அறைக்குள் விட்டத்தைப் பார்த்துக்கொண்டு கிடக்கும் தன் இரவுகளின்மேல் அவன் எரிச்சல் பட்டான். சரோஜா இருப்பதாலோ என்னவோ அந்தப் பாறையில் தனக்கும் ஓர் இடம் கிடைத்தால் எப்படியிருக்கும் என்று கற்பனை செய்து பெருமூச்சு விடுவான். சரோஜா எதுவும் பேசாமல் சிரிப்பும் 'ம்' என்னும் அங்கீகரிப்புமாய் அவனை எதிர்கொள்வாள். ஏதாவது சமயத்தில் பொன்னை உதிர்ப்பதுபோல, 'சரீங்க ஐயா' என்பாள். 'எனக்கென்ன வயசா ஆயிருச்சு. ஐயா பட்டம் வெச்சுக் கூப்படற' என்பான். 'வயசாவுலீனாலும் எங்களுக்கு ஐயாதான நீங்க' என்பாள். அவனை அப்படிப் பேச வைத்துப் பார்ப்பதில் ஆனந்தம்.

வெகுநேரம் அங்கிருக்கப் பிரியப்படுவான். சரோஜாவின் அப்பன், அம்மா எதுவும் வித்தியாசமாக நினைத்து அவளை வண்டிக்கு அனுப்ப மறுத்துவிட்டால் என்ன செய்வது என்று பயமாகவும் இருக்கும். அதனால் சாதாரணமாக வந்தது போலக் காட்டுவதற்கு அவர்கள் கல்லுடைக்கும் பக்கம் போவான். 'வாங்க சாமி' என்று வரவேற்பார்கள். வெற்றிலைக் காவி படிந்த வாயைத் திறந்து அவள் அப்பன் பேசுவது குகையைத் திறந்து மூடுவது போலிருக்கும். ஜல்லி விலை பற்றியும் நல்ல பாறைகள் பற்றியுமெனப் பேச்சு போகும்.

அவர்கள் உடைக்க உடைக்கத் தீராமல் அப்பாறை நீண்டு கொண்டேயிருக்க வேண்டும் என நினைத்தான். சரோஜா கைச் சமையலை எப்போதாவது ருசி பார்க்க நாக்கு அரிக்கும். கேட்க வாய் வராது. சரோஜா சாப்பிடச் சொல்லிக் கேட்டதில்லை.

அவனைச் சாப்பிட அழைக்கிற அளவுக்கு வந்தாயிற்றா என்று ஏதாவது பேச்சு வருமெனப் பயந்திருக்கலாம். சரோஜாவைப் பார்த்துக்கொண்டேயிருக்க வாய்த்தால் போதும் என்று திருப்திப் பட்டான்.

ஒரு ராத்திரியில் மண்வேலை இருந்தது. டிராக்டரைப் பெட்டியிலிருந்து கழற்றித் திருப்பி நிறுத்தி விளக்கைப் போட்டிருந் தான். அவ்வெளிச்சத்தில் மண் அள்ளும் வேலை நடந்தது. வேலை முடிந்து சரோஜாவைத் தன் வண்டியில் வைத்துக் கூட்டிப் போனான். மாட்டுக் கொட்டகையில் படுத்திருந்துவிட்டுக் காலை யில் போ என்று அவளிடம் சொல்லியிருந்தால் மறுப்பேதும் சொல்லியிருக்கமாட்டாள். அவளோடு போக வேண்டும் என்பதற்காகவே இரவிலேயே கூட்டிப்போனான்.

வான் முழுக்க மீன்கள் இரைந்து கிடந்த இரவு. யாருமற்ற மண்சாலை. நெஞ்சுக்குள் துடிப்பின் வேகம் தாள முடியவில்லை. எச்சிலைக் கூட்டி வாயை ஈரப்படுத்திக்கொண்டு 'சரோஜா' என்றான். அவள் 'ம்' என்று சொன்னது போலிருந்தது. அவள் குரல் வந்ததா என்பதை உறுதிப்படுத்திக்கொள்ள முடியவில்லை. வண்டியை எங்காவது நிறுத்தி அவளிடம் கொஞ்சநேரம் பேசிப் போகலாம் என்று நினைத்தான். அவனை அவள் தப்பாக நினைக்கும்படி ஆகிவிட்டால் என்னும் யோசனையில் அதைக் கைவிட்டான். அவளிடம் எதுவும் பேசவில்லை என்றாலும் அந்த இரவு மனத்துக்கு இதமானது. ஏதேனும் பேசியிருந்தால் அந்த இரவு அப்போதே முடிந்து போயிருக்கும். அவளிடம் இதைச் சொல்லியிருக்கலாம், அதைப் பேசியிருக்கலாம், இப்படிச் சொல்லியிருந்தால் அவள் பதில் எப்படியிருக்கும், அப்படிப் பேசியிருந்தால் அவள் என்ன பதில் சொல்லியிருப்பாள் என்றெல் லாம் எண்ணி எண்ணிக் கற்பனை செய்ய வாகான இரவாக மனத்துக்குள் இருந்தது அது.

சரோஜாவிடம் அவன் பிரியம் காட்டுவது எப்படியோ ஊருக்குள் கசிந்துவிட்டது. இந்த மாதிரியான விஷயங்களுக்கு உடனுக்குடன் சிறகு வந்துவிடுகிறது. கைகால் முளைத்துப் பரவலாகப் பேசப்பட்டதை மாரிமுத்து ஜாடையாக அறிந்தான். டீக்கடையில் அவனிருந்தபோது யாரோ, 'மண்ணாங் கண்டானா லட்டுருண்டய, கல்லாங் கண்டானா பொரி உருண்டைய' என்று சிரித்தபடி பழமொழி சொன்னார்கள். இன்னொரு சமயம், 'மண்ணா மூட்டுப் பொழப்பாட்டம் நம்புளுதெல்லாம் வராதுப்பா. பாறையில படுத்துருளக் காசா பணமா' என்றார்கள். 'மண்ணாரிச்சி வெத்தல போட்டு ஒழுக்குன சாறு தேனாட்டம் வடியுதுப்பா' என்றொருத்தன் ஒருமுறை சொன்னான். மாரிமுத்து

எதுவும் பேசாமலே இருந்தான். அவனுக்கு என்ன செய்வதென்றே தெரியவில்லை.

சரோஜா எப்போதும் அவனோடு இருந்துகொண்டிருப்ப தாகவே உணர்ந்தான். இரவுகள் தூக்கத்தைத் தொலைத்து விட்டன. ஏதாவது கொஞ்சநேரம் அசந்து மறந்து தூங்கினால் ஈரமாகிச் சட்டெனத் தூக்கம் கலையும். தினமும் வேட்டி மாற்றினான். எதற்கென்றே தெரியாமல் பெருமூச்சுகள் எழுந்தன. பித்தேறிய நிலையில் அவன் நடவடிக்கைகள் அமைந்தன. யாரிடமும் இயல்பாகப் பேச முடியவில்லை. சரோஜாவிடம் தவிர வேறு யாரிடம் பேசினாலும் எரிச்சலாகவே சொற்கள் விழுந்தன.

சரோஜாவிடம் பேசி அவளைக் கூட்டிக்கொண்டு எங்கா வது ஓடிவிடலாமா? யாருக்கும் தெரியாமல் கோயிலில் தாலி கட்டிவிடலாமா, இதற்கெல்லாம் அவள் சம்மதிப்பாளா, அவளிடம் எப்படிப் பேச்சைத் தொடங்குவது எனப் பலவாறு குழம்பினான். சரோஜா இல்லாமல் இனி வாழ்க்கை இல்லை என்று தீர்மானித்து ஒரு அதிகாலையில் பாறைக்கு வேகமாகப் போனான். பாறை வெறிச்சோடி இருந்தது.

குடிசைக்குள் பாறைப்பல்லிகள் விளையாடின. சரோஜா சமைத்த அடுப்பும் பாத்திரம் தேய்த்த கரி வடுக்களும் தனியாய்த் தெரிந்தன. உடைபட்ட பாறை பல்லிளித்தபடி அவனை வரவேற்றது. கல் உடைக்கும் சத்தம் அசரீரி போலக் கேட்டது. பாறையில் இன்னும் முக்கால் பகுதி அப்படியே இருந்தது. அதற்குள் என்னவாயிற்று?

யாரிடம் விசாரிப்பது என்றே தெரியவில்லை. வண்டி வேலைக்கு வந்துகொண்டிருந்தவள் ஒரு வார்த்தை சொல்லாமல் எப்படிப் போக முடியும்? பாறைக்காட்டுக்காரர், காண்ட்ராக்டர் என்று தேடிப்போய் விசாரித்தான். யாரும் ஒழுங்காகப் பதில் சொல்லவில்லை. 'அவன் ஒரெடத்துல இருப்பானா மாரிமுத்து. பிள்ளைக்கு மாப்ள பாத்தாச்சு. போவோனுமின்னான். செரின்னுட்டன்' என்றார் காட்டுக்காரர். 'அவன் பொறத்தாண்ட போயி அவன் எங்க போறான்னு கண்டுபிடிக்கறதா என்னோட வேல? வண்டிக்கு வேறொரு ஆளுப் பாரு போ' என்றார் காண்ட்ராக்டர்.

ஊரில் ஒருவருக்கும் தெரியவில்லை. 'மேட்டுக்காட்டுப் பாறமேல கெடக்கறவன் எங்ககிட்ட வந்து சொல்லீட்டுப் போவப் போறானா?' 'நீதான் பாறையில போயி உக்கோந்துக்கிட்டு பேசிக்கிட்டுக் கெடப்ப. உனக்கே தெரீலின்னா எனக்கு எப்படி

மாரிமுத்து தெரியும்' என்னும் பதில்கள் அவன் வாயை அடைத்தன. பக்கத்து ஊர்ப்பாறைகளில் கல்லுடைத்துக்கொண் டிருந்தவர்களைத் தேடிப் போயும் கேட்டான். அவர்களுக்கும் தெரியவில்லை. சரோஜாவின் தடத்தை அவனால் கண்டறிய முடியவில்லை.

செத்துப் போய்விடலாம் என்று நினைத்தான். அறைக்குள் படுத்துக்கொண்டு அழுதான். இனிமேல் டிராக்டர் வெளிவேலைக்கு வராது என்று எல்லோரிடமும் சொல்லிவிட்டான். சரோஜா இல்லாமல் டிராக்டர் வேலையே கசப்பாகிவிட்டது. தன் காட்டோடு டிராக்டர் நிறுத்திக் கிடந்தது. சில வருசங்கள் கழிந்த பிறகு சரோஜாவின் குடும்பம் இரவோடு குடிபெயர்ந்ததில் தன் அப்பனுக்கும் அம்மாளுக்கும் சம்பந்தம் இருக்கிறது போல லேசாகச் சந்தேகம் தட்டியது. அதை ஊர்ஜிதப்படுத்த இன்றுவரை எந்தத் தடயமும் கிடைக்கவில்லை. எங்காவது சரோஜா தட்டுப் படுவாள் என்னும் எதிர்பார்ப்பு நிறைவேறவே இல்லை.

●

32

பாட்டியைப் பார்ப்பது இப்போது வேதனை யாக மாறிவிட்டது. எந்தச் சந்தர்ப்பத்தில் எப்படி இருப்பாள் என்று சொல்லவே முடியவில்லை. சிலசமயம் நல்லவிதமாகப் பேசிக்கொண்டிருக்கிறாள். திடுமென அவள் பேச்சு பாவனை எல்லாம் மாறி விடுகின்றன. கடந்த காலத்திற்குள் சகஜமாகப் புகுந்து விடுகிறாள். நிகழுக்கும் இறப்புக்கும் பேதமில்லை. சில சமயம் எதிர்காலத்தையும் கலக்கிறாள்.

மாரிமுத்து பாட்டியின் திண்ணையில் உட்கார்ந்து பேசிக்கொண்டிருந்தான். செம்மண்காடு பிரிவினை பற்றி என்பதால் பாட்டி சுவாரஸ்யமாகக் கேட்டுக்கொண்டிருந்தாள். திடீரென்று, ‘ஆமா. . . எங்க மாரிமுத்துக்குப் பையன் பொறந்திருக்குதாமே. நீ போய்ப் பாத்தியா’ என்றாள். மாரிமுத்து கோபத் துடன் ‘என்னாயா ஒளர்ற. புத்தி கெட்டுப் போச்சா’ என்றான். பாட்டி திண்ணையிலிருந்து இறங்கினாள். கூந்தலைத் தட்டி முடிந்துகொண்டாள். அவனைப் பார்த்து ஆக்ரோசத்துடன் சண்டை போடுபவளாய்ப் பேசினாள்.

‘என்னைக்குமே வெவரங்கெட்ட மனசனாவே இரு நீ. மாரிமுத்துக்கு எங்கண்ணன் பேத்தியக் கட்டிப் பத்து மாசத்துல, கொழுகொழுன்னு பையன் பொறந்திருக்கறான். போயிப் பாத்துட்டு வரலாம்னு எண்ணிமிருக்குதா உனக்கு. பொழுதாவெரைக்கும் கள்ள முட்டிப்புட்டு அவ கொழாய நக்கிக் கிட்டுக் கெடக்கறதே வேலயாப் போச்சு.’

மாரிமுத்துவின் தாத்தாவிடம் பேசிக்கொண்டிருந்தாள். ‘செரி, நான் போயிப் பாத்துட்டு வந்தர்றன்’ என்று சொல்லி எழுந்து தூர வந்துவிட்டான். இன்னும் திட்டிக்கொண்டே இருந்தாள். அவள் உலகில், செத்துப்போன புருசன் பக்கத்தில் உயிரோடு இருக்கிறான். கல்யாணமாகவில்லையே என்று அவள் கவலைப்பட்டு வெந்துகொண்டிருந்த பேரனுக்கு அவள் விருப்பப் படி சொந்தத்திலேயே பெண்ணமைந்து கல்யாணமாகிவிட்டது. பேரனுக்குப் பையன் பிறந்திருக்கிறான். சந்ததி தொடர்வதற்கு எந்தத் தடையும் இல்லை. ஒருவகையில் இது நல்லதுதான் என்று பட்டது மாரிமுத்துவுக்கு. ஏராளமான கவலைகளோடு நிம்மதியின்றிக் கடைசிகாலம் கழிவதற்கு இந்தக் கற்பனைக் குழப்பம் நல்லது.

பேரனுக்குக் கல்யாணமாகிக் குழந்தை பிறக்க வேண்டும் எனும் தீராத ஆசை அவளுக்குள் இருந்திருக்கிறது. எத்தனையோ பெரிய பெரிய விஷயங்கள் இருக்க இதற்கு இத்தனை முக்கியத்துவம் கொடுத்திருக்கிறாள். அவனுக்கு அன்றைக்கெல்லாம் ஒரு மாதிரியாக இருந்தது. எவளாவது ஒருத்தியைக் கட்டியிருந்தால் பாட்டியின் மனநிலை இப்படிப் பிறழ்ந்திருக்காதோ என்றும் தோன்றியது.

தன் கல்யாணம் தனக்கு மட்டும்தான் பிரச்சினை என்றிருந் தது தவறு. அதைப் பாட்டி தன் பிரச்சினையாகக் கொண்டிருந்த மாதிரி, அம்மாவுக்கும் அப்பனுக்கும் இருக்குமா. யாரும் யாரையும் நெருங்காமல் இருந்தாலும் எல்லார் பிரச்சினையும் ஒன்றாகவே இருப்பது வியப்புத்தான்.

மாரிமுத்துவைப் பற்றிப் பாட்டி நினைத்திருந்ததால் எந்தச் சிக்கலும் இல்லை. அவனைத் தவிர வேறு யாரிடமாவது இதைப் பாட்டி சொன்னால் கேலி செய்து சிரிப்பார்கள். பாட்டிக்குப் பைத்தியம் பிடித்துவிட்டது என்றும் சொல்லித் திரியலாம். பாட்டியால் இன்னும் என்னென்ன கஷ்டங்கள் வரப்போகிறதோ என்று நினைத்தால் பயமாக இருந்தது மாரிமுத்துவுக்கு.

ஒருவாரத்திற்கு முன்னால் மாரிமுத்துவின் அத்தை மருமகள் செல்லம்மா வந்திருந்தாள். கல்யாணமான புதிதில் மாரிமுத்து வீட்டோடு ரொம்பவும் நெருங்கியிருந்தாள். மாரிமுத்துவைத் ‘தம்பி’ என்று பிரியமாக அழைப்பாள். சில சமயம் இங்கே வந்து பத்திருபது நாள் வீட்டோடு இருந்ததும் உண்டு. தன் வீடு போலவே அவள் கருதியிருந்தாள். எந்தச் சமயத்தில் மனம் திரிந்தது என்று தெரியவில்லை. மாரிமுத்துவின் தங்கச்சிக்குக் கல்யாணமாகிப் பத்தாவது மாதத்தில் குழந்தை பிறந்தது. அதுதான் செல்லம்மாளுக்குப் பிரச்சினையாகி இருக்கலாம். கல்யாணமாகி

ஐந்து வருசம் ஆகியும் குழந்தை இல்லை. அது எப்படியோ சங்கடத்தை உண்டாக்கி அவளை விலக்கிவிட்டது. அப்புறம் ஏதாவது விசேஷ அழைப்புகளுக்கு வருவதும் போவதும்தான்.

எங்காவது சந்தைசாரியில் பார்த்தால் 'நல்லாயிருக்கியா' என்கிற விசாரிப்போடு சரி. அடிக்கடி வந்து செல்லும் அத்தையின் வரவும்கூட நின்றுபோயிற்று. ஆயா, ஆறு மாதம் வருசத்திற்கு ஒருமுறை என்று மகள் வீட்டுக்குப் போகும். காலையில் போனால் மாலையில் திரும்பிவிடும். மாலையில் போனால் ஓரிரவு அங்கே தங்கிவிட்டுக் காலையில் கிளம்பும். அவ்வளவுதான் உறவு. உறவுமுறையில் எல்லாம் கணக்குத்தான். கொடுக்கல் வாங்கல் வியாபாரம். ரத்த சம்பந்தம் என்கிற ஒரு விஷயம், எல்லாவற்றையும் சகித்துக்கொள்ளவும் அறுபட்டு அறுபட்டுப் பிணையவும் காரணமாகிறது. அப்படியென்ன இருக்கிறது, ரத்த சம்பந்தத்தில்?

செல்லம்மா ஏதோ இழவு சேதிக்காக இங்கே வந்திருக்கிறாள். மாமியாரின் அம்மா இப்போது நடமாட்டம் இல்லாமல் இருக்கிறது என்றவுடன் பார்த்துப் போகத் தோன்றியிருக்கிறது. பன்ரொட்டி ஒரு பொட்டலத்தை வாங்கிக் கொண்டுவந்து ஆயாவின் கையில் கொடுத்துவிட்டுப் பேசியிருக்கிறாள். கல்யாண மாகி பதினைந்து வருசமாகியும் இன்னும் குழந்தை இல்லைதான்.

பல மருத்துவமனைகளில் எல்லாம் தங்கள் சம்பாத்தியத்தைக் கொட்டிப் பார்த்தார்கள். வயிற்றில் புழுபூச்சி வைக்கிற மாதிரி தெரியவில்லை. இனிமேல் எதுவும் வேண்டாம் என்று ஒதுங்கியாயிற்று. ஒன்றை ஏற்றுக்கொள்ளும் பக்குவம் வந்தால், அதனாலான துன்பம் போய்விடுகிறது. பாட்டிக்கு இதெல்லாம் எங்கே தெரியும்? மகள் வயிற்றுப் பேரன் மனைவி என்பதை முதலில் தெரிந்துகொண்டு பேசினாலோ என்னவோ. பன்ரொட்டியைப் பிய்த்துத் துளித்துளியாக வாயில் போட்டுக் கொண்டே 'நீ எந்தூராயா' என்று கேட்டிருக்கிறாள். பாட்டிக்குப் புத்தி மாறாட்டம் அடிக்கடி வரும் என்பதை அவளுக்கு யாரோ சொல்லியிருக்கிறார்கள். அதனால் சிரித்துக்கொண்டே, 'நான் அட்டூர் ஆயா. என்னத் தெரீலியா' என்று அவள் கேட்டதும் 'தெரீது தெரீது' என்றாள் பாட்டி. கொஞ்சம் இடைவெளி விட்டுப் பாட்டி கேட்டாள்.

'ஏனாயா எம்மக அந்தூர்லதான் இருக்கறா. தங்காயா. உனக்குத் தெரியுமா?'

'தெரியும் தெரியும். தங்காயாளத் தெரியாத அந்தூர்ல ஒராளு இருக்க முடியுமா. அப்பேர்ப்பட்டவள்ள தங்காயா.'

சிரித்துக்கொண்டே தன் மாமியாரைக் கேலியாக இழுத்துச் சொல்லியிருக்கிறாள். பாட்டிக்கு அதுவெல்லாம் புரியவில்லை.

'அங்க எம்பேரன் பொண்டாட்டிக்குக் கொழந்த இல்ல. இப்ப ரண்டாங் கலியாணம் பண்ணலாம்னு பாக்கறன். பொண்ணு வசமாச் சிக்குச்சுனாப் பரவால்ல.'

பாட்டியின் மனத்துக்குள்ளிருந்து வந்துவிட்டது. செல்லம்மாளுக்கு வந்த ஆங்காரத்திற்கு அளவில்லை.

'அட முண்டக்கெழவி... கடைசீல எந்தலயிலயே மண்ணப் போட நெனச்சிட்டயா. எம் புருசனுக்கு இந்தக் கெழவி பொண்ணுப் பாக்கறாளாம். இப்பவோ அப்பவோன்னு கெடக்கற முண்ட... பேச்சப் பாரு. நாங்க கொழந்தயில்லன்னு வந்து உம்மடியில உழுந்து அழுதமா. ஆரு அழுதா. நானழுதனா, எம்புருசன் அழுதானா. உம்மவக்காரிகீது எப்பவாச்சும் ஒப்பாரி வெச்சிருப்பா. ஒடனே பொண்ணுப் பாக்கக் கெளம்பீட்டயா. ரண்டாங் கலியாணம் பண்றாளாமுல்ல. எவளாச்சும் ஏமாந்தவ இருந்தா அங்க போயிச் சொல்லு. இப்ப என்ன போச்சு. பையன் பிள்ளயப் பெத்து நீ எனத்தக் கண்டுட்ட? இந்த அனாதிமேட்டுல ஓலக் கொட்டாயில ஒருத்தியாக் கெடக்கற. நாய்க்குக்கூட இன்னம் நல்ல நெல கெடைக்கும். நாளைக்கு நீ செத்துக் கெடந்தீனாக்கூட வந்து பாக்க நாதியில்ல. புருசனக் கட்டிப் பேயானேன், புள்ளயப் பெத்து நாயானேங்கற கத உன்னோடது. எங்களுக்கென்ன போவுது. இருக்கறவெரைக்கும் சம்பாரிச்சுத் திங்கறம். கை காலு சமுத்துக் கொறஞ்சு போச்சுனா சேத்து வெச்சது ஆவுது. இல்லீனா ஒரு கொளம் குட்டை பாத்து எறங்கீர்றன். உன்ன எடுத்தப் போடறதுக்கு நாலு சனம் இருக்கறப்ப, எங்களுக்கு இல்லாதயா போயிரும். அப்பிடித்தான் இல்லினா நாய் நரி தின்னுட்டுப் போவுது. செத்த பொணம் எத்தெருவோ.'

நாலு காட்டுக்குக் கேட்கிற மாதிரி கூச்சலிட்டுக் கத்தினாள். பாட்டிக்கு அவள் பேசியதெல்லாம் புரிந்த மாதிரியே தெரிய வில்லை. 'எவடி அவ. இந்த முக்கு முக்கறவ' என்று தனக்குள்ளாகப் பேசிக்கொண்டாள். செல்லம்மா மண்ணை வாரித் தூற்றினாள். 'நா வாங்கியாந்த ரொட்டியக் கப்புக்கப்புனு திங்கறயே. போயி பிய்யத் திங்கறது' என்று கத்தியபடி பாட்டியின் கையிலிருந்த ரொட்டியைப் பிடுங்கி வாசலில் வீசி எறிந்தாள்.

'நீ செத்தாக்கூட நான் இந்தப் பக்கம் வரமாட்டன். எனக்கும் ஒனக்கும் இன்னமே ஒரு மண்ணுமில்ல, மசுருமில்ல.'

அவள் தன் ஊர் போய்ச் சேரும்வரை இப்படித்தான் பேசிப் புலம்பிக்கொண்டே போனதாகச் சொன்னார்கள். அதற்கப்புறம் பாட்டிக்கு இன்னும் நினைவு குழம்பிப்போயிற்று. செம்மண்காட்டில் மயக்கம் போட்டு விழுந்ததில் இருந்தே மாரிமுத்து பாட்டியைச் சமைக்க விடுவதில்லை. வீட்டிலிருந்து கொண்டுபோய்க் கொடுத்துவிடுவான். அவன் இல்லை என்றாலும் குப்பனோ ஆள்காரப் பையனோ அந்தப்பக்கம் போகும்போது சாப்பாட்டுப் பை போய்விடும்.

காலையில் கொண்டுபோகும் சோறு மூன்று வேளைக்கும் ஆகும். மிச்சமாகி நாய்க்குக் கொட்டுவதும் உண்டு. பாட்டி சாப்பிடும் அளவும் குறைந்துவிட்டது. சிலசமயம் அவளுக்குச் சாப்பாட்டு நினைவே வருவதுமில்லை. யாராவது வட்டலில் போட்டுக் கொடுத்தால் சாப்பிடுவாள். இல்லையென்றால் சோறு கொண்டுபோய் வைத்தவாக்கில் அப்படியே இருக்கும்.

ஒருவாரத்திற்கு முன்னால் மாரிமுத்து நேரமாகவே எங்கோ வெளியில் கிளம்பியிருந்தான். குப்பன்தான் சோறு கொண்டு போனார். பையன் கலியாணத்திற்கு என்று இரண்டாயிரம் இரண்டாயிரமாக இரண்டு முறை பணம் வாங்கியிருந்தார். கலியாணத்திற்கு இன்னும் ஒரு மாதம்கூட முழுதாக இல்லை. மிச்சப்பணம் மாரிமுத்து கருணை காட்டினால் கிடைக்கும். அதுவரை பொட்டு பூச்சியாட்டம் காட்டுக்குள்ளேயே கிடக்க வேண்டியதுதான்.

அவன் இருக்கும் நேரமெல்லாம் கண்ணில் படுகிற மாதிரி ஏதாவது செய்துகொண்டேயிருக்கும் விதமாக நடந்துகொண்டார். அதனால் காலையிலேயே அவரைக் காட்டில் பார்க்கலாம். மாரிமுத்துவின் அப்பன், ‘என்னடா குப்பா. . . எலி அம்மணமா ஓடுது’ என்று கேட்டார். சிரித்து வைப்பதைத் தவிர என்ன செய்ய முடியும்?

குப்பன் சோறு கொண்டு போனபோது பாட்டியைக் கொட்டாயில் காணவில்லை. உள்ளே படுத்திருக்கிறாளோ என்று ‘பெரீய சாமீ பெரீய சாமி’ என்று சத்தம் போட்டுக் கூப்பிட்டுப் பார்த்தார். உள்ளே ஆள் அரவமே இல்லை. ஆபத்துக்குப் பாவமில்லை என்று பட்டாசாளைக்குள் போய் உள்கதவைத் திறந்தார். கட்டில் மட்டும் கந்தைத் துணி விரித்துக் கிடந்தது. பாட்டிக்கு விரிக்கக் கடைசியாய் ஒரு போர்வை கூடவா இல்லை என்று நினைத்தார்.

இந்தப் பாட்டி எத்தனை பாடுபட்டிருக்கும் என்று அவர் மனம் எண்ணியது. பாட்டி, கல்யாணமாகி இந்த ஊருக்கு வரும்போது இங்கே பண்ணயத்தில் சிறுபையனாகக் குப்பன்

இருந்தார். அப்போதிருந்து பாட்டியின் உழைப்பைப் பார்க்கிறார். ஒருபோதும் ஓய்ந்ததில்லை. கடைசிகாலத்தில் கட்டிலில் விரிக்கக் கந்தைத்துணி. பெருமூச்சு விட்டுக்கொண்டே கொட்டாயைச் சுற்றிலும் 'சாமீ . . . சாமீ . . .' என்று கூப்பிட்டுப் பார்த்தார். பதிலில்லை. புத்தி பிசகியதில் இருந்து எங்கும் போவதில்லை. யாராவது வந்து கூட்டிப் போய் விட்டார்களா?

எதேச்சையாகத் திரும்பியவரின் கண்ணுக்கு எதிரே சீமைக்கருவேல முள்மரங்கள் வளர்ந்திருந்த கொறங்காட்டில் பாட்டியின் வெள்ளைச் சேலை தெரிந்தது. அடர் முள்ளுக்குள் சிக்கிக்கொண்ட கரும்பறவை போல பாட்டி. பக்கத்தில் ஓடிப் பார்த்தார். முள்ளை வெட்டிவிடாததால் தரையோடு பரவிக் கிடந்தது முள். உள்ளே நுழைவதற்கு எந்தப் பக்கமும் வழியில்லை. 'பெரீய சாமீ . . . பெரீய சாமீ . . .' என்று கத்தினார் குப்பன்.

இறக்கை முளைக்காத குஞ்சு கீழே விழுந்து தத்தளிப்பதைப் போலப் பாட்டி உள்ளே ஊர்ந்துகொண்டிருந்தாள். முள் மரத்தைச் சுற்றிச் சுற்றி வந்தார். எங்குமே வழியில்லாத இந்தக் கூண்டுக்குள் எப்படிப் புகுந்திருப்பாள்? சட்டென்று சுதாரித்துக் கொட்டாயிக்கு ஓடி அரிவாளை எடுத்து வந்தார். அடர்த்தி குறைவாக இருந்த பக்கமொன்றில் முட்களை அரக்கிவிட்டு வழி உண்டாக்கினார். பாட்டி வாயில் நுரை ததும்ப 'ஏ. . . ஏ' என மூச்சு வாங்கிக்கொண்டிருந்தாள். கையைப் பற்றி இழுத்துத் தான் உண்டாக்கிய வழிக்குக் கொண்டுவந்தார்.

பாட்டியால் நிமிர முடியவில்லை. குழந்தையைத் தூக்குவது போல எடுத்து வந்து கொட்டாயில் போட்டார். அவள் கண்கள் அச்சம் பீடிக்க இலக்கற்றுச் சுழன்றன. தண்ணீர் கொடுத்தார். பெருந்தாகம். கடகடவென்று நீரிறங்கியது. சுருங்கிய தோலில் பல இடங்களில் முள் குத்திக் கிழித்த காயங்கள். ரத்தத் திட்டுக்கள்.

மாரிமுத்துவிடம் தகவல் சொல்லி, அவன் டாக்டரைக் கூட்டி வந்தான். இதுவரைக்கும் ஊசி துளைக்காத உடம்பில் நான்கு ஊசிகளை ஏற்றினார். உடம்பில் முள் முறிந்து எங்கெங்கோ தங்கியிருந்தது. அவற்றையெல்லாம் எடுப்பதற்குப் பாட்டியின் உடம்பைப் பலமுறை புரட்ட வேண்டியானது. ஆபத்தில் கிரீச்சிடும் குருவியின் குரலாய் அவ்வப்போது பாட்டி கத்தினாள்.

ராத்திரியில் எழுந்து வெளியே வந்திருக்க வேண்டும். ஒன்னுக்கு ரண்டுக்குப் போக. கொட்டாயிக்குப் போகத் தடம் தெரியாமல் எப்படியோ போய் முள்ளுக்குள் சிக்கிக்கொண்டாள். எல்லாம் யூகம்தான். பாட்டி எதற்கு அங்கே போனாள், எப்படிப் போனாள் என்று புரியவில்லை. அவள் பேச்சில் ஒழுங்கில்லை. பேசுவது புரிவதும் இல்லை.

அதற்கப்புறம் மாரிமுத்து சில ஏற்பாடுகளைச் செய்தான். பட்டாசாளையிலிருந்து வெளியே வரும் வழியில் கதவு கிடையாது. பீத்தக் கட்டில் ஒன்றைக் கொண்டுவந்து நிறுத்தி அதை அடைத்தான். கயிறு போட்டுக் கட்டியும் வைத்தான். யாராவது வந்து அவிழ்த்துக் கட்டிலை நகர்த்தினால் பாட்டி வெளியே வரலாம். அதுவரைக்கும் உள்ளேயே கிடக்க வேண்டியதுதான். குப்பனிடம் சொல்லித் தினமும் பாட்டி கொட்டாயில் வந்து படுத்துக்கொள்ளவும் ஏற்பாடு செய்தான். குப்பனால் மறுக்க முடியவில்லை. ஏதாவது வேலை என்றால் குப்பன் முன்கூட்டியே சொல்லிவிட்டால், தான் வந்து படுத்துக் கொள்வதாகச் சொல்லியிருந்தான்.

இரவுச் சாப்பாடு முடிந்ததும் முன்னிரவில் குப்பன், பாட்டி கொட்டாய்க்கு வந்துவிடுவார். அவளுக்கு என்று சில பாத்திரங்களை ஒதுக்கியிருந்தார்கள். குப்பன், ஆள்காரப் பையன் என்று எல்லோரும் தொடுவதால், அவை பாட்டிக்கே ஆகிவிட்டன. சோறு போட்டுப் பாட்டிக்குக் கொடுப்பார் குப்பன். அப்புறம் திண்ணையில் சாக்கை விரித்துப் படுத்துக்கொள்வார்.

நன்றாக அசந்து தூங்கிக்கொண்டிருந்தபோது உள்ளே பானைகள் உருளும் சத்தம் போலக் கேட்டது. அப்புறம் ஓலைகள் நசுங்கும் ஒலியும் வந்தது. குப்பன் எத்தனையோ இரவுகளில் காடுமேடுகளில் திரிந்தவர். சந்தைகளுக்கெல்லாம் மாடு கொண்டு போனால் நள்ளிரவில் திரும்புவார். பூச்சி பொட்டுக்காகக் கையில் ஒரு தடியை வைத்திருப்பார். ஆளற்ற தடங்களில் தைரியமாக நடந்தவர். ஆனாலும் பாட்டி வீட்டுக்குள்ளிருந்து சத்தம் வந்தபோது கொஞ்சம் பயந்துபோனார். பாட்டியை முள்ளுக்குள் கொண்டுபோய் மாட்டிவிட்டது ஏதோ பேயின் வேலை என்று பேச்சு நிலவியதால் பயத்தைத் தவிர்க்க முடிய வில்லை.

'சாமீ... சாமீ . . .' என்று கூப்பிட்டுப் பார்த்தார். அப்போது சத்தமில்லை. அவர் படுத்துக்கொண்டதும் மறுபடி சத்தம் வந்தது. மனத்தில் தைரியத்தைக் கூட்டிக்கொண்டு கயிறவிழ்த்துக் கட்டிலைத் திறந்து உள்ளே போனார். பொலுக் பொலுக்கென்று எரிந்துகொண்டிருந்த லாந்தரைத் தூண்டி வெளிச்சம் கூட்டினார். கதவை லேசாகத் தள்ளிச் 'சாமீ . . .' என்றார். 'ஆரது' என்று அதட்டும் குரலில் பாட்டி கேட்டாள். 'என்ன பண்றீங்க' என்று கேட்டபடி விளக்கைத் தூக்கிப் பிடித்துத் தேடினார். ஒரு மூலையில் பாட்டி நின்றாள். அவள் கை முழுக்க ஓலை நறுக்குகள். பாத்திரங்கள் உருண்டு கிடந்தன. மொடா ஒன்று சாய்ந்திருந்தது. 'என்ன வேணும் சாமீ' என்றார்.

பாட்டி எதுவும் நடக்காதது போலக் கட்டிலுக்கு வந்து உட்கார்ந்தாள். 'மாரிமுத்து, பணம் செருவி வெச்சிருந்தன். அதத்தான் எடுத்தன். உனக்குக் குடுக்கலாமின்னு' என்றாள். குப்பனுக்கு யோசனை தோன்றியது. 'ஆயா நீ படுத்துக்கோ. நான் தேடி எடுத்தர்றன்' என்றார். பாட்டி பேசாமல் படுத்துக் கொண்டாள். உருண்டிருந்த பாத்திரங்களை எல்லாம் ஒரு பக்கமாக எடுத்து வைத்தார். மொடாவை நிமிர்த்தினார். அந்தக் காலத்து மொடா. நல்ல வெண்கலப் பானை போல இருந்தது. லாந்தரைத் தூக்கிப் பிடித்து ஓலைகளுக்குள் விரல் நுழைத்துத் தேடினார்.

மடித்துச் செருகப்பட்ட ரூபாய்த் தாள்கள், மழைக் காகிதப் பைக்குள் போட்டு வைத்த காசுகளும் ரூபாய்களும் என அங்கங்கே அவர் கைகளுக்குத் தட்டுப்பட்டன. ஆவலோடு வெகுநேரம் தேடி எடுத்தார். எலி நுழைய முடியாத சந்துகளில் எல்லாம் விரல்கள் நுழைந்தன. உடல் சோர்ந்து போன பின்தான் தேடுதலை நிறுத்தினார். எடுத்துப் போட்டிருந்த காசுகளும் தாள்களும் தரையில் கிடந்தன. பாட்டி அயர்ந்து தூங்கிக்கொண்டிருந்தாள். எல்லாவற்றையும் தன் தலைத்துண்டில் சேர்த்தெடுத்து வெளியே கொண்டு வந்தார்.

பழசாகி வெளுத்த மாதிரியான ரூபாய் நோட்டுகளும் சில்லறைகளும் விளக்கு வெளிச்சத்தில் பயமூட்டின. தண்ணீர் குடித்துத் தன்னை ஆசுவாசமாக்கிக் கொண்டு கதவைச் சாத்தி வெளியே சங்கிலியை மாட்டிவிட்டுப் பணத்தை எண்ண ஆரம்பித்தார். பல மடிப்புகள் கொண்ட தாள்கள் பிரிபட மறுத்தன. வெற்றிலையை நீவுவது போலத் தடவிக் கொடுத்துச் சேர்த்தார். எல்லாம் சேர்ந்து ஆயிரத்தைந்நூறு சொச்சம் வந்தன.

துண்டில் முடிந்து தலைமாட்டில் வைத்துப் படுத்தார். தூக்கம் வரவில்லை. விடிந்ததும் நேரே போய் மாரிமுத்துவிடம் கொடுத்து இதுதான் நடந்தது என்று சொல்லிவிடலாம் எனத் தோன்றியது. 'இவ்வளவுதானா இருக்கும்? குப்பன் எவ்வளவு எடுத்தானோ' என்று நினைக்கலாம். அவரிடம் எதுவும் சொல்லாமல் விட்டால் இந்தப் பணத்தில் பையன் கல்யாணத்தைச் சந்தோசமாக நடத்தலாம். திருட்டுப் பணம் என்று மனத்தில் ஒரு குறுகுறுப்பு ஓடிக்கொண்டிருக்குமே என்ன செய்வது? பாட்டிக்கு நல்ல நினைவு ஏற்பட்டுக் குப்பன்தான் பணம் எடுத்தான் என்று சொல்லிவிட்டால்? இனி நல்ல நினைவு எங்கே வரப்போகிறது? பணமென்று ஓலை நறுக்குகளைக் கிள்ளிக் கைநிறைய வைத்திருக்கும் பாட்டி, இனித் தேறிப்

பழையபடி பேசுவதாவது? குப்பனின் மனத்தில் ஏராளமாய் யோசனைகள் கூடிக்கொண்டேயிருந்தன.

இந்தக் குடும்பத்திற்கு உழைத்த உழைப்பு கொஞ்சமா. அவருக்குக் காலும் கையும் துறுதுறுக்க ஆரம்பித்த ஆறேழு வயதிலிருந்து இந்தக் குடும்பத்தில்தான் கிடக்கிறார். மேய்த்துக் கொடுத்த ஆடுகள் ஆயிரக்கணக்கில் இருக்கும். அறுவடை செய்து தந்த தானிய மூட்டைகள் ஆயிரத்தைத் தொடும். உழவு, களை, போரடித்தல் என்று எப்போதும் வேலைகள். இதற்கெல்லாம் போதுமான கூலியைப் பண்ணயக்காரர் கொடுத்திருக்கிறாரா?

இந்தப் பாட்டியே பேசியது போக ஒருபடி தானியத்தை அதிகமாக அளந்து போட்டதில்லை. 'காட்டுல இருந்து காய் கசம்புன்னு எத்தன கொண்டோயி இருப்ப. அதுக்கெல்லாம் கணக்கா பாத்திருக்கறம். இன்னம் கேக்கறயே' என்று வார்த்தை தடிக்கும். சாப்பாட்டுக்கு இல்லாமல் கிடக்கிற குடும்பமா. இது ஆற்றில் ஊற்றின தண்ணீர். ஒருவாறு மனம் தேறினார். முதற்கோழி கூப்பிடுகிற நேரத்திலேயே எழுந்து வழக்கமான வழியை விட்டுக் குறுக்குவழியில் வீட்டுக்குப் போய்ச் சேர்ந்தார். பணம் பற்றி யாரிடமும் மூச்சு விடவில்லை.

அடுத்த ஒன்றிரண்டு நாட்கள் மனம் சஞ்சலம் கொண்டிருந்தது. தூக்கம் என்பதே இல்லை. கண்டுபிடித்து மாரிமுத்து கேட்டால், 'இதா சாமி. . . இதுதான் நா எடுத்தன். என்னமோ பையங் கலியாணத்த நல்லா நடத்தற ஆச. நீங்கதான் மாப்புக் கொடுக்கோனும்' என்று அவர் காலில் விழுந்துவிடலாம் எனத் தைரியம் வந்துவிட்டது. எப்பவும்போல இயல்பாக இருந்தார்.

தங்கச்சி வீட்டு மாடு ஒன்றைச் சனிச் சந்தையில் விற்கக் கொண்டுபோகும் வேலை வந்தது. வண்டியில் ஏற்றிக்கொண்டு போனால் நூற்றைம்பது ரூபாய் கேட்பான். நடந்து ஓட்டிப் போனால் பணம் மிச்சம். ராத்திரி சாப்பிட்டு முடித்து மாட்டுக் கயிற்றைப் பிடித்தால் நடுச்சாமத்தில் சந்தைக்குப் போய்விடலாம். அன்றைக்கு மாரிமுத்துவிடம் சொன்னார். மாரிமுத்து பாட்டி கொட்டாயில் படுத்துக்கொள்ள வந்த ராத்திரியிலும் பழையபடி நடந்தது.

பட்டாசாளையில் கட்டில் போட்டுப் படுத்திருந்தான் மாரிமுத்து. ஓலையிலிருந்து சத்தம் வந்தபோது ஏதோ எலிதான் ஓலையை நொறுக்குகிறது என்று நினைத்தான். ஒன்றிரண்டு எலிகள் ஓடிய மாதிரியும் தெரிந்தது. தூக்கத்தைக் கெடுக்கிற வகையில் அந்த ஒலி தொடர்ந்ததும் சந்தேகம் தட்டிக் கதவைத் திறந்து பார்த்தான். 'பணம்டா. . . பணம்' என்று பாட்டி

சிரித்தாள். கையிலிருந்த ஓலை நறுக்குகள் சிதறின. அவளைப் பிடித்துப் படுக்க வைத்தான். உள் முழுக்கக் கலைந்து இறைந்து கிடந்தன.

மறுநாள் காலையில் அப்பனையும் அழைத்துக்கொண்டு கொட்டாயிக்கு வந்தான். உள்ளேயிருந்த மொடாக்களை எல்லாம் வெளியே கொண்டுவந்து தேடினார்கள். பழஞ்சீலைகளும் இன்னமும் ஒருமுறைகூடக் கட்டாத புதுச்சேலைகளும் சுருட்டிக் கிடந்தன. அவற்றை உதறிப் பிரித்தபோது ரூபாய்த் தாள்கள் உதிர்ந்தன. ஓலைகளிலும் தேடினார்கள். ஒன்றிரண்டு இடங்களில் இருந்து மடிந்த ரூபாய்கள் கிடைத்தன. எல்லாவற்றையும் மாரிமுத்து சேர்த்துத் துணியில் கட்டிக்கொண்டான். உடம்பு ஓயச் சம்பாதித்த இந்த ரூபாய்கள் இப்படியா சீப்பட வேண்டும் என்று எரிச்சலாக இருந்தது. எத்தனை நோட்டுகளை எலி கடித்துக் குதறியதோ. பஸ்ஸேறினால் இரண்டு ரூபாய் செலவாகும் என்று சந்தைக்கு நடந்தே போய் வருவாள். என்ன பிரயோஜனம்?

வீடு முழுக்கவும் காலி செய்தான். ஆள்காரப் பையனை வரச்சொல்லித் தண்ணீர் ஊற்றிக் கழுவிவிட்டான். பாட்டி கொட்டாயிலிருந்து நான்கு காடுகள் தள்ளியிருந்த திடமங் காட்டார் வீட்டில் கேட்டு, அங்கிருந்து ஒயர் இழுத்துப் பாட்டி கொட்டாய்க்கு இரண்டு மின்விளக்குகள் போட்டான். உள்ளே ஒன்று. கொட்டாய்க்கு வெளி வாசலிலும் பட்டா சாளைக்குள்ளும் அடிக்கிற மாதிரி ஒன்று.

●

33

பாட்டியைப் பார்க்க எதிர்பார்ப்பும் சந்தோசமுமாய் வந்த நாட்கள் கனவில் போலாயின. அவனுக்கு அன்று வேறொரு எதிர்பார்ப்பு இருந்தது. பாட்டிக்கு சோறு கொடுக்கவில்லை. போட்டுக் கொடுத்தால் தவிர அவள் சாப்பிடுவதில்லை. அவள் உலகமே வேறெங்கோ மாறிவிட்டது. வாசலில் கட்டில் போட்டுப் படுத்தான். விளக்கு வெளிச்சம் வாசலில் வெகுதூரம் விழுந்தது. பூச்சிகள் விளக்கை மொய்த்தபடியிருந்தன.

உள்ளிருந்து பாட்டி, 'தங்கா... தங்கோய்' என்று குரலெடுத்து அழைத்துக்கொண்டிருந்தாள். கட்டி வைத்திருந்த கட்டில் சட்டத்தைப் பிடித்துக் கொண்டு நெற்றியில் கைவைத்துத் 'தங்கோய் தங்கோய்' என்று பலமுறை கூப்பிட்டாள். அது அவள் புருசனைக் கூப்பிடுகிற முறை. மகள் பெயரைச் சொல்லித்தான் கூப்பிடுவது. 'பேசாத படாயா. எல்லாரும் வருவாங்க போ' என்றான் மாரிமுத்து. என்னவோ முனகிக்கொண்டே உள்ளே போனாள். பாட்டியின் உடம்புகூட ரொம்பவும் இளைத்துப்போயிருந்தது. புடவையை முழுதாகக் கட்டுவதேயில்லை. இடுப்பில் இருப்பதோடு சரி. மேலே எதையாவது போட்டுவிட்டாலும் தூக்கி எறிந்து விடுகிறாள்.

மாரிமுத்து ராமனை எதிர்பார்த்திருந்தான். அவனைச் சந்தித்து ரொம்ப வருசமாகிவிட்டது. சின்ன வயதில் பல வருசம் தொடர்ந்து அவன் மாரிமுத்து வீட்டுப் பண்ணயத்தில் இருந்தான். அப்போது இருவரும் ஒருநாள் பார்க்காமல் இருக்க

மாட்டார்கள். ராமனுக்குப் பதினேழு பதினெட்டு வயதிலேயே கலியாணமானது. அவன் மாமனார் வீட்டோடு போயிருந்தான். அங்கே அவனுக்குக்கென்று தனிவீடு கொடுத்தார்கள். கொஞ்சம் பணப்பசை உள்ள இடம். அதனால் அங்கே போயிருக்க அவனுக்கொன்றும் தயக்கமில்லை.

அதன்பின் எப்போதாவது ஊருக்கு வருவான். எதேச்சையாக எதிர்ப்பட்டால், ஒதுங்கி நின்று இருவரும் அரைமணி நேரமாவது பாடுபழமை பேசுவார்கள். அவனை நேற்று, டவுனில் மீனாள் தியேட்டரில் சந்தித்தான். சாப்பிட்டபின் உடனே தூக்கம் வருவதுபோல் தெரியவில்லை. தொலைக்காட்சியை அம்மா பிடித்துக்கொண்டிருந்தாள். யோசித்தவன் திடுமென இரண்டாவது ஆட்டத்திற்கு கிளம்பிவிட்டான்.

டவுனுக்குப் போனபோது போஸ்டர் பார்த்திருந்தான். வெகு நாளைக்கப்புறம் நாடோடி மன்னன் படம் வந்திருந்தது. கூத்துப் பார்க்கிற மாதிரி இருந்தாலும் சுவாரஸ்யம் குறையாது. நேரம் போகும். அதனால் அதையே தேர்ந்தெடுத்தான். தியேட்டருக்குப் போனால் ஏராளம் கூட்டம். டிக்கெட் வாங்க முடியாது போலிருந்தது. என்ன செய்வதென்று விழித்தபடி நின்றான்.

'யோவ்... நீ எங்கய்யா இங்க' என்று கூவிக்கொண்டு அருகில் வந்தான் ராமன். கூட்டம் பார்த்து அவன் பயப்படவில்லை. 'சோபா டிக்கெட்டுக்கு அவ்வளவு கூட்டம் இருக்காதுய்யா. நீ இங்கயே இரு. நான் வாங்கியாரன்' என்று அவன் ஓடினான். 'இந்தாடா காசு' என்று கூப்பிட்டான். 'எங்கிட்ட இருககுதுய்யா' என்றவன் ஓடிப்போனான். முந்தி இருந்ததைவிட ஆள் கொஞ்சம் பருத்திருந்தான். முகத்தில் பெரிய மனுசக் களை கூடியிருந்தது. குள்ளத் தாரா மாதிரியான உயரம் மட்டும் அப்படியே இருந்தது.

அவனுக்கும் ராமனுக்கும் கிட்டத்தட்ட ஒரே வயதுதான். என்ன, ஆறுமாதம் முன்னப்பின்ன இருக்கலாம். வாழ்வின் நடுப்பகுதியை அதற்கே உரிய இயல்புகளோடு எளிமையாக வந்தடைந்திருக்கிறான். நினைக்கப் பெருமூச்சு வந்தது. எப்படியோ டிக்கெட் வாங்கி வந்துவிட்டான். பணத்தைக் கொடுத்தால் வாங்க மறுத்தான்.

'இப்ப எங்கிட்டப் பணம் இருக்குதய்யா. பண்ணயத்துல கோமணாண்டியாக் கெடந்த ராமன நெனச்சுக்கிட்டு இருக்கறயா. எத்தனையோ தரம் நீ எனக்குச் செலவு பண்ணீருக்கற. உனக்கு இன்னக்கி நான் பண்ணறனே. எங் காசுல டிக்கெட் வாங்குனாப் படம் பாக்க மாட்டயா.'

இப்படிப் பேசுபவனிடம் என்ன செய்வது? பேசாமல் பணத்தைச் சட்டைப்பையில் வைத்துக்கொண்டான். இரண்டு பேரும் சின்னப்பையன்களாக இருந்தபோது இதே மாதிரி நாடோடி மன்னன் பார்க்க வந்ததை நினைத்துச் சிரித்தார்கள்.

'அதுக்கப்பறம் இந்தப் படத்த இப்பத்தான் பாக்கறன்' என்றான் மாரிமுத்து.

'நானும் இப்பத்தாய்யா பாக்கறன். இரவது இரவத்தஞ்சு வருசம் இருக்குந்தான' என்று கணக்குப் போட்டான் ராமன். இருவரும் பழைய நினைவுகளில் மூழ்கினார்கள். ராமன், மாமனார் வீட்டிலிருந்தது போதும்; இனிமேல் இங்கேயே வந்து சொந்த ஊரில் வசிக்கலாம் என்று முடிவு செய்திருப்பதைச் சொன்னான். அவன் பேருக்குத் தொகுப்பு வீடு ஒன்று கட்டிக் கொடுத்திருந்தார்கள்.

'கொழந்தைங்க எத்தனைடா' என்றான் மாரிமுத்து.

'அதையேன் கேக்கறய்யா. மொதல்ல ரண்டு பசங்க. ரண்டும் பையனாப் போயிருச்சே. நாளைக்குத் தலமாட்டுல உக்கோந்து அழுவ ஒரு பிள்ள இல்லயேன்னு எம்பொண்டாட்டி அழுவாத நாளில்ல. வயசா போயிருச்சு. இன்னொன்னு பெத்துக்கிட்டாப் போச்சுனு சமாதானம் சொன்னன்' என்று சிரித்தான் ராமன்.

'டேய். . . இருந்தாலும் உங்களுக்குக் கொழுப்புத்தாண்டா' என்றான் அவன் மேல் பொறாமையோடு மாரிமுத்து.

'செரின்னு இன்னொன்னு வெச்சிருந்தம். ஒரு வெருசத்துக்கு முன்னாலதான். அதுவும் பையனாப் பொறந்து தொலச்சிருச்சு. கழுத்த நெரிச்சுக் கொன்னிரலாமான்னு கோபமா வந்திச்சு. அப்பறம் உட்டுட்டம். என்னமோ, றக்க மொளைக்கற வெரைக்கும் காப்பாத்தி உட்டுட்டா, அப்பறம் அதும்பாட்டுக்கு ஓடிப் பொழச்சிக்குது. உங்கள மாதிரி பண்ணாடிங்க இருக்கீல எங்களுக்கு என்ன' என்றான்.

கேலியாகச் சொல்கிறானா உண்மையாகச் சொல்கிறானா என்பதை அவன் குரலில் இருந்து கண்டுபிடிக்க முடியவில்லை.

'செரி, அப்பறம் பிள்ளப் பெக்கறது என்னாச்சுடா.'

'அது நடக்குது. ஒரு பிள்ள பொறக்காத என்னூட்டுக்காரி உடமாட்டா. பசவ இருந்து எதுக்காவுது. தின்னுட்டுத் தின்னுட்டுத் திரியுதுவ. பொண்ணு இருந்தாத்தான் ஊடே லட்சணமா இருக்கும்ங்கறா. செரிதான் அவ சொல்றதும். அடுத்தது பிள்ளையாத்தான் பொறக்கும்.'

'என்னடா இது, பன்னிய மீத்திருவியாட்டம் இருக்குது.'

மாரிமுத்து அப்படி வன்மத்தோடு சொன்னாலும் ராமன் அலட்டிக்கொள்ளவில்லை.

'பன்னி குட்டி போட்டா அதுதான வளக்குது. வேற ஆருகிட்டயாச்சும் குடுத்திட்டு ஓடிருதா. அதுஞ் சமுத்துக்குத் தக்கன குடுத்துக் காப்பாத்திரும்யா.'

ராமனின் நியாயம் மாரிமுத்துவைப் பேசவிடவில்லை. ரிக் வண்டிக்குப் போர்மேனாகப் போனதைச் சொன்னான். கொஞ்சநாள் தறி ஓட்டினானாம். விவசாய வேலை என்றால் குத்தகைக்குப் பேசிச் செய்வார்களாம்.

'இங்க என்னடா செய்யப் போற' என்று விசாரித்தான் மாரிமுத்து.

'இங்கயும் அதே மாதிரிதான் எதும் செய்யோணும். ஊர்ல இருந்து பசவ பெயிண்ட் அடிக்கப் போறானுவ. அவுங்ககூடப் போலாம். இல்லீனா இருக்குது. ரிக் வண்டி. ஆளு வந்தாப் போதும்னு கூப்படறாங்களே.'

'இல்லினா எங்க காட்டுப் பண்ணயத்துக்குத்தான் வந்தரேண்டா. ஆளிருந்தா இன்னம் முசுவா வெள்ளாம பண்ணலாம். செம்மண்காடு வேற இப்பக் கைக்கு வரப்போவுது.'

எப்படியாவது ஆள் பிடித்துவிடலாம் என்று தூண்டில் போட்டான் மாரிமுத்து. ராமன் சிரித்தான்.

'பண்ணயத்து வேலயெல்லாம் இப்ப எவனய்யா பாப்பான்? அந்தக் காலம் மசக்காலம். பண்ணயமே கதின்னு கெடந்தம். இப்ப வேலயா இல்ல. அத உடுய்யா. . .' என்று ஒரே வார்த்தையில் தள்ளிவிட்டான் ராமன். அப்புறம், மாரிமுத்துவை அவன் விசாரிக்க ஆரம்பித்தான்.

'ஏய்யா. . . இன்னம் உனக்குக் கலியாணம் ஆவுலீன்னு சொன்னாங்க. என்னய்யா ஆச்சு?'

'அதாண்டா எதும் செரியா அமைய மாட்டீங்குது. அததுக்கு நேரங்காலம் கூடி வரோனுமில்ல.'

'செரி. அப்பறம் என்னதான் செய்யற?'

'என்னடா செய்யறது?'

'அப்பப் பள்ளிக்கொடம் போயிக்கிட்டுப் பொடுவாட்டம் இருப்பியே, அப்பிடியே இப்பவும் இருக்கறய்யா. தம்பி துடிப்பான்ல.

அவனுக்கு என்ன செய்யறீன்னு கேட்டன். எதாச்சும் தொடுப்பு கீது வெச்சிருக்கறயா?'

'நிய்யொருத்தன். தொடுப்பு அது இதுன்னு கடுப்பேத்தாதீடா. அப்பிடி இருந்தா அப்பறம் எவன் பொண்ணுக் குடுப்பான்.'

'இப்ப மட்டும் குடுத்துட்டாங்களா? காசு பணம் காடெல் லாம் வெச்சிக்கிட்டு ராத்திரியானாக் கைல புடிச்சுக்கிட்டுப் படுத்திருக்கறயே. இதுதான்யா உங்க புத்தி. இன்னைக்குச் சொல்லு, வேணுமா உனக்கு?'

'போடா' என்று முகம் திருப்பிக்கொண்டான் மாரிமுத்து.

'என்னய்யா இந்த வயசிலகூட உனக்கு வெக்கம் போவலியா. செரி, நான் பேசல.'

படம் முடிகிறவரை வேறு விசயங்களைப் பேசவில்லை. மாரிமுத்துவிடம் இத்தனை வெளிப்படையாக, நேரடியாகப் பேசியவர் யாருமில்லை. பண்ணயத்தில் இருந்த காலத்தில் எதையும் துடுக்காகப் பேசுகிற மாதிரியே இப்பவும் ஒளிவு மறைவில்லை. அவனோடு சேர்ந்து அந்தப் படத்தைப் பார்த்த போது மாரிமுத்துவுக்குப் பானுமதியை மிகவும் பிடித்திருந்தது. அலட்டல் எதுவும் இல்லாமல் முகம் எத்தனை விதமான பாவங்களில் மாறுகிறது. படத்தின் கடைசிப்பகுதி அவ்வளவாகப் பிடிக்கவில்லை. படம் முடிந்ததும் ராமனையும் தன் வண்டியில் ஏறச் சொல்லிக் கூட்டி வந்தான்.

'நா வல்லீனா எப்பிடிடா ஊருக்கு வருவ? இந்நேரத்துல பஸ்ஸேது?'

'அப்பிடியே நடந்தாத் தொலையாதா இந்தத் தூரம். அந்தக் காலத்துல நாம ரண்டு பேரும் நடந்து வந்து பாத்துட்டு நடந்துதான போனம். நீ இப்ப ஆளு மாறிட்ட. அப்பத்த ராமன் எங்கிட்ட இன்னம் இருக்கறானய்யா.'

பேசிக்கொண்டே வந்தவன், 'அப்பல்லாம் கள்ளுக் குடிப்பியே. இப்பவும் நடக்குதா' என்றான். 'அதெல்லாம் உட்டு வருசக் கணக்காயிருச்சுடா' என்று ஏக்கத்தோடு சொன்னான் மாரிமுத்து.

'அப்ப நாளைக்கு வெச்சுக்கலாமாய்யா.'

'என்னடா இப்பிடித் திடுதிப்புன்னு கேக்ற?'

'இதுக்கெல்லாம் நாளு நட்சத்திரம் பாத்தா வெப்பாங்க. உங்கிட்டச் சிலது பேசோனுமய்யா. என்னாலதான் உனக்கு நல்லது நடக்குமின்னு தோணுது. சும்மா பேசுனா நீ மூஞ்சியத்

திருப்பிக்குவ. எனக்கும் சங்கடமாப் போவுது. ரண்டு ரவுண்டு உள்ள போச்சுனா சகஜமாப் பேசலாம்.'

'பழக்கம் உட்டுப்போயி நாளாயிருச்சுடா. அப்பறம் ஆருக்காச்சும் தெரிஞ்சிதுன்னா வம்பாப் போயிரும்டா.'

'அதெல்லாம் பயப்படாத. டவுன்லருந்து நான் வாங்கியாந் தர்றன். நீ செரீன்னு சொல்லு.'

சரி என்று தலையாட்டினான் மாரிமுத்து. அப்புறம்தான் மறுநாள் இரவில் வைத்துக்கொள்வது என்று முடிவானது. பாட்டி கொட்டாயில் குப்பனைப் படுக்க வேண்டாம் என்று சொல்லி மாரிமுத்துவே வந்தான். கொட்டாயிலிருந்து நூறு அடி தூரத்தில் வட்டப்பாறை ஒன்றிருந்தது. அங்கே உட்கார்ந்துகொள்ளலாம். நெடுந்தூரம்வரை ஆளரவம் கிடையாது. முன்னிரவு தாண்டினால் அப்புறம் விழித்துக் கிடப்பவர்கள் இல்லை. பாட்டிலோடும் கோழிக்கறியோடும் வந்துவிடுவதாகச் சொல்லியிருந்தான் ராமன்.

'கோழிக்கறின்னு சொல்லீட்டுப் பெரியாட்டுக் கறியோட வந்தராத ஆமா.'

'பெரியாட்டுக் கறிதான் தின்னு பாருய்யா. அதும் ருசிக்குக் கோழியெல்லாம் கிட்ட வருமா?'

'வேண்டாம்டா சாமி. ஆள உடு.'

'பிய்யத் திங்கற கோழிக்கறி ருசி. பில்லத் திங்கற மாட்டுக்கறி மோசமாய்யா? எப்பத்தான் திருந்துவீங்களோ.'

எப்போதும் ஏடாகூடமாக இப்படிப் பேசுவான் ராமன். அவனுக்குப் பதிலேதும் பேசாமல் குறுஞ்சிரிப்போடு தேவையான பணத்தைக் கொடுத்தான் மாரிமுத்து. கோழிக்கறி எடுத்து ராமன் வீட்டிலேயே சமைத்துக்கொண்டு வந்துவிடுவதாக ஏற்பாடு.

●

34

ராமனை நம்பிப் பாட்டியையும் பட்டினி போட்டிருக்கிறோமே என்று கவலைப்பட்டுக் கொண்டே படுத்திருந்தான் மாரிமுத்து. வளர்பிறை நிலவு நடுவானில் மெல்ல ஊர்ந்தது. மஞ்சள் ஒளியின் தகதகப்பு காடெங்கும் கொட்டிக் கிடந்தது. தினமும் இரவுச் சாப்பாட்டை விரைவில் முடித்துக்கொண்டு படுத்துப் பழக்கமானதால் இப்போதும் கண்கள் சுழன்றன. சீக்கிரம் படுத்தாலும் தூக்கம் வராமல் புரண்டுகொண்டே கிடப்பான். ஆனால் இன்று பசி மயக்கமும் நிலவொளி கிளப்பும் மதமதப்பும் சேர்ந்து கிறக்கின.

இப்படி வாசலில் அனாந்தரமாய்ப் படுத்துக் கிடந்ததில்லை. யருமே இல்லாத ஒருலகத்தில் தான் மட்டும் மிதந்து திரிவதாகத் தோன்றியது. மரங்கள் அங்கங்கே நிழல் உருவங்களாய் அசையாமல் நின்றன. விதைப்பு விழுந்த காடுகளில் பயிர்கள் நிறைந்து வித்தியாசமே தெரியாமல் இருளை நட்டு வைத்ததுபோல் தெரிந்தன. எங்கோ வெகுதொலைவில் ஒற்றை நாரையின் குரல் விட்டு விட்டுக் கேட்டது. அப்படியே கண்ணயர்ந்தான்.

'என்னய்யா அதுக்குள்ள தூங்கிட்டயா' என்ற குரல் கேட்டுச் சட்டென விழித்தான். கையில் பெரிய ஓயர்பை ஒன்றுடன் ராமன் நின்றான். 'ரொம்ப நேரம் ஆயிருச்சா.' லேசான வெட்கத்தோடு எழுந்தான். ஒருபோதும் இப்படி ஆனந்தமான தூக்கம் வந்ததில்லை. இனிமேல் இரவு முழுக்க விழித்திருந்தாலும் சோர்வு தட்டாது.

‘பாறைக்குப் போயரலாமா’ என்று நடந்தான் ராமன்.

‘இருடா. ஆயாவுக்குக் கொஞ்சம் குடுத்துட்டுப் போலாம்’ என்று நிறுத்தினான்.

‘ஆமாய்யா. மறந்துட்டன். அந்தக் காலத்துல பாட்டிக்கு உங்களுக்கெல்லாம் தெரியாத எத்தனையோ நாளு நாந்தான் கள்ளும் சாராயமும் கொண்டாந்து குடுத்திருக்கறன்.’

சொல்லிக்கொண்டே பைக்குள்ளிருந்து பாட்டிலை எடுத்தான். உள்ளிருந்து கொண்டுவந்த டம்ளரில் ஊற்றித் தண்ணீரைக் கலந்தான் மாரிமுத்து. பாட்டியின் வட்டிலில் இரண்டு புரோட்டாக்களை வைத்துக் கோழிக்கறிக் குழம்பையும் ஊற்றினான்.

‘ராமா. . . நீயே ஆயாளுக்குக் குடு. ஆரையும் அடையாளந் தெரியாது. இருந்தாலும் என்னயக் கண்டுக்கிட்டா எதுனா நெனைக்கும். வேண்டாம்னு சொன்னாலும் சொல்லீரும்.’

‘நானாய்யா? வேண்டாம். பாட்டிய ரொம்ப நாளைக்கப்பறம் பாக்கறன். என்னயத் தெரிஞ்சிக்கிச்சினா இவங்க கையால குடிக்கறமின்னு கஷ்டப்படும்யா. இதெல்லாம் அந்தக் காலத்துக் கட்ட. இப்ப ரிக் வண்டில போறன். அங்க சமையலுக்குப் பாத்தா எல்லாருந்தான் வர்றான். எல்லாப் பண்ணாடியும் சப்புக் கொட்டிக்கிட்டுத் திங்கறாங்க. அதுவேற இதுவேறய்யா.’

ராமனுக்குச் சங்கடமாக இருந்தது. அவன் பண்ணயத்தில் இருந்தபோது நடந்த விஷயம். ஒரு ஈய டம்ளர். பாட்டி அதில்தான் கள் ஊற்றிக் குடிப்பாள். கால் படிக்குமேல் பிடிக்கும் டம்ளர். பாட்டி குடித்து முடித்ததும் ராமனைப் பார்த்துச் சொன்னாள். ‘இதென்னடா இன்னைக்கு எச்சா வாங்கிட்டு வந்துட்ட. இவ்வளவ நானென்ன பண்ற? நிய்யும் ரண்டு கெளாஸ் குடிச்சிக்க.’ நுரைத்துப் பொரிந்த கள் அவனை ஈர்த்திருந்தது.

அவள் குடித்திருந்த டம்ளரைச் சட்டென்று எடுத்துப் புரடையிலிருந்த கள்ளை ஊற்றினான். அவன் குடித்துத் தீரும்வரை எதுவும் பேசவில்லை. புரடையைக் கொடுக்க அவன் கிளம்பும்போது ‘டேய் இந்தக் கெளாஸையும் எடுத்துக்க. தண்ணி கிண்ணி குடிக்க வெச்சுக்க’ என்று சொல்லிவிட்டாள்.

நல்லவேளை, கண்டபடி கத்தித் திட்டி அடிக்க வராமல் விட்டாளே என மனத்துக்குள் நினைத்துக்கொண்டான். அந்த டம்ளரும் அவனுக்கு நன்றாகவே பயன்பட்டது. பனையடியில் கள் குடிக்கப்போனால், ‘கோட்ட ஒன்னு கட்டிக்கிட்டு வாடா’ என்று முனியன் முடுக்குவார். ஒவ்வொரு முறையும் புதுக் கோட்டையோடு வர வேண்டும். டம்ளர் கைக்கு வந்ததும் அந்த

வேலையில்லை. இப்பவும் அது மாதிரி ஏதாவது செய்துவிட்டால் என்ன செய்வது? அந்தக் காலம் மாதிரி அறியாப் பையனல்ல. அவமானப்பட வேண்டியிருக்கும்.

'பாட்டிக்கு நெனப்பெல்லாம் இங்கில்லடா. அதனால பயப்படாத போ' என்று மாரிமுத்து விரட்டினான்.

உள்ளே கட்டிலில் குருவிக்குஞ்சைப் போல ஒடுங்கிக் கிடந்தாள் பாட்டி. துணிகள் எல்லாம் ஒருபக்கம் சுருண்டு கிடந்தன. உள்ளறைக்குள் மின்விளக்கு குறைவான வெளிச்சத்தில் எரிந்தது. எப்படிக் கூப்பிடுவதென யோசித்தான். அதற்குள் பாட்டியே எழுந்து நாலாப்புறமும் சுற்றிப் பார்த்துவிட்டுத் 'தங்கா தங்கோய்' என்று கூப்பிட்டாள். 'இந்தாங்க' என்று அவள் கையைப் பிடித்து டம்ளரை வைத்தான் ராமன்.

'வந்திட்டியா. எவ்வளவு நேரமாக் கூப்படறன். பேசுனா என்ன, வாய்முத்து உதுந்து போயிருமா.'

ராமனுக்குப் புரியவில்லை. 'இப்பத்தான் வந்தன்' என்றான். டம்ளரை வாங்கிக் கடகடவெனக் குடித்தாள். செருமலோடு தொண்டையைச் சரிசெய்து கொண்டாள்.

'என்ன வாங்கியாந்திருக்கற? அவ தூமைய நக்கீட்டு மல்லப் புடிச்சாந்திருக்கறயா.'

மாரிமுத்து பின்னாலிருந்து அடக்கமாட்டாமல் சிரித்தான். பாட்டி கையில் சாப்பாட்டுத் தட்டத்தை வைத்ததும் சப்புக் கொட்டியபடி சாப்பிடத் தொடங்கினாள்.

'ராமா. . . அதொன்னுமில்ல, எங்க தாத்தாகிட்டப் பேசறதா நெனச்சு உங்கிட்டப் பேசுது ஆயா.'

'ஆமாய்யா. நல்லாப் பேச்சுக் கேக்கறதுக்குத்தான் என்னய முன்னால உட்டயா. உம்புத்தி போவுது பாரு.'

'ஒவ்வொரு சமயத்துல ஒவ்வொரு மாதிரி பேசும். எப்ப என்ன பேசும்னு சொல்ல முடியாதுடா.'

கோழிக்கறி தின்று நாளானதாலோ என்னவோ பாட்டி வேகமாகச் சாப்பிட்டாள். ராமன் பெண்டாட்டி நல்ல ருசியாக வைத்திருப்பாள் போல.

'பாட்டிக்கு இன்னொரு கௌாஸ் ஊத்திக் குடு. கோழிக்கறிய இன்னங் கொஞ்சம் போடுறா. கறி நெறையா இருக்குதில்ல.'

'உன்னாட்டம் கஞ்சப் பிசினாறின்னு என்னய நெனச்சியா. உங்காசு பத்துலீன்னாலும் கைல இருந்து போடுவன்யா. ரண்டு கிலோ எடுத்தன். ஊட்டுல அவங்களுக்கு வெச்சுக்கச் சொல்லீட்டு ஒரு கிலோவுக்கு மேல இங்கதான் கெண்டாந்தன்.'

'அட ராமா... உன்னத் தப்பே சொல்லலீடா. இருக்குதான்னு தான் கேட்டன்.'

பாட்டிக்கு மீண்டும் ஒரு டம்ளரும் கறியும் கொடுத்தார்கள். பாட்டி குடிப்பது ஊரில் எல்லோருக்கும் தெரியும். ஆனால் பாட்டி அதைக் காட்டிக்கொள்ளமாட்டாள். தாத்தா இருந்தபோது அவர் குடித்துவிட்டுப் பாட்டிக்கும் வாங்கி வந்துவிடுவார். தாத்தா போனதுக்கப்புறம், தேரையன் பொண்டாட்டி வாரம் ஒரு பாட்டில் சாராயம் கொண்டு வந்து தருவாள். சேலை மடிக்குள் வாழைப்பழம் போலப் பாட்டிலைச் சுருட்டி எடுத்து வருவாள்.

ஒரேமுறையில் குடிப்பதில்லை பாட்டி. குடிக்கத் தோன்றும் போது, அது பகலானாலும் இரவானாலும் சரி, ஒரு டம்ளர் குடிப்பாள். நாட்டுச் சாராயம். அதுவே மேலேற்றிக் கொண்டு போய்விடும். அந்தச் சமயத்தில் அவளிடம் வாய்கொடுக்க முடியாது. வண்டை வண்டையாகப் பேசுவாள். எதிரில் யாரும் இல்லாவிட்டாலும் இருப்பதாகப் பாவித்துக்கொண்டு பேசிய படியே இருப்பாள். மனம் கலங்கிய பிறகு எல்லாம் போய்விட்டது.

'என்னய்யா. . . இன்னொரு ரவுண்டு பாட்டி தாங்குமா?'

'வேண்டாம் வேண்டாம். இதே எச்சு. வயசான காலத்துல எதுனா ஆயிருச்சுனா என்ன பண்றது?'

'என்னய்யா ஆயிருது? பொட்னு போச்சுனாத் தூக்கிப் போட வேண்டியதுதான். ஆசப்படறதச் சாப்புட்டு நிம்மதியாப் போய்ச் சேரட்டும்யா.'

பாட்டி அப்படியே தலைசாய்ந்து கட்டிலில் விழுந்தாள்.

'தெனமும் எதுனா கத்திக்கிட்டே கெடக்கும். எப்பத் தூங்குதுனே தெரியாது. கட்டல்ல படுத்திருக்குதுன்னு போய்ப் பாத்தம்னா கொட்டக் கொட்ட முழிச்சிருக்கும். இன்னைக்காச்சும் நிம்மதியாகத் தூங்கட்டும்.'

பாட்டிக்குப் புடவையை நன்றாக இழுத்துவிட்டுக் கட்டிலைச் சரிப்படுத்தினான். குளிர்காலம் வரும்முன் நல்ல போர்வை இரண்டு வாங்கி வந்து போட வேண்டுமென நினைத்தான். வெளியே வந்தபோது நிலவின் ஒளி மங்கித் தெரிந்தது. அண்ணாந்து பார்த்தான். வெண்மேகம் ஒரு திட்டாக நிலவை மூடிக் கடந்துகொண்டிருந்தது. இருவரும் வட்டப்பாறைக்குப் போனார்கள்.

நிலமட்டத்திலிருந்து ஓரடி உயரம் கொண்ட கரும்பாறை. எப்போதாவது கடலைக்கொடி போர் அந்தப் பாறையில் போடுவதுண்டு. அதில் உட்கார்ந்ததும் எங்கிருந்தோ ஒரு

சந்தோசத்தைக் காற்று கொண்டுவந்து சேர்த்தது. ராமன் பாட்டிலை எடுத்து வைத்தான்.

பிளாஸ்டிக் டம்ளர்கள், வாழை மட்டை இலைகள், தண்ணீர் பாட்டில், சோடா என்று தயாரிப்புகளோடு வந்திருந்தான். புரோட்டாப் பொட்டலம், கோழிக்கறி தேக்குசா எல்லாம் பரப்பப் பாறை தோதாயிருந்தது. ரிக் வண்டிக்காரர்களோடு சேர்ந்து குடித்து இப்படியான பழக்கம் ராமனுக்கு வந்திருக்க வேண்டும். ஊறுகாயைத் தொட்டுக்கொண்டு பனங்கோட்டையில் கள்ளை முட்டும் ராமனும் இவனும் ஒருவரல்ல. பொறுமையாகவும் நிதானத்தோடும் கலந்தான். இப்படி வாசனை கண்டு ரொம்ப வருசமாகிவிட்டதால் மாரிமுத்துவுக்குத் தயக்கமாயிருந்தது.

அதனால் முதலில் கொஞ்சம் கறியை எடுத்துச் சாப்பிட்டான். நாக்குக்குச் சுருக்கென்று காரத்தோடு மணமாயிருந்தது. கறியின் பதம் அற்புதமாய் இருந்தது. இரண்டு மூன்று துண்டுகளைச் சாப்பிடுவதற்குள் ராமன் டம்ளரைக் காலி செய்திருந்தான். மூக்கைப் பிடித்துக்கொண்டு வாயில் வைத்தவன் முடித்துத்தான் கீழே வைத்தான். ‘ஆங்...’ எனத் தலையைச் சிலுப்பியபடி கறியை எடுத்து வாய் முழுக்கத் திணித்துக்கொண்டான்.

எல்லாம் மாறினாலும் அடிப்படைப் பழக்கம் மாறுவதில்லை. மாரிமுத்துவால் ராமனைப் போலக் குடிக்க முடியாது. கொஞ்சம் குடித்து ஒரு தேக்கம் தேறி லேசான ஏப்பம் விட்டு வயிற்றை இளக்கியபின் அடுத்த பகுதியைக் குடிப்பான். இப்போது அதுகூட முடியவில்லை. டம்ளரிலிருந்து மேலெழும் மணம் முகத்திலடித்துக் குமட்டியது. இரண்டு முறை கையிலெடுத்துக் கையிலெடுத்துக் கீழே வைத்தான்.

‘என்னடா இது. இந்த நாத்தம் நாறுது. . . குடிக்க முடியுமா.’

‘யோவ். . . சும்மா பாத்துக்கிட்டே இருந்தா ஆவுமா. எடுத்தமா வெச்சமான்னு இருக்கோணும். சரக்கெல்லாம் அருமை யானதுதாய்யா. இருக்கறதுலயே பிராந்திக்கு உட்டதுதான் எல்லாம். பிராந்திலயும் ரொம்ப ஒசத்திய்யா இது. நீதான் பணம் தாராளமாக் குடுத்தியே... அதான் வாங்கிட்டன்.’

மறுபடி ஒருமுறை வாய்க்குக் கொண்டு போய்விட்டு முகம் சுழித்துக் கீழே வைத்தான். ராமனுக்கு லேசான போதையும் கோபமும் ஏறின.

‘யோவ். . . உனக்கு நல்லது பேசலாம்னுதான் இந்த ஏற்பாடு செஞ்சேன். நீதான் எதப் பேசுனாலும் ஆம்பளையவே பாக்காத பொம்பளயாட்டம் வெக்கப்படற. இப்பவாச்சும்

பேசுவீன்னுதாய்யா வந்தன். எடுத்துக் குடி. இல்லீனா நா எந்திரிச்சிப் போயிருவன் பாத்துக்க.'

ராமனின் பயமுறுத்தல் பலித்தது. எடுத்தவன் மடக் மடக்கென்று பாதியைக் குடித்து நிறுத்தினான். ஏற்கெனவே கையில் தயாராய் வைத்திருந்த கறியை வாய்க்குள் போட்டு மென்றான். மாரிமுத்துவுக்கு கள்தான் ரொம்பப் பழக்கம். சாராயத்தில் ஓரளவு உண்டு. இந்தச் சீமைச் சரக்கு ஒன்றிரண்டு முறைதான். அதுவும் எல்லாம் விட்டுப்போய் எட்டு வருசத்திற்கு மேலாகிவிட்டது. அதே வேகத்தோடு மிச்சம் பாதி டம்ளரையும் குடித்தான். கோழிக்கறியைக் குதப்பினான். அடுத்த ரவுண்டு ராமன் ஊற்ற ஆரம்பித்தான்.

'ஏய்யா. . . உனக்குப் பொண்ணு சிக்கலீங்கற கவல இன்னமே வேண்டாம். எம்பேச்சக் கேக்கறதா இருந்தா எண்ணிப் பதனஞ்சே நாள்ல உனக்குக் கலியாணம். . . என்ன சொல்ற?'

'கல்யாணம் கலியாணம்னு இப்படி எத்தனையோ பேரு பேச்சக் கேட்டிருக்கறன். ஒன்னும் செரியா நடக்கல. நிய்யென்ன புதுசா சொல்லீரப் போற.'

'புதுசுதாய்யா. இந்த ராமன் ஆட்டும் பொறத்தாண்ட திரியற கூளையன்னு இன்னம் நெனச்சிக்கிட்டு இருக்கறயா. ஒன்னு சொன்னா அத அப்படியே செய்வான்யா இந்த ராமன்.'

இரண்டாவது டம்ளரையும் ராமன் மடமடவென்று குடித்து வைத்தான். புரோட்டாவை இலையில் போட்டுக்கொண்டு பிசைந்தான். முந்தைய தயக்கம் இப்போது மாரிமுத்துவுக்கு இல்லை. மிகப் பழக்கமானவனின் தேர்ந்த திறமையோடு அடுத்த டம்ளரில் பாதியை உறிஞ்சினான்.

'அப்பா ராமா. . . நீ சொல்றதச் செய்யறவன்தான்டா. ஒத்துக்கறன். நேத்துச் சொன்னயே இப்பவே ஏற்பாடு பண்ணறன்னு. அத இன்னைக்குப் பண்ணேம் பாப்பம்.'

சொல்லிவிட்டு அசடு வழியச் சிரித்தான் மாரிமுத்து.

'நேத்துக் கேட்டப்ப என்னமோ குஞ்சே இல்லாதவனாட்டம் கோபப்பட்ட, இப்ப எங்கிருந்து தெகிரியம் வந்திச்சு?'

'டேய் ராமா. . . டேய். . .'

அடுத்த பாதியைக் குடித்துவிட்டுக் கறியை மென்றான். தலையைக் குனிந்துகொண்டான். மாரிமுத்து ஓசையில்லாமல் அழுதான். அவன் தலையைத் தொட்டு 'அழுவறயாய்யா' என்று ராமன் கேட்டதும் ஓசையிட்டு வெடித்து அழுதான். அழுகையினூடே குழறிப் பேசினான்.

'நீ மட்டும் என்னோட இருந்திருந்தீன்னா எப்பவோ எல்லாம் பாத்திருப்பன்டா. எதுக்கும் எனக்குக் குடுத்து வெக்கல... குடுத்து வைக்கல... சாவத்தாண்டா போறன். அதுக்குத்தான் குடுத்து வெச்சிருக்குது...'

மாரிமுத்துவின் அழுகை ராமனை நிதானமாக்கியது. இலையில் புரோட்டாவைப் போட்டுக் குழம்பு ஊற்றி மாரிமுத்து வின் பக்கம் வைத்தான். ஆந்தை திடுமென அலறியது. அதைத் தொடர்ந்து மற்றொரு ஆந்தையின் அலறல். பாட்டியின் கொட்டாய்ப் பக்கம் இருந்து வந்த அந்த அலறல் காடெங்கும் அதிரும்படி ஒலித்தது.

'யோவ். . . இப்பவும் ஒன்னுங் கெட்டுப் போயிருல. அதான் நான் வந்திட்டன்ல. இன்னமே உனக்கு நல்லதுதாய்யா நடக்கும்.'

'டேய். . . என்னோட கஷ்டம் உனக்குத் தெரியாதுடா. அத அனுபவிச்சாத்தான் புரியும்.இதுவெரைக்கும் ஒருத்தர் கிட்டயும் நான் சொன்னதில்ல... எம் மனசுக்குள்ளயே மருவிக்கிட்டுக் கெடந்தன்டா. அஞ்சாறு வருசத்திக்கி முந்திக் கோடையில கட்டல வாசல்ல போட்டுப் படுத்திருந்தம். நானு, எங்கம்மா, அம்மாயி மூனு பேரும் மூனு கட்டல். வாசலே கட்டலாக் கெடக்கறாப்பல இருந்துச்சு...'

இடையே நிறுத்திவிட்டு டம்ளர் எடுத்து உறிஞ்சினான். ராமனுக்கும் தலையசைந்தது. ஆனால் இப்போதுதான் பேச வேண்டாம் என்று கட்டுப்படுத்திக்கொண்டான். மாரிமுத்து பேசட்டும். அவன் கனம் கொஞ்சம் குறைந்தால் அப்புறம் பேசுவதைக் கேட்பான். மாரிமுத்து தொடர்ந்தான்.

'அன்னைக்கும் இதே மாதிரி நெலாடா. இந்த நெலா இருக்குதே இது பொல்லாததுடா. யாரையும் மானங்கெட வெச்சிரும். அன்னைக்கும் அப்பிடித்தான் ஒடம்பெல்லாம் கணகணன்னு வேவுது. திடுக்குனு முழிச்சிப் பாக்கறன். எதுத்தாப்பல நெலா வெளிச்சத்துல ஒரு இடுப்பு மின்னுது. அப்படியே எந்திரிச்சுப் போயி அந்த இடுப்பக் கட்டிக்கோணும்னு தோணுது. எந்திரிச்சிட்டன். அப்ப எங்கருந்தோ அறிவு வந்து அது உங்கம்மாடான்னுது. அய்யோன்னு மனசுக்குள்ள கத்திக்கிட்டு ஊட்டுக்குள்ள எந்திரிச்சுப் போயிட்டன். அன்னையிலிருந்து நான் தனியாத்தான் படுத்துக்கறன். அப்பேர்ப்பட்ட அயோக்கியன்டா நான். . .'

குமுறி அழுதான். அகாலத்தில் நாயிடும் ஊளைபோல் அவன் குரல் வந்தது. மறுபடியும் டம்ளரை எடுத்துக்கொண்டான். ராமனுக்குச் சிரிக்க வேண்டும் போலிருந்தது. கஷ்டப்பட்டு அடக்கிக்கொண்டான். மாரிமுத்துவைத் தன் சுபாவப்படி

வேகமாகக் கையாள முடியாது என்று உணர்ந்தான். அவனுக்குள் எல்லாமே கரை கட்டிக்கொண்டு உட்கார்ந்திருக்கின்றன. எவ்வளவு வெள்ளம் வந்தாலும் கரையைப் பலப்படுத்திக் கொள்கிறானே தவிர சிறுஇடத்திலும் உடைப்பெடுக்க விடுவதில்லை. இவனாவது, செத்துப் போவதாவது!

ராமன் மெல்ல எழுந்து நின்று நெட்டி முறித்தான். லேசான காற்றில் நிலா ஒளி அலையெனப் புரண்டது. மாரிமுத்து சொன்னதுபோல் பொல்லாத நிலா மேலிருந்து எல்லாவற்றையும் பார்த்தபடி கமுக்கமாகச் சிரித்தது. ராமனுக்கும் சிரிப்பு பொத்துக் கொண்டது. காடெங்கும் அதிரும்படி சிரித்தான். அவிழ்ந்த வேட்டியை ஒரு கையால் பிடித்தபடி வயிறு வலிக்கச் சிரித்தான். பனைகளும் மரங்களும் சிரித்தன. காட்டில் முழங்கால் உயரம் வளர்ந்திருந்த சோளப்பயிர்கள் சிரித்தன. வானம் வெடித்துச் சிரித்தது.

சிரிப்படங்கி மாரிமுத்துவைப் பார்த்தான். அவன் அழுகை இன்னும் ஓயவில்லை. உட்கார்ந்து டம்ளர்களை மீண்டும் நிரப்பினான். தீரத் தீர எங்கிருந்தோ தீராத பாட்டில்கள் வந்துகொண்டேயிருந்தன. ஆவேசத்தோடு அதையும் எடுத்துக் குடித்த மாரிமுத்து கோபம் கொண்டான்.

'எம் பொழப்பு உனக்குக்கூடச் சிரிப்பாப் போச்சுடா. சிரி. நல்லாச் சிரி. ஊரே சிரிக்குது. ஒட்டுமொத்தமா நீயும் சிரி...'

'யோவ்... நீ சொன்னாலும் சொல்லாட்டியும் நான் சிரிப்பன்யா. நீயும் சிரிய்யா. உம் பொழப்பப் பாத்து நான் சிரிக்க, எம் பொழப்பப் பாத்து நீ சிரிக்க அப்படீன்னு ஒரே சிரிப்பாத்தாய்யா இருக்குது.'

'சிரிடா... சிரி'

'பின்ன எதுக்கய்யா அழுவோனும்? உங்கொப்பனும் நீயும் ஒன்னுதாய்யா. காட்ட உட்டு அவுரு வெளில போறதேயில்ல. நீ வெளியே போனாலும் காட்டுலதான் இருக்கற. அதுதான் வித்தியாசம். என்னய்யா தப்புப் பண்ணீட்ட பெரிய தப்பு? எங்க மாமனார் ஊருல ஒருத்தன் அம்மாளயே வெச்சிருக்கறான்யா. அவனுக்குக் கலியாணம் பண்ணக்கூடாதுன்னு அம்மாக்காரி தடுக்கறா. ஊருல ஒலகத்துல எத்தனையோ நடக்குதுய்யா. நெலா இருந்துதாம், அம்மா இடுப்பப் பாத்தயாம். பெரிய அயோக்கியத்தனம், போய்யா. இப்பிடிப் பாத்தா ஒவ்வொரு மனசனும் மனசுக்குள்ள பெரிய அயோக்கியன்தாய்யா.'

பாறை முழுக்க இலைகளும் தாள்களுமாய் இறைந்து கிடந்தன. கொட்டாய் விளக்கைச் சுற்றிப் பறந்த ஆந்தைகள்

மீண்டும் அலறின. 'தூய் தூய்' என்று பாட்டி கத்துவது கேட்டது. ஓலைகளை எதைக்கொண்டோ அடித்தாள். 'எங்கயோ போற எழவு இங்க வந்து உழுவுது' என்று பாட்டி சத்தமாகப் பேசினாள்.

'பாட்டிக்கு இன்னங் கொஞ்சம் குடுத்துப் படுக்க வெச்சுட்டு வாடா... ஒனத்தியாக் காச்சிக் கொண்டாந்து குடுக்கறதப் பாட்டல் பாட்டலாக் குடிச்ச ஒடம்பு. அதுக்கு இதெல்லாம் எந்த மூல. இந்த முண்டக் கெழவி ஒருத்தி இருந்துக்கிட்டு இந்தப் பாடுபடுத்தறா. பாட்டன் செத்தாப்பல போயிச் சேந்தா ஆவாதா. மாரிமுத்துக்குக் கலியாணம், கொழந்த, கொழந்த கலியாணம் எல்லாத்தையும் மனசிலேயே நடத்தி முடிச்சிட்டுக் கல்லாட்டம் உக்கோந்திருக்கறா. இந்தக் கெழட்டு முண்ட செத்தொழிஞ்சாத்தான் எதுனா நடக்கும்...'

மாரிமுத்து புலம்பிக்கொண்டே இருந்தான். பிளாஸ்டிக் டம்ளர் ஒன்றில் ஊற்றியெடுத்துக்கொண்டு ஒரு கையில் நான்கு துண்டுக் கறி வைத்த இலையுடன் போனான் ராமன். தலைக் கிறுகிறுப்பும் லேசான தடுமாற்றமும் தெரிந்தன. அவ்வளவுக்குப் போய்விட்டதா? மாரிமுத்து பாறையிலேயே விழுந்து கிடப்பானோ என்றும் தோன்றியது. விளக்கைச் சுற்றி மொய்த்த பூச்சிகளைப் பிடித்துண்ண இரண்டு மூன்று ஆந்தைகள் கத்தியபடி கொட்டாய்மேல் சுற்றின.

பாட்டிக்குச் சேதி சொல்ல வந்துவிட்ட தூதர்கள். பறவைகளுக்கும் விலங்குகளுக்கும் எதையும் முன்கூட்டிச் சொல்லும் சக்தியைக் கொடுத்திருக்கிறான் சாமி. வெறும் விளக்குப் பூச்சிகளுக்கா ஆந்தைக் கூட்டம் வரும்? எத்தனையோ இடங்களில் அவற்றுக்கு உணவு கிடைக்கக்கூடும். சில நாட்களுக்குமுன் போட்ட இந்த விளக்கைக் கண்டுபிடித்து அவை வரவேண்டும் என்றால், அதற்குக் காரணமிருக்கும். எல்லாம் மறந்தும் குழம்பியும் போயிருக்கும் பாட்டிக்கு ஆந்தைக் கூட்டத்தின் அலறல் சாவுப்பறையாகக் காதில் விழுந்தது போலும்.

ஓரிடத்தில் நிற்காமல் அலைபாய்ந்து 'தூய் தூய்' என்று கத்துகிறாள். ராமனும் சற்றே உரக்கக் கத்தினான். மனிதக்குரல் கேட்கும்போது, விளக்கிடமிருந்து பந்துபோல் கிளம்பி அந்தரத்தில் கொஞ்சம் பறந்து பின் மீண்டும் விளக்கை நோக்கியே இறங்கின. அவற்றை விரட்டிப் பாட்டியைப் படுக்க வைப்பது எப்படி என யோசித்தான் ராமன். சிந்தனை குழம்பித் தலை சுழன்றது அவனுக்கு.

●

35

ஓலைகளுக்குள் ஸ்விட்சைத் தேடி விளக்கை அணைத்த பின்தான் ஆந்தைகள் ஓடின. வாசல் முழுக்கவும் இப்போது நிலா வெளிச்சம் பரவியது. தடுப்பாக வைத்திருந்த கட்டிலை அவிழ்த்து உள்ளே போனான் ராமன். இருளில் நாற்புறமும் திரும்பித் திரும்பித் 'தூய்' என்று கம்மங்காட்டில் குருவி விரட்டிக்கொண்டிருந்த பாட்டியின் கைப்பிடித்துக் கட்டிலுக்குக் கூட்டிச் சென்று படுக்க வைத்தான். திண்ணைமேல் வைத்திருந்த டம்ளரையும் கறியையும் எடுத்து வந்தான். டம்ளரைக் கடகடவென்று காலி செய்தாள் பாட்டி. கறித்துண்டு ஒன்றை வாயில் போட்டுக்கொண்டாள்.

'கந்தா. . . உங்கைக்குக் காப்பு செஞ்சு போடோணும்டா. நீ தொட்டாக் கள்ளு அப்பிடி அமிர்தமாட்டம் ஊறீருது.'

'ம்' என்றான் ராமன், பாட்டிக்குக் கேட்காதபடி சிரித்துக்கொண்டு.

'கறி தின்னு எத்தன நாளாச்சு தெரீமாடா. எங்க மாரிமுத்து கலியாணத்துக்குப் பந்தக்கெடா வெட்டுனாங்க பாரு. அப்பத் தின்னதுதான். எதோ உம்புண்ணியத்துல இன்னைக்கு.'

நாக்கைச் சப்புக் கொட்டிக் குதப்பினாள். மாரிமுத்துவின் கல்யாணம் அவளைப் பொருத்தவரை முடிந்துவிட்டது. பந்தக்கிடா போட்டு, அந்தக் கறி தின்ற ருசி நாக்கில் இருக்கிறதென்றால், கல்யாணம் உண்மைதான். அவளைச் சீண்டிப் பார்க்க அவன் மனம் விரும்பியது.

‘பந்தக் கெடா பத்தாத போயிருச்சாமால்லொ. வந்த சனமெல்லாம் கறியா போட்டாங்க, காக்காய்க்குக் காட்டறாப்பல கரண்டியக் காட்டிக்கிட்டுப் போறாங்கன்னு பேசறாங்க.’

‘எவன்டா அப்பிடிச் சொன்னது? எல நெறையா நெறையா வெச்சு சனம் குமிச்சுத் தின்னுது பாத்துக்க. குண்டாவக் கொண்டாந்து ஏழபாழைங்கெல்லாம் வேணுங்கமுட்டும் வாங்கிக்கிட்டுப் போனாளுங்க. நீ வேண்ணா ஊருக்குள்ள கேட்டுப் பாரு.’

கோபம் தலைக்கேறப் பேச்சு துடிப்பாக வந்தது. எதற்கெடுத் தாலும் ஏழைகள் அளவுகோலாக வந்துவிடுகிறார்கள். இதனிடம் வாய் கொடுத்து மீள முடியாது என்று தோன்றியது. ‘செரி செரி. படுத்துக்கங்க’ என்றான் ராமன்.

‘கந்தா... நிய்யும் இப்பிடிப் படுத்துக்க வா’ என்றாள்.

‘நானு ஊட்டுக்குப் போறன். நீங்க படுத்துக்கங்க.’

‘என்னடா பிலுக்கற? பொழுதெறங்கி வெவுநேரமாச்சு. பாறையில நாங்கெடக்கறன். இவன் ஊட்டுக்குப் போறானாம். ஒன்னும் சொல்ல மாட்டன். படுத்துக்க.’

அடேங்கப்பா, பாட்டி வெகு வேலைக்காரிதான் என்று நினைத்துக்கொண்டான். சட்டென்று வெளியே வந்து கதவுச் சங்கிலியைப் போட்டுக் கதவை மூடினான். ஆந்தைச் சத்தம் எப்படிக் கேட்டாலும் பாட்டியால் எழுந்து வெளியே வர முடியாது. வாசலுக்கு வந்தபோது அவனுக்கு மறுபடியும் சிரிப்பு பொத்துக்கொண்டது.

இன்னும் ஒருநிமிடம் உள்ளே இருந்திருந்தால் கையைப் பிடித்து இழுத்துப் பக்கத்திலேயே படுக்க வைத்திருப்பாள் பாட்டி. அவளுடைய இளமைக் காலத்தைக் கிளறினால் எவ்வளவோ இருக்கும் போல. மாரிமுத்து ரொம்பவும் ஒழுக்கம் பார்ப்பவனாகவும் பயந்தாங்கொள்ளியாகவும் இருப்பதை நம்ப முடியவில்லை.

பாறைக்குப் போனபோது மல்லாந்து கிடந்தான் மாரிமுத்து. பாட்டிலில் இன்னும் கொஞ்சம் மீதமிருந்தது. அதை டம்ளரில் ஊற்றிக்கொண்டு குண்டாவில் இருந்த கறியையும் எடுத்துவைத்துச் சாப்பிட்டான். புரோட்டா இரண்டும் இருந்தன. எல்லாம் போதுமான அளவு வந்துவிட்டது. இன்னும் கொஞ்சம் தேவை என்று தோன்றியிருந்தால் உடனே போய் வாங்கியிருக்க முடியாது. அதை யோசித்துத்தான் அதிகமாக இருந்தாலும் பரவாயில்லை என்று வாங்கி வந்தான்.

குடித்துவிட்டுச் சாப்பிடும்போது மாரிமுத்துவோடு சின்ன வயதில் குடித்த ஞாபகங்கள் வந்தன. மேட்டுக்காட்டுப் பட்டிக்குடிசில் ஆடுகளுக்குக் காவலாகப் படுக்கப் போவார்கள். இதுபோன்ற நிலா இரவுகளில் கள் முட்டியைப் பனையிலிருந்து இறக்கி வயிறு கொள்ளும்வரை குடிப்பார்கள். இரவெல்லாம் பகல் போலக் கழியும். பெரிய வேலைகள் இல்லாத அந்த வயதில் குடிப்பதைப் போலக் கொண்டாட்டம் எதுவுமில்லை. இப்போதும் அதே மாதிரியான இரவுதான். நிலாவிலும் எந்த மாற்றமுமில்லை. தூய வானிலிருந்து கிறுகிறுப்பூட்டும் வெளிச்சத்தைக் கொட்டுகிறது. மனிதர்களும் அவர்களேதான். ஆனால் எத்தனை வித்தியாசம்.

அப்போது மாரிமுத்து அழக்கூடியவன் என்று சொன்னால் யாரும் நம்பமாட்டார்கள். விளையாட்டும் சிரிப்புமாய்க் குதியாளம் போடுவான். காடே செலவாங்கும். ஆனால் இப்போது ஒரு புன்னகைகூட இல்லை. ஒரே அழுகை. அப்போது பலமுறை ராமன் அழுதிருக்கிறான். அதற்கு மாரிமுத்து காரணமாகவும் இருந்திருக்கிறான். ஆனால் இப்போது ராமனுக்கு எல்லாம் ஒரே சிரிப்புத்தான். எதைப் பார்த்தாலும் சிரிப்பு. எதை நினைத்தாலும் சிரிப்பு. அனைத்தையும் வயது தலைகீழாக்கி விடுகிறது.

கள்ளை வயிறு முட்ட முட்டக் குடித்தாலும் இப்படி விழுந்து கிடந்தவனல்ல மாரிமுத்து. போதையைவிட அவன் மனவேதனைதான் இப்படி வீழ்த்தியிருக்கக்கூடும். எதையும் லேசாக்கிக்கொள்ள முடியாமல் துன்பத்தில் தவிப்பதற்கு மாரிமுத்து எப்படி ஆளானான்? மாரிமுத்துவுக்கும் அவன் குடும்பத்தினர்க்கும் இருக்கும் தடைகள் எவை? தாங்களாகவே உருவாக்கிக்கொண்ட கூண்டுக்குள் புகுந்து பூட்டிக்கொண்டு வெளியே வர இயலாமல் தவித்துக் கிடக்கிறார்கள். மாரிமுத்து பாவம். யோசனைகளினூடே ராமன் சாப்பிட்டு முடித்தான்.

இலைகளையும் தாள்களையும் பொறுக்கியெடுத்துக் காட்டுக்குள் வீசியெறிந்தான். காலிக் குண்டாவையும் பாட்டில்களையும் பைக்குள் போட்டுக்கொண்டான். 'யோவ் யோவ்' என்று மாரிமுத்துவை எழுப்பினான். 'ங்ஆ... ங்ஆ' என்று குழறித் திரும்பித் திரும்பிப் பாறையில் படுத்தான் மாரிமுத்து. மேலெல்லாம் மண் துகள்கள் ஒட்டி நறநறத்தன. 'யோவ் மாரிமுத்து. . . மாரிமுத்து...' என்று கூப்பிட்டான். அவனைப் பெயர் சொல்லி அழைப்பதில் ஒரு சந்தோசம் இருந்தது. கன்னத்தைத் தட்டி எழுப்பினான். 'வாய்யா. . . கொட்டாயில போயிப் படுத்துக்கலாம்.' அவன் லேசாக விழித்தான். மெல்ல அவனைத் தூக்கி நிறுத்தித் தன்மேல் சாய்த்துக்கொண்டான்.

‘ராமா. . . நீதான்டா எஞ்சாமீ. . . தெனமும் என்னோடவே இர்ரா. . .’

தானாகப் புலம்பினான் மாரிமுத்து.

‘இது மாதிரி என்னைக்கும் இருந்ததில்லீடா. . . நீ வந்த. . . எனக்கு எல்லாம் வந்துரும். எஞ்சாமீ. . . உங்காலக் காட்டுறா. . . கும்புட்டுப் படுக்கோனும்.’

சரிந்து காலைத் தேடினான் மாரிமுத்து. ‘யோவ் பேசாத வாய்யா’ என்று அவனை அதட்டித் தூக்கியபடி வாசல் பக்கம் போனான். ராமன் எதிர்பார்க்காத தருணத்தில் ஓவ்வென்று சத்தமிட்டு வாந்தி எடுத்தான் மாரிமுத்து. ராமனின் கைகள் நனைந்தன. மேலெல்லாம் தெறித்திருந்தது. ‘மெதுவாய்யா’ என்று சொல்லிப் பையை ஒருபக்கமாக வைத்துவிட்டு மாரிமுத்துவை உட்கார வைத்தான். எக்கி எக்கி வாந்தி எடுத்தான். ங்கா ங்கா என்று இளைப்பாறினான்.

வாசலோரத்தில் இருந்த பானைத் தண்ணீரைக் குண்டாவில் மொண்டு வந்து ‘இந்தாய்யா வாயக் கொப்புளி’ என்று கொடுத்தான். பானைத் தண்ணீரை அள்ளி ராமனும் கை கால்களைக் கழுவிக்கொண்டான். கட்டிலை எடுத்து வாசலில் திண்ணையை ஒட்டிப் போட்டான். மாரிமுத்துவைக் கூட்டி வந்து ‘படுத்துக்கய்யா’ என்றான்.

‘என்னைக்கும் இப்பிடி ஆனதில்ல. இன்னம் வாந்தி வர்ற மாதிரி எதுக்குளிக்குதுடா.’

‘ரொம்ப நாள் கழிச்சுக் குடிக்கறதால அப்பிடி இருக்கும். படுக்காத உக்கோந்து தலயக் கவுத்து வெச்சுக்கய்யா. வாந்தி வராது.’

‘சுள்ளுனு ஏறி அருமையா இருந்திச்சுடா. வாந்தி வர முடியும் கொறஞ்சு போச்சுடா.’

‘அதும் நல்லதுக்குத்தாய்யா. உனக்கு ஒரு ஒதவி செய்யோனும்னுதான்யா நா இதுக்கு வந்தன். அதப் பேசவே இல்லீயே.’

ராமன் திண்ணையின்மேல் உட்கார்ந்துகொண்டான். ஓலை மறைப்பில் திண்ணையில் படிந்திருந்த இருளுக்குள் அவன் உடல் கரைந்து பேச்சு மட்டும் வந்தது. பேசுவதைக் கேட்கும் நிலையில் மாரிமுத்துவும் இருந்தான்.

‘என்னடா சொல்லப் போற? நானும் உனக்குப் பொண்ணுப் பாக்கறன். எப்பிடியும் சீக்கரம் கலியாணம் பண்ணீரலாம்னு

சொல்லுவ. இதக் கேட்டுக்கேட்டு எனக்குக் காதே புளிச்சுப் போச்சுடா. அந்தப் பேச்ச உடு. இன்னொரு நாளைக்குச் சொல்லு. இதே மாதிரி சேந்து குடிக்கலாம். இங்கன்னாலும் சரி, டவுனுப்பக்கம் போறதுனாலும் சரி...'

ராமனுக்குக் கோபம் ஏறியது. திண்ணையிலிருந்து இறங்கி னான். கால்கள் தள்ளாட்டம் போட்டன. மாரிமுத்துவுக்கு முன்னால் போய் நின்று குனிந்திருந்த அவன் தலையை நிமிர்த்தி னான்.

'இங்க பாருய்யா. . . என்னய என்னன்னு நெனச்சுக்கிட்டு இருக்கற? உன்ன ஏமாத்திக் காசு வாங்கித் தின்னுட்டுப் போற புரோக்கர் வேல செய்றவன்னு நெனச்சயா? எனக்கு உங்காசு அரக்காசுகூட வேண்டாம்யா. எனக்குக் கைகாலுத் தெடமா இருக்குது. சம்பாரிச்சு எம்பிள்ளைங்களுக்குக் கஞ்சின்னாலும் ஊத்திருவன்யா. எந்த மயராங்கிட்டயும் கையேந்த வேண்டீதில்ல. பாத்துக்க...'

'செரிடா. இப்ப என்ன பண்ணோனும்னு சொல்லு. செய்யறன்.'

'அப்படி வா. நாஞ் சொல்றதக் கேட்டா எண்ணிப் பதனஞ்சே நாள்ல உங்கலியாணம். அப்பறம் அம்மா சொல்றா, அப்பஞ் சொல்றான். வேலீல போறவன் சொல்றான். வீணாப் போனவன் சொல்றான் அப்படீன்னு கண்டவன் பேச்சக் கேட்டுக்கிட்டு மாட்டன்னு சொல்லீரக் கூடாது. பாத்துக்க. அப்பறம் நான் மொக்கப்பட்டம் ஆயிருவன்...'

கறாராக ராமன் சொன்னான். போதையில் பேசினாலும் அவன் குரலில் இருந்த உறுதி மாரிமுத்துவுக்கு நம்பிக்கை கொடுத்தது.

'என்ன ஆனாலுஞ் செரிடா, நீ சொல்றபடி நடக்கறன்... சொல்லு.'

'ரிக்கு வண்டில வேலைக்குப் போனப்ப அக்கரப் பக்கம் ஒரூர்ல ரண்டு மூனு மாசம் தங்கியிருந்தன். இப்பவும் அந்தப் பக்கம் போனா அந்தூர்ல அஞ்சாறு பேரப் பாக்காத வரமாட்டன் பாத்துக்க. அங்க ஒரு பொண்ணிருக்குது. நாஞ் சொல்ற மாப்பளக்கிக் குடுப்பாங்க. என்னன்னா. . .'

கொஞ்சம் இழுத்து நிறுத்தினான். குனிந்த தலையை மாரிமுத்து சட்டென்று உயர்த்தினான். போதை முழுக்கவும் இறங்கிப் போய்விட்டாற் போலிருந்தது.

‘என்னடா... அவுங்க குடியானவங்கதான...’

‘அதுலதான்யா பிரச்சின. அவுங்கம்மா அதான். அப்பந்தான்...’

‘என்ன ஆளுடா?’

‘அதுதாய்யா நல்லாத் தெரீல. இப்ப அம்மாவும் பொண்ணும் மட்டுந்தான் இருக்கறாங்க. அவுங்கப்பன் இல்ல. எங்கயோ ஓடிப்போயிட்டான்னு சொல்றாங்க...’

‘அவுங்கப்பன் என்ன ஆளுன்னு எதுமே தெரீலயா...’

‘அந்தூர்ல வெசாரிச்சாப் பலிவிதமாச் சொல்றாங்க. அந்தம்மா சின்னவயசா இருந்தப்ப அந்தூருக்குக் கடலக்காய் புடுங்க வந்த பையன் ஒருத்தனோட ஓடிப்போயிருச்சாமா. அவன் எங்கயோ உட்டுட்டுப் போயிட்டானாமா. கொழந்தயோட வந்தவள அவுங்க அப்பன் அம்மாவெல்லாம் சேத்துக்கலைன்னு சொல்றாங்க...’

‘அப்பறம் வேற எப்பிடிச் சொல்றாங்க?’

‘பண்ணயத்தில் இருந்த ஆளுக்காரப் பையங்கூடப் போச்சுனும் பேச்சிருக்குது. அடிச்சுக் கொன்னுருவாங்கன்னு பயந்துக்கிட்டு எங்கயோ அவன் ஓடிட்டாங்கறாங்க. ஆருன்னு அந்தம்மா இதுவெரைக்கும் சொல்லுலங்கறாங்க. அவுங்கப்பனப் பத்தி எதும் தெரியாது. ஆனா அந்தம்மா செவப்புச் சேலதான் கட்டீருக்குது. பொட்டு பூவெல்லாம் வெச்சிக்கும். என்ன... சொத்து ஒன்னுங் கெடையாது...’

‘அப்பனப் பத்தித் தெரீலீன்னா எப்பிடீடா.’

‘எதுக்கய்யா அப்பனப் பத்தித் தெரியோனும். நீ அவுங்கப்பன் கூடவா பொழைக்கப் போற? பிள்ள நல்ல பிள்ள பாத்துக்க. பதனாறு பதனேழு வயசுதான். விலுவிலுன்னு ஒல்லியா இருக்கும். செக்கச் செவேல்னு தீப்புடிச்சு எரியறாப்பல நெறம். காட்டுல மேட்டுல வேலைக்குப் போயி வேவாத வெயில்ல அலையுது. அதனால கொஞ்சம் கருத்தாப்பல தெரியும். உனக்கேத்த பொண்ணுய்யா...’

‘அது சரீடா. அப்பனப் பத்திக் கேட்டா ஊர்ல என்னடா சொல்றது?’

‘ஊரு ஊருன்னு ஏய்யா சும்மா கவலப்படற. உனக்குக் கலியாணம் ஆவாததக் கேவலமாப் பேசற ஊரு... அப்பம் பேரு தெரியாத பொண்ணக் கட்டிக்கிட்டான்னு கொஞ்ச நாளைக்குப் பேசும். எப்பவும் எதுனாப் பேசிக்கிட்டுத்தாய்யா இருக்கும்.’

‘இருந்தாலும்டா...’

‘அதான்யா உங்கிட்டயெல்லாம் தொந்தரவு. அம்மா கிட்டப் போனாலும் போவீங்களே தவிர, வறட்டுக் கெவுருத்த உடமாட்டீங்க. யாருக்கய்யா அப்பம் பேரு ஒழுங்காத் தெரீது. அப்பல உங்க பாட்டி சொல்லுது, கந்தா... வா... எங்கூடப் படுத்துக்கலாம்னு. உங்க பாட்டன் கோமணத்த அவுத்துத் தான் உங்கப்பன் பொறந்தார்னு எப்பிடிய்யா நம்பறது. இந்தப் பொண்ணு உனக்குச் செரீன்னு படுது. சொல்லு... நாளைக்கே நாம் போயிப் பேசிட்டு வர்றன். பதனஞ்சு நாள்ல கலியாணம். அப்பறம் அது இதுன்னா என்னய உட்ரு... நா என்னோட வேலயப் பாக்கறன்.’

கொஞ்சநேரம் மாரிமுத்து எதுவும் பேசவில்லை. முந்தி மாதிரி தலையைக் குனிந்துகொண்டான். அவனிடம் பாட்டி சொன்னதைச் சொல்லும்படி நேர்ந்துவிட்டது. வேறு வழியில்லை. மாரிமுத்து, ‘செரீடா. அப்பிடியே செஞ்சரலாம்டா’ என்றான். எங்கிருந்தோ கோழி கூவும் சத்தம் கேட்டது.

●

36

பேருந்திலிருந்து இறங்கியதும் மொட்டைக் கரடு ஒன்று பெரிதாகத் தெரிந்தது. அதன் உச்சியில் சிறிய கோயில். ஓரளவு பெரிதாகத் தெரியும்படியான நாமம் ஒரு பாறையில் போடப்பட்டிருந்தது. நல்ல சகுனம்தான் என்று மனத்துக்குள் நினைத்தவன் கையெடுத்துக் கன்னத்தில் போட்டுக்கொண்டான். இறக்கிவிட்டுப் போன பேருந்தின் சுவடு அந்த ஒற்றைத் தார்ச்சாலையில் உடனே மறைந்து போயிற்று. ‘பொவ நாத்தம் மூக்குல கப்புனு ஏறுதப்பா. அதனாலதான் இந்தக் கருமாந்தரத்துல எல்லாம் நான் ஏர்றதேயில்ல’ என்று காறித் துப்பினார் தானாவதித் தாத்தா. சாலையை மூடும் அளவுக்கு இரண்டு பக்கங்களிலும் வெகுதொலைவுக்குப் பச்சைப் பசேல் என்று வயல்வெளிகள். கரும்புத் தோகைகள் வெளிறிய பச்சை நிறத்தில் எங்கெங்கும் நின்றன.

‘என்ன மாப்ள... ஊரப் பாத்து வாயடச்சு நின்னுட்டீங்க. இப்பிடிப்பட்ட வயக்காடு நம்ம பக்கம் இருந்ததுன்னா லாரி, ரிக்கு அதுஇதுன்னு எதுக்குப் போறானுங்க. கடசியா உனக்கு நல்ல ஊர்ல பொண்ணுக் கெடச்சிருக்குது போ. இந்த ஊருக்காகவே பொண்ணுக் கட்டலாம் மாப்ள...’

ஊரைப் பார்த்து மனதாரச் சொன்னார் தானாவதித் தாத்தா.

‘எல்லா ஊரும் புதுசாப் பாக்க நல்லாத்தான் தெரியும். இருந்து பாத்தாத்தான அதோட வண்டவாளமெல்லாம் புரியுமய்யா...’

ராமன் அப்படிச் சொன்னதும் தாத்தா ரசித்துச் சிரித்தார்.

'ராமா... உனக்கு வயசு கம்மீன்னாலும் அனுபவம் அதிகம்டா. இல்லீனா எம்மாப்ளக்கி இப்பிடி ஒரு எடம் பாத்திருப்பயா... நானெல்லாம் தலயால தண்ணி குடிச்சுப் பாத்துட்டன், ஒன்னும் நடக்கலியே. உன்னால முடியோனும்னு இருக்குது.'

ராமன் முன்னால் நடக்க மாரிமுத்துவும் தாத்தாவும் தொடர்ந்தார்கள். கரும்புக்காட்டுக் கரையில் பெரிய கைகள் இரண்டை விரித்து வைத்தாற்போல் தடமொன்று போயிற்று.

'ஊருக்கு வரட்டூர்னு பேரு சொன்னதும் நானே நம்மூராட்டம் காஞ்சு கெடக்கும்னு நெனச்சன். ஆத்துப் பாசனம் கொழிக்குது மாப்ள... அந்தக் கோயக் கரட்ட வெச்சு வரட்டூர்னு சொல்லீட்டாங்களாட்டம் இருக்குது. இப்பிடித்தான் மண்ணூருச் சந்தக்கி போற வழியில...'

தாத்தா சொல்லத் தொடங்கிய கதைக்கு 'ம்' போட்டுக் கொண்டே ராமன் நடந்தான். பின்னால் நடந்த மாரிமுத்துவுக்குச் சந்தோசமாக இருந்தது. ஆவணி என்று தான் வைத்திருந்த கெடுப்படி கல்யாணம் கூடும் என்று அவன் சிறிதும் எதிர்பார்க்க வில்லை. பல வருசங்களாகக் காணாமல் ஊரை விட்டே போயிருந்த ராமன் இதற்காகவே வந்து சேர்ந்திருப்பான் போல.

போதை இறங்கி நல்ல தெளிவுடன் மாரிமுத்து 'சரி' என்றதும் மறுநாளே ராமன் வேலையைத் தொடங்கிவிட்டான். மத்தியானமாகப் புறப்பட்டு இந்த ஊருக்கு வந்தவன் அன்றைக்கு இரவும் இங்கேயே தங்கிவிட்டான். யார்யாரிடம் என்னென்ன பேசினானோ எப்படிப் பேசினானோ பெண் கொடுக்கச் சம்மதம் வாங்கி வந்தான். மாரிமுத்துவுக்கும் பெண்ணுக்கும் வயது வித்தியாசம்தான் கொஞ்சம் கூடுதலாக இருக்குமோ என்று பெண்ணின் அம்மா தயங்கினாளாம். மாரிமுத்துவின் வயதில் பாதிதான் பெண்ணுக்கு. காலாகாலத்தில் அவனுக்குக் கல்யாணம் ஆகியிருந்தால் இந்தப் பெண்ணின் வயதில் அவனுக்கொரு பெண் இருக்கக்கூடும். சரிதான். பிறகு எல்லாவற்றையும் யோசித்துத் தாயும் ஒத்துக்கொண்டாள்.

பெண்ணுக்குச் சொத்தென்று இருப்பது ஒரே ஒரு ஓலைக் கொட்டகையும் அதைச் சுற்றி இருக்கும் இரண்டு சென்ட் நிலமும்தான். அதுவும் அந்தம்மாவுக்கு அதன் பாட்டி கொடுத்தது. ஊரை விட்டுப் போய்க் கொஞ்ச காலம் கழித்துக் குழந்தையோடு வந்தவளை அவள் அப்பன் வாசற்படி மிதிக்க விடவில்லை.

கையில் குழந்தை இல்லாது போயிருந்தால் தயவு தாட்சண்யம் பார்க்காமல் வெட்டிப் புதைத்திருக்கக்கூடும். அவளுடைய தம்பியின் பேரில் அத்தனை சொத்தையும் எழுதி வைத்தார்.

தலைச்சனாய்ப் பிறந்து எல்லோர் கைகளிலும் பாசமாய்த் தவழ்ந்த குழந்தை அவள். பதினாறு வயதில் யாருக்கும் வேண்டாதவளாகிவிட்டாள். அப்பன், அம்மா, தம்பி எல்லோரும் ஏறெடுத்தும் பாராமல் விரட்டியபின் எங்கு போவதெனத் தெரியாமல் கரட்டுக் கோயிலேறி அதன் வாசலிலேயே உட்கார்ந்து கிடந்தாள். பூசைக்குப் போன பூசாரி வந்து சொல்லித்தான் அவள் பாட்டிக்குத் தெரிந்தது.

எல்லோருக்கும் அற்றுப்போன பாசத்தின் தளிர் பாட்டிக்கு எங்கோ முளைவிட்டிருக்கிறது. வயதான காலத்தில் கால் வலிக்க கரடேறியவள் பேத்தியையும் பேத்தி குழந்தையையும் தன்னோடு கூட்டி வந்தாள். அவளோடு கொட்டாயில் தங்கவைத்துக் கொண்டாள். எப்போதோ அந்த இடத்தை வாங்கும்போது பாட்டியின் பேரில் எழுதிக்கொண்டிருந்தாள். அது இப்போது பயன்பட்டது.

பேத்தியிடம் வாய்விட்டு எதையும் கேட்கவில்லை. போக்கிடம் இல்லாமல் வந்து நிற்பவளைக் கிளறிக் கேட்டு என்னவாகப் போகிறது? தப்புச் செய்துவிட்டாள். அது எல்லோருக்கும் தெரிகிற மாதிரியாகிவிட்டது. அவ்வளவுதான். யாருக்கும் தெரியாமல் மறைக்கிற வித்தை தெரியவில்லை. பேத்திக்கும் பேத்தி குழந்தைக்கும் பாட்டி அனுசரணையாக இருந்தாள். மகன், பாட்டியை மிரட்டியும் பார்த்தான். ஊரைக் கூட்டித் தள்ளி வைத்துவிடுவதாகப் பேசினான். பாட்டி மசிய வில்லை.

'கைல முள்ளடிச்சிருச்சி... கால்ல முள்ளுக் குத்தீருச்சு. என்ன பண்ணுவம்? கையக்கால வெட்டிப் போட்டிருவமா. முள்ள எடுத்தெறிஞ்சிட்டுக் காயத்த ஆத்தத்தான பாக்கோணும். அது மாதிரிதான் இதும். எம்பேர்ல இருக்குறத நான் என்ன வேண்ணாலும் பண்ணுவன். வேலயப் பாருடா. உன் வயசுக்கு இத்தன பேசறீன்னா, நான் என் வயசுக்கு எத்தனயப் பாத்திருப்பன். போடா' என்று சொல்லிவிட்டாள்.

பெரிய சொத்துக்காரன் வீட்டுக்குப் போய் வாழ்ந்திருக்க வேண்டியவள், பிறந்த வீட்டுச் சுகத்தையும் இழந்து பாட்டியோடு ஓலைக்குடிசையில் ஒண்டிக்கொண்டாள். பாட்டி எத்தனையோ விதமாகத் தைரியம் சொன்னாள்.

'எத்தனயச் சம்பாரிச்சு என்ன பிள்ள... வயசான காலத்துல எனக்கு இந்த ஓலக் கொட்டாயிதான் நெலச்சுது. உனக்கு இப்பருந்தே இதுதான்னு நெனச்சுக்க. இதுதான் நெலைக்கும்.'

பாட்டி இருந்தவரை அவளும் வேலைக்குப் போய் உழைத்தாள். காட்டில் கூலி வேலைக்குப் போய்ச் சம்பாதித்து என்னத்தைச் சேர்த்துவிட முடியும்? பெண்ணை வளர்த்து மூவரும் சாப்பிட வஞ்சனை இல்லாமல் இருந்தது. இரண்டு பவுனுக்கு தோடு வாங்கிப் பிள்ளைக்குப் போட்டிருப்பதோடு சரி. கையில் ஏதோ ஒரு ஐயாயிரம் அளவுக்குத் தேறும். பத்துப் பேரைக் கூட்டிப்போய்க் கோயிலில் வைத்துத் தாலி கட்டக்கூட அந்தப் பணம் போதாது.

எல்லாவற்றையும் மாரிமுத்துவிடம் சொல்லித்தான் ராமன் கூட்டி வந்தான். பேச்சுத் துணைக்கும் பெரிய மனிதர் ஒருவர் கூட இருந்தால்தான் நல்லது என்பதாலும் தானாவதித் தாத்தாவை அழைத்துக் கொண்டார்கள். ஊரில் ஒரு குஞ்சுக்குத் தெரியாது. விடிகாலையில் புறப்பட்டு வந்தார்கள். பார்த்துப் பேச்சு முடிந்து உறுதியாகிவிட்டால் பிறகு சொல்லிக்கொள்ளலாம். அப்பன், அம்மா யார் எது சொன்னாலும் எடுத்த முடிவில் மாற்றமில்லை என்று கறாராக இருந்துவிடலாம். மாரிமுத்துவை ராமன் ரொம்பவும் தெளிவாக்கியிருந்தான்.

கரும்புக்காட்டுப் பாதை வண்டித்தடம் ஒன்றில் போய்ச் சேர்ந்தது. அங்கிருந்து கொஞ்சநேரம் நடந்தார்கள். மேடேறி இறங்கியது. ஓடை ஒன்று தென்பட்டது. இலேசாகத் தண்ணீர் நகர்ந்துகொண்டிருந்தது. ஓடையை ஒட்டிய மேடான ஒரு பகுதியில் அந்த ஓலைக் கொட்டகை இருந்தது. ஓலைக்கு மேல் இரண்டு அடுக்காகக் கரும்புத் தோகை போட்டு வேயப்பட்ட கூரை. வேய்ந்து சில வருசங்கள் இருக்கும். கூரை கறுத்துத் தெரிந்தது. ஆனாலும் இன்னும் சில வருசங்களுக்குக் கூரை தாங்கும்.

கொட்டாயைச் சுற்றிலும் காய்கறிச் செடிகளும் சிறுசிறு மரங்களுமாய்க் குட்டித் தோட்டம். ஓடை பக்கத்தில் இருப்பதால் தண்ணீருக்குப் பஞ்சம் இல்லை. பொறுப்பான பராமரிப்பு. மாரிமுத்துவுக்கும் தாத்தாவுக்கும் தோட்டத்தைப் பார்த்ததுமே மனம் நிறைந்துவிட்டது. கொட்டாய்ச் சுவர்கள் மண்ணால் ஆனவை. வாசலும் தரையும்கூட மண்தான். ஆனால் சாணம் போட்டு வழித்துக் காரைவீடு போல அருமையாக வைத்திருந் தார்கள்.

'வாங்க வாங்க' என்று இரண்டு மூன்று பெண்களும் ஆண் ஒருவரும் வாசலுக்கு வந்தார்கள். இவர்கள் வருவதைச்

சொல்லி அக்கம்பக்கம் இருந்தவர்களைக் கூட்டியிருக்கிறார்கள். நாற்காலிகளில் தாத்தாவும் மாரிமுத்துவும் உட்கார்ந்து கொண்டார்கள். சுவரை ஒட்டி ஒரு சின்ன முக்காலியில் ராமன் உட்கார்ந்தான். பெரிய வெண்கலச் சொம்பில் தண்ணீர் வந்தது. கொண்டு வந்தவள் பெண்ணுடைய அம்மா. தாத்தா விசாரணையை ஆரம்பித்தார்.

'உம்பேரு என்னம்மா. . . பிள்ளக்கி அம்மாதான' என்றார்.

'ரங்கம்மாங்க. எம் பிள்ள பேரு ரோசாமணிங்க' என்றவள் தலைகுனிந்து சுவரோடு நின்றாள்.

ரோசாமணி என்னும் பெயரைக் கேட்டதும் மாரிமுத்துவின் உடலெங்கும் சில்லிப்புப் பரவி அதிர்ந்தான். என்ன பந்தம் இது என்று நினைத்தான். ரோசாமணி. அதே பெயர்தான் அவனுக்கு அமைய வேண்டும் என்றிருக்கிறது. எத்தனை வருசமானாலும் ரோசாமணிதான் உனக்கு மனைவி என்று எழுதியாகிவிட்டது. அப்படியானால் அந்த முதல் ரோசாமணியே அமைந்திருக்க வேண்டும். இன்னொரு ரோசாமணி பிறந்து வளரும் வரையில் காத்திருக்க வேண்டியதாகிவிட்டது. பரவசம் இல்லை என்றாலும் அந்தப் பெண்ணைப் பார்க்க வேண்டும் என்று ஆவல் கொண்டான். ராமனிடம் பெண்ணின் பெயரை முன்னாலேயே கேட்காமல் மறந்தாகிவிட்டது. பெயரைப் பற்றிய கவனம் அவ்வளவுதான். திடுமென இப்படியோர் அதிர்ச்சியை அடைய வாகாகத்தான் பெயர் விட்டுப்போயிருக்கிறது.

'இதாரு. . . உங்க தம்பியாம்மா' என்று ஆளைப் பார்த்துக் கேட்டார் தாத்தா. அவரது கேள்வியைப் புரிந்துகொண்டு ரங்கம்மாள் அங்கிருந்த எல்லோரையும் அறிமுகப்படுத்திச் சொன்னாள்.

'இவரும் எனக்குத் தம்பிதானுங்க. ஒடம் பொறந்தாத்தான் தம்பியாங்க. ஒடம்பொறப்பெல்லாம் ஒதுங்கிப் போச்சுங்க. இவரு எங்களுக்குப் பங்காளி மொற. பேரு முத்துராசுங்க. இது அவரு சம்சாரங்க. . .'

'பிள்ளக்கிக் கலியாணத்துக்கெல்லாம் நாங்க முன்னால நிப்பமுங்க. ஆளு ஆரும் இல்லீன்னு நீங்க நெனச்சுக்க வேண்டாம். பணங்காசக் குடுக்க முடியாட்டியும் ஒரு ஆதரவக் குடுக்கலீன்னா அப்பறம் என்னங்க மனுசரு. . .' முத்துராசு தாத்தாவையும் மாரிமுத்துவையும் மாறி மாறிப் பார்த்துச் சொன்னார். 'அது செரிங்க செரிங்க' என்று தலையாட்டினார் தாத்தா.

'பிள்ளக்கிக் குறிப்புகீது எழுதி வெச்சிருக்கறீங்களா?'

தாத்தா அப்படிக் கேட்டது மாரிமுத்துவுக்குப் பிடிக்கவில்லை. 'அதெல்லாம் ஒண்ணும் வேண்டாந் தாத்தா' என்று அவரைப் பார்த்து வேகமாகச் சொன்னான். தாத்தா சிரித்தார்.

'செரி மாப்ள... அவுங்க எதுனா பாக்கோனும்னு நெனக்கலாம்ல. அதுக்குத்தான் கேட்டன்.'

மாரிமுத்துவுக்கு வெட்கமாய்ப் போயிற்று. லேசாகத் தலைகுனிந்து கொண்டான்.

'குறிப்பு இருக்குதுங்க. நீங்க வேண்ணாப் பாத்துக்கங்க. நாங்க அதெல்லாம் பாத்துச் செய்யற நெலயிலயா இருக்கறம்' என்று சொன்ன ரங்கம்மாவின் குரல் உடைந்து அழுகையாய் வெளிப்பட்டது. இந்தப் பேச்சுக்குள் தலையிடக்கூடாது என்றிருந்த ராமனுக்குச் சங்கடமாய் இருந்தது. கிழடு ஏதும் ஏடாகூடமாய்ப் பேசிக் காரியத்தைக் கெடுத்துவிடக் கூடாது என்று தோன்றியது. அவர்கள் பேச்சுக்கு இடையில் தான் நுழைவதை எப்படி எடுத்துக்கொள்வார்களோ என்று தயக்கமும் கொண்டான். தாத்தா காரியசித்தியில் வல்லவர். கண்ணீர் விட்ட ரங்கம்மாவைப் பார்த்துச் சொன்னார். 'அம்மா நீ எம் பொண்ணாட்டம். எம் வயசுக்கு எத்தனையோ பாத்திருக்கறன். ஓலக்கொட்டாயா இருந்தாலும் இப்பிடிச் சுத்தமா வெச்சுக் காய்கசம்புன்னு அருமையாத் தோட்டம் போட்டு வெச்சிருக்கறதப் பாத்தே எங்களுக்கு மனசு குளுந்துபோச்சு. எம் மாப்ள உங்க கிட்டப் பொண்ணுக் கேட்டு வர்றதுனால ஏப்ப சேப்பையா நெனச்சராத. பெருத்த கையி பாத்துக்க. காடு தோட்டமெல்லாம் போதும்போதுங்கற அளவு கெடக்குது. என்னமோ இதுவரைக்கும் பொண்ணு அமையில. எனக்கொரு பொண்ணு இருந்திருந்தா மாரிமுத்து மாப்ளக்கித்தான் கொடுத்திருப்பன். இப்ப உம்மவ எம் பேத்தின்னு நெனச்சிக்கறன். ஆளுத் தெரியாத ஊர்ல குடுக்கறமேன்னு கவலப்படாதீங்க. நாங்கெல்லாம் இருக்கறம். பொண்ணப் பொன்னாட்டம் வெச்சிக்குவம்... எங்க பொண்ணயே கண்ணுல காட்ட மாட்டீங்கறீங்க. எனக்கே பொண்ணுப் பாக்கோனும்னு இருக்குது. மாப்ளக்கி எப்பிடி இருக்கும்...'

தாத்தாவின் பேச்சைக் கேட்டு எல்லோரும் சிரித்தார்கள். ரங்கம்மாவுக்கும் அங்கிருந்த எல்லோருக்கும் தாத்தா சொன்னது ரொம்பவும் நம்பிக்கை தருவதாகவும் திருப்தியாகவும் இருந்தது. கலகலப்போடு உள்ளே போய்ப் பெண்ணைக் கூட்டி வந்தார்கள். எளிமையான அலங்காரத்தோடு கையில் காப்பி டம்ளர்கள் கொண்ட தட்டத்தை எடுத்தபடி வந்தாள். சின்னப் பெண். ஒடிந்து விழுந்து விடுவாளோ என்று பயப்படுகிற மாதிரி

நின்றாள். கொஞ்சம் ஊட்டம் கொடுத்தால் தேறிப் பெரிய பொம்பளையாகி விடுவாள் என்று தாத்தா நினைத்தார்.

பலமுறை பெண் பார்த்திருந்தாலும் இப்போதுதான் புதிதாகப் பார்ப்பதுபோல் வெட்கத்தோடு மாரிமுத்து பார்வையை ஓட்டி னான். இந்தப் பெண் என்று முடிவானதால் வந்த தயக்கம். நல்ல உயரம். ராமன் சொன்ன மாதிரி செக்கச்செவேல் என்றில்லை. மாநிறம். திருத்தமான நீள்முகம். ரொம்ப ஒல்லி என்று நினைத்தான். இரண்டு பேருக்கும் காப்பியைக் கொடுத்துவிட்டுப் பெண் விர்ரென்று உள்ளே போனாள். அவள் அம்மா, ராமனுக்கு ஒரு டம்ளரில் காப்பியைக் கொடுத்தாள். பெண்ணின் முகத்தில் ஒளியும் உதடுகளில் புன்னகையும் தெரிந்ததைக் கொண்டு தாத்தா பெண்ணின் ஒப்புதலை ஊகித்துக்கொண்டார்.

‘அப்புறம் என்ன... நீங்க நாலுபேரு வந்து ஒருநாளக்கி மாப்ள ஊட்டப் பாத்துட்டு வந்துருங்க. இந்த மாசத்திலேயே கலியாணம் வெச்சரலாமில்ல...’

‘நீங்க எப்பிடிச் சொல்றீங்களோ அப்பபடியே செஞ்சரலாம்.’

‘இன்னக்கி ஆவணி ஒன்னு. ஆவணி பனன்டுல நல்ல முகூர்த்தம் இருக்குது. திங்கக்கெழம. இங்கிலீசு இரவத்தெட்டுத் தேதி. அன்னைக்கே வெச்சுக்கலாம். ரொம்பத் தள்ளிப் போட வேண்டாம். மாப்ளயும் அதத்தான் விரும்பறாரு...’

‘செரிங்க. அப்பிடியே வெச்சரலாம்.’

ஆவணி பன்னிரண்டில் முகூர்த்தம் வைப்பதென்றும் மாப்பிள்ளை ஊரிலேயே மண்டபம் பார்த்துக்கொள்ளலாம் என்றும் முடிவானது. கோயிலில் கல்யாணம் செய்து மண்டபத்தில் வரவேற்பு வைக்கலாம் என்பதைப் பெண்வீட்டார் ஏற்றுக்கொள்ளவில்லை. தன் பெண்ணுக்கு எல்லாச் சடங்குகளோடும் கல்யாணம் நடக்க வேண்டும் என்று ரங்கம்மாள் விரும்பினாள். அப்படியே ஆயிற்று. கல்யாணப் பத்திரிகை அடிப்பதைப் பற்றிப் பேசியபோது சிக்கல் வந்தது.

‘பெண்ணோட அப்பம் பேரு சொல்லுங்க. பத்திரிகையில போடோணும்ல’ என்றார் தாத்தா.

கொஞ்ச நேரம் யாரும் எதுவும் பேசவில்லை. மௌனத்தை உடைக்கிற மாதிரி உள்ளேயிருந்து பெண்ணின் விசும்பல் கேட்டது. மாரிமுத்துவுக்குத் தவிப்பாக இருந்தது. இந்தத் தாத்தா எதையாவது தோண்டித் துருவுவதிலேயே குறியாக இருக்கிறாரே என்று எரிச்சல் பட்டான்.

‘பெரியய்யா... அதான் அன்னைக்கே நான் சொல்லீட்டனுங் களே’ என்று ராமன் எழுந்தான்.

‘ஆமான்டா. பத்திரிகையில் போடறதுக்கு அவுங்க எதும் பேர் சொல்லலாமுல்ல. இல்லீன்னா என்னன்னு போடறதுன்னு சொல்லட்டும்.’

ரங்கம்மாள் அமைதியாகச் சொன்னாள்.

‘வரட்டூர் சன்னம்மாள் பேத்தியும் ரங்கம்மாள் மகளுமான ரோசாமணின்னு போடுங்க. . . இல்லீனா பொண்ணு பேரப் போட்டு உட்ருங்க.’

‘தாத்தா, பத்திரிகையே வேண்டாம். அந்தக் காலமாட்டம் வெத்தலபாக்கு வெச்சுக் கூப்புட்டுட்டாப் போதும்.’

இது பெரிதாகிக் கல்யாணம் நின்றுபோய்விடுமோ என்று பதறி மாரிமுத்து சொன்னான். ஒன்றும் இல்லாத விஷயங்களில் சிக்கித்தான் ஒவ்வொரு முறையும் அவன் கல்யாணம் தடைபட்டுப் போயிருக்கிறது.

‘செரீம்மா. நீ சொன்ன மாதிரி போட்ரலாம். இல்லீனா மாப்ள எப்பிடிச் சொல்றாரோ அப்பிடி அடிச்சர்லாம். வெத்தலபாக்கு வெச்சுக் கூப்படறதெல்லாம் இந்தக் காலத்துல ஒத்துவராது. அப்பிடிப் பண்ணுனா ஊருக்காரனுவ என்னென்னமோ பேசுவானுங்க. நாங்கேட்டன்னு எதும் மனசுல வெச்சுக்காதம்மா. எதையும் இப்பவே கேட்டுக்கறது நல்லதுன்னு கேட்டன். நாளைக்கு ஊருக்குப் போனதுக்கப்பறம் யோசிச்சுக் கேட்டா நல்லாவா இருக்கும்.’

எதையும் சமாளிக்கும் திறமை தாத்தாவுக்கு உண்டுதான். ‘அப்ப நாங்க கௌம்பட்டுமா’ என்று எழுந்தார் தாத்தா.

‘அய்யோ. . . சாப்புட்டுட்டுப் போவோணும். எல்லாம் தயாரா இருக்குது. அஞ்சே நிமிசத்துல எல போட்ரலாம். கலியாணத் தேதி எல்லாம் குறிச்சாச்சே. அப்பறம் என்ன தாராளமாக் கைய நனைக்கலாம்.’

முத்துராசு உபசரித்தார். மறுக்க முடியவில்லை. ‘ஓடப் பக்கம் போய்க் கைகால் கழுவிக்கிட்டு வர்றோம்’ என்று சொல்லிவிட்டு மூவரும் வீட்டிலிருந்து இறங்கினார்கள். நீண்ட கோவணம்போல் ஓடைத் தண்ணீர் போய்க்கொண்டிருந்தது. இருபுறமும் செடி கொடிகள் அடர்ந்து கிடந்தன. ஓடை ஓரமாகப் போன தடத்தில் நடந்தார்கள்.

‘அதயும் இதயும் கேட்டுக் குட்டையக் கொழப்பீருவீங்க ளோன்னு பயமாப் போயிருச்சுங்க பெரியய்யா. எப்படியோ சமாளிச்சுட்டீங்க’ என்றான் ராமன்.

‘அட. . . நா உசுரக் கைல புடிச்சிக்கிட்டு இருந்தன் போ’ என்று பெருமூச்சுடன் சொன்னான் மாரிமுத்து.

‘இதெல்லாம் அப்பப்பக் கேட்ரோணும். மனசுல வெச்சிக் கிட்டு நாமளும் கொழம்பிக்கிட்டு அவுங்களும் கொழம்பிக்கிட்டுக் கெடக்கறாப்பல உடக்கூடாது. எல்லாம் தெளிவாகப் போச்சு பாரு’ என்று சிரித்தார் தாத்தா.

துறை போலத் தெரிந்த ஓரிடத்தில் இறங்கினார்கள். ஓடை யின் சலசலப்பு ரோசாமணியின் கொலுசொலியாய்க் கேட்டது மாரிமுத்துவுக்கு.

தாத்தா செடி மறைப்புக்குள் போனார். ராமனிடம் ஒட்டிக்கொள்பவனாய்ச் சேர்ந்து நடந்தான் மாரிமுத்து. அவன் மனத்துக்குள் குழம்பிக் கிடந்ததை ராமனிடம் மெல்லக் கேட்டான்.

‘பொண்ணு கொட்டக்கோலாட்டம் இருக்கறாளே. தாங்குவாளாடா. . .’

‘ஏய்யா உனக்கு இப்பிடியா சந்தேகம் வரோணும். உன்னோட தென்ன கழதக்கி இருக்கிற மாதிரியா இல்ல, ஆனைக்கு இருக்கிற மாதிரியா. வெரல் நெடிக்கந்தானய்யா. அதுமாதிரி அஞ்சாறத் தாங்குவா... கவலப்படாத...’

ராமன் சிரித்தான். தூரத்தில் தெரிந்த செம்மண் காட்டைப் போல மாரிமுத்து முகம் சிவந்தான்.

●

37

அன்று இரவு திண்ணையில் கட்டில் போட்டு உட்கார்ந்திருந்தான் மாரிமுத்து. குப்பன் வந்து பாட்டிக்குச் சோறு எடுத்துக்கொண்டு போனார். அவருடைய பையன் கல்யாணத்திற்குக் கேட்ட பணம் முழுவதையும் கொடுத்துவிட விரும்பினான். சந்தோசமாகக் கல்யாணம் நடக்கட்டும். அந்தக் கல்யாணம் இந்த மாதத்தின் முடிவில்தான் வருகிறது. மாரிமுத்து சொன்னது போல மாதத்தின் கடைசி முகூர்த்தம். ஆவணி இருபத்தைந்து. மாரிமுத்துவின் கல்யாணத்திற்குத் தேவையான வேலைகளைச் செய்யக் குப்பனுக்கு எந்தத் தடையுமில்லை. 'காத்தாலைக்கு நேரமே இந்தப் பக்கம் வா குப்பா' என்று சொல்லி அனுப்பினான். எதற்கென்று தெரியாமல் குழம்பிக்கொண்டு அவர் போனார்.

அப்பனுக்கும் அம்மாவுக்கும் எப்படித் தகவலைச் சொல்லிச் சம்மதிக்க வைப்பது என்பது தான் புரியவில்லை. அப்பன் இரவுச் சாப்பாட்டிற்கு வரும்போது இரண்டு பேரையும் வைத்துக்கொண்டு பொதுவாக விஷயத்தைச் சொல்லிவிடவேண்டும். ஒத்துவந்தால் பார்க்கலாம். இல்லாவிட்டால், விடிகாலை நேரமே எழுந்து போய்த் தங்கச்சியைக் கூட்டி வந்துவிடலாம். காலையில் மாப்பிள்ளை வீடு பார்க்க வரப்போகிற ஐந்து பேருக்குச் சமையல் செய்ய அவளால் முடியாமல் போய்விடுமா?

அவர்கள் வந்து போன பின்தான் கல்யாண வேலைகள் எல்லாவற்றையும் தொடங்க வேண்டும். கூடமாட வேலை செய்ய ஒருவருமில்லை. ராமனைக் கூட்டிக்கொள்ளலாம். செல்வராசு வந்தால் உதவியா யிருக்கும். ஆனால் சொத்துப் பிரிவினைப் பேச்சு

இருக்கும்போது அவன் வந்தால் பெரிய சிக்கலாகிவிடும். டவுனில் ஏதாவது வேலை என்றால் யாருக்கும் தெரியாமல் அவனிடம் கொடுக்கலாம்.

எப்படித் தொடங்கி அப்பனுக்கும் அம்மாவுக்கும் சொல்வது என்று குழம்பினான். அப்பன் அமுத்தலாக இருந்து ஏதாவது ஒன்றிரண்டு வார்த்தைகளில் படாரென்று தலையில் போட்டு முடித்துவிடுவார். அம்மா பொருமிக் கத்துவாள். அழுது ஆர்ப்பாட்டம் செய்வாள். இதுவரைக்கும் அவன் மீதான கோபம் முழுவதையும் குவியலாய்த் திரட்டி உமிழ்வாள்.

வெகுதூரம்வரை வேறு வீடுகளே இல்லாததால் அவள் என்ன கத்தினாலும் யாருக்கும் கேட்காது. காலையில் 'என்ன ராத்திரி ஒரே ரவுசாக் கெடந்தது' என்று யாராவது கேட்பார்கள். எல்லாவற்றையும் எதிர்பார்த்து அதற்கெல்லாம் எப்படிப் பதில் சொல்லலாம் என்று மனத்துக்குள் ஒத்திகை செய்துகொண்டான். மிகவும் கோபமாகப் பேசிக் காரியத்தைக் கெடுத்துக்கொள்ளக் கூடாது. தானாவதித் தாத்தா வந்து பேசுவதாகச் சொன்னார். மாரிமுத்து மறுத்துவிட்டான்.

'எம்பையன் கல்யாணத்த எனக்கே வேறொருத்தன் வந்து சொல்றான்' என்று எகத்தாளமாக அவரை எடுத்தெறிந்து பேசிவிடுவாள் அம்மா. ராமனும்கூட 'அப்பங்கிட்ட நாஞ் சொல்றன்' என்றான். அது இன்னும் பொல்லாப்பு. அவன் வாயால் கேட்டுத் தெரிந்துகொள்கிற மாதிரி நான் கீழாகிப் போனேன் என்று பிரச்சினை பெரிதாகிச் சண்டை வரும். எது வந்தாலும் நானே சொல்லிவிடுகிறேன் என்று வந்தான். ஆனால் இப்போது எதனாலோ தயக்கம். பயமொன்றும் இல்லை. வேறென்ன? பெண் பார்க்கப் போகும் முன்பே சொல்லியிருந் தால் தொல்லை இல்லை.

வீட்டுக்குள் அம்மா எதையோ உருட்டிக்கொண்டிருந்தாள். தொலைக்காட்சிச் சத்தம் கேட்டுக்கொண்டிருந்தது. அது ஓடிக் கொண்டேயிருந்தால்தான் வீட்டுவேலைகூட அம்மாவுக்கு ஓடுகிறது. அப்பன் இன்னும் வரக் காணோம். வாசலைத் தாண்டி எங்கும் இருள் சுவர்களாய் நின்றது. இந்நேரம் வந்து சாப்பிட்டு விட்டுப் பட்டிக்குப் போகிற நேரம். எங்காவது காட்டுக்குள் பனையடியில் பழமை பேசிக்கொண்டிருப்பார். கள் இறக்கக் கொஞ்ச நேரமாயிருக்கும்.

போலீஸ் தொந்தரவால் நன்றாக இருட்டியபின் பனை ஏறுவதும் அதிகாலை விடியும் முன்னரே கள் இறக்குவதும் என எல்லாம் இருளுக்குள்ளேயே நடந்துகொண்டிருக்கிறது. மரமேறிக்குத் துணையாகப் போயிருப்பார். வத்தன் வாய்

திறந்தால் மூடாமல் பேசிக்கொண்டேயிருப்பவன். அவர் வந்தால் வீட்டுக்குள் போவதில்லை. வாசல் பானையில் கையைக் கழுவிக் கொண்டு வந்து திண்ணைக் கூச்சத்தோடு ஒட்டி உட்கார்வார். வட்டிலில் சோறு வரும். அங்கேயே சாப்பிட்டுவிட்டு வட்டிலில் கை கழுவிக்கொண்டு எழுந்து போய்விடுவார்.

மாரிமுத்துவைப் பட்டிக்கு அனுப்பிவிட்டு வீட்டில் படுக்கும் நாட்களிலும் திண்ணைக் கட்டில்தான் அவர் படுக்கை. இரவில் அம்மாவைத் தேடி உள்ளே போவாராக இருக்கும். அவருக்கும் வீட்டுக்கும் அது ஒன்றுதான் பந்தம். இப்போது அதுவும்கூட அவ்வளவாக இல்லை. பட்டிக் குடிசில் ஆடுகளோடு கிடப்பதே அவருக்குப் பழகிவிட்டது.

இருளில் செருப்புச் சத்தம் சரக்சரக்கென்று கேட்டது. குப்பன் தைத்துக் கொடுத்த செருப்பு என்பதைச் சத்தமே காட்டிவிடும். அடிஆசு வருசக்கணக்கில் தேயாது. லாடம் அடித்த மாதிரி அத்தனை வலுவாகப் போடுவார். குப்பன் செருப்பு ஒன்றும் கடையில் வாங்கிய செருப்பு ஒன்றுமாய் மாரிமுத்துவுக்கு இரண்டுண்டு. காட்டில் குப்பன் செருப்பு. வெளியே போகையில் கடைச்செருப்பு. பானை நீரை அள்ளி முகத்திலடிப்பதும் கை கழுவுவதும் தெரிந்தது. அவருடன் நாயும் திரிந்திருக்கும் போல. வாலை ஆட்டிக்கொண்டு வந்து நின்றது.

சத்தம் எப்படித்தான் கேட்டதோ. அம்மா வட்டிலில் சோற்றைக் கொண்டுவந்தாள். மாரிமுத்து நாக்கை நனைத்துக் கொண்டு ‘எனக்கும் போட்டாம்மா’ என்றான். அதைச் சற்றும் அம்மா எதிர்பார்க்கவில்லை. ‘ம்’ என்று அவனை நோக்கினாள். ‘சோறு எனக்கும் போட்டாம்மா’ என்று மறுபடியும் சொல்லி விட்டுக் கைகழுவ எழுந்து போனான். கூச்சத்தில் சாய்ந்திருந்த அப்பன் சாப்பிடத் தொடங்கியிருந்தார். வட்டிலையும் சோற்றுச் சட்டியையும் கொண்டு வந்து திண்ணையில் வைத்தாள். மறுபடியும் உள்ளே போய்க் குழம்பு, ரசம் கொண்டு வந்தாள். சொம்பில் தண்ணீர் வந்தது.

அப்பனுக்கு எதிரில் உட்கார்ந்துகொண்டான். வட்டில் சோற்றைப் பிசைந்தது கை. யாரை என்று சுட்டாமல் ‘நாளைக்கு இங்கதான இருப்ப’ என்றான். அப்பன் தலைநிமிர்ந்து பார்த்தார். கள்போதை அவர் கண்களில் தெரிந்தது.

‘நாளைக்குப் பொண்ணூரட்டுக்காரங்க வர்றாங்க’ என்றான் பொதுவாக.

‘எல்லாம் முடிவாயிருச்சா’ என்றார் அப்பன். ஏதோ கொஞ்சம் விஷயம் தெரிந்திருக்கிறது. ராமன் அடிக்கடி வருவதும் அவனோடு

போவதும் அவர் கண்ணிலிருந்து தப்பியிருக்காது. அதை வைத்து முடிச்சுப் போட்டிருப்பார். சோறு பிசைந்தபடியே இருந்தது.

‘முடிவு ஆனாப்பலதான்’ என்றான்.

‘அப்ப நடத்து’ என்றார் சோற்றைச் சாப்பிட்டுக்கொண்டே.

‘என்ன. . . எங்கருந்து வர்றாங்க’ என்றாள் அம்மா. அவளுக்கு எதுவும் ஊகம் இல்லை.

‘உம் மவனயே கேளு.’

‘அக்கரப்பக்கம் வரட்டூர்னு ஊரு. அங்கதான் பொண்ணுப் பாத்திருக்கறன். நாளைக்கு அவுங்க வர்றாங்க.’

‘ஓகோ அந்தளவுக்குப் போயிருச்சா. பொண்ணுப் பாத்து முடிச்சுட்டு வந்து பேசறயா. வர்ற நாய்வளுக்கு வடிச்சுக் கொட்ட எங்கிட்டச் சொல்றயா. அதுக்கும் எவளயாச்சும் வரச்சொல்லி ஆக்கிப்போடு. நானெதுக்கு நாய்க்குங் கேடா.’

‘இங்க பாரும்மா. . . கத்தாத. நாலு பேருக்குத் தெரிஞ்சாக் கலச்சுப்புடுவாங்கன்னுதான் ராமனக் கூட்டிக்கிட்டுப் போயிப் பாத்துட்டு வந்தன். எல்லாம் புடிச்சுப் போச்சு. அதான். . .’

‘நாலு பேருக்குத் தெரிஞ்சாக் கலச்சிருவாங்களா. . . ஆர்ரா நாலு பேரு. . . அப்பனும் அம்மாளுமா.’

‘பின்ன. . . அப்பனும் அம்மாளும் கலச்சதுதான் எச்சு.’

அவனை அறியாமல் வார்த்தை வந்துவிட்டது. கோபத்தைக் கட்டுப்படுத்த முடியவில்லை. எப்போதும் சண்டை போட்டே பழக்கமாகிவிட்டதால் சுமுகமாகப் பேச முடியவில்லை.

‘பொண்ணுக்காரி அது இதுன்னு எவளாச்சும் இங்க காலெடுத்து வெச்சானா நரம்ப வெட்டீருவன் பாத்துக்க. பன்னாட்டு மீறிப் போச்சா. தோளுக்கு மேல ஆளு வளந்திட்டயேன்னு பண்ணயத்த உங்கையில குடுத்தா மதிப்பு மரியாதகூடத் தெரியாத போயிருச்சா.’

‘பண்ணயத்த எங்கிட்டக் குடுக்காத வேற எவங்கிட்டக் குடுப்ப? என்னய என்ன இன்னம் உங்கிட்ட மொல குடிச்சிக்கிட்டு இருக்கற பொடிப்பையன்னு நெனச்சிக்கிட்டு இருக்கறயா. ஒரு கலியாணத்தப் பண்ணி வெக்கத் துப்பில்ல. மதிப்பு மரியாத வேணுமா உங்களுக்கு.’

‘தோசிக்காலனுக்குப் பொண்ணு அமஞ்சாத்தான. எந்தப் பக்கம் போனாலும் வேலிக்கு ஒன்னு இழுக்குது. தண்ணிக்கு ஒன்னு இழுக்குது. யாரென்ன பண்ணுவா. . .’

‘ஆமா. இப்படியே சொல்லிக்கிட்டு இருங்க. எனக்கும் முப்பத்தஞ்சு வயசாவுதில்ல. பனியிலயும் குளிர்லயும் நாங் கைல புடிச்சிக்கிட்டு கெடக்கறன். கெழவனும் கெழவியும் ஆன பொறவும் உள்ள போயித் தாழப் போட்டுப் படுத்துக்கங்க. . .’

‘பெத்த தாய் தகப்பனப் பாத்துப் பேசற வார்த்தை யாடா. . . அப்பிடித்தான் எங்கம்மாளச் சொல்லி அவளத் தொரத்தன. இப்ப என்னயும் தொரத்திட்டு எவளயாச்சும் இங்க கொண்டாந்து வெச்சுக்கலாம்னு பாக்கறயாடா. . .’

அப்பன் எதுவும் பேசாமல் சாப்பிட்டுக்கொண்டிருந்தார். ஒருவார்த்தை பேசித் தூண்டிவிட்டு அப்புறம் வேடிக்கை பார்ப்பதுதான் அவர் வழக்கம். மாரிமுத்துவின் கை காய்ந்து போனது. வேட்டைக்குப் போகும் நாயைப் போல மூச்சு விட்டான். அவன் முகத்தில் கொலைவெறி மூண்டது.

‘எவளக் கொண்டாந்து வெச்சுக்கட்டும்? எவளப் பாத்தா லும் இது ஆவாது அது ஆவாதுன்னு நொட்டு நொன சொல்லி வேண்டாம்னு கெடுத்துப்புடற. . . அப்பறம் எவளக் கொண்டாந்து வெக்கட்டும் சொல்லு. . .’

‘போவேன். எங்காவது எச்சக்கல. . . எடுபட்டதுன்னு உனக்குக் கெடைக்காமலா போயிரும். கொண்டாந்து நடுஊட்ல கட்டல் போட்டுப் படுக்க வெச்சுக்க. நானா வேண்டாங்கறன்.’

‘எடுபட்டதோ எழவெடுத்ததோ எதும் உனக்கு ஆவாதுங் கறயே... நீ என்ன நெனச்சுக்கிட்டு இருக்கற? நடு ஊட்ல மெத்த விரிச்சுப் படுத்துக்கிட்டு நீயே கெடக்கலாம்னுதான் பாக்கற. போற போக்கப் பாத்தா. . . அங்க இங்க பொண்ணுப் பாக்க ஏன்டா போற... நானிருக்கறன் போதாதான்னு சொல்லுவ...’

‘அடப்பாவி. . . வாய் புழுத்துப் போறாப்பல பேச எங்கடா கத்துக்கிட்ட? ஆளுக்காரன் சவகாசம் மானக்கேட்டுலதான் முடியும்னு சும்மாவா சொல்றாங்க...’

வட்டிலை எடுத்து வாசலில் வீசிவிட்டு அப்பன் எழுந்து போய்க் கைக் கழுவினார். தாரை தாரையாகக் கண்ணீர் கொட்ட வயிற்றில் அடித்துக்கொண்டு அம்மா கத்தினாள்.

‘இப்படிப் பேச்சக் கேக்கவா என்னப் பொறப்பிச்ச. கண்ணத் தின்ன கடவுளே. இந்த நாய்க்கு நீதான் கூலி கொடுக்கோணும். இப்பிடி வார்த்த கேட்டுட்டு உசுரோட இருக்கோணுமா. ஒரு மொழக் கவுறுதான் இன்னமே எங்கதி...’

‘நீ எதுக்குக் கவுறு போட்டுக்கற. நாஞ் செத்தாப் போதும். சந்தோசமாக் கட்டியாளலாம்னு இருக்கறவ நீ. ஒடம்பொறந்தவ

னெல்லாம் பிள்ளகுட்டிக்குக் கலியாணம் பண்ணப் போற வயசுல எனக்குப் பாத்துக்கிட்டு இருக்கறம் பாரு... இந்த உசுரு என்னத்துக்கு இன்னமே... இப்பவே போவட்டும்...'

பிசைந்து வாயில் வைக்காமல் காய்ந்த சோற்றை வட்டிலோடு எடுத்துக் கூரையில் அடித்தான். திண்ணை முழுக்கச் சோறு சிதறியது. கூரையில் பட்டுத் திண்ணையில் விழுந்து உருண்டது வட்டில். சோற்றைத் தின்னத் திண்ணைக்கு ஏறலாமா கூடாதா என்று தெரியாமல் தயங்கி மூவரையும் மாறி மாறிப் பார்த்தது நாய். மாரிமுத்து எழுந்து வேகமாகப் போனான். வாசலில் கட்டியிருந்த கன்றுக்குட்டியின் கழுத்துக் கயிற்றைத் தும்பை விடுவித்து அவிழ்த்துக்கொண்டு வந்தான். இந்த நேரத்தில் கிடைத்த சுதந்திரம் பற்றிப் புரியாமல் தாயைப் பார்த்துக் கத்தியது கன்று.

கயிற்றோடு வந்து திண்ணைக்கு மேலே பனங்கையில் கயிற்றை வீசிப்போட்டான். முடிச்சிட்டான். அவன் வேகம் யாரும் தடுக்க முடியாது என்பது மாதிரி இருந்தது. சுருக்குப் போட்டான். கட்டிலைக் கயிற்றுக்கு நேராக இழுத்து வந்து ஏறினான். அதுவரைக்கும் பேசாமலிருந்த அப்பன் 'டேய் டேய்' என்று கத்தியபடி வந்து அவனைக் கட்டிக்கொண்டார். 'குடும்பத்தக் கெடுத்துப்புட்டுப் போயராதடா' என்று அழுதார். அதிர்ந்துபோய் அம்மாவும் அருகில் வந்து நின்றாள்.

கட்டிலிலிருந்து அவனை இறக்கினார் அப்பன். சிறு பிள்ளைபோல் தேம்பித் தேம்பி அழுதுகொண்டே அவர் மார்மீது சாய்ந்தான். சேலையை வாயில் வைத்து மூடியபடி அழுது, 'எஞ்சாமீ... உன்னோட விருப்பப்படி பண்ணிக்கடா அப்பா. எனக்கென்ன இன்னமே. இருன்னா இருக்கறன் போயிருன்னா ஒரு கொட்டாயிகிட்டாயி பாத்துப் போயிக் கறன்...' என்றாள் அம்மா. மார்மீது சாய்ந்தவனை மெல்ல விடுவித்து அம்மா பக்கம் தள்ளினார். 'எஞ்சாமீ... இன்னமே இப்பிடி நெனச்சராதீடா' என்று அவன் முகத்தை இருகைகளிலும் வருடி நெட்டி முறித்தாள். தேம்பியபடியே கீழே உட்கார்ந்தான். அவன் தலையை வருடினாள் அம்மா.

சுருக்கு வடிவில் தொங்கிய கயிற்றைக் கத்தியால் அறுத்தெடுத் தார் அப்பன். வாசலைத் தாண்டிக் கொண்டுபோய் ஓலை ஒன்றோடு போட்டுத் தீ வைத்தார். கயிறு கருகிப் புகைய ஆரம்பித்தது. மாட்டின் மடியில் முட்டிக்கொண்டிருந்த கன்றை நோக்கிப் போனார் அப்பன்.

●

38

அலுப்பினால் மாரிமுத்து ரொம்ப நேரம் தூங்கினான். மத்தியானத்தில் இப்படித் தூங்கி நாளாகிவிட்டது. தென்னைகளின் குளுமைக்குள் தூக்கம் இழுத்துக் கொண்டுபோனது. ராத்திரி நடந்ததும் காலை நிகழ்ச்சிகளும் கனவு போலத் தோன்றின. மனத்திலும் உடம்பிலும் எங்கிருந்து இத்தனை வேகம் வந்தது என்று தெரியவில்லை. இதுதான் கடைசி வாய்ப்பு. இதைவிட்டால் அவ்வளவுதான் என்று உள்ளுக்குள் எங்கோ தோன்றி இருக்கிறது.

எதுவும் இல்லை என்றால் ஆவணியில் வாழ்வை முடித்துக்கொள்வது என்று முன் செய்த தீர்மானம் சாத்தியமாகி இருக்குமா என்று சொல்ல முடியவில்லை. தீர்மானம் செய்து உயிரைப் போக்கிக் கொள்ள முடியுமா. சந்தேகம்தான். நேற்றைப் போல எந்த முன்முடிவும் இல்லாமல், அந்தக் கணத்தில் சட்டென்று தோன்றும் வேகம் காரியத்தை முடித்திருக்கும். மனம் பொங்கி இயல்பாகத் தூக்குக்கயிற்றை நாடிய கணம் அது. அந்த வேகம் கல்யாண காரியத்தை நடத்தி முடிக்கும் ஆற்றலாக மாறிவிட்டது. இனி யாரும் எந்தத் தடையும் செய்ய முடியாது.

ராமன் ராத்திரியே வரட்டூர் போய்த் தங்கிக் காலையில் அவர்களைக் கூட்டிவந்தான். அவர்கள் நான்கு பேர். ராமனோடு சேர்த்து ஐந்து. இங்கே வீட்டிலும் ஐந்தாறு பேர் இருக்க வேண்டும் என்று சொல்லி அதிகாலையிலேயே போய்த் தங்கச்சியைக் கூட்டி வந்தான். தங்கச்சி புருசனும் வந்தார்.

தாத்தாவும் வந்திருந்தார். அம்மா முகத்தில் பெரிய சந்தோசம் தென்படாவிட்டாலும் எதுவும் காட்டிக்கொள்ள வில்லை.

சாப்பிட்டுவிட்டு அவர்கள் போகும்வரை மாரிமுத்துதான் பதற்றத்தோடு இருந்தான். யாரும் எதுவும் கேட்டுவிடுவார்களோ, பேச்சில் எங்காவது முடிச்சு விழுந்திடுமோ என்று கவலைப் பட்டான். தாத்தா காலையில் நேரமாகவே வந்து பெண்வீட்டைப் பற்றிக் கொஞ்சம் விஸ்தாரமாகவே சொல்லியிருந்தார். பெண்ணின் அப்பாவைப் பற்றி மாரிமுத்தே எதிர்பார்க்காத வகையில் ஒரு பொய்யைப் போட்டுவைத்தார் தாத்தா.

'பொண்ணோட அப்பந்தான் இல்ல. என்னமோ சண்ட போட்டுக்கிட்டுப் போனவன் போனவன்தான். எங்கயோ இன்னொரு கலியாணம் கட்டிக்கிட்டான்னு சொல்றாங்களாமா. இந்தப் பொண்ணு கலியாணத்துக்குச் சொல்லி உடறமின்னிருக் காங்க. வந்தா வரட்டும், இல்லீனாப் போவட்டும். அப்பனயா கட்டிக்கிட்டு வரப்போறம்? பிள்ள நல்ல பிள்ள. காட்டுவேலயில கெட்டிக்காரி. உங்கூட்டுக்குப் பொருத்தமானவ. எதையும் எடுத்துச் செய்யற மகராசி கெடைக்கக் கொடுத்து வெக்கோணுமில்ல. பணம், பவுன் கெடக்குது ஒரு பக்கம். அதக் கொண்டோயி குப்பையில போடு. நல்ல மனுசரு கெடைக்கறதுதான் முக்கியம்...'

தாத்தாவைப் பிடிக்காதபோதும் அவர் சொன்ன தகவல்கள் அப்பனுக்கும் அம்மாவுக்கும் தேவையாக இருந்தன. அவர் சொன்னதில் இருந்து பெண்ணோடு பணம், பவுன் வராது என்பதையும் அப்பன் உடனில்லை என்பதையும் மட்டும் எடுத்துக்கொண்டிருப்பார்கள். எப்படியோ, வந்தவர்களை அனுப்பும்வரை நிம்மதியாக இருக்க முடியவில்லை. ராமன் அவர்களைக் கூட்டிப்போய்ப் பேருந்து ஏற்றிவிடப் போனான். விட்டுவிட்டு ராமனைத் தோட்டத்துக்கு வரச் சொன்னான். வடை, பாயாசத்துடன் சாப்பாடு பிரமாதமாக இருந்தது. சமீபகாலத்தில் வீட்டில் இப்படி ஒரு சாப்பாட்டை அவன் ருசித்ததில்லை. வயிறு பிடிக்கச் சாப்பிட்டதும் கிறக்கமாக இருந்தது. ராத்திரி சரியான தூக்கம் இல்லை. தோட்டத்துக்குப் போய்ப் படுத்துக்கொண்டான். கனவும் நினைவும் குழம்பிப் புரண்டு கிடப்பதே தூக்கம் என்று இருந்ததுபோய் எதுவும் தெரியாமல் ஆழ்ந்து கிடந்தான்.

ராமன் வந்து வெகுநேரமாகக் குப்பனுடன் பேசிக்கொண் டிருந்தான். மாரிமுத்துவை எழுப்ப மனமில்லை. அவனாகவே விழிக்கட்டும் என்று காத்திருந்தான். கொட்டாய்க்கு அருகிலேயே தென்னை மட்டை ஒன்று விழுந்தது. காய்ந்த மட்டை,

பேரோலத்தோடு கழன்று விழுந்து மாரிமுத்துவை எழுப்பியது. செறை எடுத்துச் சிலநாட்கள் ஆவதற்குள் மறுபடியும் மட்டைகள் காய்ந்துவிட்டன. எத்தனை தண்ணீர் பாய்ச்சினாலும் மழை பெய்தால்தான். குருத்து நிறைந்து வழிகிற அளவுக்கு மழை இல்லை.

இமைகள் பிரியவில்லை. மனம் விழித்துக்கொண்டாலும் கண் ஒத்துழைக்கவில்லை. அப்படியே கிடந்தான். ராமனும் குப்பனும் தெலுங்கில் பேசிக்கொண்டிருந்தது மென்மையாகக் கேட்டது. ராமனோடு போய்ச் செய்ய வேண்டிய வேலைகள் நினைவுக்கு வந்தன. பொழுதாகிவிட்டதோ என்று பதறி எழுந்தான். வெளியே வெளிச்சம் பளீரென்று தெரிந்தது. தென்னையின் நிழல்களுக்குள் புகுந்து இப்படி வெளிச்சம் வந்தால் இன்னும் நேரமிருக்கிறது என்றுதான் அர்த்தம். கொட்டாயின் சின்ன வாசலில் குனிந்து வெளியே வந்தான்.

'என்னய்யா இப்படித் தூக்கம் போடற... கலியாணத்துக்கு அப்பறம் இப்படித் தூங்கீராத' என்று ராமன் சிரித்தான்.

'சாமீ மூஞ்சியில இப்பத்தான் ஒரு தெளிச்சி வந்திருக்குது' என்று குப்பன் ஒத்தூதினார்.

'உம் பையன் கலியாணத்துக்கு இன்னம் எவ்வளவு பணம் கேட்ட குப்பா?'

'பத்தாயிரம் கேட்டனுங்க.'

'நாளைக்குக் காத்தால வா. வாங்கிக்கலாம்.'

'இன்னக்கி வரச் சொன்னீங்கன்னு காத்தால வந்தனுங்க.'

'அதான் நான் நேரமே தங்கச்சி ஊட்டுக்குப் போயிட்டனல்ல. நாளக்கி வந்திரு. கண்டிப்பா வாங்கிக்கலாம். ராமா... இரு ஒடம்பு கசகசன்னு இருக்குது. கெணத்துல ஒரு முங்கு முங்கீட்டு வந்தர்றன். போலாம்.'

மாரிமுத்து குளித்து வந்து தயாராகி வண்டி எடுக்கையில் மணி மூன்றானது. ராமன் வண்டியின் பின்னால் உட்கார்ந்து கொண்டான். முதலில் தேவைக்காரர் வீட்டுக்குப் போனார் கள். இந்த நேரத்தில் அவர் இருப்பாரா என்று சந்தேகம். இருந்தார். தேதியைச் சொன்னதும் கொஞ்சம் தயங்கினார். அந்தத் தேதியில் அவர் ஏற்கனவே ஒரு கல்யாணம் ஒத்திருந்தார். 'இன்னம் பத்துப் பனண்டு நாள்தான் இருக்குது. இப்ப வந்து சொல்றீங்களே' என்றார்.

அவர் இருக்கும் மண்டபத்திற்கு வந்து வண்டியில் கூட்டி வந்துவிட்டுத் திரும்பக் கொண்டுபோய் விடுவதாகச் சொன்னதும் சரி என்றார். பத்திரிகை வந்ததும் அத்துடன் முன்பணமும் தருவதாகச் சொல்லி வந்தார்கள். திரும்பி வரும்போது, ‘சும்மா பெரிய கெராக்கி இருக்கறாப்பல பீத்தறாரு. இப்பல்லாம் ஆருடா தேவக்காரன வெச்சுக் கலியாணம் பண்றா? ஏதோ நூத்துல ஒன்னு. அவனவன் கோயில்ல போயித் தாலி கட்டிக் கூட்டியாந்தர்றான். இல்லீனா பூசாரி வெச்சிக்கறான். நாமளும் அப்படிப் பண்ணியிருக்கலாம். பொண்ணூட்டுக்காரங்க இந்தச் சாங்கியமெல்லாம் பண்ணுனாத்தான் அவுங்களச் சேத்துக்கு வாங்கன்னு நெனைக்கறாங்களே, என்ன பண்ணறது’ என்று புலம்பிக்கொண்டே வந்தான் மாரிமுத்து.

நகருக்குள் நேரே போகாமல் சுற்றிப் போனான். நகருக்கு வெளியே கல்லூர்ப் பக்கம் சின்ன மண்டபங்கள் சிலவும் பெரிய மண்டபம் ஒன்றும் உண்டு. அவற்றில் ஏதாவது கிடைத்தால் பரவாயில்லை. இன்னும் பத்து நாள்கள்தான். அவனவன் பலமாதங்களுக்கு முன்னாலேயே முடிவுசெய்து மண்டபத்துக்கும் முன்பணம் கொடுத்துப் பதிவு செய்துவிடுகிறான். இந்த நிலையில் மண்டபம் கிடைக்குமா? கிடைத்தால் பார்ப்பது, இல்லாவிட்டால் வீட்டு வாசலிலும் மாடியிலும் பந்தலைப் போட்டு நடத்திவிடுவது என்னும் முடிவு மனத்துக்குள் ஏற்கெனவே இருந்தது.

மண்டபம் என்றால் சிக்கல் இல்லை. கல்யாணத்திற்கு வரக்கூடியவர்கள் அங்கங்கே படுத்துக்கொள்வார்கள். பாத்திரம், பண்டம், அடுப்புகிடுப்பு எல்லாம் தயாராக இருக்கும். வீட்டில் அதுதற்குத் தக்கவாறு உருவாக்க வேண்டும். பெரிய மண்டபம் ‘சித்தாயம்மாள் – வல்லுசாமி திருமண மண்டபம்’ எனப் பெயரிருந்தது. தேதியைச் சொல்லிக் கேட்டதும் அந்த மேனேஜர் கெக்கெக்கெனச் சிரித்தான். வெற்றிலை எச்சில் பிதுங்கிக் கொட்டியது. அந்த நாறச் சிரிப்பு எங்கள் மண்டபத்தின் கிராக்கி என்ன தெரியுமா என்று கேட்டு ஏளனப்படுத்துவது போலிருந்தது. பதிலுக்குக்கூட நிற்காமல் வண்டியை எடுத்தான்.

அடுத்த மண்டபம் சாலையை ஒட்டிக் காட்டுக்குள் இருந்தது. சுற்றிலும் வெகுதூரத்திற்கு வீடுகள் எதுவும் இல்லை. ‘வல்லம்மாள் – சின்றாயன்’ பெயரில் அமைந்த மண்டபம். மாரிமுத்து வண்டியிலேயே நின்றுகொண்டான். ராமன் உள்ளே போய் வேகமாகத் திரும்பி வந்தான்.

‘என்னடா இங்கயும் கைவிரிச்சுட்டாங்களா?’

‘இல்லய்யா, காலியாத்தான் இருக்குது. விவரமெல்லாம் கேக்கறாங்க. . . வாய்யா.’

மாரிமுத்து இறங்கி உள்ளே போனான். பருத்த உருவம் கொண்ட பெண்ணொருத்தி மண்டபத்தின் பக்கவாட்டில் இருந்த செடிகளுக்குத் தண்ணீர் விட்டுக்கொண்டிருந்தாள். மாரிமுத்துவைப் பார்த்ததும் பைப்பைக் கீழே போட்டுவிட்டு வந்தாள்.

‘உங்க கலியாணமா தம்பி. . . நீங்க வந்து கேக்கறதில்லையா. ஆள அனுப்புனா யாருன்னு நெனைக்கறது.’

‘இல்லீங்க. . . யாராச்சும் இருக்கறாங்களான்னு பாத்துட்டு வாடான்னு அனுப்புனன்.’

‘அவன் வந்து பெரிய பன்னாட்டு மயராட்டம் கேக்கறான். ஒரு அடக்கம் ஒடுக்கம் இருக்குதான்னு பாரு. . .’

‘அப்புடீங்களா. நான் கண்டிச்சு வெக்கறனுங்க. நானு நங்கூருங்க. வர்ற ஆவணி பதனஞ்சுல கலியாணம்.’

‘அவன் சொன்னான். அன்னைக்கு மத்தியானம் எங்க சொந்தக்காரப்பிள்ள ஒன்னுக்குத் தெரட்டி வெச்சிருக்குது. அதான் நாங்க யாருக்கும் உடுல. வர்றவுங்க எல்லாம் மத்தியானம் வரைக்கும் வேணுங்கறாங்க. அது முடியாது. காத்தால ஒம்போது மணிக்கெல்லாம் காலி பண்ணிக் குடுத்தரோணும். அப்பறம் அப்பிடி இப்படிப் பேசக்கூடாது. மத்தியான விருந்துக்கு ஊட்டுக்குப் போயிருங்க. செரின்னாத் தர்றம். . .’

மாரிமுத்து ஒத்துக்கொண்டான். காலையில் கல்யாணம் முடிந்ததும் எல்லோரையும் ஓட்டிவிட வேண்டியதுதான். அதை எப்படியாச்சும் சமாளித்துக் கொள்ளலாம். மாப்பிள்ளை பெயர், அப்பா அம்மா பெயர், பெண் பெயர், பெண்ணின் அப்பா அம்மா பெயர், ஊர்ப் பெயர் எல்லாவற்றையும் ஒரு நோட்டில் எழுதச் சொன்னாள்.

பெண்ணின் அப்பா பெயர் தெரியாது என்று சொன்னால் மண்டபம் கிடைக்காமல் போய்விடுமோ என்று தயக்கமாக இருந்தது. அவனாகவே ‘சொர்ணவேல்’ என்று ஒரு பெயரை எழுதி வைத்தான். முன்பணம் மூவாயிரம். எழுதிக் கையொப்பமிட்டுப் பணத்தைக் கொடுத்தான். மூவாயிரம் பணத்தை வாங்கியதும் குண்டுமுகம் விரிந்து சிரித்தது. மீதம் ஏழாயிரம் கல்யாணத்தன்று காலையில் கொடுத்துவிட வேண்டும். மண்டபத்தைக் காட்டினாள். நூறு பிளாஸ்டிக் நாற்காலிகள் கிடந்தன. ஒருபக்கம் பாத்திரங்கள் போடப்பட்டிருந்தன.

நூறு தறி போட்டிருந்த தறிப்பட்டறை. தறியைக் கழற்றியபின் மண்டபமாக மாற்றியிருந்தார்கள். சாப்பாட்டுக் கூடம் ரொம்பச் சிறியது. நிபந்தனைகள் எல்லாவற்றையும் கேட்டுக்கொண்டான். அவள் சிரித்தபடி சொன்னாள். நாற்காலி, பாத்திரம், மின்சாரம், சாப்பாட்டு மேஜை என எல்லாவற்றுக்கும் தனித்தனி வாடகை. அந்தக் கணக்கெல்லாம் சேர்த்தால் மண்டபத்திற்குப் பதினைந் தாயிரம் வரும்.

பணம் பெரிதில்லை. ஆனால் இடம்தான் திருப்தியாயில்லை. கடைசி நேரத்தில் இதுவாவது கிடைத்ததே என்று சமாதானப்பட்டு கொண்டான். பெரிய மண்டபத்தில் ஆயிரம் பேர்களுக்கு மேல் கூடியிருக்கத் தன் கல்யாணம் நடக்க வேண்டும் என்று ஒருகாலத்தில் கற்பனை செய்திருந்தான். அதை நினைத்துப் பெருமூச்சு விட்டபடியே வெளியே வந்தான்.

'யோவ்... பத்திரிகையில வழி போட எடம் பேரு கேட்டு கிட்டயா' என்று கத்தினான் ராமன். திரும்ப உள்ளேபோய் அந்தம்மாவிடம் கேட்டான்.

'ஏந்தம்பி... வல்லம்மா மண்டபம்னு கேட்டா ஊரே சொல்லுமப்பா. அதா பாரு... அந்தப் புளியமரத்துக்கிட்டதான் ஸ்டாப்பிங்கு. செமதாங்கிக் கல்லுன்னு சொல்வாங்க. அப்பிடிப் போட்டுக்க.'

கேட்டுக்கொண்டு வெளியே வந்தான். வண்டி பக்கத்தில் உட்கார்ந்தபடி பீடியை உறிஞ்சிக்கொண்டிருந்த ராமன் எழுந்தான்.

'ஒருவழியா இது முடிஞ்சிதுடா. இதுதான் பிரச்சினையா இருக்கும்னு நெனச்சன். பரவால்ல. எல்லாம் நேரங்காலம் ஒன்னாக் கூடிவருதுடா' என்று வண்டியை எடுத்தான் மாரிமுத்து.

வண்டியின் பின்னால் உட்கார்ந்துகொண்டு 'ஏய்யா... கலியாணத்தன்னைக்கு அந்தக் குண்டம்மா இங்கதான் இருக்குமா?' என்று கேட்டான் ராமன். 'எதுக்குடா கேக்கற?' என்றதும் 'இல்ல... என்னய உள்ள உடுமா உடாதான்னு தெரிஞ்சுக்கத்தான்' என்று சிரித்தான் ராமன். அதற்கு என்ன பதில் சொல்வதென்று தெரியாமல் மாரிமுத்துவும் சிரித்தான்.

●

39

கரட்டூர்ப் பெரிய மாரியம்மன் கோயில் சந்துக்குள் அந்த ஓட்டல் பதுங்கியிருந்தது. எத்தனையோ முறை அந்தப் பக்கம் வந்திருந்தாலும் ஓட்டலை மாரிமுத்து அறிந்திருக்கவில்லை. வெளியே சின்னதாகப் பெயர்ப்பலகை ஒன்று மட்டும் 'ராஜகணபதி ஓட்டல்' என்றிருந்தது. அதை அடுத்துச் சிமெண்ட் கற்களால் உயர்த்தப்பட்ட மதில். திட்டிவாசல் போல உள்ளே நுழையச் சிறிய கதவு. உள்ளே போனதும்தான் அதன் விஸ்தாரம் தெரிந்தது. முழுக்கத் தன்னை மறைந்துக்கொண்டு கமுக்கமாகச் செயல்பட்டுக் கொண்டிருந்தது.

உள்ளிருந்த கட்டடக் கூரைகள் எல்லாம் கீற்று வேய்ந்து மேலே கரும்பந் தோகைகள் போடப்பட்டிருந்தன. நான்கைந்து மேஜைகள் போடப்பட்ட பெரிய கொட்டகை ஒன்று. அதற்குப் பின்னால் சிறுசிறு குடிசைகள். காலியாக இருந்த குடிசை ஒன்றுக்குள் புகுந்தான் செல்வராசு. அவனைத் தொடர்ந்து மாரிமுத்துவும் ராமனும். வட்டமாக இருந்தது குடிசை. அதற்குள்ளேயே கைகழுவும் இடம். நான்கு பேர் தாராளமாக உட்காரலாம். இன்னும் இரண்டு அல்லது மூன்று பேரைக் கூடுதலாக்கிக் கொண்டால் கொஞ்சம் சிரமம்.

ஒரு மூலையில் மடித்து வைக்கப்பட்ட நாற்காலி களும் இருந்தன. எரிந்துகொண்டிருந்த விடிவிளக்கு வெளிச்சத்தில் மூவரும் நிழல்களாக மாறியிருந்தனர். அருகிலும் பின்னாலும் முன்னாலுமாக இருந்த

குடிசைகளுக்குள் இருந்து உரத்த சிரிப்புகளும் பேச்சுச் சத்தங்களும் வந்தன. குழம்பி ஒலித்த அவற்றைத் தெளிவாக்கிக்கொள்ள இயலவில்லை. மிகவும் பாதுகாப்பான இடம் போல உணர்ந்தான் மாரிமுத்து.

'எப்படி செல்வராசு இந்த மாதிரி எடத்தயெல்லாம் கண்டுபிடிச்சு வெச்சிருக்கற.'

'இல்லண்ணா. ரிக்கு வண்டீல சம்பந்தப்பட்டா இந்த எடமெல்லாம் தானாப் பழக்கமாயிரும்' என்று சொல்லி வெட்கத்துடன் சிரித்தான் செல்வராசு. அண்ணன் என்கிற மரியாதை சற்றே கூச்சம் தந்தது.

'ராமனுந்தான் ரிக்குவண்டீல போனவன். ஏன்டா ராமா. . . உனக்கு இந்த எடமெல்லாம் தெரீமா?'

'அட நீங்க ஒன்னு. நானெல்லாம் வாங்கி ஒயின்ஸ் கட வாசல்லயே மொடக்மொடக்குனு குடிச்சிட்டு வீசி எறிஞ்சிட்டு நடை உடற ஆளு. இப்படி வந்து உக்கோந்து ஆருக்குந் தெரியாத குடிக்கறது நம்மளுக்கு ஆவாது. . .'

ஒருமாதிரி அந்நியமாக அவ்விடத்தை ராமனும் உணர்ந்தான். நாற்காலியில் முழுதுமாக உட்காராமல் முன்னோரத்தில் ஒடுங்கி உட்கார்ந்திருந்தான். நாள் தவறாமல் டவுனுக்கு வந்தாலும் இந்த மாதிரி இடங்களை அறியாமல் இருந்ததற்காகத் தன்னை நொந்துகொண்டான் மாரிமுத்து.

வீதிகளில் வட்டமடித்து எங்காவது டீயைக் குடித்து உட்கார்ந்துவிட்டுக் கிளம்பிப்போய் என்ன பிரயோசனம்? பிரயோசனமற்ற காரியங்களிலேயே நாட்கள் கழிந்திருக்கின்றன. என்னென்ன வேண்டுமென்று கேட்டு ஆர்டர் கொடுத்தான் செல்வராசு. அவனே பணம் கொடுக்கவும் போனான். தடுத்து எவ்வளவு எனக் கேட்டு மாரிமுத்து கொடுத்தான். மாரிமுத்துவும் ராமனும் சாப்பிட என்ன சொல்வதென்று தெரியாமல் செல்வராசுவையே சொல்லச் சொன்னார்கள். 'புரோட்டாவும் பளியூரும்' என்று சொன்னான் அவன்.

'அதென்ன பளியூரு ராசு?'

'அது சிக்கன்ல ஒருவக. பளியூருலதான் மொதல்ல இப்படிச் செஞ்சாங்களாம். அது நல்லா டேஸ்ட்டா இருக்கம்படி இங்கயும் வந்திருச்சு.'

'சாதாக் கடையிலயே இப்பப் பளியூருன்னாக் குடுப்பாங்க. நாந் தின்னுருக்கறன்' என்றான் ராமன்.

‘என்னென்னமோ தெரிஞ்சு வெச்சிருக்கறீங்க. நாந்தான ஒன்னுக்கும் லாயக்கில்லாதவனா இருந்திருக்கறன்.’ பெருமூச்சோடு சொன்னான் மாரிமுத்து.

‘அப்படி இல்லண்ணா. இந்த எடமெல்லாம் ரிக்கு வண்டி பார்ட்னருங்க வர்றது. அதுலதான் பணம் கொட்டுது. எப்படியாச்சும் செலவு செய்யோனுமில்ல. ரிக்குக்காரனுவ பாதிப்பேருக்கு ராத்திரிச் சாப்பாடு இங்கதான். இந்த ஓட்டல் மாதிரி டவுனுக்குள்ளயே எனக்குத் தெரியப் பதனஞ்சு இருக்குது.’

மேஜைமேல் பாட்டில்கள் வந்தன. பன்னிரண்டு பதின்மூன்று வயதுப் பையன் ஒருவன் கவனித்தான். பாட்டிலைக் கண்டதும் திறந்து டம்ளரில் கடகடவென்று ஊற்ற ஆரம்பித்தான் ராமன். அவனைத் தடுத்து ‘இரு. நான் ஊத்தறன்’ என்று அந்தப் பொறுப்பை எடுத்துக்கொண்டான் செல்வராசு.

எதேச்சையாக டவுனில் செல்வராசு எதிர்ப்பட்டான். இல்லாவிட்டால் பத்திரிகை அடிப்பதில் கொஞ்சம் குழப்பம் வந்திருக்கும். அவனுக்குத் தெரிந்த அச்சகம் ஒன்றுக்குக் கூட்டிப்போனான். அச்சகக்காரன் அழைப்பிதழ்கள் கோத்து வைத்திருந்த பெரிய கோப்புகள் ஐந்தாறை எடுத்து முன்னால் போட்டான். விதவிதமான நிறங்களில், வடிவங்களில், எழுத்துகளில் என அழைப்பிதழ்கள் வழிந்தன. எதைத் தேர்வு செய்வது என்று குழம்பினான் மாரிமுத்து.

அவன் மனத்தில் இன்னொரு நெருடலும் இருந்தது. மண்டபக்காரி கேட்டது போல அச்சகக்காரனும் பெண்ணின் அப்பன் பெயர் கேட்பான்தானே. அதைப் போடாமல் எப்படிப் பத்திரிகை அடிப்பது? மண்டபத்தில் சொன்ன மாதிரி ‘சொர்ணவேல்’ என்று போட்டுவிடலாமா? அப்பன் பெயர் தெரியாதவளைக் கட்டிக்கொள்ளத் தன் தலையில் எழுதியிருக்கிறானே என்று மனத்துக்குள் குமுறினான். கல்யாணம் ஆனபின் எப்படியோ போய்த் தொலைகிறது. அதுவரைக்கும் இந்த ரகசியத்தைக் காப்பாற்றியாக வேண்டும்.

இதைச் சொல்லி யாராவது கல்யாணத்திற்கு முட்டுக்கட்டை போட்டுவிடக்கூடாது. இத்தனை வருசமாக என்னென்ன விதமாகவோ தடைகள் வந்துவிட்டன. கூடிக் கூடிக் கலைந்து போனதை எல்லாம் நினைத்தால், மனத்தில் பயமும் சந்தேகமும் தோன்றிக்கொண்டே இருக்கின்றன. எந்த நேரத்தில் என்ன ஆகுமோ. எது வந்து கலைத்துப் போடுமோ? மண்டபம் பேசிப் பத்திரிகை அடிக்கும்வரை வந்தபின் யாரால் என்ன

செய்துவிட முடியும்? எது வந்தாலும் இந்தமுறை தடைபடாது என்று தைரியம் சொல்லிக்கொண்டாலும் மனத்தின் மூலையில் லேசான நெருடல் இருந்துகொண்டிருந்தது.

செல்வராசுவை வெளியே கூட்டி வந்தான். வண்டிக்கு அருகில் நின்றிருந்த ராமனையும் கூப்பிட்டான். பக்கத்து டீக் கடையில் டீ சொன்னான். செல்வராசுவிடம் எப்படிப் பேச்சைத் தொடங்குவது என்று தெரியவில்லை. கண்கள் கலங்கின. என்ன செய்தும் கட்டுப்படுத்த முடியவில்லை. அவ்விடத்திலேயே கதறி அழுதுவிடுவான் போலிருந்தது.

அந்தப்பக்கமும் இந்தப்பக்கமும் முகத்தை மறைத்தான். இருந்தாலும் செல்வராசு விடவில்லை. 'என்னண்ணா... என்னண்ணா...' என்று மீண்டும் மீண்டும் கேட்டான். 'எதுனா லும் சொல்லுண்ணா. பாத்துக்கலாம்' என்றான். ராமனும் 'என்ன என்னய்யா' என்றான். ராமனைப் பார்த்து நெகிழ்ந்த குரலில், 'ஏன்டா... இத்தன வருசம் கழிச்சு எங்கிருந்தோ வந்த. எனக்குப் பொண்ணும் பாத்த. பாத்ததுதான் பாத்த... அப்பம் பேரு தெரியற பொண்ணாப் பாத்திருக்கக்கூடாதா' என்று சொல்லச் சொல்லக் கண்ணீர் வழிந்துவிட்டது. ராமனுக்கு என்ன சொல்வதென்று தெரியவில்லை. 'அவ அப்பனோடவாய்யா படுக்கப்போற. இதுதான் விஷயமே இல்லைன்னு அன்னைக்கே பேசிட்டமல்லய்யா' என்றான்.

'பேசிட்டமடா. இன்னைக்குப் பத்திரிகைல என்ன பேரு போடறது சொல்லு. அந்தப் பொம்பள சொன்ன மாதிரி பாட்டி பேரும் அந்தம்மா பேரும் போட்டம்னு வெச்சுக்க. நான் எத்தன பேருக்குப் பதில் சொல்றது?' என்றவன் குரலில் சற்றே கோபம் இருந்தது.

பிறகுதான் செல்வராசு விஷயத்தை விசாரித்துத் தெரிந்து கொண்டான். 'ராசு. எனக்கும் ராமனுக்கும் தானாவதித் தாத்தா வுக்கும் மட்டுந்தான் தெரியும். இப்ப உனக்கு. வேற ஆருக்கும் சொல்லீராதடா' என்று கெஞ்சுவது போலச் சொன்னான் மாரிமுத்து.

'நான் போயி யாருகிட்டண்ணா சொல்றன். அப்பறம் இதுக்கா போயி இப்படி அழுவறீங்க. பத்திரிக இன்னைக்கு எப்பிடி எப்பிடியோ அடிக்கறாங்க. இது ஒரு விஷயமே இல்ல. வெளியூருப் பக்கம் போயிப் பொண்ணுக் கட்டிக்கிட்டு வர்ற ஆளுங்க அடிக்கற பத்திரிகையப் பாத்திருக்கறீங்களா. எனத்துப்பேரே போட மாட்டாங்க' என்றான் செல்வராசு.

மாரிமுத்துவுக்குத் தெளிவாகவில்லை. அச்சகத்திற்குள் கூட்டிப்போய்க் கோப்பில் இருந்த பத்திரிகைகள் சிலவற்றைக் காட்டினான். 'ராமசாமி பேரனும் முத்துசாமி மகனும்' என்னும் படி பெயர்கள் இருந்தன. பெயர்கள் எல்லாம் பின்னொட்டை உதிர்த்துவிட்டிருந்தன. கிளிக்காரர், காக்காய்க்காரர் எனப் போடப்படும் பெயர்களுமே பல பத்திரிகைகளில் இல்லை.

'இதெல்லாம் சரி. அப்பன் பேரு போடாத எப்பிடி அடிக்கறது' என்று முகம் இறுகக் கேட்டான் மாரிமுத்து.

'அண்ணா... இங்க பாருங்க. பொண்ணும் மாப்பளயும் கலியாணத்துக்கு அழைக்கற மாதிரி பத்திரிக இருக்குது. அப்பிடி அடிச்சிருவம்' என்று வேறொரு மாதிரியை எடுத்துக் காட்டினான்.

ஆவலோடு வாங்கிப் பார்த்தான் மாரிமுத்து. அப்படியே அடிப்பதென முடிவாயிற்று. பெரும்பாரம் இறங்கிவிட்ட நிம்மதி வந்தது. மாரிமுத்து – ரோசாமணி இருவர் பெயரையும் போட்டு 'ஆகிய எங்களது திருமணத்திற்கு வருகை புரிந்து வாழ்த்துமாறு அழைக்கிறோம். இப்படிக்கு மணமக்கள். தங்கள் நல்வரவை எதிர்நோக்கும் சுற்றமும் நட்பும்' என்று முடிந்திருந்தது பத்திரிகை. ஊர்ப் பெயர்களும் வழியும் போட்டார்கள்.

'ராசு... இன்னக்கி நீ இல்லீன்னா பத்திரிக அடிக்கறது பெரிய கஷ்டமாப் போயிருக்கும். நல்ல நேரத்துல வந்த..' என்றான் மாரிமுத்து. அவன் சிரிப்பில் இரக்கம் இருந்தது.

அண்ணன்முன் குடிக்கச் சிரமப்பட்டுப் பக்கவாட்டில் திரும்பி முதல் டம்ளரைக் காலி செய்த ராசு, இப்போது முகத்திற்கு நேராகவே குடித்துக்கொண்டிருந்தான்.

'இதுல என்னண்ணா இருக்குது. இன்னக்கி இதுதான் நடமொற. ரிக்கு வண்டிக்காரங்களோட பழகறதால எனக்கு இதெல்லாம் தெரீது. நீங்க காட்டுல இருக்கறீங்க, அதான் தெரீல.'

'என்னயும் ரிக்குல சேரச் சொல்லிக் கூப்புட்டாங்க. எங்கம்மாதான் வேண்டாம்னு சொல்லீட்டா.'

'அதெல்லாம் தொந்தரவுண்ணா. நானே இப்பச் செம்மண் காட்டப் பிரிச்சிட்டா பேசாத காட்டோட இருந்துக்கலாம்னு பாக்கறன்...'

'இப்பிடித்தான் சொல்லுவீங்க. சொறிப் புடுச்சவன் கையும் செரங்கு புடிச்சவன் கையும் சும்மா இருக்குமா. ரிக்குப் பக்கம் போனவன் அத உட்டுட்டு இருக்க முடியாதுய்யா' என்று சொல்லி டம்ளரை வைத்தான் ராமன்.

‘பாரேன். ரிக்குல போயித் தொந்தரவுபட முடியில. அண்ணனாட்டம் காட்டுல இருக்கத்தான் போறன் பாரு...’ என்றவன் மாரிமுத்து பக்கம் திரும்பி, ‘செம்மண்காட்டுப் பிரிவினப் பேச்சு அப்பிடியே இருக்குதண்ணா’ என்றான். மிதமான போதையில் கண்கள் செருக செல்வராசுவைப் பார்த்தான் மாரிமுத்து.

‘நாளைக்குக் காத்தால பேசிருவமா. செம்மண்காடு உனக்குத் தான்னு உங்களுக்குள்ள பேசிட்டீங்களா?’

‘அதெல்லாம் பேசி முடிச்சிட்டம். பிரிவின ஆனாப் போதும். எங்க பங்குப் பிரிவினையும் சேத்துக் கறார் பண்ணிக்குவம். அப்பறந்தான் கலியாணப் பேச்சு...’

‘டேய்... தம்பி எங்கம்மா வவுத்தல பொறக்கலீனாலும் நீதான்டா எந்தம்பி. உனக்கு எந்தப்பக்கம் வேண்ணாலும் நின்னுக்க. எவ்வளவு வேண்ணாலும் வெச்சுக்க.’

‘அண்ணா...’

‘ஆமான்டா. காத்தாலக்கி உங்கப்பனயும் அண்ணனுங்களை யும் கூட்டிட்டு வா. எங்கப்பனக் கூட்டிட்டு நானும் வர்றன். தானாவதித் தாத்தா ஊட்டுலயே பேசி முடிச்சுக்கலாம். அத ஏன் வெச்சுக்கிட்டு இருப்பானேன். இந்தக் காட்டுப் பேச்சு வந்ததுக்கப்பறந்தான் எங்கலியாணமே கூடுச்சு. கலியாணத்துக்கு முன்னாடி காடு கைக்கு வந்தரோணும். காடு வர்ற நேரம் பொண்டாட்டியும் வர்றா. நெலமும் பொண்ணும் சேத்து எனக்குடா...’

‘அது மட்டுமில்லய்யா. அப்பம் பேரு தெரியாத பொண்ணுன்னு சொன்னீல்ல. உனக்காட்டம் ஆருக்கய்யா மாமியா வாய்ப்பா? பாத்தீல்ல. இன்னம் பொண்ணுக்கு அக்கா மாதிரிதான் அந்தம்மா இருக்குது. அப்பப்ப... மாமியாரையும் பாத்துக்கலாமய்யா. வயசு போயிக் கலியாணம் ஆனாலும் அதிருஷ்டம்தான்யா உனக்கு. . .’

‘போடா. . . வாயத் தொறந்தா அதுதான் நாயம் உனக்கு. . .’

சொல்லிவிட்டுக் குனிந்துகொண்டான். சாப்பிட்டான். நல்ல காரம். ஆனால் நாக்கறியவில்லை. அதிகமாகிவிட்டதோ என்று தோன்றியது. வெகுவருசமாகக் குடிக்காமல் இருந்துவிட்டு இப்போது வாயில் வைத்தால் போதும். சட்டென்று ஏறிவிடுகிறது. கல்யாணத்துக்கு அப்புறம் இப்படி முடியுமா தெரியவில்லை. பெண் முகத்தைப் பார்த்தால் விவரம் குறைவானவளாகத்தான்

தோன்றுகிறது. வயதும் கம்மி. அம்மாவை எப்படிச் சமாளிப்பாளோ. செல்வராசு, பரிமாறும் பையனிடம் கேட்பது தூரத்து வண்டின் ரீங்காரம் போலக் காதில் விழுந்தது.

'வேற என்னடா இருக்குது?'

'கிளிக்கறி சூடா இருக்குதண்ணா.'

தலைநிமிர்ந்து செல்வராசுவின் பக்கம் திரும்பினான். இருள் அப்பிய அவன் முகம் புகைக்குள் தெரிந்தது. புரோட்டாவைப் பிசைந்துகொண்டே 'தம்பீ...' என்று அழைத்தான்.

'கிளியத் திங்காதடா. நமக்கு ஆவாதுடா. எத்தனையோ தப்புப் பண்றம். ஆனா... இது மட்டும் வேண்டாம்டா. நீ சாமி சாமியா இருப்ப... வேண்டாம்டா. காட்டுல கிளியக் கண்டாக் கையெடுத்துக் கும்பிடற வம்சம்டா நாம...'

'இல்லீண்ணா... நம்மூர்ல ஆரு கிளியத் திங்கறா. இது ஜப்பான் கிளி. இப்ப இந்தக் கிளிக்கறிக்கு இங்க நல்ல மவுசு. ஆனாலும் நான் அதெல்லாம் சொல்லமாட்டன். வேற என்ன உங்களுக்கு வேணும்?'

மங்கலான வெளிச்சத்தில் செல்வராசு சிரிப்பதைக் கண்டான். அவனுக்கு எந்தத் தடுமாற்றமும் இல்லை. காய்ந்த மாடு கம்மங்காட்டில் புகுந்த மாதிரி தன்நிலைதான் ஆகிவிட்டதோ. எதிரே ராமன் தெரிந்தான். அவன் முசுவாகச் சாப்பிட்டுக் கொண்டிருந்தான். அவன் எடுத்து வாயில் வைக்கும் கறித்துண்டு வித்தியாசமாகத் தெரிந்தது.

'ராமா... நீயென்னடா கிளியாடா சாப்பிடற?'

'ஆமாய்யா ...' சொல்லிவிட்டுப் பக்கவாட்டில் திரும்பிக் கொண்டான்.

'டேய்... வேண்டாண்டா... எனக்காவ வேண்டாண்டா... வேற என்ன கேட்டாலும் வாங்கித் தர்றண்டா. இது எங்க சாமீடா...'

'இதுதான்யா நல்ல ருசியா இருக்குது' என்று இன்னொரு கடி கடித்துக் காட்டினான்.

'டேய் ராமா, பண்ணயத்துக்கு வாடான்னா மாட்டம்னுட்ட... ஆனா உன்னாலதான்டா இன்னைக்கு நான் சந்தோசமா இருக்கறன். அதுனால செம்மண்காடு பிரிவின ஆனப்பறம் அத உங்கிட்டக் குடுத்து ஓட்டிக்கடான்னு சொல்லப்போறன். தம்பி ஒரு பக்கம். நீ ஒரு பக்கம். கந்தாயக் காசு எதும் வேண்டாம்டா. நீ ஓட்டிப் பொழச்சுக்க. ஆனாப்பாரு. . . இப்பக்

கிளி சாப்புடக்கூடாது. எங்காட்டுல குடியிருக்கப் போறவன் நீ... சாப்படாத...'

'எலும்பு கடக்குமொடக்குனு அதுதாய்யா நல்லா இருக்கது.'

'டேய்... நாங் காசு குடுக்கமாட்டன்டா. கிளியத் திங்கறவன் எனக்கு முன்னால உக்காராத. எந்திரீடா.'

உளறிக்கொண்டிருந்தவன் சட்டெனக் கோபம் கொண்டான். அவன் திமிறலில் நாற்காலி சாய்ந்து கீழே விழுந்தான். செல்வராசுவும் ராமனும் தூக்கி உட்கார வைத்தார்கள்.

'யோவ்... நான் கோழிதாய்யா திங்கறன். சும்மா உங்கிட்டச் சொன்னன். உந்தம்பி எனக்குக் கிளி வாங்கித் தருவாரா?'

'டேய் அப்பம்பேரு தெரியாத பொண்ணக் கட்டுனாலும் கட்டுவனே தவிரக் கிளியத் திங்க மாட்டன். கிளி எஞ்சாமீடா'

மாரிமுத்துவை வெளியே அழைத்து வந்த பின்னும் அவன் கிளியைப் பற்றிப் பேசிக்கொண்டேயிருந்தான்.

●

40

விடிகாலைக் காற்று சிலுசிலுப்பாய் இருந்தது. எதிர்க்காற்று முகத்தில் வேகமாக மோதி அடித்தது. பேருந்தில் வந்த தடம் இப்போது சரியாக அடையாளம் தெரியவில்லை. திருப்பங்களை எல்லாம் ராமன் சொல்லிக்கொண்டே வந்தான். பேருந்தேறி வந்தால் வெகுநேரம் ஆகும். அப்புறம் திரும்பிப் போக வேண்டும். அன்றைய நாளே ஓடி விடும். வண்டியில் வந்தால் பத்து மணிக்கெல்லாம் திரும்பிவிடலாம். பத்திரிகை கொடுக்கும் வேலையைத் தொடங்க முடியும்.

ராமனுக்கு நேற்றே கையில் ஓர் ஆயிரத்தைக் கொடுத்துப் பத்துப் பதினைந்து நாட்களுக்கு வேலைக்குப் போக வேண்டாம் என்று சொல்லி விட்டான். அவனிருப்பது நான்கைந்து ஆட்கள் உடன் இருப்பதற்குச் சமம். எந்த வேலையையும் அவனிடம் கொடுத்துவிட்டு நிம்மதியாக இருக்கலாம். சைக்கிளில் போயே வேலையை முடித்துவிடுவான்.

நேற்றுக்காலையில் காடு பிரிவினைப் பேச்சுக்காகத் தானாவதித் தாத்தா வீட்டுக்குப் போய்விட்டான் மாரிமுத்து. மிகவும் வற்புறுத்தி அப்பனையும் கூட்டிப் போனான். அவருக்குக் காலை நேரக் கள் போய்விடும் என்று யோசனை. வத்தனிடம் சொல்லிப் புரடையோடு இறக்கி வைத்திருக்க ஏற்பாடு செய்துவிட்டுத்தான் வந்தார். பொழுது கிளம்புவதற்குமுன் வயிற்றில் குளிர்ச்சியாய் இறங்கினால்தான் அவருக்குச் சுறுசுறுப்பு வரும்.

தாத்தா வீட்டுக்குப் போனால் அவ்வளவு சீக்கிரம் முடியுமா? காட்டுப்பேச்சு இழுத்துக்கொண்டே போகும். இன்றைக்கு முடிந்தாலும் முடியலாம். நாளைக்குத் தொடர்ந்தாலும் தொடரலாம். எப்படியும் பொழுது நெற்றிக்கட்டுக்கு வந்துவிடும். காலையின் குளிர்ச்சியை உறிஞ்சி வைத்திருக்கும் கள்ளின் சுவை நிச்சயம் மாறிப்போய்விடும்.

'கலியாணம் முடியட்டும்டா. அப்பறம் பொறுமையா இதப் பாத்துக்கலாம்' என்று சென்னார். மாரிமுத்து விடவில்லை. காடு கைக்கு வரும் நேரம்தான் கலியாணம் முடியும் என்னும் விஷயம் அவருக்குத் தெரியவா போகிறது? கறார் பத்திரத்தில் கையெழுத்துப் போட வேண்டியவரும் அவர்தான். பொது மனிதர்கள் அவரில்லாமல் பேச ஒத்துக்கொள்வார்களா? 'வந்து தொலைப்பா. என்னயத் தொந்தரவு பண்ணாத' என்று கோபமாகச் சொன்ன பிறகுதான் பேசாமல் வந்தார்.

கோவணத்திற்குமேல் ஒற்றை மடிப்பு வேட்டி ஒன்றைச் சுற்றிக்கொண்டு சேவேறிய துண்டைத் தோளில் போட்டபடி வந்த கோலம் மாரிமுத்துவுக்குப் பிடிக்கவில்லை. கல்யாணத்தன்றைக்கும் இப்படித்தான் வருவார். என்ன சொன்னாலும் ஒரு சட்டையைப் போடவா போகிறார்? மேட்டுக்காட்டைக் கரண்டு கொண்டு கல்லெலி போல ஒரு மனிதனால் எப்படிக் கிடக்க முடிகிறது? தாத்தா வீட்டுக்குப் போனபின்னும் எதுவும் பேசவில்லை அவர். 'பாத்துப் பேசிச் சீக்கரம் முடிங்கப்பா' என்று சொல்லிவிட்டுத் திண்ணைமேல் உட்கார்ந்தார்.

இவர்கள் போவதற்கு முன்பே செல்வராசு அண்ணன்களுடன் வந்து காத்திருந்தான். சித்தப்பன் ஒருபக்கம் பேசாமல் உட்கார்ந் திருந்தார். அப்பனைப் போலத்தான் அவர் நிலையும் இருக்கும் என்று தோன்றியது. ஆட்கள் குறைவு. இடையே வந்து கத்தப் பொம்பளைகள் இல்லை. பேச்சு சீக்கிரம் முடிந்துவிடும் என்று நம்பிக்கை வந்தது. செல்வராசுவைப் பார்த்துப் பிறருக்குத் தெரியாமல் புன்னகை புரிந்திருந்தான்.

முந்தைய இரவு போதை அதிகமானதால் எங்கே வராமல் போய்விடுவானோ அண்ணன் என்று கவலைப்பட்டிருந்த செல்வராசு சந்தோசமாய்க் காணப்பட்டான். மாரிமுத்துவுக்குள் இப்படி ஒரு வேகத்தை ரோசாமணி செலுத்தியிருப்பதைப் போல அந்த மண்ணாருப்பெண் செல்வராசுவை இழுத்துக்கொண்டு போவாள். இந்த மாதத்திற்குள்ளேயே அவன் கல்யாணம் முடியலாம். மாரிமுத்துவுக்கு எல்லாப்புறமும் வழிகள் தெளிவாகி உற்சாகமாய்ப் பிரிந்து செல்வதாய்ப் பட்டது.

தானாவதிப் பாட்டி காதுகளில் காதுப்பொன்னும் கொம்புச்சொறையும் கொப்பும் மினுக்க எல்லோருக்கும் பெரிய டம்ளர்களில் மோர் கொடுத்தது. பாட்டியின் கழுத்தை இறுக்கிப் பிடித்துக்கொண்டு பட்டையாய்ச் சரடு தெரிந்தது. பாட்டிக்கு வாய்தான் முழுப்பொக்கை. ஒடுக்கு விழுந்த வாய்க்கும் ஏராளமாகப் போட்டிருந்த நகைக்கும் கொஞ்சமும் பொருத்தமில்லை. பார்க்கச் சிரிப்பு வந்தது.

இதே மாதிரியான நகைகளை மாரிமுத்துவின் பாட்டியும் ஒரு காலத்தில் போட்டிருந்தாள். தாத்தா செத்தபிறகு அந்த நகைகளை எல்லாம் வாங்கி அழித்துச் செய்துகொள்ளலாம் என்று அம்மா எதிர்பார்த்திருந்தாள். 'அம்மா நகை பெண்ணுக்கு' என்று வருகிற வழக்கத்தை மாற்ற முடியாது எனக் கூறிப் பாட்டி நகைகளை எல்லாம் அத்தைக்குக் கொடுத்துவிட்டாள். தானாவதிப் பாட்டியைப் பார்க்கப் பார்க்கத் தன் பாட்டியின் ஞாபகம் வந்துகொண்டேயிருந்தது. பாட்டியைக் கொட்டாய்க்குப் போய்ப் பார்த்து நான்கைந்து நாட்கள் ஆகிவிட்டன. கல்யாணம் கூடிய செய்தியைச் சொன்னால் புரிந்துகொள்வாளோ என்னவோ. அப்பனைக் கூட்டிக்கொண்டு வரும்போது வழியில் குப்பன் எதிர்ப்பட்டார்.

'பெரிய சாமி நெலம ஒன்னும் சொல்ற மாதிரி இல்லீங்க' என்றார்.

'என்ன பண்ணுது குப்பா?'

'அதயேங் கேக்கறீங்க. அவுங்களுக்கு வவுத்தால போவுமாட்டம் இருக்குது. ஊடு முழுக்க அங்கங்க எருவி வெச்சிருக்கறாங்க. கட்டலு சீலதுணி எங்க பாத்தாலும் நாத்தம். அங்க நிக்கவே முடியலீங்க. சோறு குடுக்கக்கூடக் கஷ்டமா இருக்குது. அதும் துணியே கட்டமாட்டீங்கறாங்க. எப்பிடிச் சுத்தி உட்டாலும் அவுத்துப் போட்றாங்க. நீங்க வந்து பாருங்க சாமீ...'

மாரிமுத்து சட்டென்று நாக்கில் வந்ததைக் கேட்டான்.

'குப்பா... கலியாணம் வரைக்கும் பாட்டி தாங்குமா?'

ஒருநிமிடம் யாரும் பேசவில்லை. அந்த மௌனத்தில் தன் கேள்வியின் குரூரத்தை உணர்ந்தான் மாரிமுத்து. குப்பனின் பார்வையைத் தவிர்த்துக் கீழே குனிந்துகொண்டான்.

'அதெல்லாம் ஒன்னும் ஆவாதுங்க' என்றார் குப்பன் முனகலாக.

‘செரி. ஊட்ல ராமன் இருப்பான். நாஞ் சொன்னன்னு சொல்லி ஒரு டாக்டரக் கூட்டியாந்து ஊசி போடச் சொல்லு. அப்பிடியே ஒரெட்டு எங்க அத்தையூட்டுக்குப் போய்ச் சொல்லீட்டு வரட்டும். அத்த வந்தா சீலதுணி கட்டி உட பாத்துக்கும் புடிக்கும்.’

சொல்லிவிட்டு வண்டியை எடுத்தான் மாரிமுத்து. ராமனோடு சேர்ந்து குடித்த அந்த இரவில் பாட்டிக்கு கொடுத்த கறியும் மதுவும் அதிகமாகிவிட்டன. வயதான காலத்தில் செரிக்கவில்லை. முழுசுமுழுசாகக் கறியை அப்படியே விழுங்கியிருக்கிறாள். நினைவு தப்பிய இந்த நேரத்தில் வயிற்றெடுப்பும் சேர்ந்துகொண்டால் கஷ்டம்தான். வாயிலிருந்து அனிச்சையாக வந்த வார்த்தைகள் அவன் மனத்துக்குள் இருந்த பயத்தின் வெளிப்பாடு.

எல்லாம் கூடிவருகிற நேரத்தில் பாட்டியினால் கெட்டுப்போய் விடுமோ. பேரனுக்குக் கல்யாணம் பண்ணிப் பார்க்க ஆசை கொண்டிருந்தாள். செம்மண்காடு முழுக்க வெள்ளாமை செழிக்கப் பார்க்க வேண்டும் எனப் பேராசைப்பட்டாள். எல்லாம் நிறைவேறுகிற தருணம் வரும்போது எல்லாவற்றையும் கெடுத்துவிடும் நிலையிலிருக்கிறாள் பாட்டி.

‘அம்மா கூளித் தாயே, பாட்டி உசுர இன்னம் பத்து நாளைக்காச்சும் காப்பாத்திக் குடுத்துரு. கலியாணம் முடியட்டும். அப்பறம் எடுத்துக்க’ என்று மனத்துக்குள் வேண்டிக்கொண்டான்.

‘கெழவிக்குக் கள்ளுக் குடிக்கோனும்னு ஆச இருக்கும். தெனமும் ரண்டு சொம்பு குடுத்துடறன். என்னமோ கடசிகாலத்துல சந்தோசமாக் குடிச்சுப்புட்டுச் சாவட்டும்’ என்றார் அப்பன்.

கள் நினைவை அவரால் விடமுடியவில்லை. வண்டியிலிருந்தபடியே காறித் துப்பினான் மாரிமுத்து. அதுவொன்றும் அப்பனுக்குப் புரியப்போவதில்லை. இன்றைக்குப் பேச்சு முடிந்தால் கறாருக்கு ஒருநாள் பதிவு அலுவலகத்திற்கு அப்பன் வர வேண்டியிருக்கும். அன்றைக்குக் காலைநேரக் கள்ளை அவர் இழக்க வேண்டியதில்லை. ஆனால் கலியாணத்தன்றைக்கு என்ன செய்வார்? அப்போதும் முடிந்துவந்து குடிக்க ஏற்பாடு செய்துகொள்வார்.

பாட்டியைச் சொன்னபடி ராமன் கவனித்துக்கொண்டான். டாக்டரைக் கூட்டிவந்து ஊசி போட்டு மாத்திரைகளும் வாங்கி வைத்திருந்தான். இரவிலே பாட்டி தூங்குவதற்காகவும் மாத்திரை இருந்தது. ஒரு நாளும் டாக்டரைப் பார்க்க வர மறுத்த பாட்டியின் உடம்பில் அவளறியாத நிலையில் ஊசி

இறங்கியிருந்தது. கொட்டாய் முழுக்கவும் கழுவிப் பெனாயில் ஊற்றி நாற்றத்தைக் குறைக்கவும் செய்திருந்தான்.

அத்தைக்கும் தகவல் போயிருந்தது. அத்தையின் கண்கள் கலங்கிக் கொட்டியது என்றும் எதுவும் பேசவில்லை என்றும் ராமன் சொன்னான். எப்படியும் நாளொருமுறையாவது அத்தை வந்துபோகும். அத்தை வந்தால் பாட்டியைப் பற்றிக் கவலைப்பட வேண்டியதில்லை.

வெறும்வயிற்றில் மோர் இறங்கியதும் மனதும் குளிர்ந்தது. சரியான சமயத்தில் தானாவதித் தாத்தா பேச்சைத் தொடங்கினார்.

'இங்க பாருங்கப்பா. . . மாரிமுத்து மாப்ளய வக்குபெருத்தி வரச்சொல்லி இருக்கறன். கலியாணம் கூடி அந்த வேலயில அலயற ஆள உங்களுக்காவத்தான் கட்டாயம் வரோனுமின்னு சொன்னன். பேசி முடிச்சுக்குங்க. பொம்பளைங்கள ஞாயத்தில பேச உட்டா ஈடேறுமா? பொம்பள சொல்லு அம்பலம் ஏறுமா?'

சித்தப்பனையும் செல்வராசு, அவன் அண்ணன்கள் எல்லோரையும் பார்த்துச் சொன்னார்.

'உங்க பிரச்சன முடிஞ்சிருச்சில்ல. இப்பச் செம்மண்காடு ஆருக்குன்னு முடிவாயிருக்குது.'

'செல்வராசுக்குத்தாங்க. இன்னைக்கு முடிஞ்சிதுன்னா ரண்டு கறாரையும் ஒன்னா வெச்சரலாம்.'

சித்தப்பன் சொன்னார். எப்படியும் முடித்துவிடும் எண்ணம் இருப்பது அவர் பேச்சிலும் தெரிந்தது.

'செரி. நாஞ் சொல்றதக் கேளுங்க. மேல ஒருத்தரு கீழ ஒருத்தருதான் நின்னாவோணும். ஆனா ரண்டு பேரும் மேல தான் நிப்பம்னு சொல்றீங்க. மேல் நெலத்தவிடக் கீழ்நெலம் வெளையாதயா போயிருது. வெளச்சலயோ மண்ணயோ இப்ப ஆரு பாக்கறா. ஊடு கட்ட ஆவுமான்னுதான் பாக்கறாங்க. எங்க பாத்தாலும் ஊடாக் கட்டி வெக்கறாங்க.'

'ஏந்தாத்தா. . . மனுசன் ஊடில்லாத எப்பிடிப் பொழைக்கறது' என்றான் செல்வராசுவின் அண்ணன் நடேசன்.

'ஆமா. எல்லாம் ஊடாக் கட்டி வெச்சிட்டா அப்பறம் அள்ளித் திங்க மண்ணுக்கூட கெடைக்காது பாத்துக்க' என்று சிரித்தார் தாத்தா.

'பேச்சு எங்கெங்கயோல்ல போவுது. மேலயா கீழயான்னு முடிவு பண்ணுங்க' என்று அவசரப்படுத்தினார் அப்பன்.

'மாப்ள... மேலயா கீழயான்னு உம் பொண்டாட்டிகிட்டக் கேக்கறாப்பல இங்க வந்து கேக்கற' என்று தாத்தா சொன்னதும் கலகலப்பானது. எதைச் சொன்னாலும் அதில் ஒரு வெடியை வைக்கத் தாத்தாவால்தான் முடியும். மாரிமுத்து வெட்கத்தோடு வேறுபுறம் முகம் திருப்பினான்.

'மாரிமுத்து மாப்ள... உங்கொப்பன் கேட்ட கேள்விய நீ பதனஞ்சு தேதிக்கு மேல கேக்கலாம்புடி' என்று மேலும் அவனைச் சீண்டினார்.

'ம்கூம். வெட்டிநாயம் வேலைக்காவுமா?' என்று முணு முணுத்தார் அப்பன்.

'அட அப்பா... வெட்டி ஞாயம் பேசலீப்பா. இதா வந்தர்றன். காடு மொத்தம் எத்தனை ஏக்கரா?'

'மூணேக்கரா நாப்பத்தியேழு சென்டு. கெணறு இருக்கறது ஏழு சென்ட்ல.'

செல்வராசு சொன்னான்.

'மாப்ளக்கின்னு முடிவானதும் வெவரம் எல்லாம் நகக்கண்ணுக்குள்ள இருக்குது பாரு. தனக்குத் தனக்குன்னா தம்புடுக்கும் கள வெட்டும்னு செலவாந்தரம் சொல்றது சும்மாவா. செரி. கெணத்த மொதப் பேசீருவம். கெணறு பொதுவுல இருக்கட்டுமா. இல்ல, ஆரு பக்கம் வருதோ அவுங்க பக்கம் உட்ரலாமா.'

மாரிமுத்து எதுவும் சொல்லவில்லை. தனக்கு இதில் பெரிய விருப்பம் இருப்பதாகக் காட்டிக்கொள்ளக்கூடாது என்று தீர்மானமாயிருந்தான். சித்தப்பன் சொன்னார்.

'கெணறு பொதுவுலயே இருக்கட்டுங்க.'

'அப்படியா. கெணறு பொதுவுல இருக்கட்டும்னா... கெணத்துக்குச் சேறள்ளிக் கல்லுக்கட்டுக் கட்டோணும். அப்பறம் தண்ணிமொற எத்தன நாளைக்கின்னு பேசிக்கோணும். அதயும் இப்பவே பேசீரலாமா. அப்பறம் பாத்துக்கலாமா.'

'அப்பறம் அதப் பேசிக்கலாங்க தாத்தா.' செல்வராசு சொன்னான்.

'என்ன மாப்ள... கெணத்தப் பொதுவுலயே வெச்சுக்கலாமா. எல்லாத்துக்கும் சம்மதந்தான?'

அவர் பொதுவாக எல்லோரையும் பார்த்தார். மாரிமுத்து அப்பனைப் பார்த்தான். அப்பன் இவனைப் பார்த்தார். அவர்

தலையசைப்பு ஏற்றுக்கொள்ளலாம் என்பதாகப் பட்டது. சீக்கரம் பேச்சு முடியட்டும் என்பதற்காகத் தலையசைத்தாரா? எப்படியோ. கிணறு பொதுவில் இருப்பது நல்லது என்றே மாரிமுத்துவுக்குப் பட்டது. கிணற்றை மராமத்துப் பண்ணும் செலவை இருவரும் பகிர்ந்துகொள்ளலாம். மொத்தம் மூன்றரை ஏக்கருக்கு ஆளுக் கொரு நாள் என்று வைத்துக்கொண்டால் தண்ணீர் போதாமலா போகும்? சரி என்பதாகத் தலையாட்டினான் மாரிமுத்து.

'செரி. ரண்டு பக்கமும் சம்மதம். கெணறு ஏழு சென்டு போனா மிச்சம் மூணேக்கரா நாப்பது சென்டு. சரிசமமாப் பிரிச்சாப் பக்கத்துக்கு ஓரேக்கரா எழுபது சென்டு. இப்ப ரண்டு பேரும் மேல்பக்கம் நிக்கறமுன்னு சொல்றதால ஏலங் கூறலாம். தனக்கு வர்ற ஓரேக்கரா எழுபது சென்டுல கீழ நிக்கற ஆளுக்கு எவ்வளவு உடலாம்னு முடிவு பண்ணிக்கங்க.'

சொல்லிவிட்டுத் தாத்தா வீட்டுக்குள் போனார். மாரிமுத்து அப்பனிடம் கலந்துகொள்ள அவருடன் வாசல் வெளியே கொஞ்ச தூரத்தில் இருந்த வேப்பமரத்தடிக்குப் போனான். செல்வராசு அப்பனோடும் அண்ணன்களோடும் அங்கிருந்தே பேசினான். கொஞ்சநேரம் விட்டுத் தாத்தா வெளியில் வந்தார்.

'செரி வாங்க. பழய சோத்து நேரமாச்சு. உட்டா இன்னைக் கெல்லாம் பேசுவீங்களாட்டம் இருக்குது.'

தாத்தா ஐந்து சென்டில் ஏலத்தைத் தொடங்கி வைத்தார். செல்வராசு பத்து என்றான். ஐந்து ஐந்தாக ஏறிக்கொண்டே போனது. சரியாக முப்பதில் வந்து நின்றது. முப்பதில் முடிந்தால் மேலே நிற்பவருக்கு ஓரேக்கர் நாற்பது சென்ட் வரும். கீழே நிற்பவருக்குச் சரியாக இரண்டேக்கர் வரும். இது இரண்டு பேருக்குமே சரியெனப் பட்டது.

எப்படியும் மேலே நிற்பது என்பதுதான் செல்வராசு தரப்பு முடிவு. அது புரிந்ததால் மாரிமுத்து, 'முப்பத்தைந்து' என்றான். கொஞ்சநேரம் அமைதி நிலவியது. தாத்தா மட்டும் 'முப்பத்தஞ்சு முப்பத்தஞ்சு' என்ற சொல்லிக்கொண்டிருந்தார். செல்வராசு மெதுவாக 'முப்பத்தாறு' என்றான். முப்பதைத் தாண்டிப் போவதில் செல்வராசுவுக்கு விருப்பமில்லை என்று தெரிந்தது. ஆனால் இன்னும் ஐந்து சென்ட் கூடினால் பரவாயில்லை என்று ஆசைப்பட்டான் மாரிமுத்து. செல்வராசுவின் பக்கம் திரும்பாமலே 'முப்பத்தேழு' என்றான்.

ஒன்றொன்றாகக் கூடிப்போய் நாற்பதில் நின்றது. மாரிமுத்து வுக்கு இரண்டேக்கர் பத்து சென்ட் நிலம். செல்வராசுவுக்கு ஓரேக்கர் முப்பது சென்ட் நிலம். கீழே நிற்பதால் எண்பது சென்ட்

கூடுதலாகக் கிடைத்ததில் சந்தோசப்பட்டான் மாரிமுத்து. பாட்டிக்கு நினைவிருந்து சொன்னால் அவள் முகத்தில் ஆனந்தம் கூடுவதைப் பார்த்திருக்கலாம். செல்வராசுவின் முகத்தில் வாட்டம் இருந்ததைக் கவனித்தான். தனியாகப் பார்க்கும்போது, 'அதுக்குங் கீழ ஒத்துக்க வேண்டாம்னு அப்பன் புடிவாதமா இருந்தாரு' என்று சொல்லிச் சமாளித்துவிடலாம்.

இருபது ரூபாய்ப் பத்திரத்தில் எழுதிக் கையொப்பம் இட்டனர். கறார் பத்திரம் தயார் செய்யும் வேலை செல்வராசுக்கு என்றானது. ஆவணி பத்தாம் தேதி கறார். கல்யாணத்திற்கு முன்னால் நிலம் கைவசமாவது சுப சகுனம் என உணர்ந்தான் மாரிமுத்து.

●

41

ஆற்றுப்பாலத்தைக் கடந்தவுடன் இருந்த டீக்கடை ஒன்றில் வண்டியை நிறுத்தினான் மாரிமுத்து. பொழுது கிளம்பிச் சில்லென்று வெயில் அடித்தது. வயக்காடுகளை ஒட்டி இருந்தது கடை. ஒன்றிரண்டு பேர் பெஞ்சில் உட்கார்ந்திருந்தார்கள். இரண்டு டீ சொல்லிவிட்டு வண்டியின் பக்கத்திலேயே நின்றார்கள் இருவரும். பெஞ்சில் இருந்தவர்கள் இவர்களுக்காக இடம் ஒதுக்கினார்கள். ஆனாலும் மாரிமுத்து அங்கே போகவில்லை. ராமனிடம் பேச இந்த இடமே வாகாகத் தோன்றியது.

'ராமா... எப்பிடீடா. பாட்டி கொஞ்ச நாளைக்குத் தாங்குமா? எங் கலியாணத்துக்கு முன்னால மண்டையப் போட்ருவாளோன்னு மனசுல பயமாவே இருக்குதுடா.'

'தாங்கும்யா. டாக்டரு ஊசி போட்டு மாத்தரையும் குடுத்திருக்கறாரு. இன்னம் ரண்டு மூனு மொற கூட்டியாந்து காட்டி எப்பிடியும் கலியாணத்த முடிக்கற வரைக்கும் தாட்டீரலாம். அத நான் பாத்துக்கறன். நீ ஒன்னும் பயப்படாதய்யா.'

'கலியாணம் கூடற நேரத்துல இந்தக் கெழவிக்கு இப்படியா ஆவோணும். ஆச தீரப் பாத்துட்டுச் செத்துப் போவான்னு பாத்தா... கடசீல இப்பிடிப் பதற வெக்கறாளே.'

'நம்மமேலதான்யா தப்பு. அன்னக்கிக் கறியும் புரோட்டாவும் இஷ்டத்துக்குக் குடுத்துட்டம். பாட்டிக்குச் சேர்ல. அதான் வவுத்தால புடுங்கீருச்சு.'

ராமன் குரலில் வருத்தம் இருந்தது. உற்சாகத்தில் செய்த தவறின் விளைவு இப்படியாகும் என யாரும் நினைக்கவில்லை. மற்ற சமயமாக இருந்திருந்தால் பாட்டியின் நிலை பெரும் வேதனையைக் கொடுத்திருக்கும். இப்போது பாட்டியின் சாவைவிடக் கல்யாணம் முக்கியமாகிப் போயிற்று. நல்ல சூட்டுடனும் தித்திப்பாகவும் டீ இருந்தது. ஆறிவிட்டால் பானகம் தான். சூட்டோடு குடித்துவிடும் வேகத்தில் உறிஞ்சினார்கள். மாரிமுத்து எப்போதும் படபடப்பாகவும் வேகமாகவும் இருந்தான். பேச்சை மாற்றினான் ராமன்.

'பொண்ணூட்டுக்கு எத்தன பத்திரிக குடுக்கப் போறய்யா.'

'மொத்தம் ஐநூறு இருக்குதுடா. அவுங்களுக்கு எரநூறு. நமக்கு முந்நூறு. இன்னம் எச்சா வேணும்னு கேட்டாங்கனா அப்பறம் அடிச்சிக்குவம்.'

'அவுங்களுக்கு நூறு நூத்தம்பதுதான் கேப்பாங்க. உள்ளூர்ல கூப்படறதோட சரி. போதும் போதும்.'

வண்டியை எடுத்துக் கிளம்பினார்கள். இருபத்தைந்து கிலோமீட்டர் தொலைவைக் கடந்துவிட்டதாக வண்டி மீட்டர் காட்டியது. இன்னும் பத்துக் கிலோமீட்டர் தூரமாவது போக வேண்டியிருக்கும். முப்பத்தைந்து கிலோமீட்டர் தூரம் என்பது போக்குவரத்துக்கு உகந்ததுதான். ராமனுக்குப் பதிலாக ரோசாமணி உட்கார்ந்தால் வண்டி ஓட்டும் சிரமம் எதுவும் தெரியாது.

வழியெல்லாம் பச்சை விரிந்த வயல்கள். வண்டி ஓட்டுவது சுகம்தான். ரோசாமணியின் முகத்தை மனத்தில் வரைந்தான். முதலில் தெளிவாக இருந்த முகம் கலைந்து குழம்பியது. அன்றைக்குப் பார்த்த காட்சியைத் திரும்பவும் நினைவுக்குக் கொண்டுவந்தான். அவள் உயரம், உடல்வாகு எல்லாம் தெளிவாகத் தெரிந்தன. ஆனால் முகம் மட்டும் பலவிதமாகக் குழம்பியது. எங்கெங்கோ பார்த்த பெண்களின் முகங்கள் எல்லாம் ஒன்றுசேர்ந்து ஒரே முகமாகிவிட்டதாக உணர்ந்தான். கண்களைப் பார்த்தால் வசந்தியைப் போலிருந்தது. நெற்றி பழைய ரோசாமணியுடையது. மூக்கு, உதடு, தலைவகிடு எதுவும் இந்த ரோசாமணிக்குச் சொந்தமாக இல்லை. வண்டியை ஓரமாக நிறுத்தினான். 'என்னய்யா' என்றான் ராமன். இறங்கி ஒன்றுக்கிருப்பதுபோல் போய் உட்கார்ந்தான். தலையை உதறிக் கொண்டான்.

ரோசாமணி முகத்தைப் பற்றி இப்போது எதற்குக் கற்பனை? இன்னும் சிறிது நேரத்தில் அவளையே பார்க்கப் போகிறோமே. எப்படியும் அது ஒரு பெண்முகம். வாகாக நினைத்துக்

கொள்ளலாம். இவள்தான் என்று முடிவான பின்னும் முகத்தை உருவாக்கிக்கொள்ள வேண்டியிருக்கும் தன்நிலையின்மீது இரக்கம் வந்தது. கொஞ்சநாள் அவள் முகத்தைப் பார்த்துப் பழகினால் எல்லாம் தெளிவாகிவிடும். கலங்கலிலிருந்து ஒற்றை முகம் துலங்கும்.

'என்னய்யா ரொம்ப யோசன... ரோசாமணியப் பாக்கப் போறப்ப இவன எதுக்குக் கூட்டிக்கிட்டு வந்தம்னு யோசிக்கறயா? உனக்கு எடஞ்சலா இருக்க மாட்டனய்யா' என்று ராமன் சிரித்தான்.

'அதெல்லாம் இல்லடா. செம்மண்காட்ட ரண்டு மூனு நாள்ல அளந்து முட்டுக்கல் போட்டுருவாங்க. செல்வராசு அதுல வேகமா இருக்கறான். பிரிச்சுப் போட்டதும் மொதல்ல கெணத்தச் செரி பண்ணோணும். கெணறு எப்பவும் வத்தாதாம். தண்ணி அப்பிடி இனிச்சுக் கெடக்குமாம். பாட்டி சொல்றதக் கேட்டா அந்தக் கெணத்துக்குள்ளயே நீச்சலடிச்சுக் கெடக்கலாம்னு தோணும்டா. அதச் செரி பண்ணி மொதல்ல மோட்டருப் போட்ரணும். அப்பறம் காடெல்லாம் தண்ணி பாச்சீரலாம். எப்படியும் அஞ்சாறு மாசமாவும்.'

'அதான்யா நானும் யோசிக்கறன். அதுவெரைக்கும் எனக்கும் வருமானம் வேணும். அப்பறம் பயிர் பண்ண முட்டுவழி போடோணும். வெள்ளாம கைக்கு வந்துசேர ஒரு வருசமாவும். அதுவெரைக்கும் எங்குடும்பத்த என்னய்யா செய்யறது.'

'பேங்குல போட்டிருக்கற பணத்த எடுத்துத்தான்டா இப்பச் செலவு பண்றன். உனக்கும் முட்டுவழிக்குப் பணம் தர்றன். வட்டி ஒன்னும் வேண்டாம். கெணத்தச் செரி பண்ணற வரைக்கும் சம்பளம் மாதிரி எதுனாத் தர்றன். என்ன சொல்ற?'

'நீ சொல்ற... உங்கப்பனும் அம்மாளும் என்ன சொல்வாங்களோ... எதுக்கும் யோசிச்சுச் சொல்றனய்யா.'

'கெணத்தச் செரிபண்ணிக் காட்டத் திருத்தற வெரைக்கு மாச்சும் இருடா. சம்பளம் தர்றன். இப்பப் பொண்ணுப் பாத்துக் குடுத்ததுக்கு வீடுதியா இருந்தா பத்தும் பத்தும் இருபதாயிரம் வேணும்னு கேட்டு வாங்கிருவா. உனக்கும் அப்பிடி எதுனாக் குடுக்கலாம்னு பாக்கறன்...'

'அடப்போய்யா... உனக்குப் பணத்துலதான் குறி. என்னயும் புரோக்கர் வேலக்கி அனுப்பீருவியாட்டம் இருக்குது.'

அந்த வேலை அவனுக்குப் பிடிக்கவில்லை என்பதை முகம் காட்டியது. அதற்குமேல் அந்தப் பேச்சு வேண்டாம்

என்று விட்டான். ராமன் நிலைக்காமல் பிடுங்கிக்கொண்டு போனாலும் யாரையாவது உடன் வைத்துக்கொண்டு கிணற்றைச் சீர்படுத்தலாம். செல்வராசுக்கும் அதில் மிகவும் அக்கறைதான். கல்யாணம் முடிகிறவரை ராமன் இருப்பான். அதில் நம்பிக்கை இருக்கிறது.

கண்ணுக்கெட்டிய தூரமெல்லாம் நெல் வயல்களாக இருந்தன. கையளவு நிலம் இருந்தாலும் இப்படியான இடத்தில் இருக்க வேண்டும். மாமியார் வீட்டுக்கு வரப்போக இருக்கையில் வசமாக ஏதாவது நிலம் வந்தால் வாங்கிப் போடலாம். வயல்களின் சிறுவரப்பில் நடந்து போகும் ஆசையில் அவன் மனம் குளிர்ந்தது. அப்படியே வண்டியை எடுத்தான். அங்கிருக்கும் ஊர்களுக்கும் தனக்குமான பரிச்சயம் பற்றி ராமன் நிறையப் பேசிக்கொண்டே வந்தான். எல்லாக் குடும்பங்களையும் அவன் நெருக்கமாக அறிவான் என்று காட்டிக்கொள்ள விரும்புபவனாய் அவன் பேச்சு விரிந்தது. 'ம்' போட்டுக்கொண்டே வந்த மாரிமுத்து, 'இத்தன பேரத் தெரிஞ்சு வெச்சிருக்கற. அப்பறம் என்னடா. . . கலியாணத் தரகு செஞ்சீன்னா கைமேல லம்பாக் காசு வரும்டா' என்று கேலி செய்தான். 'நம்மூரு மாதிரி இங்கயெல்லாம் பணம் தர மாட்டாங்கய்யா' என்றான் ராமன்.

வண்டி ரோசாமணி வீட்டை நோக்கிப் போகும் வழியில் காட்டுக்குள்ளிலிருந்து பல பேர் தலைநிமிர்த்திப் பார்த்தார்கள். சிலரைப் பார்த்து ராமன் சிரித்தான். இந்தப்பக்கம் முழுக்க ரோசாமணி கல்யாணச் செய்தி பரபரப்பாகப் பரவிவிட்டதை உணர்ந்தான் அவன். இன்னும் எட்டு நாட்கள்தானே. எல்லாப் பக்கமும் தெரிவது நல்லதுதான். மேட்டில் சிரமப்பட்டு ஏற்றி வாசலில் கொண்டுபோய் வண்டியை நிறுத்தினான் மாரிமுத்து.

கொட்டாய் ஓரத்தில் பாத்திரம் துலக்கிக்கொண்டிருந்த ரோசாமணி பயந்த முகமாய் எழுந்து நின்றாள். அவள் முகம் வரைந்த நிழலாய்த் தெரிந்தது. ஒரு நிமிடம் அப்படியே நின்றவள், கைகளைக் கழுவிக்கொண்டு 'வாங்க' என்று கும்பிட்டாள். மெலிந்த விரல்கள் நரம்போடித் தெரிந்தன. கொட்டாய்க்குள் ஓடிப் பித்தளைச் சொம்பொன்றில் தண்ணீர் கொண்டுவந்தாள். அவளையே பார்த்தபடி சொம்பை வாங்கிக்கொண்டான் மாரிமுத்து.

'அம்மா எங்காயா போயிருக்குது' என்று கேட்டான் ராமன்.

'அம்மா. . . முத்துராசு மாமமூட்டுக் காட்டுக்குத்தான் வேலக்கிப் போயிருக்குது. ஆறுமணிக்கே போயிருச்சு. ரண்டு மணிக்குத்தான் வரும்.'

அவள் குரல் மெல்லிய சீழ்க்கை போல வந்தது.

'யோவ். . . நீ இங்கயே நெவுல்ல உக்காந்திரு. நான் போயிக் அவுங்களக் கூட்டிக்கிட்டு வர்றன்.'

சொல்லிவிட்டு ராமன் கிளம்பினான். நல்ல சந்தர்ப்பம் ஒன்றை ஏற்படுத்திக் கொடுத்துவிட்டுப் போகும் அவன்மீது வாஞ்சை கொண்டான் மாரிமுத்து. உள்ளிருந்து மர முட்டான் ஒன்றைக் கொண்டுவந்து வெளியே போட்டுவிட்டுத் தலையைக் குனிந்து உள்ளே போய்விட்டாள் அவள். உள்ளே பாத்திரங்கள் உருளும் சத்தம் கேட்டது. மண்ணெண்ணெய் ஸ்டவ்வைப் பற்ற வைக்கிற மாதிரி தெரிந்தது. டீ போடப் போகிறாளோ சமைக்கத் தொடங்கியிருக்கிறாளோ. முட்டான்மீது உட்கார்ந்திருக்க முடிய வில்லை. எழுந்து சூளி முறித்தான். பெரிதாகக் கொட்டாவி விட்டான்.

கீழே ஓடையில் நாரைகள் கத்தின. சுற்றிலும் பார்த்தான். எங்கும் மனித முகம் எதுவும் காணோம். சட்டெனக் கொட்டாய்க்குள் நுழைந்தான். பின் மூலையில் ஸ்டவ்வோடு உட்கார்ந்திருந்த ரோசாமணி, திறந்திருந்த கதவின் வெளிச்சம் சட்டென்று அடைபடத் திரும்பினாள். அவள் பயந்துவிடக் கூடாது என்ற எச்சரிக்கையில், 'தனியா உக்கோந்துக்கிட்டு இருக்க என்னமோ மாதிரி இருக்குது. சும்மா பேசிக்கிட்டு இருக்கலாம்ல' என்று சிரித்தான். உள்ளே போட்டிருந்த கட்டிலில் போய் உட்கார்ந்தான். அவள் ஒன்றும் சொல்லாமல் சுவரை நோக்கித் திரும்பிக்கொண்டாள்.

'டீயா வெக்கற' என்றான். நாக்கு உள்ளிழுத்துக்கொள்ளக் குரல் கிசுகிசுப்பாய் வந்தது. அதற்கு ஏற்றாற்போல் 'ம்' என்றாள் அவள். கொஞ்சநேரம் யோசித்து 'நீ வேலக்கிப் போவுலியா' என்றான். 'இல்ல. அம்மாதான் இன்னமே வேண்டாம்னு சொல்லீருச்சு' என்றாள். அவள் கீச்சுக்குரல் கொட்டாய்க்குள் சுழன்று சட்டென நின்றது. டீயை ஆற்றும் சத்தம், ஊற்றும் சத்தம். அவனுக்கு முன்னால் நீட்டினாள்.

ஒரு கையால் அவள் கையைப் பிடித்தான். இன்னொரு கையால் டீயை வாங்கிக் கீழே வைத்தான். 'இரு' என்று சொல்லி எழுந்தான். வேட்டியை ஒதுக்கி உள்ளிருந்து எடுத்தான். நான்கு வளையல்கள். சங்கிலி ஒன்று. அவள் கைகளில் போட்டான். அவள் முகத்தை மட்டும் பின்பக்கமாகத் திருப்பியிருந்தாள். உதடுகளில் புன்னகை அபூர்வம்போல் வெளிப்பட்டதைக் கண்டான். மனத்தில் தைரியம் மிகுந்தது. இரண்டு கைகளிலும் வளையல்கள் அழகூட்டின. சங்கிலியைக் கழுத்தில் போட

அவள் தலையைத் திருப்பினான். அவள் முகத்தோடு முகம் இணைத்து உரச உடல் தூண்டிற்று. அவன் கையைத் தடுத்துச் சங்கிலியை வாங்கித் தானே போட்டுக்கொண்டாள். அந்த நேர அசைவுகள் பூச்சரம் ஒன்று நெளிந்து வளைந்து காற்றில் பறப்பதைப் போலிருந்தன. விரல்கள் லேசாக நடுங்கின. அவளைக் கட்டியணைத்துக்கொள்ளத் துடித்து முன்னகர்ந்தன.

அவள் மூலைக்கு ஓடிச் சங்கிலியைத் தொட்டுப் பார்த்தாள். 'டீயக் குடிங்க' என்றாள். கையை ஒவ்வொன்றாய் உயர்த்தி வளையல்களைப் பார்த்தாள். பின்னால் போனவன், 'புடிச்சிருக்குதா?' என்றான். 'ம்' என்றாள். 'என்னய?' என்ற அவன் கேள்விக்குப் பதிலாய்ச் சிரிப்பைக் கொட்டிக்கொண்டு வெளியே ஓடிவிட்டாள். அவன் வருகிறானா என்று திரும்பித் திரும்பிப் பார்த்தவாறு பாத்திரத்தைத் துலக்குவது போலப் பாவனை செய்தாள். மீண்டும் அவள் உள்ளே வரமாட்டாள் என்று உறுதிப்பட்டது. அவன் வெளியே வந்து முட்டானில் உட்கார்ந்தான்.

குனிந்து சிரிப்பதும் அவனைப் பார்ப்பதுமாக இருந்தாள். வளையலும் சங்கிலியும் போட்டதும் அவள் முகம் பூரிப்பில் கனிந்துவிட்டது. பரவசமும் சந்தோசமும் கொண்டவளாக மாறிவிட்டாள். வளையலை அழகாக மேலேற்றி விட்டபடி பாத்திரம் துலக்கினாள். 'மாடல் புடிச்சிருக்கா' என்றான். 'ம். எத்தன பவுனு?' என்று கேட்டாள். 'சங்கிலி ஆறு பவுனு. வளையலு நாலு பவுனு.' கணக்குச் சொன்னான். அவள் முகத்தில் பொலிவு. நேற்று அச்சகத்தில் பத்திரிகையை வாங்கிக்கொண்டு அப்படியே நகைக்கடைக்குப் போனான். நகை எடுக்கலாமா வேண்டாமா என்று யோசனையிருந்தது. ராமன் முன்கூட்டியே பயமுறுத்தியிருந்தான். 'வேண்ணா எடுத்து வெச்சிரய்யா. இப்பக் குடுக்காத. கலியாணத்தன்னிக்குப் போட்டுக்கலாம்' என்றான்.

ஏற்கெனவே ஊரில் நடந்த விஷயம் ஒன்றையும் ஞாபகப் படுத்தியிருந்தான். அச்சையன் மகன் செந்திலுக்குத் தட்டூர்ப் பக்கம் பெண் அமைந்தது. பேச்செல்லாம் முடிந்து நிச்சயம்கூடச் செய்துவிட்டார்கள். நிச்சயத்தின்போது செந்தில் பரவசப்பட்டு ஏழு பவுன் சங்கிலியைப் பெண்ணுக்குப் போட்டான். அப்புறம் பத்து நாள்கூட இருக்காது. அதே பெண்ணுக்கு இவனைவிடக் கூடுதல் சொத்துக்காரன் ஒருவன் கேட்டு வந்தான். பெண் பேரில் நிலமும் வீடும் எழுதி வைப்பதாகவும் அந்த மாப்பிள்ளை சார்பில் உறுதி கொடுத்தார்கள். அவ்வளவுதான். செந்திலை யாரென்றே தெரியாது என்று சொல்லிவிட்டார்கள். அவன் போட்ட ஏழு பவுனும் அம்போ.

இங்கிருந்து வெகுதூரம் அயலூருக்குப் போய் யாரை மிரட்டி எப்படி நகையை வாங்குவான்? நகையைப் பற்றிப் பிரச்சினையில்லை. அந்தப் பெண் போய்விட்டாளே என்று ஏக்கம் பிடித்துக் கிடந்தான். சிலநாள் கழித்துத் தேறி அந்த மாப்பிள்ளை வீட்டாரிடமே போய்ப் பேசி நகையை வாங்கிவிட்டதாகச் சொல்லித் திரிந்தான். உண்மை தெரியவில்லை.

'அவசரப்படாதய்யா. இன்னம் எட்டுநாள்தான்யா. அப்பறம் போட்டாப் போவுது' என்று ராமன் சொல்லியும் மாரிமுத்து கேட்கவில்லை. துணிக்கடைக்குப் பெண் வரும்போது எல்லோரும் பார்ப்பார்கள். கழுத்து வெறுமையாக இருந்தால் நன்றாகவா இருக்கும்? சொந்தக்காரர்கள் மத்தியில் தலைக்குனிவாகிவிடும். கல்யாணப் பத்திரிகையும் அடித்தபின் என்னவாகும்? செம்மண்காட்டுப் பிரச்சினை முடிந்ததும் கல்யாணத்தின்மேல் பெரும் நம்பிக்கை வந்துவிட்டது. மனத்தில் சஞ்சலத்திற்கு இடம் கொடாமல் நகை எடுத்தான். நகையோடு வராவிட்டால் இந்த முகத்தில் இப்படியொரு ஒளியைப் பார்த்திருக்க முடியுமா? பாத்திரங்களை உள்ளே எடுத்துப்போகும் அவள் முகத்தில் வெட்கம் பூத்துக் கிடந்தது. 'டீயக் குடிக்கவே இல்லயா' என்றாள் உள்ளிருந்து. உடனே உள்ளே போனவன் 'இல்லயே' என்றான். 'சூடு பண்ணித் தர்றன்' என்றாள்.

'வேண்டாம். அப்படியே குடிச்சர்றன். இன்னொருக்கா நீ ஸ்டவ்வப் பத்த வெக்கோணும்' என்று சொல்லி ஆடை கட்டி ஆறிப் போன டீயைக் குடித்தான்.

'திங்கக்கெழம துணி எடுக்கப் போறம். நீயும் கண்டிப்பா வரோணும்.'

'எங்கம்மா சொன்னாத்தான்.'

'கூட்டிக்கிட்டு வரச் சொல்றன். இன்னம் உன்னய எங்கம்மா, தங்கச்சி ஆரும் பாக்கலியே. அன்னைக்குப் பாத்துக்கட்டும்.'

'அதுக்குத்தான் வரச் சொல்றீங்களா.'

'அப்புறம் உனக்குப் புடிச்ச மாதிரி சீல எடுத்துக்கலாமில்ல.'

அவள் மீண்டும் பிரகாசமானாள். இந்தப் பூரிப்பும் சந்தோசமும் அவள் முகத்தில் அப்படியே தங்கிவிட வேண்டும் என்று நினைத்தான். ஒரே ஒருமுறை இறுகக் கட்டியணைத்து அவள் உதடுகளை அப்படியே கடித்துவிட்டால் போதும். இன்றைக்கு அவளைத் தனியாகச் சந்திக்க முடிந்ததற்கும் பத்துப் பவுன் போட்டதற்கும் அந்தப் பயனாவது கிடைத்தால் பரவாயில்லை.

வெளியே வந்து வண்டிப்பையில் இருந்த பத்திரிகைக் கட்டை எடுத்தான். அதில் ஒன்றை உருவிக்கொண்டு உள்ளே போனான். வேட்டி நெகிழ்ந்திருப்பதாகப் பட்டது. ஆனால் எடுத்துக் கட்டும் நிலையில் இப்போதில்லை. பத்திரிகையை அவளிடம் நீட்டி, 'பாரு. . . நம்ம கல்யாணப் பத்திரிக' என்றான். ஆசையாய் அவள் வாங்கிப் பார்த்தாள். 'நம்ம ரண்டு பேரும் கலியாணத்துக்குக் கூப்படறாப்பல அடிச்சிருக்கறன்' என்றான். அவள் எழுத்துக்கூட்டிப் படிக்கிற மாதிரியிருந்தது.

'எத்தனாவது படிச்சிருக்கற' என்றான்.

'எட்டாவது' என்றாள் அமைதியாக. பத்திரிகையிலேயே அவள் கண்கள் இருந்தன.

பள்ளிக்கூடத்தில் சேர்க்கும்போது அவள் அப்பன் பெயர் என்னவென்று கொடுத்திருப்பார்கள்? கேட்க நா அரித்தது. இந்தச் சந்தோசத் தருணத்தை இழந்துவிடக் கூடாது என்று கட்டுப்படுத்திக்கொண்டான். அவள் அருகே போய்ப் பத்திரிகையைப் படிப்பது போல நெருங்கினான். 'பணம் பத்தாயிரம் குடுத்துட்டுப் போறன். துணி எடுக்கறப்ப தாராளமா எடுக்கச் சொல்லு உங்கம்மாவ. பணத்தப் பத்திக் கவலப்படாத' என்று அவள் காதில் கிசுகிசுப்பாய்ச் சொன்னான். அப்படியே அவள் தோளைப் பற்றித் திருப்பியபோது அவள் அம்மாவும் ராமனும் பேசும் குரல் வெளியே கேட்டது.

●

42

நேரத்திற்குப் போய்ச் சேர வேண்டும் என்று நினைத்து எப்படிப் புறப்பட்டாலும் ஏதோ ஒருவகையில் நேரமாகிவிடுகிறது. நான்கு பேரைச் சேர்த்துக்கொண்டு ஓரிடத்திற்குப் போவதென்றால் அப்படித்தான். டவுனில் இறங்கிக் கடைவீதிக்குப் போவதற்குள் சுள்ளென்று வெயிலேறி மணி பதினொன்றைக் கடந்திருந்தது. அதிகம் பேரைக் கூப்பிடவில்லை. ஒற்றைப்படையில் இருக்க வேண்டும் என்பதற்காக ஐந்துபேர் என்று திட்டம் வைத்திருந்தான் மாரிமுத்து. அப்பன் வரமாட்டார். அவன், அம்மா, தங்கச்சி, தங்கச்சி புருசன், ராமன்– ஐந்து பேர். ஆனால் அவன் அப்பன் தன் அக்கா வீட்டைக் கூப்பிட்டே ஆக வேண்டும் என்று சொல்லிவிட்டார்.

பாட்டியைக் கவனித்துக்கொள்ள அத்தை வந்துபோய்க் கொண்டிருக்கிறது. வீடு முழுக்க எருவி வைத்துத் துணியெல்லாம் ஆக்கிக்கொள்ளும் பாட்டியைச் சுத்தப்படுத்திப் பார்த்துக்கொள்ள அத்தையை விட்டால் யாருமில்லை. வீட்டுக்கு ஒரு பெண்ணாவது வேண்டும் என்று சொல்வதன் உண்மையை இந்தச் சமயத்தில் மாரிமுத்து நன்றாக உணர்ந்தான். பாட்டி என்னதான் இழுத்து அவிழ்த்தாலும் இடுப்புத் துணியை ஒன்றும் செய்ய முடியாத படி கட்டிவிடுவதும் தினந்தோறும் தண்ணீர் காய வைத்து ஊற்றி விடுவதும் அத்தையின் வேலை.

பெரும்பாலும் அத்தை மத்தியான நேரத்தில் வரும். ஐந்தாறு வெள்ளாடுகள் இருக்கின்றன. அவற்றை மேய்த்துக் கட்டிவிட்டு வெயிலில்

புறப்படும். பாட்டியின் வேலையை முடித்ததும் வெயிலிறங்க வெள்ளாடு மேய்க்கத் திரும்பிப் போகும். அத்தை இப்படித் தினமும் வந்துபோவதில் அத்தை மருமகளுக்கு விருப்பமில்லை.

'கெழவி சொத்தத் திங்கறவங்க பாக்கறாங்க. உனக்கென்ன தெனம் வேவுவேவுன்னு ஓடிட்டு வர்ற' என்று சொல்லிப் பார்த்தாள். அத்தை கேட்கவில்லை. 'உங்கம்மாளா இருந்தா உடுவியா' என்று முனகிக்கொண்டு வந்துவிடும். அப்பன் பேச்சைத் தட்டாமல் அத்தை வீட்டைக் கூப்பிட்டான். அத்தை மருமகள்தான் வந்தாள்.

'இவ எதுக்கு வர்றா. கொழந்த இல்லாத ஊட்டுல கெழவி துள்ளறாளாம். வறட்டுப் பொச்சப் போட்டுக்கிட்டு எங்கீனாலும் வந்தர்றா' என்று அம்மா திட்டிக்கொண்டிருந்தது.

அத்தை வீட்டைக் கூப்பிடுகிறோம் என்றதும் தன் தம்பி வீட்டையும் கூப்பிட வேண்டும் என்று அம்மா அடவாதம் செய்தாள். இந்தச் சந்தர்ப்பத்தைப் பயன்படுத்தி அவர்களோடு சேர்ந்துகொள்ளலாம் என்று திட்டம். வெட்கம், மானம், ரோசம் எல்லாம் உறவுகளுக்குள் பார்க்கக்கூடாது. இன்றைக்கு அடித்துக்கொண்டாலும் நாளைக்குச் சேர்ந்துகொள்வது உறவு களில் சகஜம்.

அம்மாவும் அவனும் போயிறங்கியபோது முகம் கொடுத்துப் பேச மாமன் தயங்கினார். 'என்ன இருந்தாலும் தாயும் பிள்ளைங்கறது உட்டாபோயிரும். எதுனாலும் மனசுல வெச்சுக்காத' என்று கொஞ்சநேரம் பேசி சகஜமாகிவிட்டாள். அம்மாயி அதனுடைய கொட்டாயை விட்டு வெளியே வரவில்லை. அம்மா உள்ளே போய்ப் பேசினாள்.

அம்மாயி முகம் பார்த்துப் பேச அவனுக்குத் தைரியமில்லை. வெளியிலேயே நின்றுகொண்டான். உள்ளே அம்மா குசுகுசுவெனப் பேசுவது புறாக் குரலாய்க் கேட்டது. தாய்க்கும் மகளுக்கும் எப்போதும் இப்படி ரகசியப் பேச்சுத்தான். திடுமென அம்மாயி குரல் உயர்த்தி 'ஒப்புத்தட்டான் கலியாணம் முப்பத்தெட்டாந் தேதியாம். இது மட்டும் நடக்கவா போவுது. எம்வவுறு எரியறாப்பல...' எனக் கத்துவதும் 'கம்முனு இரு' என்று அம்மா அடக்குவதும் கேட்டன. அங்கே நிற்கப் பிடிக்காமல் வண்டியை எடுத்துக்கொண்டு தடத்தில் கொஞ்சதூரம் வந்து நின்றான். கிழவிக்கு இன்னும் ஆத்திரம் அடங்கவில்லை.

மாமன் பொண்டாட்டியும் துணி எடுக்க வந்து சேர்ந்தாள். ஏழு பேராகியது. இந்த ஏழுபேரைத் திரட்டிச் சேர்த்து வரவே பெரும்பாடு. தானாவதித் தாத்தாவையும் கூப்பிட்டான். 'அங்க

எனக்கென்ன வேல மாப்ள. பூசாரித் தெருவுல தோலுக் கட போட முடியுமா?' என்று சொல்லி மறுத்தார். அம்மா வரும் இடத்திற்கு அவர் வரப் பிரியப்படுவதில்லை. வேறு வழியில்லை என்றால்தான் அம்மாவை எதிர்கொள்வார். ஐந்து ஏழாகி நேரம் பதினொன்றுக்கும் மேலானது. அதுகூடப் பரவாயில்லை. இன்றைக்குத் துணியெடுக்கிற வேலை என்று ஒதுக்கியான பின் எந்நேரம் ஆனாலும் அந்த வேலையை முடிக்கத்தான் போகிறோம். ரோசாமணியும் அவளுடனான ஆட்களும் முன்னாலேயே வந்து காத்துக்கொண்டிருப்பார்களோ என்று மனதுக்குள் பதற்றமாக இருந்தது.

வெயிலில் காட்டுவேலையில் திரிந்து ஏற்கெனவே கொஞ்சம் கறுத்த மாதிரியிருக்கிறாள். இயல்பில் அவள் நல்ல சிவப்பு. இப்போது வெயிலில் வெகுநேரம் நின்றால் என்ன ஆவது? பத்துமணிக்கு வந்து பூங்கா நிறுத்தத்திலேயே இருக்கச் சொன்னான். சரியாகப் பத்துக்கு வந்திருந்தால், ஒருமணிநேரம் காத்துக்கொண்டிருப்பது எத்தனை கஷ்டம். சொன்ன மாதிரி நடந்துகொள்ளமாட்டான் என்று அவள் நினைத்துக்கொள்ளலாம். அவனும் ராமனும் மட்டுமாயிருந்தால் வண்டியிலேயே வந்திருப்பார்கள். சொன்ன நேரத்தைவிட அரைமணி நேரம் முன்னதாகவே அவ்விடத்தில் இருந்திருக்கலாம். இப்படி வழக்கம், அப்படி வழக்கம் என்று எல்லாவற்றுக்கும் ஏதாவது ஒரு கட்டுப்பாடு.

பூங்கா நிறுத்தத்தில் இறங்கியதும் மாரிமுத்துவும் ராமனும் தேடினார்கள். அந்நேரத்தில் அவ்வளவாகக் கூட்டம் இல்லை. இருந்தாலும் நிழலுக்காக எங்காவது நிற்கலாம் என்றெண்ணிப் பூங்கா முழுவதையும் சுற்றினார்கள். யாரும் இல்லை. இன்னும் வரவில்லை என்பது சந்தோசமாகவே இருந்தது.

கூட இருக்கும் பெண்களிடம், 'நேரமாயிப் போச்சு போச்சுனு தலயால தண்ணி குடிச்சான். இங்க வந்து பாத்தா அவளுவள இன்னங் காணாம். மாப்பள ஊட்டுக்காரங்களுக்காவ பொண்ணூட்டுக்காரங்க வந்து நிக்கறது போவ, இங்க எல்லாம் தலகீழா நடக்குது' என்று அம்மா சொல்லிக்கொண்டிருந்தாள். இப்படி ஏதாவது சொன்னால்தானே அம்மா. மாரிமுத்து வேறுபக்கம் திரும்பி நின்றுகொண்டான். வாயை மூடிக்கொண்டு ராமன் சிரித்தான்.

பக்கத்து டீக்கடையில் எல்லோருக்கும் டீ வாங்கிக் கொடுத்தான். கொஞ்சநேரம் ஓடட்டும் அதில். டீக் குடித்து முடிப்பதற்குள் வந்த நகரப்பேருந்து ஒன்றிலிருந்து திமுதிமுவென இறங்கினார்கள். முதலில் இறங்கிய ஆளைப் பார்த்ததும்

அடையாளம் கண்டு ராமன் ஓடினான். அவர்களையும் டீக்கடைக்குக் கூட்டி வந்தான். மாரிமுத்து ரோசாமணியையே பார்த்தான்.

பழஞ்சேலை கட்டிப் பாத்திரம் துலக்கிக்கொண்டிருந்தவளா இவள்? பட்டுப் போன்ற வளமான சேலையைக் கட்டியிருந்தாள். மஞ்சளும் நீலமும் கலந்த சேலை. சங்கிலியும் வளையலும் பொருத்தமான இடத்தில் இருப்பதாக உணர்ந்தான். அவள் நடையும் லாவகமும் வெட்கிச் சிவந்த முகமும் மாரிமுத்துவுக்குப் பெருமை தந்தன. எல்லோரையும் ராமன் அறிமுகப்படுத்திக் கொண்டிருந்தான். அவர்களுக்கும் டீ சொன்னான். மொத்தம் ஒன்பது பேர். ஐந்து பேர்தான் வருவார்கள் என்று எதிர்பார்த்தான். இது கூடுதல்.

ரோசாமணியின் அம்மாவுக்குத் தன்பக்கம் பலவீனம் என்று தெரிந்துவிடக்கூடாது என்பதில் கூடுதல் கவனம். பரணிக்குப் போகலாமா, சென்னை சில்க்ஸ் போகலாமா எனப் பேசிக் கொண்டே நடந்தார்கள். பெண்ணைப் பற்றி அம்மாவும் தங்கச்சி யும் என்ன நினைக்கிறார்கள் என அறிந்துகொள்ள அவர்கள் முகத்தைப் பார்த்தான். அவர்கள் முகம் இறுகிக் கிடந்தது. கோபமாக இருப்பது போலவும் தெரிந்தது. எடுத்தெறிந்து யாரையும் எதுவும் பேசிவிடாமல் இருக்க வேண்டுமே என அவனுக்குக் கவலையாக இருந்தது. தங்கச்சி புருசன், ரோசாமணியையே முறைத்து முறைத்துப் பார்த்தான்.

இத்தனை அழகான பெண் மாரிமுத்துவுக்கு அமைந்துவிட்ட பொறாமையாக இருக்கும். அவனைச் சீண்டிப் பார்க்க ஆசை கொண்டான். மெல்ல நகர்ந்து ரோசாமணி பக்கமாகப் போய்ச் 'சீல அருமையா இருக்குது' என்றான். அவள் வெட்கத்துடன் சிரித்தபடி முன்னகர்ந்து மற்றவர்களுடன் கலந்தாள். மைத்துனன் முகம் போகும் போக்கை ஜாடையாகக் கவனித்துச் சந்தோசப்பட்டான். ஒருவழியாகப் பரணிக்குப் போவது என்று முடிவானது.

மாரிமுத்துவின் கையைப் பற்றிப் பின்தங்கினாள் அத்தை மருமகள் செல்லம்மா.

'மாரிமுத்து... எங்களயெல்லாம் இப்பிடிக் கேவலப் படுத்தனும்னு கங்கணங் கட்டிக்கிட்டுக் கூட்டியாந்தயா. பொண்ணூட்ல இருந்து ஒம்போது பேரு வந்திருக்கறாளுவ. மாப்ள ஊட்டுக்காரங்க ஏழு பேரு. என்ன இது கணக்கு. நம்மளுக்கு சனம் எனம் இல்லாத போயிருச்சா. காடு தோட்டம் இல்லயா. பணங்காசுல கொறஞ்சு போயிட்டமா. சொல்லு.'

‘இதுக்குப் போயி பெரிய பெரிய பேச்செல்லாம் பேசறீங்கக்கா.’

‘எது பெரிய பேச்சு. அவவன் ஒன்னுமித்த நாயெல்லாம் துணிக்கடைக்கு முப்பது பேரு நாப்பது பேரக் கூட்டிக்கிட்டு வர்றானுங்க. என்னமோ அவசரமா ஏற்பாடு பண்ணிட்டயேன்னு பாத்தா, அதுக்குன்னு இப்பிடியா. அவுங்க ஒம்போது பேரு. நாம ஏழா... இப்பவே ஊருக்குப் போன் போட்டு இன்னம் பத்துப் பேரக் கூட்டிக்கிட்டு வரச்சொல்லு. இல்லீனா இன்னொரு நாளைக்குத் துணியெடுத்துக்கலாம். பொறப்டு...’

மாரிமுத்துவுக்கு வெறி மூண்டது. அவள் கழுத்தை நெரித்துச் சாலையில் ஓடிவரும் பேருந்துக்குள் தள்ளிவிட வேண்டும் என்று நினைத்தான். விரல்களை இறுக்கிப் பல்லைக் கடித்துத் தன்னைக் கட்டுப்படுத்திக்கொண்டான். ‘போறதுனா நீ இப்பவே போயிரு. நாங்க துணியெடுத்துக்கிட்டு வந்தர்றம்’ என்று சொல்லி விரட்டிவிடலாம். இவள்தான் எப்போதோ ஆகியிருக்க வேண்டிய கல்யாணம் ஒன்றைத் தடுத்தவள். இவளை யார் வெற்றிலை பாக்கு வைத்து அழைத்தது? வந்தவள் பொச்சையும் வாயையும் மூடிக்கொண்டு இருந்தால் என்ன? மாரிமுத்துவின் முகப் போக்கைக் கவனித்த ராமன் சட்டென்று அங்கே வந்தான். பிரச்சினை தெரிந்ததும் அலட்டல் இல்லாமல் சொன்னான்.

‘அவுங்க அஞ்சு பேருதான் வந்திருக்கறாங்க. வேற எதுக்கோ துணியெடுக்க வந்தவங்க மத்த நாலு பேரும். பஸ்ஸுல பாத்திருக்க றாங்க. செரி வாங்கன்னு கூட்டிக்கிட்டு வந்திட்டாங்க. அவுங்களுக் கும் துணியெடுத்த மாதிரி... இங்கயும் கலந்துக்கிட்ட மாதிரி...’

அப்பவும் அவள் முனகிக்கொண்டே பெண்களுக்குள் போனாள். மாரிமுத்துவுக்கு எரிச்சலாக வந்தது. ஆளைக் கூட்டுவது பெரிய காரியமில்லை. செல்வராசுக்கு போன் செய்தால் போதும். பத்துப் பேரென்ன, இருபது பேரைக் கூட்டி வந்துவிடுவான். வந்து என்ன செய்யப்போகிறார்கள்? அவனே வரவில்லை என்று சொல்லிவிட்டான். ‘இப்ப வேண்டாம்ணா. இன்னம் நாலு நாள்ல காட்ல வேல முடிஞ்சிரும். பத்தரத்துல கையெழுத்துப் போட்டு முடியட்டும். அப்பறம் நீங்க எங்க கூப்பட்டாலும் வந்தர்றன்’ என்றான்.

கல்யாணத்தன்றைக்கு அவன் நிச்சயம் இருக்க வேண்டும். அதற்கு எப்படியாவது ஏற்பாடு செய்துவிட வேண்டும். கல்யாணம் நடக்கட்டும் என்ற மனதார நினைப்பவன் அவன். இந்தக் கழுதை எப்படியாவது கல்யாணம் நின்று போகாதா என்று எதிர்பார்ப்பவள். அவளை மறந்துவிட்டு ரோசாமணியைப் பார்க்க முயன்றான். அவள் ஜடை அலங்காரம் மினுமினுத்தது.

கல்யாணப் பெண்ணுக்குரிய அலங்காரங்களுடன் வந்திருக்கிறாள். பெண்ணைப் பற்றி நாக்குமேல் பல் போட்டு யாரும் எந்தக் குறையும் சொல்ல முடியாது. அந்தத் திருப்தி மற்றவற்றை எல்லாம் மறக்க வைத்தது.

பரணி துணிக்கடை நான்கடுக்கு மாடி. முதலில் கூறைப் புடவை எடுக்கவேண்டும். பட்டுப்புடவை பிரிவுக்குப் போனார்கள். கூறைப்புடவை எவ்வளவு விலையில் இருக்கலாம் என்று யாரும் சொல்லவில்லை. அவரவர் பாட்டுக்குப் புடவையைப் பார்த்தார்கள். மாரிமுத்து அம்மாவைத் தனியாகக் கூப்பிட்டான். ‘கூறப்பொடவ அவுங்க எடுக்கட்டும். நாம வேற பாக்கலாம்மா’ என்றான். அவள் பல்லைக் கடித்துக்கொண்டாள். ‘கூறப்பொடவ நாம எடுத்துத் தர்றதுடா. நாம பாத்து எத எடுத்தாலும் அவுங்க வாங்கிக்கோணும்’ என்றாள்.

படபடவென்று புடவைகளுக்குள் நுழைந்து நான்கைந்தைப் புரட்டிப்போட்டு ஒன்றைக் கையிலெடுத்து ‘இத எடுத்துக்கலாம்’ என்றாள். பெண் வீட்டுக்காரர்கள் எல்லாம் திகைத்துப் போனார்கள். ரோசாமணி தன்மேல் வைத்துப் பார்த்துக்கொண்டிருந்த புடவை ஒன்றைச் சட்டென மேஜையில் வீசினாள். மாரிமுத்துவுக்கு இதை எப்படிச் சமாளிப்பது என்று தெரியவில்லை. அம்மா பக்கத்தில் போய் அவள் கையிலிருந்த சேலையோடு தூரக் கூட்டி வந்தான். ‘ரோசாமணி மாமியா ராக்காசியா இருப்பாளாட்டம்’ என்று யாரோ சொன்னது நல்லவேளையாக அவள் காதில் விழவில்லை. ‘நீங்க எடுங்க’ என்றான். ‘என்னடா’ என்றாள் அம்மா.

‘பொண்ணக் கூட்டிக்கிட்டு வந்தது எதுக்கு? அவளுக்குப் புடிச்சதப் பாத்து எடுத்துக்கத்தான. அவுங்களே எடுக்கட்டும். உனக்கும் தங்கச்சிக்கும் ஒவ்வொரு பட்டுப்பொடவ பாத்து எடுங்க. வேல முடியட்டும்’ என்று அவன் சொன்னதும் அம்மா திடுக்கிட்டுப் போனாள். தனக்கும் பட்டுப்புடவை என்பதை நம்ப முடியாமல் பார்த்தாள். ‘எனக்கெதுக்கடா பட்டு’ என்று சொல்வாள் என எதிர்பார்த்தான். அவள் சொல்லவில்லை.

எவ்வளவு செலவானாலும் பரவாயில்லை; எல்லோரும் மனத்துக்கு நிறைவாக எடுத்துக் கட்டட்டும். அம்மாவுக்குப் பட்டுப்புடவை. அப்பன் விரும்பினால் அவருக்கும் பட்டு வேட்டி வாங்கிவிடலாம் என நினைத்தான். எப்போதோ நடந்திருக்க வேண்டிய கல்யாணம் இந்தத் துணியால்தான் காலம் தள்ளிப்போயிற்று. மாரிமுத்து உழைக்க அஞ்சாதவன். வீட்டுக் கணக்குவழக்கெல்லாம் அவன் கைக்கு வந்து சேர்ந்த சமயம்.

பணத்தைப் பார்க்கப் பார்க்க உற்சாகம் பெருகி இடைவிடாமல் வேலையில் இறங்கினான்.

பொழுது கிளம்புவதற்குமுன் காட்டுக்குள் இறங்கினால் பொழுதிறங்கிக் காக்கை குருவிகள் சத்தம் அடங்கியபின்தான் வெளியே வருவான். பாத்திக்கட்டு, களைவெட்டு எதையும் ஆட்களே செய்யட்டும் என விடமாட்டான். எல்லா வேலையிலும் மையமாக நிற்பான். சில வேலைகளை ஆள்விடாமல் அவனே செய்துவிடுவான். 'மாரிமுத்து காட்டுல எந்த வேலயப்பா இருக்குது. கோமணத்த இறுக்கிக் கட்டிக்கிட்டு அவரே எட்டாளு வேலயச் செய்யறாரு. பண்ணயக்காரரெல்லாம் இப்படி வேல செஞ்சா நாமெல்லாம் சட்டிய எடுத்துக்கிட்டு எரந்து குடிக்கத்தான் போவோணும்' என்று ஆள்காரர்கள் பேசும்படி அவன் வேலைகள் இருந்தன.

கடலைக்காடு களைவெட்டு நேரம். பெண்களோடு போட்டி போட்டு மெனை பிரித்து மாரிமுத்துவும் வெட்டிக் கொண்டிருந்தான். 'மாரிமுத்து... கோமணங் கட்டியிருக்கறதுதான் இருக்கற. கொஞ்சம் நல்ல துணியில கட்டுனா ஆவாதா. உங்க தாத்தன் கட்டுன கோமணமாட்டம் சேவேறிக் கெடக்குது' என்று கேலி பேசியது விருமக்கா அத்தை. 'கள வெட்டறப்ப வெள்ளக் கோமணமா கட்ட முடியும். கட்டுனாலும் புழுதி பட்டுப் பட்டு இப்பிடி ஆயிருது' என்று சொல்லிக்கொண்டிருந்தான். 'கோமணத்த சரக்குனு ஆராச்சும் உருவி உட்டுட்டா என்ன பண்ணுவ' என்று வாய்க்குள் சிரித்தபடி விச்சி கேட்டாள். 'உருவி உட்டுப் பாரு. அப்புறம் அம்மாடி அப்பாடின்னு நீதான் ஓடோணும்' என்று பதிலடி கொடுத்தான். களைவெட்டு முதல்நாள் பேச்செல்லாம் மாரிமுத்துவின் கோவணத்தைப் பற்றியே செலவாங்கியது.

தோட்டத்துப் பக்கமிருந்து 'பயா பயா' என்று அப்பன் கூப்பிடுவது கேட்டு மாரிமுத்து தன் மெனை தழுங்குமே என்னும் எரிச்சலில் வெறுப்போடு போனான். யாரையோ இரண்டு பேரைத் தென்னை நிழலில் உட்கார வைத்திருந்தார் அப்பன். மாரிமுத்துவை அவர்கள் மேலும் கீழும் பார்த்தார்கள். தலையிலிருந்து உடல் முழுக்க மண்புழுதி. ஆள்காரப் பையன் போலச் சிறுதுண்டும் கோவணமும். அவனைப் பார்த்ததும் 'அப்ப வரட்டுங்களா' என்று அவர்கள் கிளம்பினார்கள். 'இருங்க எளநி போடறன். குடிச்சுட்டுப் போலாம்' என்றார் அப்பன். மாரிமுத்து மரமேறப் போனான். கோவணத்தோடு வவ்வால் போல அவன் தென்னையில் ஏறுவதைப் பார்த்துக்கொண்டே நிற்காமல்

அவர்கள் போய்விட்டார்கள். ‘உன்னயப் பாக்கோணும்னாங்க. கூப்பிட்டன். இப்பப் போறாங்க’ என்றார் அப்பன்.

அடுத்தநாள் வீடுதி வந்து கத்தினாள்.

‘பெண்ணூட்டுக்காரங்க வர்றப்பப் புடுக்குத் தெரியக் கோமணங் கட்டிக்கிட்டு வந்து நின்னா ஒடனே பொண்ணுக் குடுத்துருவாங்க பாரு. ஏஞ்சாமீ இப்படித் திரியறீங்க. இந்தக் காலத்துல ஆடுகோழிகூட அம்மணமா இருக்க வெக்கப்படுது. வலுசப்பையன் கோமணத்தோட திரிஞ்சா ஆரு பொண்ணுக் குடுப்பாங்க.’

உடம்பு முழுக்க மணக்க மணக்க வேட்டி சட்டை போட்டிருந்தால் மட்டும் அவர்கள் பெண் கொடுத்திருப்பார்கள் என்பது நிச்சயமில்லை. ஆனாலும் அவன் கோவணம் அப்படிப் பேர் வாங்கிவிட்டது.

●

43

கூறைப்புடவையைத் தேர்ந்தெடுத்து வைத்து விட்டு மாரிமுத்துவைக் கூப்பிட்டார்கள். பாக்கு நிறத்தில் புடவை. அங்கங்கே மஞ்சள் நிறப் புள்ளிகள். முந்தானை வெகு அழகாகப் பொன்னிற ஓவியங் களாக மின்னியது. ரோசாமணியின் உடம்பில் வைத்துக் காட்டும்போது அவள் நாணத்தோடு கண்களைத் தாழ்த்திக்கொண்டாள்.

இது மாதிரியான சேலைகளைக் கட்டுவதற் கென்றே பிறப்பெடுத்த உடம்பு இது. இத்தனை நாளாக ஓடை ஓரத்துக் கொட்டாயில் கிடந்தவள் என்றோ வயக்காட்டுச் சேற்றில் உழன்றவள் என்றோ யாரும் சொல்ல முடியாது. இமைக்காமல் அவளையே பார்த்துப் புன்னகைத்துத் தலையாட்டினான். வெத்தலைக்கூறையும் கண்ணைப் பறித்தது. ரசீது போடச் சொன்னான். அம்மா, தங்கச்சி புடவைகளும் அழகாக இருந்தன. எந்நிறத்தில் எடுத்தாலும் பட்டு அழகுதான். மாரிமுத்துவுக்குப் பட்டுவேட்டியும் சட்டையும் எடுக்கும்போது அம்மா சொன்னாள்.

‘பத்தாயிரத்துக்குக் கூறப்பொடவ எடுத்திருக்க றாங்க. காசு நாமதான குடுக்கப் போறம். இவ்வளவுக்கு எடுக்கலாமான்னு ஒரு வார்த்த உங்கிட்டக் கேட்டாங்களா. பட்டு வேட்டியும் சட்டையும் கொறஞ்சது அய்யாயரம் வர்றாப்பல நீ எடு. அவுங்களும் காசு குடுக்கட்டும்.’

அப்போதுதான் கூறைப்புடவையின் விலை பற்றி மாரிமுத்து யோசித்தான். அடேங்கப்பா, பத்தாயிரம? இவ்வளவு விலையா என்னும்

குறுகுறுப்பு ரோசாமணிக்கோ அவள் அம்மாவுக்கோ தோன்றவே இல்லையா. அவளுக்குச் சங்கிலியும் வளையலும் கொண்டுப்போய் போட்டிருக்கக்கூடாது. அதைப் போட்டதும் என்னவென்றாலும் எவ்வளவு விலை என்றாலும் வாங்கிக் கொடுத்துவிடுவான் என்று நினைத்துவிட்டார்கள்.

இப்போது ரோசாமணியைப் பார்க்கப் பிடிக்கவில்லை. இந்த உடம்பை மறைக்க இத்தனை விலையா? இருடி இரு. கல்யாணம் ஆகி ஒருமாதத்திற்கு இராப்பகலாய் இந்த உடம்பைப் போட்டுப் புண்ணாக்கி ஆசையெல்லாம் தணித்துக்கொண்டு அப்புறம் மேட்டாங்காட்டில் மொட்டை வெயிலில் ஆடு மேய்க்கப் போடுகிறேன் வா. தளதளக்கும் வயக்காட்டுக் குளிர்ச்சியில் மிதந்த உடம்பைச் சுட்டுக் கருவாடாக்கி விடுகிறேன் வா. அவன் மனசு ஆறவேயில்லை. இறங்கி வரவரப் போட்டு மிதிக்கும் கால்களைக் கொண்டவர்கள் எல்லோரும்.

உயர்ந்த விலையில் அவனுக்குப் பட்டுவேட்டியும் சட்டையும் எடுத்தாள் அம்மா. நான்காயிரத்தைத் தாண்டியிருந்தது. எல்லா வற்றுக்கும் பணம் அவனுடையதுதான் என்பது அம்மாவுக்குத் தெரியாது. முடிந்த அளவு அவர்களுக்குச் செலவு வைக்க வேண்டும் என்று நினைத்துவிட்டாள்.

உடைக்கிப் போடப் பெண்ணுக்கு மேலும் நான்கு சேலைகள் எடுத்தார்கள். அவை சாதாரணம். சாதாரணம் என்றால் குறைந்தது ஐந்நூறு ஒவ்வொன்றும். பெட்டிப் புடவை ஒன்றும். அது மட்டும்தான் வழக்கமாகப் பெண்வீட்டுச் செலவு. மாரிமுத்துவுக்கும் சாதாரண வேட்டி சட்டைகள். பெண்ணுக்கும் மாப்பிள்ளைக்கும் முடிந்ததும் மற்றவர்களுக்கெல்லாம் எடுக்கும் வேலை தொடங்கியது.

'ராமா, உனக்கு ஒரு வேட்டியும் சட்டையும் எடுத்துக்க. அப்படியே குப்பனுக்கும் ஆள்காரப் பையனுக்கும் எடு' என்றான். தங்கச்சி புருசனைக் காணவில்லை. 'எங்க பிள்ள மச்சானக் காணாம்' என்று கேட்டான். 'இங்க அவுருக்குப் பல சோலி இருக்கும். எதுக்காச்சும் போயிருப்பாரு. இப்ப வந்திருவாரு' என்றாள் அவள். சட்டைப் பகுதியில் ராமனுக்கான சட்டையை எடுக்கும்போது மாரிமுத்து மட்டும் உடனிருந்தான். அவன் அம்மா முகத்தைத் தூக்கி வைத்துக்கொண்டு வேறுபக்கம் போய்விட்டாள். ராமன் வெகு ஆசையாக ஒரு சட்டைத்துணியை எடுத்தான். மிருதுவான துணி. கட்டம் போட்டது. ஐந்தாறு நிறங்கள் கலந்திருந்தன. அதையே எடுத்துக்கொள்ளச் சொல்லி சம்மதம் தெரிவித்தான்.

ராமன் சட்டைத்துணி கிழிபட்டுக்கொண்டிருக்கும்போது மச்சான் வந்தான். 'மச்சான் வந்து உங்களுக்குச் சட்டை எடுங்க' என்றதும் அவன் வந்து ஒன்றை எடுத்தான். 'இதையும் சேத்துக் கிழியுங்க' என்றான் மாரிமுத்து. கிழிக்கும் ஆளிடம் 'இது மீட்டர் எவ்வளவு?', என்று ராமன் துணியைக் காட்டிக் கேட்டான் மச்சான். கிழிப்பவர் சீட்டைப் பார்த்து 'எரநூத்தித் தொண்ணூத்தி ஒம்போது' என்றார். மச்சான் தன் துணி விலையைப் பார்த்தான். இருநூற்றுப் பதினான்கு. கிட்டத்தட்ட நூறு ரூபாய் ராமனுக்கு அதிகம். மச்சான் முகம் சூம்பிப் போயிற்று.

இதைக் கவனித்த மாரிமுத்து, 'நீங்க இன்னொரு துணி எடுத்துக்கங்க' என்றான். இன்னொரு துணியும் கிழிபட இரண்டும் சேர்ந்ததும்தான் மச்சான் சந்தோசமாய் இருந்தார். நல்லவேளை. மாரிமுத்து கவனித்தான். இல்லாவிட்டால் ஊரெல்லாம் போய், 'ஆளுக்காரனுக்கு முந்நூறுக்கு எடுக்கறான். எனக்கு எரநூறாமாம். அவன மதிக்கற அளவுக்குக்கூட நம்மள மதிக்கலையப்பா' என்று சொல்லித் திரிவான்.

பெரிய துணிமூட்டை சேர்ந்துவிட்டது. கூறைப்புடவை, வெத்தலைக்கூறை, பெட்டிப்புடவை, உடைக்கிக் கட்ட நான்கு எனப் பெண்ணுக்கு மட்டுமே ஏழு சேலை. அவற்றுக்கான உள்ளாடைகள், ரவிக்கை என ஏழு ஜோடிகள். ரோசாமணிக்கு மட்டும் இருபதாயிரத்தைத் தாண்டி விலை. மனத்தில் அதிருப்தியாய் உணர்ந்தான். எனினும் முன்பே கல்யாணமாகி இருந்தால் இருபது, முப்பது பவுன் போடும் பெண்ணைக் கட்டியிருந்தால், அவர்கள் கேட்கும் விலைக்கு எடுத்துக்கொடுக்கத் தடை சொல்லியிருக்கமாட்டோமே என்று எண்ணினான்.

இப்போது அவள், இல்லாதவன் வீட்டுப் பெண்ணாக இருக்கலாம். இனிமேல் மாரிமுத்து பெண்டாட்டி. அதற்கேற்ற மாதிரி ஆடைகள் அணிகள் இருந்தால்தான் மதிப்பு. புருசனுக்கு மதிப்புக் குறையக்கூடாது என்று நினைப்பது பெண்டாட்டியின் இயல்புதான். ரோசாமணி அப்படிப்பட்டவள். பலவாறு நினைத்து மனத்தைத் தேற்றிக்கொண்டான். தரகர் மூலமாகப் பெண் பார்த்திருந்தால் தரகுப் பணமாகவே இருபதாயிரம் போயிருக்கும். இப்படி வீணாக எத்தனையோ போக வாய்ப்பிருக்கிறது.

வீட்டிற்கு வாழ வரும் பெண்ணுக்குச் செலவு செய்வதில் என்ன கணக்கு? ஒரு வார்த்தை கேட்டிருக்கலாம். அவனுக்கு மட்டுமல்ல, அம்மா உட்பட எல்லோருக்கும் மனச் சமாதானம் உண்டாகியிருக்கும். சுமுகமாக எல்லாம் நடந்துவிட்டால் என்ன சுவாரஸ்யம் இருக்கும்?

மாரிமுத்துவுக்குப் பட்டு வேட்டி சட்டையுடன் இரண்டு ஜோடி பாலியஸ்டர் வேட்டி சட்டைகள். அவனுக்குச் சொல்லா மல் பேன்ட் சட்டை ஒன்றும் எடுத்திருந்தார்கள். இதுவரை அவன் பேன்ட் போட்டதில்லை. இப்போது பெண்டாட்டியாக வரப்போகிறவள் விரும்புகிறாள். ராமன் வந்து சொன்னதும் பேன்ட் சட்டையுடன் தன்னைப் பார்க்க விரும்புகிறாள் ரோசாமணி என்று ரொம்பச் சந்தோசப்பட்டான்.

புதுவகையான உடை முறைக்கு மாறுவது அத்தனை எளிதாகத் தோன்றவில்லை. முப்பத்தைந்து வயதுக்குப் பிறகு பேன்ட் சட்டை போட்டால் ஊர் சிரிக்கும். ஆனால் பெண்டாட்டி விருப்பத்தைத் தட்ட முடியுமா? அவனுக்கு நான்கு ஜோடி உள்ளாடைகள் எடுக்கும்போது அவனைக் கேட்கவில்லை. அளவு மட்டும் கேட்டார்கள். ட்ராயர் ஜட்டியும் கைப்பனியனும் அவன் போடுவான். ஆனால் கட் ஜட்டியும் முண்டா பனியனும் எடுத்திருந்தார்கள். ராமன் போய்ச் சொன்னபோது 'இதே இருக்கட்டும்' என்று ரோசாமணி சொன்னாளாம்.

அவள் மனத்தில் உருவாக்கி வைத்திருக்கும் ஆண் வடிவத் திற்குத் தன்னை மாற்றிப் பார்க்க முயல்கிறாள் என்று பட்டது. வேகமாகப் போய் 'இது வேண்டாம்' என்று சொல்லலாம் என நினைத்தான். இதைச் சிக்கலாக்கிச் சுமுகத்தைக் கெடுத்துக் கொள்ளக்கூடாது எனக் கட்டுப்படுத்திக்கொண்டான். நினைப்பதை எல்லாம் ராமனிடமும் செல்வராசுவிடமும் சொல்லிவிடுவதால் கொஞ்சம் ஆறுதலாகியிருக்கிறது. அவர்களும் இல்லை என்றால் மனம் புழுங்கித் திடுமென வெடித்துவிடக்கூடும்.

அம்மாவுக்கும் தங்கச்சிக்கும் பட்டுப்புடவைகள். சாதாரணச் சேலைகள் ஒவ்வொன்று. அத்தை வீட்டில் மூவருக்கும் துணிகள். மாமன் வீட்டில் குழந்தைகள் உட்பட நான்கு பேருக்கும். பாட்டிக்கும் அம்மாயிக்கும் வெள்ளைச் சேலைகள். அப்பனுக்கு வேட்டி துண்டு. தானாவதித் தாத்தாவுக்கு வேட்டி துண்டு. குப்பனுக்கு வேட்டி துண்டு. ராமனுக்கு வேட்டி சட்டை. ஆள்காரப் பையனுக்கு டிராயரும் சட்டையும். எதற்கும் இருக்கட்டும் என்று இரண்டு வேட்டி சட்டைகள் கூடுதலாக.

பெண்வீட்டில் ரோசாமணி அம்மாவுக்குச் சேலை துணிகள். அவள் தம்பி முறையாகும் முத்துராசு குடும்பத்திற்குத் துணிமணி கள். கைகோர்வைச் சடங்குக்கு உட்காரும் ரோசாமணி தம்பி முறையாகும் பையன் ஒருவனுக்குப் பேன்ட் சட்டை. அப்பவும் இது முடிவதாயில்லை. எல்லோரையும் பேருந்தேற்றி அனுப்பிவிட்டு வந்து செல்வராசுக்குப் பேன்ட் சட்டையும்

ராமன் குடும்பத்திற்குத் துணிமணிகளும் எடுக்க வேண்டும். அம்மாவுக்குத் தெரிந்தால், ‘அடேங்கப்பா... ஆளுக்காரமூட்டுல சம்பந்தம் பண்றாப்பல இருக்குது’ என்று ஏகடியம் செய்வாள். அவளை அனுப்பிய பின்தான் இந்த வேலை நடக்க வேண்டும். மொத்தத்தில் ரசீதுத் தொகை நாற்பதாயிரத்தைத் தாண்டியது. தொகை அதிகம்போல என்று அம்மா சொன்னதும் மாமன் பெண்டாட்டி, ‘பத்து வெருசத்துக்கு முந்தி எங்க கலியாணத்துக்கு முப்பதாயிரம் ஆச்சு’ என்று பீற்றினாள். பெண்வீட்டுச் செலவுக்கு அவர்கள் பணம் கொடுத்தார்கள். அன்றைக்கு மாரிமுத்து ரோசாமணி கையில் கொடுத்த அதே பத்தாயிரம் ரூபாய்க் கட்டு.

ரசீதைக் கொண்டு பொருள்களைச் சரிபார்த்துக் கொண்டிருந்தபோது, கடைக்குள் வைத்திருந்த அறிவிப்பு வாசகம் மாரிமுத்து கண்ணில் பட்டது. ‘வாடிக்கையாளர்களுக்கு ஒரு வேண்டுகோள். திருமண விசேஷங்களுக்கு ஜவுளி எடுக்க வருவோர் குறைந்த எண்ணிக்கையில் ஆட்களை அழைத்து வரவும்.’ ராமனைக் கூப்பிட்டுப் படித்துக் காட்டினான்.

பக்கத்தில் இருந்த மச்சான் அதைக் கேட்டுவிட்டு, ‘அதான் இந்தக் கடைக்கு அதிகம் பேர் வர்றதில்ல. சென்னை சில்க்ஸ் கடைக்குப் போனா எத்தன பேருன்னாலும் நிக்கலாம். நான் அப்பவே அங்கதான் போலாம்னன். நீங்கதான் இங்கயே போலாம்னீங்க’ என்றான்.

‘அதுக்கில்ல மச்சான். கூட்டமா வந்தா எல்லார்த்துக்கும் கஷ்டந்தான். நம்மாளுங்க முப்பது பேரு நாப்பது பேரு வந்து கடைக்குள்ள நின்னுக்கிட்டா அவுங்க ஏவாரம் கெடும்ல’ என்றான் மாரிமுத்து.

‘அதுக்கின்னு கலியாணங்காச்சிக்குத் துணியெடுக்க வாரவுங்க ஒண்டிசண்டியாவா வருவாங்க. கூட்டமாத்தான் வருவாங்க’ என்றான் மச்சான். அதற்குமேல் மாரிமுத்து எதுவும் பேசவில்லை.

தைக்க வேண்டிய துணிகளைப் பரிமாறிக்கொண்டார்கள். மற்றபடி மாப்பிள்ளை துணிகள் பெண் வீட்டாரிடமும் பெண்ணின் துணிகள் மாப்பிள்ளை வீட்டாரிடமும் இருந்தன. பக்கத்தில் இருந்த பெரிய ஓட்டலுக்குச் சாப்பிடப் போனார்கள். ராமனை மச்சான் கூட்டுச் சேர்த்துக்கொண்டு இருநூறு பணம் கேட்டு வாங்கித் தனியாகப் போனார்கள். மற்ற எல்லோருக்கும் சைவச் சாப்பாடு. கல்யாண காரியத்திற்கு வந்துவிட்டு அசைவம் சாப்பிட முடியாது. பதினான்கு பேர். ஓட்டலுக்குள் இடம் பார்த்து உட்காரவே ரொம்ப நேரம் பிடித்தது. துணிக்கடை, உணவகம்,

பேருந்து, சாலை எங்கும் கூட்டம். தாலி செய்ய நாளைக்கு நகைக்கடைக்குப் போக வேண்டும். அங்கு எப்படியிருக்குமோ?

‘தாலிக்குக் குடுக்க நாளைக்கு யாராச்சும் வர்றீங்களா’ என்று ரோசாமணிக்குப் பக்கத்து நாற்காலியில் சகஜமாக உட்கார்ந்துகொண்டு கேட்டான். நல்ல நாள் பார்த்துப் பொன்னாரிடம் மாப்பிள்ளை வீட்டுப் பெரியவர்களும் பெண்வீட்டுப் பெரியவர்களும் சேர்ந்துபோய் வெற்றிலை பாக்கு, பழங்கள் வைத்துத் தாம்பாளத்தில் முன்பணத்தோடு கொடுப்பது அந்தக்கால வழக்கம். இப்போது இரண்டு பக்கத்து ஆட்களும் போய் நகைக்கடையில் செய்யச் சொல்லி வருகிறார்கள். கூப்பிட வில்லை என்று சொல்லிவிடக் கூடாது என்பதற்காகக் கேட்டான் மாரிமுத்து.

‘நீங்களே குடுத்திருங்க. எல்லாச் சாங்கியமும் பழயபடியா நடத்தறம்? ஒவ்வொன்னுக்கும் அலையாட்டி என்ன? ரங்கம்மாளும் ஒத்தைக்கு ஒருத்தி. இன்னம் ஊர் கூப்படோணும். பந்தக் கிந்தப் போட்டு ஒருசிந்திச் சோறாவது அங்க போடோணும். ஆளில்லைல்ல மாப்ள...’

முத்துராசு சொன்னதும் நல்லதாகப்பட்டது. தொந்தர வில்லை. செல்வராசுவுடன் போய்த் தாலி செய்யச் சொல்லி விடலாம். பத்திரிகை கொடுக்கும் வேலை இன்னும் பாதிகூட முடியவில்லை. அவனாகக் கொடுக்கும் இடங்களுக்கு ஓரளவு போய்வந்திருக்கிறான். இனிமேல் அம்மாவோடு போகும் இடங்கள்தான் அதிகம். அம்மா என்ன கிராக்கி பண்ணுவாளோ. தங்கச்சியை ஒருவாரம் வீட்டில் வந்து இருக்கச் சொல்லிக் கேட்டிருக்கிறான். மச்சான் என்ன சொல்வானோ?

‘எத்தன சாப்பாடு? டோக்கன் வாங்கியிருக்கறீங்களா?’ சர்வர் கேட்டார்.

ஒருவர் முகத்தை ஒருவர் பார்த்தனர். ‘என்ன வேணுமோ சொல்லுங்க’ என்று ரோசாமணியைப் பார்த்தான். அவள் மெல்லக் குசுகுசுப்பது போல ‘எனக்குப் புரோட்டா’ என்றாள். உடனே அவளைச் சேர்ந்தவர்கள் எல்லோரும் ‘புரோட்டா’ என்று சொல்லிவிட்டார்கள். மனமில்லாமல் அவள் பக்கமிருந்து எழுந்துபோனான். நேராக அம்மாவிடம் ‘என்னம்மா சாப்பாடு சொல்லீரவா. அவுங்கெல்லாம் புரோட்டா சாப்படறாங்களாம்’ என்றான்.

‘அவுங்களுக்குப் புரோட்டா. எங்களுக்குச் சோறா? இப்பவே இந்த ஒட்டு ஒட்டறியே. கலியாணம் ஆயிருச்சின்னா எங்கள யெல்லாம் ஏறெடுத்தாச்சும் பாப்பியா?’ என்றாள் தங்கச்சி.

'உங்களுக்கு என்ன வேணுமோ அதச் சொல்லிச் சாப்புடுங்காயா. என்ன வேணும்னுதான் கேட்டன். சாப்பாடே சாப்பிடச் சொல்லல' என்றான் எரிச்சலைக் காட்டாத குரலில்.

'சாப்பாடு சொல்லீரவான்னு கேட்டது என்ன அர்த்தத்துல? தெனமும் திங்கற அந்த வெந்த சோத்தத் திங்கறதுக்கா எங்கள இங்க கூட்டியாந்த?' அம்மா கத்தியது இரைச்சலில் அவ்வளவாக வெளியே கேட்கவில்லை.

'செரிம்மா செரிம்மா. புரோட்டாவே சொல்லீர்றன். சாப்புடுங்க.'

பதினான்கு பேருக்கும் புரோட்டா சொன்னான். ரோசாமணி பக்கம் பார்வை திரும்பியபோது அவள் கண்ணசைத்து அவளருகே அழைப்பது தெரிந்தது. அந்த இடத்தை அவனுக்காகவே பிடித்து வைத்திருக்கிறாள். அம்மா, தங்கச்சி பக்கம் பாராதவனாய் ரோசாமணியிடம் போய் உட்கார்ந்தான்.

●

44

நான்கு நாட்களாய் ஓயாத அலைச்சல். அம்மாவோடு ஊர் கூப்பிட நாள் முழுக்க வண்டியில் சுற்றினான். போகும் இடத்திலெல்லாம் டீ வைத்துக்கொடுத்தார்கள். லோட்டா போன்ற டம்ளரில் டீ. ஒரு சொப்புக் கள் குடித்தால் வயிறு நிறைவது மாதிரி டீயால் வயிறு திம்மென்றாகும். கள்ளாவது ஏப்பம் விட்டால் கரைந்து வயிறு இளகும். இதுவோ எப்போதும் வயிறு நிறைந்தே இருக்கிற மாதிரி செய்தது.

நாக்குக்கு ருசியான டீயும் அல்ல. பச்சைத் தண்ணியில் டிகாசன் வைத்துத் துளி போலப் பால் கலந்த டீ. வழியில் நின்று நின்று மல்வதிலேயே நிறைய நேரம் போய்விடும். தொடர்ந்து டீ குடிப்பதால் ராத்திரியில் தூக்கம் வருவதில்லை. எரியும் கண்களோடே பகலெல்லாம் திரிதல். டீ குடிப்பதில்லை என்று சொன்னால் தண்ணீர்ப்பால் வரும். அதற்கு டீயையே குடித்துவிடலாம். இதையெல்லாம் குடித்துக் குடித்து நாக்கு மரத்துப்போனது. நல்ல டீ கொடுத்தால்கூட அதன் ருசியை நாக்கு உணர்வதில்லை. முந்நூறு பத்திரிகை கொடுத்து முடிப்பதற்கே இந்தக் கஷ்டம். ஆயிரம் பேரைக் கூப்பிடுவதென்றால் அவ்வளவுதான்.

இதற்கிடையே ஒருநாள் செம்மண்காடு அளவை போட சர்வேயர் வருவதாகச் செல்வராசு சொன்னான். அன்றைக்கு முழுவதும் அங்கேயே போய்விட்டது. கொஞ்சநேரத்தில் பிரித்துவிடலாம் என்று நினைத்திருந்தான். ஆனால் சர்வேயரும் மணியாரரும் வந்து சேரவே பதினொன்றான.

அதன்பின் இந்த மூலை, அந்த மூலை என எல்லாப் பக்கமும் சேர்த்துச் சுற்றளவு போட்டபோதே பிரச்சினை உருவாயிற்று.

வளவில் சில பேருடைய வாசல் பகுதியில் சில அடிகள் காட்டுக்குச் சேர்ந்தது. காட்டின் பகுதியில் கொஞ்சம் வளவுப்பக்கம் சேர்ந்தது. அதனால் சண்டை. அவர்களிடம் சமாதானம் பேசிச் சரிசெய்து முட்டுக்கல் நட வெகுநேரமாயிற்று. அளவை போடுபவர்களுக்குக் கடையிலிருந்து சாப்பாடு வந்தது. சாப்பிட்டு முடித்து மேல்பக்கம் ஒன்று முப்பது, கீழ்ப்பக்கம் இரண்டு பத்து எனப் பிரித்துக் கல் நடச் சாயங்காலமாயிற்று. கிணற்றை அளந்து அதற்கும் கல் நட்டார்கள்.

கடைசியில் பார்க்கும்போது கிணற்றிலிருந்து மாரிமுத்து பங்கிற்குப் போகும் வாய்க்கால் செல்வராசுவின் பங்கிற்குள் வந்தது. அதற்குப் பதிலாக மாரிமுத்து பங்கில் செல்வராசுக்குக் கொஞ்சம் கறந்துவிட்டுச் சரிசெய்தார்கள். இனிக் கிணற்றை ஒழுங்குபடுத்த வேண்டும். கறார் பத்திரம் முடிந்ததும் அந்த வேலைதான். செல்வராசு அதைக் கவனமாகச் செய்தான்.

பத்திரப் பதிவு அலுவலக வாசலில் வண்டியை நிறுத்திவிட்டு நின்றான் மாரிமுத்து. அப்பன் இறங்கிப் பதிவு அலுவலகத் திண்ணையில் போய் உட்கார்ந்தார். பத்திரம் எல்லாம் தயாராக இருப்பதால் நேரத்தில் வந்தால் கையெழுத்துப் போட்டு உள்ளே கொடுத்துவிடலாம் என்று பத்திரம் எழுதுபவர் சொல்லியிருந்தார். கொஞ்சநேரத்தில் தானாவதித் தாத்தா வந்தார்.

'மாப்ள... சாதிச்சிட்டப்பா. நெலமும் கைக்கு வந்திருச்சு. பொண்ணும் வரப்போவுது. மனசனுக்குச் செலநேரம் இப்படித் தான். எல்லாம் ஒன்னாச் சேந்து அமையும். நேரமும் காலமும் கூடிட்டா எவன் வந்து தடுத்தாலும் காரியம் நிக்காது பாத்துக்க. இப்படியே போனா அடுத்த வெருசம் இன்னாக்காலத்துல உம்பையன் வந்து என்னயத் தாத்தான்னு கூப்புடுவான்...'

'தாத்தா... மொதல்ல பொண்ணுதான். நாலஞ்சு பொறந்தா லுஞ் செரி.'

'ஆமாமா. பொண்ணுக் கெடைக்கக் கஷ்டப்பட்டீங்கல்ல... அப்பிடித்தான் சொல்வீங்க. கலியாணம் ஆயி ஒரு மாசமாவட்டும். பையந்தான் வேணுமின்னு ஆரம்பிச்சிருவீங்க.'

'நெசமே நான் அப்படியில்லீங்க தாத்தா. பொண்ணுத்தான்.'

'செரி. நல்லதுதான். பாப்பம். அஞ்சு மாசம் ஆறுமாசம் ஆயி இதா கொழந்த பொறக்கப் போவுதுன்னு நாம நெனக்கறப்போ... ஆசுபத்திரிக்கிப் போறாங்க... பொண்ணுன்னு தெரிஞ்சாப் போதும்.

அப்படியே கலச்செறிஞ்சிட்டு வந்தர்றாங்க. கவுத்துப்போட்டுக் கொல்றது. நெல்ல வாய்க்குள்ள போட்டுக் கொல்றதெல்லாம் அந்தக் காலம் மாப்ள. இப்ப அத டாக்டருங்களே செஞ்சர்றாங்க. அப்பறம் எங்க பொண்ணுப் பெருகறது... நாம உருப்படறது...'

'ஏதோ எங்க காலத்துலதான் இந்தக் கஷ்டந் தாத்தா. எம்பையன் பிள்ளையெல்லாம் வர்றப்ப இப்பிடி இருக்கக் கூடாது... பாத்துக்கங்க.'

'அடேங்கப்பா. பொண்ணு பொண்ணாப் பெத்துப் போடுங்க மாப்ள. உங்கூட்டுக்கு முன்னால வந்து நிக்கட்டும்.'

தாத்தா சிரித்தார். பெண் குழந்தைகள் தன் வீட்டு வாசலில் ஓடி ஆடும் காட்சிகள் அவன் மனத்தில் விரிந்தன. திண்ணை மேலிருந்து ரோசாமணி குழந்தைகளை அதட்டுகிறாள். எத்தனை குழந்தைகள்? ஒன்று, இரண்டு, மூன்று...

'மாப்ள... உங்க பாட்டி எப்பிடி இருக்கறா?'

அவன் எண்ணங்களைத் தாத்தா கலைத்துவிட்டார். அவர் கேள்வியைத் தாமதித்துப் புரிந்துகொண்டான்.

'பாட்டி இன்னமே தேறாதுங்க தாத்தா. ஏதோ கலியாணம் வெரைக்கும் தாட்டூட்டாப் போதும்.'

'கலியாணத்துக்கு இன்னம் முழுசா ரண்டுநாள்தான இருக்குது மாப்ள. இந்தா மூனா நாளு ராத்திரிக் கலியாணம் கள கட்டூரும். அதுவரைக்கும்கூடவா பாட்டி தாங்காது?'

'ஒருவாரம் பத்துநாள் தாங்கும்னுதான் நெனைக்கறன். அப்பறம் நம்ம கையிலயா இருக்குது.'

பாட்டியின் நிலை மாரிமுத்துவுக்குப் பெருங்கவலையா யிருந்தது. தினமும் ராத்திரி எவ்வளவு நேரமானாலும் பாட்டியைப் போய்ப் பார்த்து வந்தபடி இருந்தான். அத்தையின் வரவால் கொட்டாய் சுத்தமாய் இருந்தது. வெறுமனே கொட்டாய்க்குள் சுழன்று திரிந்த பாட்டி இப்போது கட்டிலில் முடங்கிவிட்டாள்.

குப்பன் அல்லது ஆள்காரப் பையன் துணையோடு பாட்டியைத் தூக்கிச் சுத்தம் செய்து மறுபடியும் கட்டிலில் படுக்க வைத்துவிட்டு அத்தை போகும். அந்த வற்றி ஒடுங்கிய வயிற்றுக்குள் என்னதான் இருக்குமோ? இன்னும் கழிந்தபடியே இருக்கிறாள். நீராகாரமாய் ஏதோ கொஞ்சம் வயிற்றுக்குள் போகிறது. மருந்து, மாத்திரை எதுவும் கேட்கவில்லை. படுத்தபடியே அவள் வாய் மட்டும் ஏதாவது பிதற்றிக்கொண்டிருக்கிறது. வாய் பேசிப் பேசி அயர்ந்துபோனால் தூங்குவாள். அவள் பேச்செல்லாம் பெரும்பாலும் தன் புருசனோடுதான்.

'ஆயா' என்று கூப்பிட்டால், 'என்ன' என்று சத்தமாகக் கேட்பாள். 'எதும் வேணுமா' என்றால், 'சந்தைக்கா போற?' என்பாள். யார் பேசினாலும் அது புருசன் குரல்தான். இருக்கும்போது எப்போதும் சண்டைதான் போடுவார்கள். பிரியமான வார்த்தைகளே அவர்களுக்குத் தெரியாதோ என்று தோன்றும். ஆனால் ஒருவரை ஒருவர் பிரிந்து ஒருநாள்கூட இருந்ததில்லை. தாத்தா செத்தபின் வெறுமையைப் பாட்டி எப்படித் தாங்கினாளோ?

சண்டை போட்டுக்கொள்வதுதான் அவர்கள் பிரியத்தைக் காட்டும் முறை. பிரியமான சண்டை எல்லைக்குள் நிற்கும். அதனால்தான் இந்தக் கடைசிகாலத்தில் பாட்டியின் நினைவெல் லாம் அவராகவே இருக்கிறார். இன்னும் ஒருவாரத்திற்கு அந்த நினைவோடே பாட்டி வாழட்டும். அடிமனத்தில் ஏதாவது நடந்துவிடுமோ என்று தோன்றிக்கொண்டேயிருந்தாலும் இன்னொரு பக்கம் அப்படி எதுவும் ஆகாது என்று நம்பிக்கையும் தொடர்ந்தது.

தாத்தாவுடன் பேசிக்கொண்டு இருக்கும்போதே செல்வராசு வந்து சேர்ந்தான். அவன் அப்பாவும் அண்ணன்களும் இருந்தனர். பதிவாளர் அலுவலகத்திற்கு எதிரே சாலை கடந்து போனால் மாடியில் பத்திரம் எழுதுபவர் அறை. செல்வராசு அங்கே போனான். தாத்தா மாரிமுத்துவை விட்டுச் சித்தப்பனுடன் பேசினார். செல்வராசுவின் இரண்டாவது அண்ணன் முத்துசாமியை மாரிமுத்து பார்த்தான்.

தலையில் முக்கால்வாசி மயிர் காலியாகிவிட்டது. நான்கைந்து குழந்தைகள் பெற்றுக் குடும்பத்தில் ரொம்பவும் அடிப்பட்டவனைப் போலத் தோற்றம். வயதைத் தலைதான் முதலில் காட்டிக் கொடுக்கிறது. கொட்டும் அல்லது நரைக்கும். காலம் தன் இரக்கம் இன்மையை உடல் வழியாக வெளிப்படுத்திக் கொண்டேயிருக்கிறது. இனிமேலும் அவனுக்குக் கல்யாண நம்பிக்கை இருக்குமா?

ஏதாவது ஒரு பெண்ணுடலை அறிந்து இவ்வளவுதான் என்று கசந்து போயிருப்பானோ. சந்தர்ப்பம் வாய்க்கும் போதெல்லாம் எவளையாவது சோளக்காட்டிலோ கம்மங்காட்டிலோ கவிழ்ப்பதுதான் கைவந்ததாயிற்றே. அப்படி எதிலும் ஈடுபட் டிருப்பானா. முகத்தைப் பார்த்தால் எல்லாவற்றிலும் தேறிச் சாந்தம் பெற்றுவிட்ட முதிர்ச்சி. அவனைப் பற்றிச் செல்வராசு ஒருமுறை சொன்னான்.

யாருடைய கல்யாணத்திற்கோ போயிருக்கிறான். முறைக் காரர்கள் கேலி செய்திருக்கிறார்கள். 'மாப்ள... எல்லார்

கல்யாணத்துக்கும் வந்து வந்து சாப்புட்டுட்டுப் போற. எப்பக் கடன் அடைக்கப்போற? அந்த எண்ணம் இருக்குதா. இல்ல, காலத்துக்கும் ஓசிச் சாப்பாடு சாப்படறதுன்னே முடிவு பண்ணிட்டயா?' இதைக் கேட்டுவிட்டு வந்தபின் இனிமேல் எந்தக் கல்யாணத்திற்கும் போகமாட்டேன் என்று சொல்லிவிட்டான். எந்த விசேசத்திற்கும் எவ்வளவு நெருங்கியவர்கள் வந்து கூப்பிட்டாலும் அவன் போவதில்லை. கொஞ்சம் முயன்று, பணமும் செலவு செய்தால் தட்டூர்ப் பக்கம் எப்படியும் பெண் கிடைக்கும். அதற்கு எத்தனை தடைகளோ.

செல்வராசு பத்திர எழுத்தரோடு வந்தான். கையொப்பம் போட்டு உள்ளே அனுப்ப அரைமணி நேரத்துக்கும் மேலாயிற்று. 'இன்னைக்குப் பத்தரம் அதிகமில்ல. சீக்கரம் கூப்புட்டுருவாங்க' என்றார் எழுத்தர். தாத்தா இல்லாமல் இருந்தால் அங்கே வெறும் மௌனம் மட்டும்தான் இருக்கும். அவர்தான் இரண்டு பக்கமும் பேசிச் சமாளித்துக்கொண்டிருந்தார். சித்தப்பன் வீட்டோடு நேரடியாக எந்தச் சண்டையும் இல்லை. பாட்டன் பாட்டி காலத்தில் விழுந்த தொலவுக்கு இப்போது இருப்பவர்கள் என்ன செய்ய முடியும்?

தொலவு சேர்ந்து அவர்களை எல்லாம் கல்யாணத்திற்கு அழைக்க வேண்டும் என்றுதான் மாரிமுத்து விரும்பினான். அது அவ்வளவு சுலபமில்லை என்று சொல்லிவிட்டான் செல்வராசு. சும்மா பேச்சுவாக்கில் இந்த எண்ணத்தைச் செல்வராசு சொன்னபோது, 'இப்ப அவுங்களோட சேர என்ன அவசியம்?' என்று கேட்டார்களாம். மாரிமுத்துவிடம் அம்மாவும் அப்படித்தான் கேட்டாள். 'அது அந்துபோன ஒறவுடா. இன்னமே எதுக்கு ஒட்ட வெக்கோணும்.' ரொம்பவும் வலியுறுத்தினால் கறார் செய்வதற்கே தடை வந்துவிடுமோ என்று பயந்தார்கள். எப்படியும் செல்வராசுவைக் கல்யாணத்திற்கு வரவைத்துவிடுவதில் மாரிமுத்து உறுதியாக இருந்தான்.

சமையலுக்கு ஆள் பேசியது, ராத்திரிச் சாப்பாடும் காலை டிபனுக்கும் தேவையானதை எல்லாம் தீர்மானித்தது, மளிகைச் சாமான் பட்டியல் எடுத்தது, மணவறை ஜோடிப்புக்குப் பேசியது, குடிநீருக்கு வண்டி ஏற்பாடு செய்தது என எல்லா வேலையையும் செல்வராசுதான் செய்திருந்தான். காடு கறார் வேலையைப் பார்த்துக்கொண்டே மாலை நேரத்தில் வந்து இதையெல்லாம் முடித்திருந்தான்.

கல்யாணத்தன்று ராத்திரியில பெண் வீட்டார் வந்து சேரப் பேருந்து ஏற்பாடும் செய்தான். சாயங்காலம் ஐந்து மணிக்குப் பெண்ணும் உடன் வரும் நெருங்கிய உறவுகளும் கிளம்பிவிடலாம்.

அவர்களை மண்டபத்திற்குக் கொண்டுவந்து சேர்த்துவிட்டு அடுத்த நடை ஏழு மணிக்கு. மிச்சம் மீதி வருபவர்களும் அதில் வந்துவிடலாம். அதே போல ஒருநடை திரும்பக் கொண்டு போய்விடவும் ஏற்பாடு இருந்தது. ராத்திரி ஒன்பது மணிக்கு மேல் அது. வருபவர்களில் பாதிப்பேர் தங்கிவிடுவார்கள் என்று கணக்கு. காலையில் ஆறரையிலிருந்து ஏழரைவரை முகூர்த்தம். ஆறுமணிக்குப்போய் வருபவர்களை ஒருநடை கூட்டி வரலாம் என ஏற்பாடு.

இதையெல்லாம் ராமன்தான் வரட்டூர் போய்ச் சொல்லி வந்தான். அங்கே போய்வர மாரிமுத்துவுக்கு விருப்பமாகவே இருந்தது. பத்திரிகை கொடுக்கும் வேலையை விட்டுப் போக முடியவில்லை. போய்வந்த ராமன் சொன்னான். 'யோவ்... அவுங்கெல்லாம் கலகலன்னு இருக்கறாங்க. ஊட்டுக்கு முன்னால பச்சமட்ட போட்டே பந்தல் தயாராயிருச்சு. கலியாணத்துக்கு மொதநாள் ஒருசந்திச் சோத்து விருந்துக்குத் தடபுடலா ஏற்பாடு நடக்குது.'

பதிவு அலுவலகத்திற்குள் இருந்து அழைப்பு வந்தது.

●

45

கறாா் பதிவு முடிந்தவுடன் வழக்கம் போல ஓட்டலுக்குப் போகலாம் என்று தானாவதித் தாத்தாவை அழைத்தான் மாரிமுத்து. கிரையமோ கறாரோ எது நடந்தாலும் கூட்டமாக ஓட்டலுக்குப் போய்ச் சாப்பிடுவார்கள். ஆனால் தாத்தா மறுத்து விட்டார்.

‘ஓட்டலுச் சோத்தத் திங்கறவனுக்கு எலும்புப் பலம் இருக்குமாடா. கரச்சோறுன்னாலும் ஊட்டுக்குப் போயிக் கை நனச்சுக்கறன். நீங்க வேணும்னா சாப்புட்டுப் போங்க’ என்று சொன்னார்.

அப்பனும் வேண்டாம் என்றார். கறிச்சோறு என்றால் அவர் சாப்பிடுவார். கல்யாணத்தை வைத்துக்கொண்டு கறி சாப்பிட்டால் நான்குபேர் என்ன சொல்வார்கள்? காட்டுக்குள் கல்லெலி, கரட்டெலி, பெருக்கான் என்று கிடைப்பதைப் பிடித்து வறுத்துச் சாப்பிட்டால் யாருக்கும் தெரியாது. கல்யாணம் என்றாலும் கருமாதி என்றாலும் அது நிற்காது.

அவரை எப்படியாவது அனுப்பி வைக்க வேண்டும் என்று பார்த்தான். செல்வராசுவின் அண்ணன் ஒருவன் வண்டியில் தனியாகப் போனான். அதில் போகமாட்டார். கொஞ்சநேரம் சாலையைப் பார்த்தால் ஊர்ப்பக்கம் போகிறவர்கள் யாராவது தென்படுவார்கள். கட்டையன் பெரிய உருமாலோடு தெரிந்தார். அவரை நிறுத்தினான்.

‘டே மாப்ள... கிளிக்காரனுங்க கருத்தா இருப்பானுங்கன்னு கேட்டிருக்கறன். ஆனா இப்பிடி

இருக்கக் கூடாதுடா. காடெல்லாம் முள்ளு வெட்டிச் சுத்தம் பண்ணிக் குடுத்தன் நான். என்னனக்கூடக் கூப்படாத கறார் பண்ணீட்டிங்க. ஒருவா சோறு வாங்கிக் குடுத்தாக் கொறஞ் சா போயிருவ...'

பதிவு அலுவலகத்தின் முன் பெருங்கூட்டம் இருந்தது. எதையும் பொருட்படுத்தாமல் அவர் சத்தமாகப் பேசினார். மாரிமுத்துவுக்குக் கூச்சமாக இருந்தது.

'செரி வாங்க மாமா... சாப்பாடுதான. வாங்கிக் குடுத்துட்டாப் போச்சு' என்றான். 'ஆரு ஓசுச்சோறு வாங்கிக் குடுப்பான்னு பாத்துக்கிட்டு டவுனுக்குள்ள திரியறீங்க' என்று சொல்ல வாய்வந்தது. அது பேச்சை வளர்த்துவிடும் என்பதால் நிறுத்திக்கொண்டான். அவர் வண்டியில் ஏறும்போது அப்பன் அவனைப் பார்த்தார். இரண்டு நூறு ரூபாய் நோட்டுகளை எடுத்து அவரிடம் நீட்டினான். வாங்கிச் சந்தோசத்தோடு மடியில் வைத்துக்கொண்டார். வழியில் எங்காவது நிறுத்தச் சொல்லி பிராந்தி வாங்குவார். அனேகமாக இரண்டு அல்லது மூன்று கோட்டர் பாட்டில்கள் வாங்கிக்கொள்வார். ராத்திரிக் கள்ளை நிறுத்திவிட்டு மூன்று நாட்களுக்கு இதுதான்.

அப்பனை அனுப்பிவிட்டு சுமேஷ்பவன் ஓட்டலுக்குப் போனான். செல்வராசு அங்கே வாசலிலேயே நின்றிருந்தான். இரண்டு பேரும் உள்ளே போய்ச் சாப்பிட்டார்கள்.

'என்னண்ணா. . . பத்திரிக குடுக்கற வேலயெல்லாம் முடிஞ்சிருச்சா' என்றான்.

'ஆச்சு. மறந்து உட்டது அஞ்சாறு ஊடு இருக்குது. நாளைக்குக் குடுத்தா முடிச்சிரலாம்.'

'ஆமா... நாளான்னிக்கு வெரைக்கும் வெச்சுக்காத. அரிபரியாப் போயிரும்.'

'ம். உங்கலியாணத்துக்கு இப்பிடியெல்லாம் வேண்டாம். இதென்ன கருமம்... இங்க ஓட அங்க ஓட... அவுங்களச் சமாதானப்படுத்த... இவுங்களச் சமாதானப்படுத்தன்னு ஒரே தொந்தரவுடா. கூட்டிக்கிட்டுப் போயி கோயில்ல தாலியக் கட்டிக் கூட்டியாந்தரோணும். என்னோட மாமியாக்காரி இப்பிடித்தான் நடத்தோணும்னு புடிவாதமா இருக்கறா. அப்பத்தான் சேத்திக்குவாங்களாம்...'

'செரி உடுங்க. அவுங்க ஆசய ஏங் கெடுப்பானேன். இன்னம் ரண்டு நாளக்கிக் கஷ்டம். அவ்வளவுதான.'

‘சட்டையெல்லாம் தெச்சாச்சான்னு சாயங்காலந்தான் பாக்கோணும். உன்னோடத வாங்கிட்டியா?’

‘இல்லைண்ணா. நாளக்கித் தந்துருவான்.’

‘அந்தப் பிள்ளயக் கலியாணத்துக்குக் கூட்டிக்கிட்டு வாவேன். அதுக்கும் ஒரு சீல எடுத்தர்லாமா.’

‘வேண்டாம். எதுனா தெரிஞ்சு போயிரும். நான் வர்றதே என்னாவுமோ?’

‘அதான் இன்னைக்குத் தொலவு சேர்ந்தர்ரமுல்ல.’

அவனிடம் முந்தியே பேசியிருந்தான். காடு கறார் முடிந்ததும் கோயிலில் பூசை செய்து தொலவு சேர்ந்துவிடவேண்டும் என்று. பூசைக்குத் தேவையான பொருள்களை வாங்க ஏற்கனவே பூசாரியிடம் ஐந்நூறு ரூபாய் கொடுத்தாகிவிட்டது. சாப்பிட்டுப் போனால் பூசையை அவர் தொடங்கிவிடுவார். வயிறு நிரம்பச் சாப்பிட்டதும் கரடேறச் சடவாக இருந்தது. கொஞ்சதூரம் போய் முதல் மண்டபத்தில் உட்கார்ந்துகொண்டார்கள்.

வெயில் இன்னும் கொஞ்சம் தாழ்ந்தால் ஏறுவதும் சுலபமாக இருக்கும். படிகளில் குப்பைகள் குவிந்திருந்தன. படி தாண்டிய பாறைகளின்மேல் எங்கும் பீக்குவியல். அடிவாரம் முழுக்க வீடுகள். எட்டுகிற வரை பாறை மேலேயே வீடுகளாகிவிட்டன. மனித சஞ்சாரம் மிகமிக எங்கும் அசுத்தமும் நாற்றமும்தான். இன்னமும் கொஞ்சம் மேலேறிவிட்டால் இவற்றிலிருந்து தப்பிக்கலாம்.

மண்டபத்தூணில் பெண்ணை அணைத்திருக்கும் ஆணின் சிற்பம் ஒயிலாக இருந்தது. காமமும் வெட்கமும் கல்லில் உயிர்த்தெழுந்திருந்தன. அருகில் போனவன் அந்தப் பெண்ணின் நிறுத்திய கனத்த முலைகளில் கை வைத்தான். ‘தாயோலி... எப்பிடிச் செஞ்சிருக்கறான் பாரு’ என்றான் மாரிமுத்து. சிற்பப்பகுதி முழுவதும் அழுக்கடைந்து நிறம் மாறி யிருந்தது. ஆனால் முலைப்பகுதி கருகருத்து மினுங்கியது. உயிர்ச் சதையைத் தொடுவது போலப் பரவசத்துடன் தடவினான்.

செல்வராசு தலைகுனிந்து சிரித்தான். ‘வாண்ணா... ஆராச்சும் பாக்கப் போறாங்க’ என்றான். தன்நிலை மறந்து சிற்பத்தில் கை போட்டிருப்பதை உணர்ந்து ‘ச்சே’ என்று கூசிப் போனான் மாரிமுத்து. செல்வராசுவின் முகத்தைப் பார்க்காமல் ‘மேல போலாம்‘ என்று படியேறத் தொடங்கினான். கையில் அந்த ஸ்பரிசம் இன்னும் அப்படியே இருந்தது.

‘ராசு... அப்பறம் கெணத்துக்கு என்ன ஏற்பாடு பண்ணலாம்’ பேச்சை மாற்றுவதாய்க் கருதிக் கேட்டான்.

‘சுத்தியும் கல்லுக்கட்டெல்லாம் உழுந்திருச்சி. எடுத்துக் கட்டோணும். தண்ணிய எறச்சிட்டுச் சேறு எடுக்கோணும். எப்பிடியும் மோட்டார் ஒன்னு வேணும். எங்காச்சும் ஆயில் என்ஜின் இருந்தாப் பாக்கலாம்.’

‘கெணறு இல்லாத ஒன்னும் பண்ண முடியாது. நாலு நாளைக்கு ஒருக்காத் தண்ணிப் பாஞ்சாக்கூடப் போதும். வெள்ளாம எடுத்தர்லாம்...’

‘புது என்ஜினாவே வாங்கி வெச்சரலாமாண்ணா.’

‘ஆமான்டா. அதுதான் பரவால்ல. பழசு வாங்குனா அந்த ரிப்பேரு இந்த ரிப்பேருன்னு மெக்கானிக்கப் புடிக்கவே செரியாயிரும். புதுசே பாரு. கெணத்தச் சுத்தி வேப்பமரம் எதுனா வெக்கலாம். தொட்டி ஒன்னு கட்டீரலாம். எந்த வேல இருந்தாலும் உட்டுட்டு மொதக் கெணத்து வேலயத்தான் முடிக்கோணும்.’

‘கலியாணம் முடிஞ்சொடன அந்த வேலயப் பாத்தரலாம்.’

‘படிய ஒழுங்கு பண்ணீட்டம்னா எறங்கிக் குதிக்கலாம். தண்ணி நெறஞ்சு நிக்குமாம். வேற ஆளூ யாரும் கெணத்துல எறங்காத பாத்துக்கோணும். உட்டம்னா பசங்க, அவுங்க இவுங்கன்னு குதிச்சு அழிம்பு பண்ணீருவாங்க.’

‘கெணத்தப் பாதுகாப்புப் பண்ணி வெள்ளாம வெச்சிட்டம்னா அப்பறம் ஒருத்தரும் அந்தப்பக்கம் வரமாட்டங்கண்ணா.’

மடுவன் கோயில்முன் நின்று கும்பிட்டார்கள். அடுத்துப் பள்ளம் இறங்கி மீண்டும் மேலேற வேண்டும். பள்ளத்தில் ஐந்துதலை நாகம் படம் விரித்து எழுந்து நின்ற சிற்பம் பார்க்கப் பரவசமாயிருந்தது. அதன்மீது சிவப்பைக் கொட்டியிருந்தார்கள். அதன் படம் எடுப்பும் துள்ளலும் உண்மை போலவே மாரிமுத்து வுக்குக் கிளர்ச்சி ஊட்டின.

‘உங்களுக்குப் பரவாயில்லண்ணா. எனக்குத்தான் கொஞ் சமாப் போச்சு. மேட்டுக்காடு ரண்டேக்கரா இருக்குது. அதப் பாத்துக்கிட்டுப் போவ வேண்டீதுதான்.’

ஏற்கனவே நிலப்பிரிவினை தொடர்பாக அவனிடம் பேசி யிருந்தாலும் வருத்தம் போகாமலிருந்தது.

‘இங்க பாருடா... செல்வராசு... எங்காட்டையும் நீயே சேத்து ஓட்டிக்கோ.’

'என்னண்ணா... ராமனுக்குத் தாரமின்னு சொன்னீங்க.'

'சொன்னன். அவன் பெரிய மசுராட்டம் பண்ணயத்துக்கு வரமாட்டங்கறன். அவன் பேர்ல காட்டயா எழுதி வெக்க முடியும்? கைச்செலவுக்குக் காசு குடுக்கறன். கலியாணத்துக்கு அவனூட்ல எல்லார்த்துக்கும் துணிமணி எடுத்திருக்கறன். குஞ்சு குளுவானுக்குக்கூட எடுத்துத் தந்திருக்கறன். இன்னம் என்ன செய்யறது? காட்டுக்கு முட்டுவழி போடக்கூடக் காசு இல்லாதவனக் கொண்டாந்து வெக்கறதும் ஒன்னுதான், கொற போடறதும் ஒன்னுதான்...'

'அப்ப... நெசமே எனக்கு உடறீங்களா.'

'நெசமா என்ன பொய்யா என்ன... உனக்குத்தான்னு வெச்சுக்க. எல்லாக் காட்டையும் என்னால பாக்க முடியுமா? முந்தி மாதிரி ஒத்தாசைக்கு இப்ப ஆரும் வரமாட்டீங்கறாங்க. குப்பனுக்கும் ஆந்து போச்சு. அதான்... இப்ப ராமன்கிட்ட ஒன்னும் சொல்ல வேண்டாம். கெணத்து வேலயப் பாரு... அப்பறம் மெதுவாச் சொல்லீரலாம்... '

செல்வராசு மிக உற்சாகத்தோடு படியேறினான். எல்லாம் நிலம் செய்யும் வேலை. செம்மண்காடு பற்றி மாரிமுத்துவால் சரியாக முடிவெடுக்க இயலவில்லை. சில சமயம், ராமனுக்கே விடலாம்; சின்ன வயதில் இருந்து இந்தக் குடும்பத்திற்குப் பாடுபட்டவன் என்று தோன்றும். 'எனக்கு உடுங்க' என்று அவன் வாய் திறந்து கேட்டால் என்ன? ரிக் வண்டிக்குப் போனால் பணம் கொட்டுவது போலப் பேசுவான். அங்கே போய்ப் பார்த்தால்தான் தெரியும். கொளுத்தும் வெயிலில் மேலெல்லாம் கொப்புளங்கள் எரிய இராப்பகலாய் வேலை செய்ய வேண்டும். சும்மா இல்லை. ஒரே இடத்தில் இருந்து பாடுபட அவனுக்கு வளையுமா என்பது சந்தேகம்தான்.

செல்வராசுவுக்கு விட்டால் பொன்னாட்டம் பார்த்துப் பயிர்செய்வான். ஆனால் அம்மாவும் அப்பனும் ஒத்துக்கொள்ள வேண்டும். அதற்கொரு சண்டை வரும். கல்யாணமான பின்னும் சண்டை போட்டுக் கிடந்தால் குடும்பத்தில் நன்றாகவா இருக்கும்? காட்டைத் தானே ஓட்டிக்கொள்ளும் ஆசையும் அவன் உள்ளத்தில் இருந்தது. அந்த நிலம் குறையாகக் கிடந்த சாபத்தால்தான் கல்யாணம் தட்டிப்போயிற்று. அதை விடுவிக்கும் பேச்சு எடுத்த பின்னரே கல்யாணம் கூடியது. நம்பிக்கையே இல்லாமல் இருந்த கல்யாண விஷயம், ஒரு பதினைந்து நாளில் முடிவாக அந்தக் காடுதான் காரணம். அதனால் அதைத்

தானே பயிர் பண்ணலாம் என்று ஆசை இருந்தது. கல்யாணம் முடியட்டும். கிணற்று வேலை முடியட்டும். அப்புறம் பார்க்கலாம்.

மாரிமுத்துவுக்கு முன்னால் செல்வராசு ஏறிப் போய் நின்றிருந்தான். கூட்டம் இல்லை. எங்கோ ஒன்றிரண்டு பேர் தெரிந்தார்கள். மேலேப் போகச் சாலை அமைத்த பிறகு படியில் ஏறுவோர் எண்ணிக்கை மிகக் குறைந்து போயிற்று. படியேறும் பகுதியில் உள்ள சாமிகளுக்கு வேண்டுதல் வைப்பவர்கள் மட்டும் படியில் வருகிறார்கள்.

சாமி சின்னக்கோயில் ஒன்றில் இருந்தார். அவர் பாதத்திற்குக் கீழிறங்குபவை சத்தியப்படிகள். திருட்டுகளுக்கு இங்கே வந்து முறையீடு போடுவார்கள். மண்ணள்ளித் தூற்றித் தொலவு போட்டுக்கொண்டவர்கள் தொலவு சேர்வதென்றால் இங்கே தான் வந்தாக வேண்டும். பூசாரி பொருள்கள் வாங்கியிருந்தார். இவர்களைக் கண்டதும் பூசை வேலையைத் தொடங்கினார். அவர் சொன்னபடி மாரிமுத்துவும் செல்வராசும் செய்தார்கள்.

எல்லாப் படிகளிலும் மண் விளக்குகள். செல்வராசு வைத்தான். எல்லாவற்றிலும் திரி போட்டுத் தயாராக வைத்திருந் தார் பூசாரி. போவனியிலிருந்த எண்ணெய்யை இரும்புக் கரண்டியில் மொண்டு மாரிமுத்து ஊற்றினான்.

'மனசார வேண்டிக்கிட்டுச் செய்யுங்க. இது சத்தியச் சாமி. உங்களுக்கு ஒரு கொறையும் வராது' என்றார் பூசாரி.

எண்ணெய் ஊற்றிப் பற்ற வைத்ததும் விளக்குகள் ஒளிர்ந்தன. பகலிலும் அவற்றின் ஒளிவரிசை விளங்கித் தோன்றியது. பூசையைத் தொடர்ந்தார் அவர். சாமிக்குச் சந்தன அலங்காரம். பெரிய கல்லொன்றில் லேசாகக் கோடு வரைந்தது போலச் செதுக்கப்பட்டிருந்த உருவம் சந்தனத்தால் துலங்கியது. மணியோசையில் கரைந்து இருவரும் வேண்டிக்கொண்டார்கள்.

'தெரிஞ்சும் தெரியாத எங்க பாட்டன் பாட்டி காலத்துல நடந்ததுக்கு நீதான் மாப்புக் குடுக்கோணும். நாங்க சேந்திருக்க வந்திருக்கறம். உத்தரவு கொடுக்கோணும். இன்னமே ஒரூட்டுக்கு ஒரூடு போக்குவரத்துக்கும் சோறு தண்ணி உங்கறதுக்கும் நல்லது பொல்லாதது எல்லாத்துலயும் பங்கெடுத்துக்கறதுக்கும் நாங்க ஒத்துப்போய் வந்திருக்கிறம். நீதான் சாமீ. . . எங்கள ஏத்துக்கிட்டு உத்தரவு தரோணும்' என்று வாய்விட்டு வேண்டினான் மாரிமுத்து.

செல்வராசுவையும் அப்படி வேண்டிக்கொள்ளச் சொன்னார் பூசாரி. மனத்துக்குள் அவன் வேண்டுதல் நீண்டது. கண்களை

மூடிக் கைகுவித்து நிற்கையில் தன் குழப்பங்கள் எல்லாம் தீர்ந்து தெளிவாவதாய் உணர்ந்தான்.

'நெனச்சபடி கலியாணத்த நல்லா நடத்தி முடிக்க நீதான் ஒதவோணும். முடிஞ்சு பொண்டாட்டியோட வாரப்ப உனக்குத் தனிப்பூச வெக்கறனப்பா... பாட்டிக்கு ஒன்னும் ஆவாத காப்பாத்தி உட்ரு. அவளால கலியாணத்துக்கு எந்தப் பங்கமும் வந்தராத நீதான் கைகுடுத்துக் காக்கோணுமப்பா. . .'

பூசாரி வெற்று மார்பில் நீரோடத் தமிழில் சாமியிடம் பேசினார். 'பட்டி பெருகோணும் பால்பான பொங்கோணும். கெட்டது போயி நல்லது சேரோணும். தொலவு நீங்கி ஒறவு சேரோணும்... அண்டுனவங்களக் காப்பாத்தய்யா...'

பூசாரி தனித்தனியாகக் கொடுத்த பிரசாதங்களைப் பெற்றுக் கொண்டனர். 'காணிக்கை போடுங்க காணிக்க போடுங்க' என்றார் பூசாரி. 'ஒன்னாக் காசு குடுத்துட்டம்ல' என்றான் செல்வராசு. 'அதெல்லாம் பூச சாமானம் வாங்கவே செரியாப் போச்சு. வெளக்குக்கு எண்ண ஊத்தறதுன்னா சும்மாவா. மூணு லிட்டர் வாங்கியாந்தன். இன்னம் ஒருமொற ஊத்தோணும். கோயில்ல இருந்து எறங்கிப் போறவெரைக்கும் வெளக்கு அணையாது' என்று பூசாரி நிறையப் பேசினார். சட்டைப் பையிலிருந்து ஐம்பது ரூபாய் நோட்டை எடுத்துத் தட்டில் வைத்தான் மாரிமுத்து.

●

46

மண்டப வாயிலில் வரவேற்பதற்காக நின்றிருந்த மாரிமுத்து மனத்துக்குள் பதற்றமாக இருந்தான். பக்கத்தில் நின்று கைகூப்பி எல்லோரையும் 'வாங்க வாங்க' எனச் சந்தோசமாக வரவேற்றதோடு சிரித்துப் பேசி உள்ளே அனுப்பிக்கொண்டிருந்தாள் அம்மா. ஆள் யாரும் வராதபோது 'எங்கடா இன்னம் காணாம்' என்று மாரிமுத்துவிடம் கேட்டபடி இருந்தாள்.

ஐந்து மணிக்குப் பஸ் போய்விட்டது. செல்வராசுவும் ராமனும் பஸ்ஸில் போயிருந்தார்கள். மணி ஏழாகிவிட்டது. போன பஸ்ஸை இன்னும் காணவில்லை. கல்யாணத்திற்குக் கொஞ்சம் கொஞ்சமாக ஆறரையிலிருந்தே ஆட்கள் வரத் தொடங்கியிருந்தார்கள். மண்டபத்துக்குப் போய்ப் பார்த்தால் கல்யாணச் சுவடே இல்லை. ஒரு மூலையில் உட்கார்ந்து மேளம் வாசிக்கிறார்கள். அந்தச் சத்தம்தான். கல்யாணப் பெண்ணில்லை. சடங்குகள் எதுவும் நடப்பதற்கான அறிகுறியும் தெரியவில்லை.

சவரர் வந்து ஒருபக்கம் உட்கார்ந்திருக்கிறார். வெளுத்தி, மண்டப வாசலில் தீப்பந்தம் பிடித்து நிற்கிறாள். சாலைவரை கட்டியிருக்கும் குழல் விளக்குகள் வெளிச்சத்தில் தீப்பந்தத்தின் ஒளி சிறு துணுக்குப்போல் தோன்றுகிறது. தேவைக்காரர் அவ்வப்போது வெளியே வந்து 'மாப்ள... எங்கீப்பா பொண்ணுப்பிள்ள... இன்னம் எத்தன வேல இருக்குது. இங்க முடிச்சிட்டு இன்னொரு கலியாணத்துக்கு நான் போவோணுமில்ல... அவுங்க

ஒம்போது மணிக்கெல்லாம் பாப்பாங்க. இப்பிடிப் போனா அங்க ராத்திரி பனன்டு மணிக்குப் போறதா' என்று குரல் கொடுத்துக்கொண்டிருந்தார்.

அவ்வப்போது சமாதானமாக 'வந்துக்கிட்டு இருக்கறாங்க மாமா' எனச் சொன்னான். கடைசி நேரத்தில் காலை வாரி விட்டுவிட்டு ரோசாமணி எங்காவது ஓடிப்போய் விட்டாளா என்று கூட மாரிமுத்துவுக்குள் ஒரு நினைவு ஓடியது. அம்மாயி சாபம் விட்ட மாதிரி முப்பத்தெட்டாம் தேதி கல்யாணம்தான் தனக்கா. அப்படியெல்லாம் இருக்காது என அதைப் பலவந்தமாகக் கலைத்து விரட்டினான்.

பஸ் வந்து சாலையில் நின்று ஹாரன் சத்தம் எழுப்பியதைக் கேட்டதும்தான் உயிர் வந்த மாதிரி இருந்தது. தட்டங்களில் பழங்கள் எடுத்தபடி மேளதாளத்தோடு வரவேற்க ஒருகூட்டம் சாலைக்குப் போயிற்று. மாப்பிள்ளை போவது வழக்கமில்லை. சட்டென மாரிமுத்துவுக்குள் உற்சாகம் தொற்றிக்கொண்டது. பரபரப்பானான். எல்லோரிடமும் சிரித்துச் சிரித்துப் பேசினான்.

மண்டபம் கிட்டத்தட்ட நிறைந்திருந்தது. தறிக்கொட்டாய் என்பதால் அளவு மிகவும் சிறிது. சாப்பாட்டுக் கூடத்தில் ஒரே சமயத்தில் முப்பது பேர்தான் சாப்பிடலாம். பெண்வீட்டார் வரும்முன் சாப்பாடு போட வேண்டாம் என்று தேவைக்காரர் சொல்லிவிட்டார். ஏனோ? அவர் சொல்வதைத்தான் கேட்டாக வேண்டும்.

தேவைக்காரர் இல்லாமல் நடக்கும் கல்யாணம் என்றால் விருப்பப்படி செய்யலாம். அவர் கோபித்துக்கொண்டால், இன்னொருவரை எங்கே போய்க் கூட்டி வருவது? மேளதாளம் முழங்கக் கூட்டத்தின் நடுவே ரோசாமணி ஒளிர்ந்தபடி வந்தாள். இத்தனைக்கும் பெரிதாக அலங்காரமில்லை. தலையோடு தண்ணீர் ஊற்றிப் பல சடங்குகள் நடக்கும். அதனால் எளிமையாக இருந்தாள். அவள் முகப்பொலிவும் நடை காட்டும் வித்தியாசமும் மற்றவர்களிடமிருந்து விலக்கியது. பெருமிதத்தோடு மாரிமுத்து எல்லோரையும் பார்த்தான்.

மண்டபத்துக்குள் பெண் நுழைந்ததும் தேவைக்காரரும் சவரரும் வேலையைத் தொடங்கினார்கள். முதலில் பெண்ணுக்குச் செய்ய வேண்டிய சடங்குகள். அதன்பின்தான் மாப்பிள்ளைக்கு. பந்தியைக் கவனிக்க செல்வராசுவை அனுப்பினான். கல்யாண வீட்டுக் களை இப்போதுதான் வந்திருந்தது. ஓர் இடத்தை அர்த்தம் உள்ளதாகவும் அழகானதாகவும் மாற்றுபவள் பெண் தான். செயலிழந்து நின்றிருந்த எல்லாம் ரோசாமணியின் வரவால்

சட்டென இயக்கம் கொண்டதாகப் பட்டது. ராமனிடம் கோபித்துக்கொள்பவனைப் போல 'ஏன்டா இவ்வளவு நேரம்?' என்றான்.

'பொண்ணு பொறப்படறதுன்னாச் சும்மாவா. கால நேரம் பாக்கறாங்க. வர்றவுங்க ஒன்னாவா வந்து சேர்றாங்க. அங்கங்க காட்டுக்குள்ள இருந்துக்கிட்டு வர்றன் வர்றன்னு சத்தம் போடறாங்க. எப்பிடி உட்டுட்டு வர்றது. பஸ்சுல நிக்கறதுக்கே எடமில்ல பாத்துக்க. உங்க மாமியாளுக்கு ஒரே குஷிதான். ஆளெல்லாம் வருவாங்களோ மாட்டாங்களோன்னு மனசுல ஒரு வாட்டம் இருந்திருக்குமாட்டம். கூட்டம் வரமுடித்தான் அவுங்களுக்கு மூஞ்சியே களயாச்சு. காசுபணத்தோட மாப்ள வருதுன்ன ஒடனே ஓடிப்போன காக்காய்வ எல்லாம் இப்பக் கூட்டமா வந்து சேர்துவ...'

ராமன் சொல்லிவிட்டு மறுபடியும் பஸ்சுக்குப் போனான். இன்னொரு நடை போக வேண்டும். இந்த நடை பஸ் வந்துசேர எப்படியும் ஒன்பது மணிக்கு மேலாகும். மண்டபம் வெகுதூரம் தள்ளி இருப்பதால் கூட்டம் அவ்வளவாக வருமா என்று சந்தேகம் இருந்து. உள்ளூர் ஆட்களும் சொந்தங்களும் வண்டி போட்டுக்கொண்டு வந்தபடி இருந்தார்கள். பந்தியைப் பார்க்கவும் வரவேற்புக்குமாக மாரிமுத்து ஓடியபடி இருந்தான்.

உள்ளே கொஞ்சம் பேர் சாப்பிட்டுக்கொண்டிருந்தார்கள். அடுத்த பந்திக்குத் தயாராகக் கூடத்து வாசலில் கூட்டம் நெருக்கியடித்துக்கொண்டு நின்றது. அந்தக்காலம் மாதிரி வந்து பொறுமையாக இருந்து சடங்குகளை எல்லாம் பார்த்துவிட்டு நிதானமாகச் சாப்பிடுபவர்கள் யாரும் இல்லை. வரவேற்பில் தன் வருகையைப் பதிவு செய்யும் விதமாக ஓரிரு வார்த்தை பேசிவிட்டு அல்லது புன்னகையைச் சிந்திவிட்டு மண்டபத்திற்குள் நுழைய வேண்டியதுதான். நேராகச் சாப்பாட்டுப் பந்தி. சாப்பிட்டுக் கைகழுவிய பின் வெளிநடப்பு. கை கழுவுமிடம் மண்டபத்திற்கு வெளியே இருந்ததால் மறுபடியும் உள்ளே நுழையத் தேவையே இல்லை.

சடங்குகள் நடக்கும் இடத்தில் சம்பந்தப்பட்ட ஒன்றிரண்டு பேர் நின்றார்கள். அவ்வளவுதான். அதனால் சாப்பாட்டிலும் பந்தியிலும் கவனமாக இருக்க வேண்டும். அதில் குறையென்றால் அடுத்து வேறொரு கல்யாணத்தில் இப்படி நடக்கும்வரை இதையே பேசிக்கொண்டிருப்பார்கள். 'மாப்ள... கல்யாணச் சாப்பாடு இன்னம் நெஞ்சிலேயே நிக்குதுப்பா' என்று கேலி செய்து நோகடிப்பார்கள். சாப்பாடு நிறைவாகவே இருக்கிறது.

இனிப்பு, வடை, பொரியல், கூட்டு, அப்பளம், ஊறுகாய், சோறு, குழம்பு, காரக்குழம்பு, ரசம், தயிர், பாயசம் எனப் போதுமான பதார்த்தங்களுடன் சாப்பாடு. சமையல் ஆளும் கைதேர்ந்த குழுதான். இருந்தென்ன, சாப்பாட்டுக்கூடம் போதவில்லை. இரண்டு வரிசை உட்கார்ந்து சாப்பிடலாம். நடுவிலே பரிமாறுபவர்கள் போய்வரவே சிரமம். இதனால்தான் இந்த மண்டபத்திற்குக் கிராக்கி இல்லை போல.

மறுமுறை சாப்பாட்டுக் கூடத்திற்குப் போனபோது செல்வராசு தடுமாறிக்கொண்டிருந்தான். சாப்பிடுபவர்களுக்குப் பின்னாலேயே நாற்காலியைப் பிடித்துக்கொண்டு ஒவ்வொரு ஆள் நின்றிருந்தார்கள். சாப்பிடுவதையே பார்த்துக்கொண்டும் எப்போது இவன் எழுந்திருப்பான் எனக் காத்துக்கொண்டும் ஓராள் பின்னால் நிற்கும்போது வயிறாரச் சாப்பிட முடியுமா? பாதிபாதியாக இலையில் அப்படியே வைத்துவிட்டு எழுந்து போனார்கள். என்ன செய்வதென்று தெரியவில்லை. பார்த்துக் கவலைப்பட்டு என்ன பிரயோஜனம்? நடக்கிறபடி நடக்கட்டும் என்று வாசலில் வந்து நின்றுகொண்டான்.

சாப்பிட்டு முடித்தவர்கள் வந்து சொல்லி விடைபெற்றுப் போனார்கள். எல்லோரையும் 'சாப்பிட்டீங்களா' என்று விசாரித்து அனுப்பினான். கட்டையன் வந்து, 'எல்லாரும் சாப்படாததான் போறாங்க. நீ சாப்பிட்டீங்களான்னு கேட்டா இல்லீனா சொல்வாங்க. இன்னங் கொஞ்சம் பெரிய மண்டபமாப் பாத்துப் பேசியிருக்கக்கூடாதா மாப்ள...' என்றதும் தான் மாரிமுத்துவுக்கு உறைத்தது. போகிறவர்களைப் பார்த்து 'அஞ்சு நிமிசம் இருங்க சாப்பிட்டுப் போயர்லாம்' என்ற கெஞ்சுவது போலக் கேட்டான்.

சில பேர் தாமதிப்பது மாதிரி காட்டி மாரிமுத்து பார்க்காத சமயத்தில் வண்டியை எடுத்துக்கொண்டு டுர்ரெனப் பறந்தார்கள். சிலர் வெளிப்படையாகவே 'இன்னொரு கலியாணத்துக்குப் போவோணும். அங்க போயிச் சாப்புட்டுக்கறன் மாரிமுத்து' என்று சொன்னார்கள். 'காத்தால கலியாணத்துக்கு வர்றப்ப சாப்பிட்டாப் போச்சு' என்றார்கள். மாரிமுத்து பதறிப்போனான். செல்வராசு முடிந்த அளவு வேகமாகப் பரிமாறிச் சாப்பிடும் நேரத்தைக் குறைக்க முயன்றான். ஆனால் எல்லாவற்றையும் ருசித்துச் சாப்பிடுவதற்கென்று ஒரு நேரம் தேவைதானே. கல்யாணச் சாப்பாட்டை விமரிசையாகச் சாப்பிடவே சிலர் வருவார்கள்.

தானாவதித் தாத்தா ரொம்பப் பொறுமையாக மாரிமுத்து விடம் வந்தார். தோளைத் தொட்டுத் தனியாகக் கூட்டிப் போனார்.

'மாப்ள... இப்பிடியே உட்டாப் பாதிசனம் சாப்பிடாதயே போயிரும். சனம் போறதில்லாத ஆக்கி வெச்ச சோறெல்லாம் வீணாப் போயிரும். அப்பறம் அதப் பாத்துக்கிட்டு வாயும் வவுறும் எரிய வேண்டியதுதான். நாஞ் சொல்றதக் கேளு... மாத்து விரிக்கச் சொல்லி மண்டபத்துக்குள்ளயே ரண்டு பந்தி உட்ரலாம்... சாங்கியமெல்லாம் ஒருபக்கமா நடக்கட்டும். பந்தி ஒருபக்கம் இருக்கட்டும்...'

'கீழ எப்பிடி தாத்தா... உக்கோருவாங்களா?'

'என்ன மாப்ள... மண்ணு வாசல்ல பந்தி விரிச்சு உக்கோந்து தின்னவங்கதான. இப்பத்தான் வவுசி வந்திருச்சு. டேபுளுச் சேரு இல்லீன்னா சோறு எறங்காதா? நாம போடுவம். உக்கோர அஞ்சாறு இல்லாதயா போயிரும். குஞ்சு குளுவானுங்க கெழடு கட்டைக உக்கோருவாங்க. பொம்பளைங்களும் வருவாங்க. எதோ கொஞ்சம் இதில சாப்பிட்டா அங்க உள்ள கூட்டம் கொறையுமில்ல...'

'தெரிஞ்சிருந்தா இன்னம் அஞ்சாறு டேபிள் சேர் சொல்லி எடுத்தாந்திருக்கலாம்.'

'இன்னமே என்ன பண்றது? நடக்கறதப் பாப்பம்...'

தாத்தா சொன்ன மாதிரி பந்தி விரித்ததும் முதலில் யாரும் உட்காரவில்லை. கல்யாண மண்டபம் என்றால் நாற்காலியில் உட்கார்ந்து சாப்பிடுவதுதான் என்றாகிவிட்டது. பழைய வழக்கத்திற்கு யார் வருவார்கள்? இது வீண் முயற்சி என்பதாகப் பட்டது. ஐந்தாறு பிள்ளைகளைக் கூப்பிட்டு உட்காரச் சொன்னான் செல்வராசு. அவர்களுக்கு இலை போட ஆட்களைக் கூப்பிட்டான்.

கட்டையன் வந்து 'எனக்கும் ஓரெல போடப்பா' என்று உட்கார்ந்தார். அப்படியே நிறையப் பேர் உட்கார்ந்து பந்தி நிறைந்தது. இன்னும் ஒருமுறை இப்படி உட்கார்ந்தால் கூட்டம் குறைந்துவிடும். எல்லாவற்றிற்கும் ஏதோ ஒரு மாற்று இருக்கவே செய்கிறது. அதைக் கண்டுபிடிப்பவன் பிரச்சினையிலிருந்து விடுபடுகிறான். மாரிமுத்துவுக்கு மனசு ஆறியது.

சந்தோசமாக விடைகொடுத்து அனுப்பினான். 'காத்தால ஆறரையிலிருந்து ஏழரை முகூர்த்தம். கண்டிப்பா வந்தரோணும்' என்று எல்லோரிடமும் தவறாமல் சொன்னான். வந்த

கூட்டம் சாப்பிட்டு முடிக்கவும் இன்னொருமுறை பஸ்ஸில் வரும் பெண்வீட்டுக் கூட்டம் சாப்பிடவும் சரியாக இருக்கும். பரவாயில்லை. மாரிமுத்து எதிர்பார்த்ததை விடவும் கூட்டம் அதிகம். இதில் கொஞ்சம் காலையில் குறையும். செல்வராசுவை உள்ளூக்காரர்கள் வியப்போடு பார்த்தும் விசாரித்தும் சென்றார்கள். இந்நேரம் அவன் வீட்டுக்குச் சேதி போயிருக்கும். நாளைக்கு இருக்கிறது அவனுக்கு.

நாற்காலியில் உட்கார்ந்து சற்றே இளைப்பாறினான். உள்ளே போயிருந்த அம்மா வந்து, 'உந்தங்கச்சி அங்க ஊளக்குரிக்கறா. போயி என்னன்னு கேளு' என்றாள். சாப்பாட்டுப் பிரச்சினையில் அங்கும் இங்கும் ஓடியதில் கால்கள் தொய்ந்து சோர்வாக இருந்தான். நேற்றிரவு ஒருசந்திச் சோறு சாப்பிட்டது. பகல் முழுக்கத் திட உணவு சாப்பிடவேயில்லை. வீட்டுக்குத் தெரியாமல் சாப்பிட்டிருக்கலாம். வேலை முசுவில் தோன்றவே இல்லை. 'என்னன்னு நீயே கேளம்மா' என்றான். 'நாங் கேட்டா வாய் தொறக்க மாட்டீங்கறா. நீயே போயிக் கேட்டுக்க' என்று சொல்லிவிட்டு உட்கார்ந்துகொண்டாள்.

சலிப்போடு எழுந்து உள்ளே போனான். மணமகன் அறையின் ஒருமூலையில் குந்தி விசும்பிக்கொண்டிருந்தாள். 'என்னாச்சு' என்றான். அவன் குரலில் லேசான எரிச்சல் தென்பட்டது. அதை உணர்ந்த அவள் முகம் திருப்பி மேலும் விசும்பினாள். 'யாராச்சும் சொன்னாங்களா. எதுக்கு அழுவற? சொன்னாத்தான தெரியும்?' கீழே உட்கார்ந்து அவள் முகத்தை நிமிர்த்தியதும் கலங்கிச் சிவந்த கண்கள் பரிதாபம் காட்டின.

'துணியெடுக்கப் போனப்பவே இவ நம்மூட்டுக்கு ஒத்துவர மாட்டான்னு நெனச்சன். எத்தன போட்டோ எடுக்கறாங்க... எல்லாத்திலயும் அவுங்க சனத்தயே கூப்புட்டுக் கூப்புட்டு நிக்க வெச்சுக்கறா. என்னயக் கூப்படாட்டிப் போவுது. எம் பிள்ளைங்க ரண்டும் பக்கத்துல போயிப் போயி நிக்குது... கண்டுக்கவே மாட்டீங்கறா மகாராணி... நானும் எம்புருசனும் எம்பிள்ளைங்களும் இங்க யாருண்ணா... வந்து கை நனச்சிட்டுப் போற கூட்டமாட்டம் நாங்களும் போறம். அதே மாதிரி காத்தாலக்கி வந்து கொஞ்சநேரம் அப்பிடி நின்னுட்டுப் போயர்றம்...'

அழுகையினூடே அவள் சொல்லி முடித்தாள். சுவரோடு அவள் தலையை மோதி ஒரேயடியாய் அடித்துவிட வேண்டும் போலிருந்தது. இன்னும் கொஞ்சநேரத்தில் மாப்பிள்ளைக்குச் செய்யும் சடங்குகள் தொடங்கிவிடும். அதில் தங்கச்சிக்கு முக்கியப் பங்கு இருக்கிறது. அதனால் இந்தப் பிகு வேலையில்

இறங்கிவிட்டாளோ என்று தோன்றியது. நாளைக்குக் காலைவரை இவளை அனுசரித்துப் போயாக வேண்டும். தலையை உதறிக் கொண்டு நிதானமாக பேசினான்.

‘இங்க பாரு பிள்ள... இப்ப நம்ம சடங்கு தொடங்கப்போவுது. அதுல எல்லாப் போட்டாவுலயும் நீயும் உம்பிள்ளைங்களுந்தான். இதுக்கா கஷ்டப்படற... இன்னைக்கி வரைக்கும் அவ விருப்பப் படி ஆடட்டும். நாளைக்கு நம்மூட்டுக்கு வந்தப்பறம் வெச்சு வாங்கீரலாம்...’

‘நீ இப்பிடித்தான் சொல்வ. அவளப் பாத்தாப் போதும்... சீலயப் புடிச்சிக்கிட்டுப் பின்னாலயே போயிருவ. எனக்குத் தெரியாதா. அன்னைக்கு அவ பக்கத்துல போயி உக்கோந்தவன் எங்கபக்கம் திரும்பியே பாக்கலியே... இப்பவே இப்பிடீன்னா... நாளைக்கு என்ன பண்ணுவியோ... எனக்கின்னம் மூனு பவுனுப் போடோணும். உங்கலியாணத்துல வாங்கிக்கலாம்னு இருந்தன். அப்பறம் குடுக்கறமின்னு சொல்லீட்ட. அவ வந்துட்டான்னா அப்பறம் எங்க கெடைக்கப் போவுது?’

ஒப்பாரி வைப்பதுபோல் நீட்டி முழக்கினாள். மேளச் சத்தத்தில் மற்றவர்களுக்குக் கேட்டிருக்காது. இந்தச் சமயத்தில் அவளுக்குத் தேவை பவுன் கிடைக்கும் என்னும் உறுதிமொழி. அதைத் தாராளமாக அவனால் வழங்க முடியும்.

‘இங்க பாரு பிள்ள... உம்பிள்ள இன்னம் ரண்டு மூனு வருசத்துல பெரியவளாயிருவா. அப்ப இந்த மூனு பவுனையும் சேத்திக் குடுத்தர்லாமின்னு அம்மாதான் சொன்னா. அதனால தான் இப்ப எடுக்கல... உனக்குக் குடுக்கறதுல கொற வெப்பமா பிள்ள...’

அவன் குரலில் பாசம் பொங்கியது. இப்படியெல்லாம் தான் பேசுவதைப் பற்றி அவனுக்கே ஆச்சரியமாக இருந்தது. சந்தர்ப்பத்திற்கு ஏற்றபடி நாக்கு வாகாகத் திரும்பிக்கொள்கிறது. தங்கச்சி கொஞ்சம் தேறியவளாய்த் தெரிந்தாள். ‘போ. போய்ச் சந்தோசமா இரு’ என்று அவளைத் தூக்கி நிறுத்தி அனுப்பினான். அழுது வீங்கிய முகத்தைக் கழுவ அவள் வெளியே போனாள்.

வாசலை நோக்கிப் போனவனைத் தேவைக்காரர் கூப்பிட்டார். அவனுக்கான சடங்குகளைத் தொடங்க அவர் தயாராக இருந்தார். ‘இதோ வந்தர்றங்க’ என்று சொல்லிவிட்டு வெளியே போனான். அவனிடம் சொல்லிப் போவதற்காகக் காத்திருந்தவர்களுக்கு விடை கொடுத்து அனுப்பினான். அம்மா விடம் ‘நீ இங்கயே நின்னுக்கம்மா’ என்று சொன்னான்.

வாசலில் நான்கைந்து நாற்காலிகளைப் போட்டு உட்கார்ந்து பேசிக்கொண்டிருந்தவர்கள் நடுவில் அப்பனும் இருந்தார். அவர் அசைவுகளில் போதை வழிந்தோடியது. சந்தோசமாக இருக்கட்டும் என்று நினைத்தபடி உள்ளே போனான். தங்கச்சி புருசன் மாப்பிள்ளைத் தோழனாய் வந்து நின்றான். தேவைக் காரர் சாமி கும்பிடச் சொன்னார். வெளியே மங்கல நீராட்டக் கூட்டிப் போனார்கள்.

அந்தக் காலத்தில் நான்கைந்து குடம் நீரை ஊற்றுவார்கள். பெண்வீட்டைச் சேர்ந்த முறைப்பெண்கள் சேர்ந்துகொண்டு மாப்பிள்ளை மூச்சுவிடக்கூட இடைவெளி கொடுக்காமல் குடம் குடமாகத் தண்ணீரைக் கொட்டுவார்கள். இப்போது அதுவெல்லாம் இல்லை. அரிக்கஞ்சட்டியில் நீரை ஊற்றி மஞ்சளும் சிவப்பும் கலந்து வெற்றிலையைக் கிள்ளிப்போட்டுச் சவரர் கொண்டு வந்தார். அதில் கொஞ்சம் அள்ளி நடுத்தலையில் மூன்றுமுறை வைத்தார் தேவைக்காரர். லேசாக ஈரம் படுவதை மாரிமுத்து உணர்ந்தான். மிச்ச நீரை அவனுக்கு முன்னால் கோடு போடுவது போல ஊற்றினார். அவ்வளவுதான். நீராட்டு முடிந்தது. அறைக்குள் போய் உடை மாற்றி வந்தான்.

சிறிய மாலை ஒன்றை அவன் கழுத்தில் போட்டு நாற்காலி யில் அமரச் சொன்னார். அவனுக்கு முன்னால் நிறைநாழியும் அலங்கரிக்கப்பட்டிருந்த கரகப்பானையும் வைக்கப்பட்டன. தாம்பளத்தில் அரிசி நிறைத்து அச்சு வெல்லங்கள் வைக்கப் பட்டிருந்தன. ‘இருங்க வர்றன்’ என்று தேவைக்காரர் மணவறைப் பக்கம் போனார். மணவறை அலங்காரத்திற்கு ஆட்கள் வந்து விட்டார்கள். அவர் வரும்வரைக்கும் சுற்றிலும் வேடிக்கை பார்த்துக்கொண்டிருந்தான்.

பந்தியில் ஆட்கள் இல்லை. கடைசியாய் ஒன்றிரண்டு பேர் மட்டும் சாப்பிட்டுக்கொண்டிருந்தார்கள். அவன் பக்கமாய்ப் பெண் ஒருத்தி வந்து நின்றாள். அவளை மாரிமுத்து பார்த்த தில்லை. ரோசாமணிக்கு என்ன வகையில் சொந்தமோ. தாம்பாளத் தட்டத்தைப் பார்த்து முகம் நொடித்தாள்.

‘இதென்ன அச்சுவெல்லம் மூளியாக் கெடக்குது. வரம்பெல் லாம் கத்தியாட்டம் இருக்கோனும். சாங்கியத்துக்கு வெக்கற வெல்லம் இப்பிடியா வாங்கறது. எங்கூர்லயா இருந்தா தேவக் காரரு இதத் தூக்கி எறிஞ்சிருவாரு. மூளிய முன்னால வெச்சாக் குடும்பத்தக்கு ஆவுமா.’

அவளை அண்ணாந்து பார்த்தான். இந்த மாதிரி எதையாவது கிளப்புவதற்கென்றே ஜரிகைப்புடவையும் நகைநட்டுமாகக்

கிளம்பி வந்துவிடுகிறார்கள். எங்காவது தேடிக் கத்தி மாதிரி விளிம்புடைய வெல்லம் வாங்கி வா என்று அவளை இருட்டுக்குள் விரட்டியடிக்க வேண்டும். அவள் ஏதோ பேசுவதைக் கவனித்த தேவைக்காரர் பக்கத்தில் வந்தார்.

'என்னங்க மாப்ள...'

'அதெல்லாம் ஒன்னுமில்லீங்க. சும்மா... ராசாக்கத' என்று சிரித்தான் மாரிமுத்து.

அந்தப் பெண் முகம் இறுகி 'ம்க்கும்' என்று தூரப் போனாள். வெளியே பஸ் வந்து நிற்கும் சத்தம் கேட்டது. அவள் வெளியே ஓடுவதைப் பார்த்தான். தேவைக்காரர் கையில் கங்கணக் கயிறு இருந்தது. அரிசியின் நடுவே வெல்லத்தை நிறுத்தி அதன் இரண்டு பக்கமும் கைகளை வைத்துக்கொள்ளச் சொன்னார். அரிசியை அள்ளுவது போலக் கையைக் குவித்து வைத்தான். கணுவற்ற மஞ்சள் கட்டிய நூலை அவன் வலக்கையில் சுற்றி முடிச்சிட்டார்.

'மாப்ள... கங்கணம் கட்டியாச்சு. இன்னமே தாலிகட்டு முடிஞ்சு கங்கணத்த அவுக்கறவரைக்கும் மண்டபத்த உட்டு நீ எங்கயும் போவக்கூடாது. எதுக்குனா போவோனும்னா ஆளனுப்பு. நீ போவாத. என்னப்பா... சொல்றது சடங்கு. சொல்லிப்புட்டன்.'

அடுத்த சடங்குக்கு அவன் தங்கச்சியை அழைத்தார் அவர். அதற்குத் தேவையானவற்றை எடுத்துத் தயாராக வைத்திருந்தார் சவரர். 'கூறப்பொடவ எங்கம்மா... அத எடுத்தாங்க' என்று கூவினார் அவர். தங்கச்சியின் முகத்தில் இன்னும் கடுகடுப்பு குறையாமல் இருந்தது.

இன்னொரு கல்யாணத்திற்குப் போக வேண்டும் என்பதால் அவர் வேகமாகச் சடங்குகளைச் செய்தார். சடங்கு நடந்த இடத்திற்கெல்லாம் வெளுத்தி தீப்பந்தம் பிடித்துக்கொண்டு உடன் வந்தாள். எல்லாச் சடங்கும் முடிந்து தேவைக்காரரை வண்டியில் செல்வராசு கூட்டிப்போனான். அங்கே சடங்குகள் எல்லாம் முடியும் நேரம் அறிந்து போனால் திரும்பவும் அவரைக் கூட்டி வந்துவிடலாம். காலையில் தாலிகட்டு வரைக்கும் முடித்து அவரைக் காலையிலும் அங்கே கொண்டுபோய் விடவேண்டும். அது முழுக்க செல்வராசு பாடு. மேளக்காரர்கள் சாப்பிட்டுக்கொண்டிருந்தனர்.

சின்னப் பெண்ணொருத்தி வந்து 'அக்கா கூப்புடுது' என்றாள். 'யாரு' என்றான். 'பொண்ணுப்பிள்ளக்கா' என்றாள். மாரிமுத்து ரோசாமணியை அவள் மண்டபத்திற்குள் நுழைந்த

போது பார்த்ததுதான். மணமகள் அறைப்பக்கம் நடந்தான். மண்டபத்திற்குள் கொஞ்சம்பேர்தான் இருந்தார்கள். வெற்றிலை போட்டுக்கொண்டு பழமை பேசினார்கள். சிலர் படுத்துக் கொண்டே பேசினார்கள். அதிகமும் பெண் வீட்டுச் சனம். இரண்டாவது நடை பஸ்ஸில் வந்தவர்கள் எல்லோரும் இங்கேயே தங்கிவிட்டனர்.

ஒருபக்க மூலையில் சீட்டாட்டம் மும்முரமாக நடைபெற்றது. அவ்வப்போது கெக்கலியும் கூப்பாடும் அங்கிருந்து எழுந்தன. அவன் போனதும் உள்ளிருந்த பெண்கள் சிலர் வெளியே வந்தனர். யாரோ ‘மாப்ள... இன்னைக்கே பொண்ணு ரூமுக்குள்ள போறாரு...’ என்று சிரித்தபடி சொன்னார்கள். ‘அவசரக்கார மாப்ள... தாங்க முடியல’ என்று இன்னொருவர் சொல்லச் சிரிப்பு பொங்கியது.

உள்ளே கண்கள் சிவக்க ரோசாமணி விசும்பிக்கொண்டிருந் தாள். ‘என்ன’ என்றான் அவள் அருகில் நின்ற பெண்ணிடம். ரோசாமணியின் அம்மா உள்ளே மூலையில் குறுக்கி முடக்கி யிருந்தாள். தூங்குவது போல நடிக்கிறாளோ. இரண்டு மூன்று பெண்கள் இருக்க ரோசாமணியை நேராகப் பார்த்துப் பேசத் தயக்கமாயிருந்தது. கதவும் திறந்திருந்தது. மேளம் ஓய்ந்துவிட்டதால் கொஞ்சம் சத்தமாகப் பேசினாலும் வெளியே கேட்கும். மனத்தில் தைரியத்தை வரவைத்துக்கொண்டான்.

நாளை இரவு முழுக்கத் தொட்டு அறியப்போகிற உடம்பு. யார் என்ன நினைத்தாலும் பாதகமில்லை. அவள் பக்கத்தில் போய்த் தாடையில் கைவைத்துத் தன்பக்கம் திருப்பினான். உண்மையாக முகம் கோவைப்பழமாய்ச் சிவந்திருந்தது. கண்களில் வேதனை தெரிந்தது. ரொம்பவும் வாஞ்சையாக ‘என்னம்மா’ என்று குழறினான். கையை எடுக்க மனம் வரவில்லை.

‘ம். சொல்லு’ அப்படியே அவள் உதட்டில் முத்தி இறுக அணைத்துக்கொள்ளப் பரபரத்தான். அவள் மேலும் அழுதாள். பின்னாலிருந்து பெண்ணொருத்தி திடுமென ஊதும் நகராட்சிச் சங்காய் ‘இங்க என்ன மரியாத இருக்குது எங்களுக்கு. ஒருத்தி வந்து உங்கொப்பன் எப்ப வருவாருன்னு அஞ்சாறு தடவ கேட்டுட்டுப் போயிட்டா. இன்னொருத்தி வந்து நகையெல்லாம் தொட்டுத் தொட்டுப் பாத்துக் கவரிங்கா அப்டீன்னு கேக்றா. எல்லாந் தெரிஞ்சுதான வந்தீங்க. இப்ப இப்பிடிக் கேட்டா எப்பிடியாம்’ என்று சுவரைப் பார்த்து ஊதினாள். மாரிமுத்துவுக்கும் கோபம் சட்டென வந்தது. ரோசாமணி பேசியிருந்தால் சாந்தமாக இருந்திருப்பான். ‘கேட்டாச் சொல்லீட்டுப் போங்களேன்’ என்றான். ஒருநிமிடம் அமைதியாயிருந்தது.

'அப்பன் வருவாரான்னு ஆரும் கேட்டா 'வருவாரு வருவாரு' அப்டீன்னு சொல்லீட்டுப் போங்க. நகையக் கவரிங்கான்னா ஆமான்னு சொல்லுங்க. இல்லீன்னா அம்பது பவுன்னு சொல்லுங்க. இப்ப என்ன...'

அவன் பேச்சு வெடுக்கென்று அமைந்துவிட்டது. ரோசாமணியின் விசும்பல் மிகுந்தது. அவள் முகத்தையே பார்த்தான். சிறு குழந்தையாக இருந்தால் ஆத்திரம் தீர முதுகில் சாத்தலாம். இது வளர்ந்தும் வளராத பெண். சாதாரணமான ஒன்றைச் சமாளிக்க முடியவில்லையா? மாரிமுத்துவிடம் சொல்லிக் கூடுதல் இரக்கத்தைப் பெறும் முயற்சியா? தொடர்ந்து அழும் அம்முகத்தை அவனுக்குப் பிடிக்கவில்லை. உடல் முழுக்க அழுகையின் நெடி படர வெளியே வந்தான்.

●

47

அரவங்கள் ஓய்ந்து மண்டபம் முழு அமைதி கொண்டிருந்தது. திடுமென அவ்வப்போது சிரிப்போ குரல் உயர்ந்த பேச்சோ எங்கிருந்தாவது எழும். அதுவும் உடனே அடங்கிப்போகும். வெளியே வாசலில் போடப்பட்டிருந்த நாற்காலியில் மாரிமுத்து, செல்வராசு, தாத்தா எல்லோரும் உட்கார்ந்திருந்தனர். கொஞ்சம் தள்ளிப் பெரிய கல்லொன்றின்மேல் ராமன் உட்கார்ந்திருந்தான். காலைச் சமையலுக்கான வேலை தொடங்கும் அறிகுறிகளாகப் பாத்திரங்களின் ஒலி. மணவறை ஜோடனை மும்முரமாக நடந்தது. பிரம்மாண்டமான தேர் ஒன்றைக் கொண்டுவந்து நிறுத்தியது போல மணவறை உருவாகிக்கொண்டிருந்தது.

'காத்தாலக்கி ராத்திரி மாதிரி ஆயிரக் கூடாது. ஒருபக்கம் கலியாணம் நடந்துக்கிட்டே இருக்கட்டும். சாப்பாடு போடறது அதும்பாட்டுக்கு நடக்கட்டும். அப்பத்தான் கூட்டத்தச் சமாளிக்க முடியும்.' பந்தி விஷயத்தில் மிகவும் அலைந்து சோர்ந்த அனுபவத்தில் செல்வராசு சொன்னான்.

'ஆமா ராசு. அந்தக் காலத்துல கலியாணம் முடிஞ்சுதான் சாப்பாட்டுப் பக்கம் போவாங்க. இப்ப ஆரு அதெல்லாம் பாக்கறா' என்றார் தாத்தா.

'ஆறரை மணியிலிருந்தே பந்தி போட்ரலாம். அப்பத்தான் வரவரச் செரியாயிருக்கும்.'

மாரிமுத்துவுக்கு இரவு நடந்த அரிபரி காலையில் உண்டாகித் திடுமென வேலைகளுக்கு இடைஞ்சல் வந்துவிடக்கூடாது என்று பட்டது.

மாலைகள் வாங்கி வருவது, தேவைக்காரரைக் கூட்டி வருவது, விடியற்காலை ஐந்து மணிக்கெல்லாம் பஸ்ஸைக் கிளப்பி வரட்டூர் ஒரு நடை போய்வருவது என எல்லாவற்றையும் திட்டமிட்டார்கள்.

வீடுவரை போய்வர வேண்டும் என்று மாரிமுத்துவுக்குத் தோன்றிக்கொண்டேயிருந்தது. பேரனுக்குக் கல்யாணம் நடக்க வேண்டும், கண்குளிரப் பார்க்க வேண்டும் என்று ஆசைப் பட்டிருந்த பாட்டியை இங்கே அழைத்துவர முடியாத குறை அவன் மனத்தில் உறுத்தலாக இருந்தது. பாட்டிக்கு எடுத்த வெள்ளைப்புடவை துணிக்கடைப் பையோடு அப்படியே வீட்டிலிருந்தது. அதை எடுத்துப் பார்த்த அம்மா ‘கெழவி இன்னமே எங்க இதக் கட்டப்போறா. உங்க அத்தைக்குக் குடுத்தர வேண்டீதுதான்’ என்று நேற்றுச் சொன்னாள். அதைப் பாட்டியின் உடம்பில் சுற்றிவிட்டு அவள் காலைத் தொட்டுக் கும்பிட்டு வந்துதான் தாலிகட்ட வேண்டும் எனத் தீர்மானம் செய்திருந்தான். இப்போது போனால் அரைமணி நேரத்திற்குள் வந்துவிடலாம்.

‘ராசு. . . நீயும் தாத்தாவும் போய்ப் படுங்க. கொஞ்ச நேரம் கண்ணசந்தாத்தான் காத்தாலக்கி நல்லாருக்கும். நான் ராமனக் கூட்டிக்கிட்டு ஊடுவரைக்கும் போய்ட்டு வந்தர்றன். தாலிக்கொடிய ஊட்டுலயே வெச்சிட்டு வந்துட்டன். இங்க வந்துதான் நெனப்பு வந்துது. . .’ என்றான் மாரிமுத்து. அவன் சட்டையின் உள்பையில் ஏழு பவுன் தாலிக்கொடி பத்திரமாக இருந்தது.

‘இந்நேரத்துக்கு எதுக்கு மாப்ள. . . கங்கணம் கட்டிட்டா அப்பறம் எங்கயும் போவக்கூடாது. வேற ஆரையாச்சும் அனுப்புங்க. . . போய்ட்டு வரட்டும்.’

தாத்தாவிடம் விவரத்தைச் சொல்லி அனுமதி வாங்க முடியாது என்பதால்தான் தாலிக்கொடியின்மேல் பழிபோட்டான்.

‘இல்லீங்க தாத்தா. . . வெச்சிருக்கற எடம் எனக்குத்தான் தெரியும். சித்தங்கூரத்துல வந்தர்றம்.’

‘செரி செரி. பத்தரமாப் போயிட்டு வாங்க’ தாத்தா அரைமனதோடு சொன்னார்.

அம்மாவிடம் வீட்டுச் சாவியை வங்க உள்ளே போனான். மணமகன் அறையின் மூலை ஒன்றில் உருண்டு கிடந்த அம்மாவை மெல்லத் தொட்டு எழுப்பிச் சாவியைக் கேட்டான். எதற்கென்றே கேட்காமல் இடுப்பிலிருந்து உருவிக் கொடுத்து

விட்டுத் தூக்கத்திற்குள் போய்விட்டாள். அவன் அந்த அறையி லிருந்த வெளியே வரும்போது மணமகள் அறைப்பக்கம் கண்ணோட்டினான்.

உள்ளே நாற்காலி ஒன்றில் ரோசாமணி உட்கார்ந்திருப்பது தெரிந்தது. மிக இயல்பாக உள்ளே போனான். அறைக்குள் பெண்கள் பலர் படுத்துத் தூங்கிக்கொண்டிருந்தனர். அவள் ஒருத்தி மட்டும் உட்கார்ந்திருப்பது வித்தியாசமாகப் பட்டது. அருகே போய்த் தோளைத் தொட்டான். விருக்கென நிமிர்ந்த அவள் முகத்தில் இன்னும் அழுகை அப்படியே இருந்தது. பதறிப்போனான்.

'மறுபடியும் ஆராச்சும் எதும் சொன்னாங்களா?' அவன் குரல் கிசுகிசுப்பாய் ஒலித்தது.

அவன் கையைத் தட்டிவிட்டவள் ஒலி எழுமாறு அழுகை யைக் கூட்டினாள். படுத்திருந்த பெண் ஒருத்தி புரண்டாள். சட்டைக்குள்ளிருந்து தாலிக்கொடியை எடுத்து ரோசாமணி கையில் வைத்தான். 'இதப் பத்தரமா வெச்சிரு' என்றான். கனத்த கொடியை நிறுத்திப் பார்த்தாள். புரண்ட பெண் விழித்துவிடுவாள் போலிருந்தது. ரோசாமணியை விசாரித்துச் சமாதானம் சொல்ல அது நேரமில்லை என்று பட்டது.

'எதுக்கும் கவலப்படாத. நானிருக்கறன். அழுவாத. கண்ணத் தொடச்சிக்கிட்டுத் தூங்கு.'

குழந்தைக்குச் சொல்கிற மாதிரி சொன்னான். வேகம் கூட அவளே எதிர்பார்க்காத வகையில் முகம் நிமிர்த்திச் சட்டென உதடுகளில் முத்தம் பதித்தான். நொடி நேரத்தில் அறையிலிருந்து வெளியேறினான். நாற்காலியை நகர்த்தும் ஒலி கேட்டது. பாவம். அவளுக்கு என்ன கஷ்டமோ?

பெரிய பெரிய சம்பவங்களைத் தாங்கிக்கொள்ள முடிகிற மனத்தினால் அற்ப வார்த்தைகளைப் பொறுத்துக்கொள்ள முடியவில்லை. மனித நாக்கு வார்த்தைகளைச் சுழற்றும் வித்தையை எப்படிக் கற்றுக்கொண்டது? ஏதோ எரிச்சலில் முன்பு மாரிமுத்து வெடுக்கென்று சொல்லியதற்குத்தான் இன்னும் அழுகிறாளோ. பட்டும்படாமல் பதித்த முத்தம் எல்லாவற்றையும் சரியாக்கிவிடும்.

ரோசாமணியின் உதடுகள் அப்படியே இன்னும் தன் உதடுகளில் ஒட்டிக்கொண்டிருப்பதாக உணர்ந்தான். சில வருசங்களுக்குமுன் கிடைத்த வசந்தியின் உதட்டு ஸ்பரிசம் நினைவுக்கு வந்தது. அது விரிவான கற்பனைகளுக்கு

வருசக்கணக்காக உதவிக் கொண்டிருந்தது. இந்த ஸ்பரிசம் தொடரக் கூடியது. இதன் நீட்சி சாத்தியமாகப் போவது. உதடுகளை அசைக்காமல் வைத்திருந்தான்.

வெளியே வந்து வண்டியை எடுத்தபோது உள்ளே பார்த்தான். மணமகள் அறை விளக்கு அணைந்திருந்தது. திருப்தியோடு கிளம்பினான்.

'வருசக்கணக்காகக் கலியாணம் கலியாணம்னு கெடந்த. இப்பத் தாலிக்கொடியக்கூட மறந்து வெச்சிட்டு வந்திருக்கற. என்னய்யா இது...'

ராமன் பேசிக்கொண்டே வந்தான். அவனுக்கு 'ம்' சொல்வதைத் தவிர மாரிமுத்து வேறொன்றும் பேசவில்லை. ஆளற்ற சாலை. இருபுறமும் புளியமரங்கள் ஓடின. வண்டியைக் காற்றில் ஒட்டுவது போல வேகம் கூட்டினான். 'யோவ்... மெதுவாப் போய்யா' என்று ராமன் தட்டிச் சொன்னதும் சற்றே நினைவுக்கு வந்தவனாய் வேகத்தைக் குறைத்தான். ஊருக்குப் பிரியும் பாதையில் போய்ச் செம்மண்காட்டுப் பக்கம் வந்தபோது வண்டி அவனையறியாமலே மிதவேகத்திற்கு வந்திருந்தது. ஆசையோடு நிலத்தைப் பார்த்தான். இருள் மூடிக்கிடந்தது நிலம். கிணற்றின் இருப்பே தெரியவில்லை. எனினும் எல்லாம் தெளிவாவது போலிருந்தது.

வண்டியின் ஒலி உணர்ந்து நாய் ஓடிவந்தது. திண்ணையில் குப்பன் படுத்திருப்பது தெரிந்தது. வீட்டுக் காவலுக்காகக் குப்பனைப் படுக்கச் சொல்லியிருந்தார்கள். வண்டிச் சத்தம் கேட்டும் குப்பன் எழவில்லை. சின்னச் சத்தத்தில் விழித்து எழுந்துவிடுவார் குப்பன்.

ராமன் குரல் கொடுத்தும் குப்பன் எழவில்லை. பக்கத்தில் போய்த் தட்டினான். அதற்குள் மாரிமுத்து கதவு திறந்து உள்ளே போய்ப் பாட்டி புடவையை எடுத்து வந்தான். கதவைப் பூட்டி விட்டுத் திரும்பினால் குப்பன் மகன் ரமேஷ் உட்கார்ந்திருந்தான். திடுக்கென்றது மனம்.

'என்னடா... உங்கப்பன் எங்க. உன்னய உட்டுட்டு எங்க போனாரு..?'

எழுந்து லுங்கியைக் கட்டிக்கொண்டு 'அப்பன் அங்க பாட்டி கொட்டாய்ல படுத்திருக்கறாரு' என்றான். 'இப்பிடிப் பொச்சடைக்கத் தூங்கறியே... இதுதான் ஊட்டக் காவல் பாக்கற லட்சணமா' என்று அதட்டல் போட்டான். அவன் எதுவும் பேசவில்லை. அடுத்தவாரம் மாப்பிள்ளையாகப் போகிறவன். ஆனால் நிம்மதியாகத் தூங்குகிறான். வண்டியைத்

தொடர்ந்து நாய் ஓடிவந்தது. நின்று 'போ ஊட்டுக்கு' என்று சத்தமிட்டான். வாலை ஆட்டிக்கொண்டு அதே இடத்தில் நின்றது நாய். கொட்டாய் வாசலில் வண்டி நின்றதும் குப்பன் திண்ணையிலிருந்து எழுந்துகொண்டார்.

'ஏங் குப்பா. . . நீ இங்க வந்து படுத்துக்கிட்ட. ஊட்டுலதான உன்னப் படுக்கச் சொன்னன். உம் பையனுக்கு இடி உழுந்தாக்கூடத் தெரியாதாட்டம் இருக்குது. அப்பிடித் தூங்கறான். அவனக் காவலுக்கு வெச்சா வெளங்குமா?'

'சாமீ. . . இப்ப எதுக்கு வந்தீங்க நீங்க' என்றார் குப்பன். அவர் குரலில் அழுத்தம் இருந்தது.

'ஏங் குப்பா. . . பாட்டிகிட்டக் கும்பிடு வாங்கிட்டுப் போலாம்னு வந்தன்.'

'கங்கணம் கட்டீட்டா மாப்ள அங்க இங்க நவரக் கூடாதுன்னு உங்களுக்கு ஆருஞ் சொல்லலீங்களா சாமீ. . . போங்க. கலியாணம் முடிஞ்சு அப்பறம் வந்து கும்புடு வாங்கலாம் போங்க.'

குப்பன் ஒருநாளும் இப்படிப் பேசியதில்லை.

ராமனைப் பார்த்துக் கோபமாகச் சொன்னார். அவர் பேச்சு மாரிமுத்துவுக்கு எரிச்சல் தந்தது. தானாவதித் தாத்தாவே ஒத்துக்கொண்டார். இந்த ஆளுக்கு அதிகார மயிரைப் பாரேன் என்று அவன் மனம் திமிறியது.

'செரி செரி. எனக்குத் தெரியும். நீ மூடிக்கிட்டுப் படு.'

கொட்டாய்க்குள் நுழையப் போன மாரிமுத்துவின் முன்னால் இரண்டு கைகளையும் விரித்தபடி நின்றுகொண்டார் குப்பன்.

'என்ன குப்பா... இது..?'

குப்பன் குரல் உடைந்து அழுகையுடன் சொன்னார்.

'சாமீ... பாட்டி நம்மள உட்டுட்டுப் போயிட்டாங்க.'

'அய்யோ... குப்பா... என்ன சொல்ற?'

'ஆமாங்க சாமி. பட்டியாள் நேரமிருக்கும். கொர்கொர்னு சத்தம் வந்துது. கொஞ்ச நேரம்தான். சட்டுனு அடங்கிப் போச்சு. சாவக் கெடக்கற சீவனத் தனியா உட்டுட்டுப் போய்ப் படுக்க என்னால முடியல. அதான் பையன அங்க படுக்க வெச்சிட்டு இங்க வந்தன். உசுரு போற நேரத்துல பக்கத்துலயே இருந்தன்...'

‘ஆயா... கடசியா இப்பிடிப் பண்ணீட்டயே..!’

கத்திக்கொண்டு உள்ளே ஓட முயன்றான் மாரிமுத்து. குப்பன் நீட்டிய கைகளை மடக்கவில்லை.

‘நீங்க இப்ப உள்ள போவக்கூடாது. பாட்டி கண்ண மூடி அசந்து தூங்கறாங்க. அவுங்க உசுர உட்டது நம்மளத் தவர யாருக்குந் தெரியாது... மனசத் தெடமாக்கிக்கிட்டு மண்டபத்துக்குப் போங்க. கலியாணம் முடிஞ்சு வாங்க. அப்பறம் ஆவறதப் பாத்துக்கலாம்...’

குப்பன் திடமாகச் சொன்னார்.

‘புதுப்பொடவயக் கட்டி உட்டுக் கும்புடு வாங்கலாம்னு வந்தனே. இப்ப இது கோடியாப் போயிருச்சே... உடு குப்பா... பாட்டி மூஞ்சியப் பாக்கறன்...’

‘ராமா... சாமியக் கூட்டிக்கிட்டுப் போ. இந்தக் கலியாணத் துக்கு எத்தன பாடு பட்டீங்கன்னு எனக்குத் தெரியும். எந்தோள்ல போட்டு வளத்த பையன் நீங்க. அப்பனாட்டம் சொல்றன் கேளுங்க. பாட்டி உங்க கலியாணத்தப் பாக்க ஆவியா மண்டபத்துக்குப் போயிருக்கறாங்க. அங்க போயிப் பாருங்க. இங்க வேண்டாம்...’

மாரிமுத்துவின் கையைப் பிடித்தான் ராமன். அவன்மேல் சாய்ந்து அழுதான் மாரிமுத்து.

‘பாவி... நான் பாவி... எதுக்கும் குடுத்து வெக்காத பாவி...’

‘ராமா... கூட்டிக்கிட்டுப் போ. அழுவற சத்தம் வேண்டாம்.’

கண்ணீர் பொங்கி வாய்க்கு வந்தபோது ரோசாமணியின் உதடுகள் தொடுவது போல உணர்ந்தான் மாரிமுத்து.

●